ஆழ்வார்களின் சிந்தனைகள்

பகுதி - 1

பேரா. **ஜெய. குமாரபிள்ளை,** M.A., M.Phil.,
முன்னைத் தமிழ்த்துறைத் தலைவர்,
அறிஞர் அண்ணா கல்லூரி,
ஆரல்வாய்மொழி,
கன்னியாகுமரி மாவட்டம்.

சங்கர் பதிப்பகம்

15/21, டீச்சர்ஸ் கில்டு காலனி, 2வது தெரு,
இராஜாஜி நகர் விரிவு, வில்லிவாக்கம், சென்னை-600 049.
தொலைபேசி: 26502086
Email: shankar_pathippagam@yahoo.com
www.shankarpathippagam.com

ஆழ்வார்களின் சிந்தனைகள் - பகுதி 1

பேரா. ஜெய. குமாரபிள்ளை, M.A., M.Phil.,

முதல் பதிப்பு : 2022

பதிப்பாளர் முகவரி : சங்கர் பதிப்பகம்,
15/21, டீச்சர்ஸ் கில்டு காலனி, 2வது தெரு,
இராஜாஜி நகர் விரிவு,
வில்லிவாக்கம், சென்னை-49.
தொலைபேசி: 26502086

மொத்தப் பக்கங்கள் : 368

ஒளி அச்சு மற்றும் : சு. அசோக்குமார்
முன் அட்டை வடிவமைப்பு

அணிந்துரை

முனைவர் எஸ். ஸ்ரீகுமார்

பி.எஸ்ஸி., எம்.ஏ., எ.எம்.ஏ., பி.ஜி.டி.ஜே.எம்.சி;., பிஎச்.டி.,
தமிழ்த்துறைத் தலைவர் (ப.நி),
ஆய்வுமையம் - தமிழ்த்துறை,
தெ.தி. இந்துக் கல்லூரி,
நாகர்கோவில் - 629 002.
அலைபேசி 9443216018

பரம்பொருளைப் பாமரனுக்கும் அறிமுகம் செய்யும் அரிய நூல்.

மனித இனம் அறிவுத்திறம் பெறத் தொடங்கிய காலத்திலிருந்தே சமயமும் உடன் வளர்ந்து வந்துள்ளது. சமயம் இரு பொருள் கொண்டது. ஒன்று இறைவன் திருவுள்ளத்தை அறிவதற்குச் சில நிகழ்ச்சிகளையும், காட்சி களையும் அடையாளமாகக் கொள்வது. மற்றொன்று, இறைவனோடு ஒன்று படுத்துவது அல்லது மீண்டும் பிணைப்பது. நெறி அல்லது வழி என்றும் பொருள் கொள்வர். சமயம் என்பது மனிதனுக்கும், மனித நிலைக்கு மேற்பட்டதாக உள்ள ஆற்றல் அல்லது ஆற்றல்களுக்கும் உள்ள தொடர்பு பற்றியதாகவும் எண்ணப்படுகிறது. தொடக்கத்தில் கடவுள் தன் இனத்திற்கே உரியவராக

மக்கள் கருதினர். முடிவாக எல்லா உயிர்களுக்கும் அவரே பிறப்பிடமும், இருப்பிடமும், புகலிடமுமாவார் எனக் கருதினர். இந்தியாவில் 80%க்கும் அதிகமானோர் பின்பற்றி வரும் சமயம் இந்து சமயமாகும்.

மறுமலர்ச்சி பெற்ற இந்து சமயம் சைவம், வைணவம் என்னும் இரு பெரும் கிளைகள் கொண்டது. இரண்டும் தனித்தனியே வலுப்பெற்று, தனித்தன்மை கொண்டு, நாளடைவில் இரு வேறு சமயங்கள் என நிலைத்துவிட, பின்னர் ஒவ்வொன்றும் தனது மார்க்கமே தலைசிறந்தது என வற்புறுத்தும் சமய வாதங்களுக்கும், கசப்பான விவாதங்களுக்கும் இடமாயின. ஆன்மீக உணர்வு மலரும் காலங்களில் நேர்பவைதான் இவையாவும். இந்து சமயப் பிரிவின் இந்தக் காலத்தைச் சார்ந்தவர்களே நாயன் மார்களும், ஆழ்வார்களும் ஆவர்.

திருமாலின் திருக்குணங்களில் ஆழங்கால் பட்டுத் தம்மை இழந்து பக்தி பூண்டவர்கள், ஆழ்வார்கள் எனப்பட்டனர். கலியுகத்தில் இறைவனது திருநாமங்களை ஓதுவதன் மூலம் அவனை எளிதாக அடைய முடியும் என்பதை ஆழ்வார்கள் உணர்த்தினர். ஆழ்வார்கள் நித்திய முக்தர்கள். எப்பொழுதும் இறைவன் அருகிலேயே வைகுந்தத்தில் இருக்கும் பேறு பெற்றவர்கள். இருப்பினும் இறைவனின் கட்டளைப்படி சாதாரண மக்களை நெறிப்படுத்தவும், உயர்த்தவும், பூமியில் வந்து பிறந்தவர்கள் என வைணவம் சொல்லும். ஆழ்வார்கள் இறைவனுக்கு மங்களத்தை இசைப்பது மங்களாசாசனம் எனப்படும். இறைவனது திருவுளப்படி இவர்கள் பாசுரங்கள் வெளி வந்ததால் அவைகள் அருளிச்செயல்கள் என அழைக்கப் படுகின்றன. ஆழ்வார்கள் அருளிய பாசுரங்களைத் 'தமிழ் வேதம்' எனப் போற்றுவர். ஆழ்வார்கள் பாடிய வைணவப் பாசுரங்களை 'நாலாயிர திவ்யப் பிரபந்தம்' என்பர். பாடியோர் பன்னிருவர். இவர்கள் கி.பி. 460 ஆம் ஆண்டிலிருந்து கி.பி. 805 ஆம் ஆண்டிற்கு இடைப்பட்ட காலத்தில் வாழ்ந்தவர்கள் என்றும் கூறுவர். இவர்களின் பாடல்களைத் தொகுத்தவர் நாதமுனிகள். இந்நூற்கள்

திருமாலின் பெருமைகளையும், அடியவர்களின் அருமை யையும் கூறும்.

கன்னியாகுமரி மாவட்டம், ஆரல்வாய்மொழி, அறிஞர் அண்ணா கல்லூரியில் தமிழ்த்துறைத் தலைவராகப் பணியாற்றிப் பணிநிறைவு பெற்றவரும், இருபத்தைந்து ஆண்டுகளுக்கு முன் அறிவொளி இயக்கத்தில் தன்னை இணைத்துக் கொண்டு கற்போருக்கும், கற்பிப்போருக்கும் தேவையான பல புத்தகங்களை உருவாக்கித் தந்து களப் பணி ஆற்றியவருமான பேராசிரியர் ஜெய. குமாரபிள்ளை அவர்கள் பன்னிரு ஆழ்வார்களுள் முதல் ஆறு ஆழ்வார் களின் வைணவ சமயப் பணிக்கு எழுத்துரு கொடுத்து, அரிய கருத்துக்களை எல்லாம் கோர்த்து நூலாக்கம் செய்துள்ளார். அண்மைக் கால வரவுகளில் பிழைகள் ஏதுமின்றித் தமிழுக்கு அறிமுகமாகியுள்ள முதன்மை நூல் இது என்பது மிகையில்லை. உண்மை. வெறும் புகழ்ச்சி யில்லை.

பொய்கையாழ்வார், பூதத்தாழ்வார், பேயாழ்வார், திருமழிசையாழ்வார், நம்மாழ்வார், மதுரகவியாழ்வார் என்னும் முதல் ஆறு ஆழ்வார்களைப் பற்றி மொழிக் கலப்பில்லாமல் தமிழில் எழுதப்பட்ட முதன்மையான நூலாக இதனைக் கருதலாம். ஆழ்வார்களை அறிமுகம் செய்யும் பொழுது அவர்களின் புனைபெயர்களை முதலில் கூறி பின்னர் அவர்களின் உயிர்த்துவமான வரிகளில் முதன்மையான ஒன்றைச் சொல்லித் தொடங்குவதால் அவ் ஆழ்வார்களின் தனித்துவத்தை முதலிலேயே உணர்த்தி விடுவதோடு முழுவதையும் ஒரே மூச்சில் படிக்கத் தூண்டும் ஆவலையும் ஏற்படுத்திவிடுகிறார். ஆழ்வார்களின் வரலாறு, தனித்தச் செயல்பாடுகள், இறையருள் பெறல், பாடிய பாசுரங்களில் சிறந்தவற்றைச் சொல்லி விளக்கல், ஊடாகப், பெருமாளின் பெருமைகள் பேசும் கதை கூறல் என்னும் தன்மையில் ஆழ்வார்களை அறிமுகம் செய் துள்ளது முழுமையை நோக்கி நகர்த்துகிறது. மயக்கம் ஏது மின்றி, சிறு சிறு வாக்கியங்களில், சிறு சிறு தலைப்புகள் இட்டு, ஆற்றொழுக்கான நடையில் எழுதியிருப்பது

படிப்பவரை மனங் கொளச் செய்யும். ஒவ்வொரு ஆழ்வாரின் நிறைவுப் பகுதியில் சிறப்புக்கள் என்னும் தலைப்பிட்டு, அதுவரை கூறிய அனைத்தையும் வரிசைப் படுத்திச் சொல்லியிருப்பது, வாசித்து வரும் பொழுது மறந்தாலும் மீண்டும் நினைவுப் படுத்திக் கொள்ளவும், சிறப்புக்களைப் படிப்பதன் மூலம் முழுமையைக் குறைந்த காலச் சூழலில் நிறைவாகத் தெரிந்து கொள்ளவும் பேருதவி புரிகிறது.

ஆழ்வார்களின் பெருமைகளையும், இறைவனின் தனித்துவங்களையும், பாசுரங்கள் உணர்த்தும் உண்மை களையும் விளக்கக் கேள்விப் பதில் பாங்கு உத்தியைப் பயன்படுத்தியிருப்பது படிப்போரின் மனங்களில் எழும் கேள்விகள் அனைத்திற்கும் உடனடி பதிலுரைப்பது போன்று அமைந்துள்ளது சிறப்பு. நூலாசிரியரின் நேரடிக் கூற்றுமுறை வாசக நெஞ்சங்களைப் பெரிதும் ஈர்க்கும்.

திருமாலின் அவதாரங்களில் ஆழ்வார்கள் அனை வரையும் கவர்ந்தது கண்ணன், இராமன் அவதாரங்களாகும் என்பதைக் கதைகள், பாடல்கள் மூலம் நிறுவுகிறார். வால்மீகி இராமாயணத்தில் கூறாததைக், கம்பன் இராமாயணத்தில் பயன்படுத்தத் தவறியதாகக் கருதப்படும், பிரமனின் மடியில் கிடந்தப் பெருமான், நான்முகனை வணங்க வந்த இராவணனின் தலைகளைத் தனது திருவடிகளால் பத்து என எண்ணிக் காட்டியதைப் பொய்கையாழ்வார், பேயாழ்வார், திருமழிசையாழ்வார் போன்றோர் தங்கள் பாசுரங்கள் வழி புலப்படுத்தியுள்ளதை நூலாசிரியர் மறவாமல் பதிவு செய்துள்ளார். பெருமான் முதலையை அழித்த கதையை ஒவ்வொரு ஆழ்வாரும் தங்கள் தங்கள் கருத்துக்களைப் புலப்படுத்த எப்படி எப்படிப் பயன்படுத்தியுள்ளனர் என்பதையும் சொல்லிச் செல்கிறார். ஓர் ஆழ்வார் சொன்னதைப் பிற ஆழ்வார்கள் எங்ஙனம் எடுத்தாண்டுள்ளனர், மாறுபடுகின்றனரா? ஒத்துப் போகின்றனரா? என்பதையும் கோடிட்டுக் காட்டுகிறார். சமண, புத்த மதங்கள் இல்லற இன்பத்தை, இல்லற வாழ்க்கையை ஊக்கப்படுத்தாமல் தவ

வாழ்க்கையைப் பிரச்சாரம் செய்ததற்கு எதிராக ஆணும், பெண்ணும் இன்பம் துய்த்து வாழும் வாழ்க்கை இயல்பானது. விலங்குகள் துணை கொண்டு மகிழ்ச்சியுடன் வாழ்வது போல் மனிதர்களும் துணைவியோடு இன்பமாக வாழ வேண்டும் என்பதை ஆண் யானை பெண் யானைக்கு உணவை ஊட்டிவிட்ட கதை மூலம் கூறிச் சமண, புத்த சமயத்தினருக்கு எதிராக வாழ்வியல் கருத்துக் கொண்டிருந்தவர் ஆழ்வார்கள் என்பதையும் நிறுவுகிறார்.

தாழ்ந்த குலத்தோர் ஆயினும் அவ் ஆழ்வார்களைத் 'திரு' என்று அடைமொழி இட்டு அழைக்கும் மரபு கொண்டது வைணவம் என்பதைத் திருமழிசையாழ்வார், திருப்பாணாழ்வார் வழிநின்று சொல்கிறார். 'அற்றது பற்றெனில் உற்றது வீடு', 'திருஉடை மன்னரைக் காணின் திருமாலைக் கண்டேனே' என்னும் நம்மாழ்வார் வரிகளைத் திருக்குறளுக்கு உரை எழுதிய பரிமேலழகர் கையாண்டுள்ளதையும், 'செத்ததின் வயிற்றில் சிறியது பிறந்தால் எத்தைத் தின்று எங்கே கிடக்கும்' என்ற மதுரகவியாரின் கேள்விக்கு 'அத்தைத் தின்று அங்கே கிடக்கும்' என்று சுருக்கமாக உயரிய தத்துவத்தை நம்மாழ்வாரைச் சொல்ல வைத்த நிகழ்வுகளையும் தவறாமல் நூலாசிரியர் இடம் பெறச் செய்துள்ளார்.

அகப்பொருள் துறையைப் பக்தித் துறைக்கு மடைமாற்றம் செய்து வெற்றியும் பெற்றவர்கள் ஆழ்வார்கள் என்பதையும் நிறுவுகிறார். அந்தாதியாகப் பாசுரங்களைப் படைக்கும் இலக்கிய மரபை வைணவத்திற்கு உருவாக்கித் தந்தவர்கள் ஆழ்வார்கள். நம்மாழ்வார் 1102 பாடல்களையும் அந்தாதித் தொடையில் பாடித் தமிழ் இலக்கிய வரலாற்றில் எவருமே செய்யாத செயலைச் செய்துள்ளார். சங்கம், சங்கம் மருவிய காலங்களில் வாழ்ந்ததாகக் கருதப்படும் பொய்கையாரிடமிருந்து வேறுபட்டவர் பொய்கையாழ்வார் என வேறுபடுத்திக் காட்டுவது நூலாசிரியரின் இலக்கிய வரலாறு சம்பந்தமான நுண்மாண் நுழை புலத்தைக் காட்டுகிறது. ஆழ்வார்களின் காலத்தைப் பலர் பல்வேறு விதமாகக்

கூறியிருந்தாலும், யார் யார் கூறியுள்ளனர் என்பதைக் கூறி, காரண காரியங்களைச் சொல்லித் தான் கருதும் காலத்தைப் பதிவு செய்யும் பொழுது கால ஆராய்ச்சி யாளராக மிளிர்கிறார். ஓர் ஆழ்வார் சொல்ல விட்டதை இன்னொரு வைணவ அடியார் சொல்கிறார் என்பதைப் பொய்கையாழ்வார் பாட மறந்த திரியைப் பின்னாளில் திருவரங்கத்து அமுதனார் பாடி நிறைவு செய்தார் எனக் கூறுவதும்; முதலாழ்வார் மூவரும் ஓரிடத்தில் கூடிய நிகழ்வை அவரவர் தந்திருந்தாலும் பாரதம் பாடிய வில்லிபுத்தூராரின் குமாரர் வரந்தருவார் இந்நிகழ்வைப் பாடிய பாடலைத் தந்து உறுதி செய்வதிலிருந்து, ஆழ்வார் பாசுரங்களை ஆழ்ந்து, ஆய்ந்து நூலாசிரியர் படித்துள்ளார் என்பது புலனாகின்றது.

ஆழ்வார்களின் ஊரைப் பற்றிய மாறுபட்டக் கருத்துக்கள் இருப்பின் அத்தனையையும் குறிப்பிட்டுத் தான் கருதும் இடம் எது என்பதைக் காரண காரியத்துடன் கூறிக் குழப்பமானவற்றைத் தெளிவு படுத்த முயற்சிப்பது பாராட்டிற்குரியது. முடிவு காணப்படாமல் இருந்த பலவற்றிற்குத் தீர்வு தர முயற்சிப்பதும், முடியாதவற்றை முடியவில்லை என ஒப்புக் கொள்வதும் நூலாசிரியரின் ஆய்வு நேர்மையைக் காட்டுகிறது. ஆழ்வார் பாசுரங்கள் வெளிப்படுத்தும் கருத்துக்களைப் பட்டியலிட்டுக் காட்டுவதும், பெருமாளை வழிபடுவதற்கான ஒன்பது முறைகளை வரிசைப் படுத்துவதும் பக்தர்களை எளிதில் புரிந்து கொள்ளச் செய்யும். நாலாயிர திவ்யப் பிரபந்தம் நாதமுனிக்குக் கிடைக்கக் காரணமாயிருந்த மதுரகவி யாழ்வாரின் ‘கண்ணிநுண் சிறுத்தாம்பு’ என்னும் 11 பாசுரங்களையும், அதன் விளக்கங்களையும் தந்துள்ளது வாசகர்களுக்குப் பெரிதும் பயனுடையது.

இறைவனின் அருளைப் பெற எளிய வழிகள் இருக்க உடலை வருத்திச் செய்யும் தவத்தைச் செய்யத் தேவையில்லை. இல்லறம் அதற்குத் தடையில்லை, மனதார நினைத்தாலே இறையருளைப் பெறலாம் என ஆழ்வார்கள் சொன்ன சரணாகதித் தத்துவத்தைச் சொல்லி வைணவ

வழிபாட்டின் எளிமையை விதந்தோதுகிறார். 'கடை' எனும் சொல்லின் மூலம் சொல்லாராய்ச்சி செய்வதும்; தீர்த்தகரர், அறிவன் என்ற சொற்களை ஆழ்வார்கள் கையாண்டதையும்; பரபக்தி, பாகவத கைங்கரியம், முமுட்சுகள் போன்ற வடமொழிச் சொற்களுக்குத் தமிழில் விளக்கமளித்துள்ளதும் பயனுடையதாகும்.

ஆழ்வார்கள், ஆட்கொள்ளும் இறைவனையும் கூறுவர், அடியவர்களையும் புகலுவர், அடியார்க்கு அடியவரையும் சொல்லுவர். எளிமையோடும், செறிவோடும் ஆழ்வார்கள் சொன்ன சொற்களைப் படிப்பவர் மனங்கொளத் தந்து நிற்பதன் மூலம் நூலாசிரியர் நிமிர்ந்து நிற்கிறார். பெருமானைத் தொழுவது எங்ஙனம், பெருமானின் சிறப்புக்கள், பெருமானை வழிபடுவதால் அடையும் பயன் என ஆறு ஆழ்வார்கள் உரைத்தவற்றைத்; தூய தமிழில் எளிய நடையில் எழுதிப், பரம்பொருளைப் பாமரனும் அறியும் வகையில் அரிய நூலைத் தந்து முன்னத்தி ஏராக வைணவப் பயணத்தை நூலாசிரியர் தொடர்கிறார். இந்நூல் மூலம் ஆய்வாளராக, கால ஆராய்ச்சியாளராக, ஒப்பீட்டாளராக, சொல்லராய்ச்சியாளராக, வரலாற்று ஆய்வாளராக நூலாசிரியர் தன்னை வெளிப்படுத்தியுள்ளார். ஆழ்வார் பாசுரங்கள் மட்டுமின்றி அதனோடு தொடர்புடைய வைணவம் சார்ந்த நூற்கள் அனைத்திலும் நுண்மாண் நுழைபுலத்துடன் நுழைந்து ஆழ்வார்கள் பற்றிய செய்திகளை முழுமையாக இந்நூல் மூலம் தந்து நிற்கும் பேராசிரியர் ஜெய. குமாரபிள்ளை அவர்கள் வருங்காலத்தில் பக்தி இலக்கியம் சார்ந்து பயனுறு நூற்களைத் தந்துத் தமிழிற்கு அழகூட்ட மனமார வாழ்த்துகிறேன்.

சென்னை,
01. 10. 2016

அன்புடன்,
எஸ். ஸ்ரீகுமார்

33, சாகர் ரெஸிடென்ஸ்,
மகாத்மா காந்தி நகர்,
புதுப்பட்டினம்,
கல்பாக்கம் - 603 102.

நன்றி

நாராயணனுக்கு நன்றி.

முப்பத்து மூன்று ஆண்டுகாலப் பேராசிரியர் பணியில் நாலாயிரத்தில் சில நூறு பாசுரங்களை மட்டுமே படிக்கவும், படிப்பிக்கவும் எனக்கு வாய்ப்புக் கிடைத்தது. இப்போது திவ்யப்பிரபந்தம் முழுமையையும் பல நூறு தடவைகள் படிக்கும் வாய்ப்பை அருளிய பெருமானுக்கு நெஞ்சார்ந்த நன்றி.

புத்தகக் கடைகளில் சைவ சமய நூற்கள், நாயன்மார் களைப் பற்றிய தனித்தனி நூற்கள் முதலியன நிரம்பக் கிடைக்கின்றன. ஆனால் வைணவம் பற்றிய நூற்கள் பொதுவாகக் கிடைப்பதில்லை. புத்தகக் கண்காட்சிகளிலும் இதே நிலைதான் உள்ளது.

ஆழ்வார்களின் அழகான கருத்துச் செறிவுமிக்க அற்புதமான பாசுரங்கள், வைணவர் அல்லாதவரிடையே சென்று சேரவில்லை. ஆழ்வார்களின் வரலாறும், சிறந்த சிந்தனைகளும் பலருக்கும் தெரியாத நிலையே இப்போதும் நிலவுகின்றது. இது வருத்தத்திற்குரிய உண்மையாகும். இதனை மாற்ற எல்லோரும் முயற்சி செய்ய வேண்டும். இத் தேவையைக் கருத்தில் கொண்டு இந்நூல் எழுதப்பட் டுள்ளது.

கி.பி. மூன்றாம் நூற்றாண்டில் வடபுலத்திலிருந்து வந்த சமண, பௌத்த சமயங்கள் தமிழரிடையே பெருமளவுக்குப் பரவ ஆரம்பித்தன. இதற்கு இங்கு ஆட்சிப் பொறுப்பி லிருந்த களப்பிரர்களும், பல்லவர்களும் காரணமாக

அமைந்தார்கள். இவர்களால் தமிழரின் சமயங்கள், இல்லறமாண்புகள், அகப்பொருள் இலக்கிய மரபுகள், இசை, கூத்து முதலியன சிதைந்தன. அவர்களின் பிராகிருதம் இங்கு கோலோச்சியதால் தமிழ்மொழி புறந்தள்ளப் பட்டது.

சமண, பௌத்த மதங்களின் கட்டுப்பாட்டில் சிக்கியிருந்த தமிழகத்தை மீட்டெடுக்க சைவ, வைணவப் பெரியவர்கள் பெரும்பாடுபட்டனர். இந்நிலையில் இவர்களிடம் உருவான ஒற்றுமைதான் பக்தி இயக்கம் என்று பின்னர் அழைக்கப்பட்டது. கி.பி. ஏழாம் நூற்றாண்டிலிருந்து ஒன்பதாம் நூற்றாண்டு வரை இவ்வியக்கம் சிறப்பாகச் செயல்பட்டது.

“பக்தி என்னும் உணர்வு மக்களை ஒன்று சேர்ப்பதற்குப் பயன்பட்ட காரணத்தால் இதனைப் பக்தி இயக்கம் என்று அழைத்தனர். மேற்போக்காகக் காணுமிடத்துச் சமயப் போராட்டம்போல் தோற்றமளிப்பினும் இந்த இயக்கத்தின் உயிர்நாடியாக அடிநாதமாக விளங்கியது பண்டைத்தமிழ்ப் பண்பாட்டிற்குப் புத்துயிர் அளித்துத் தொடரவேண்டும் என்னும் தமிழ் மறுமலர்ச்சி ஆர்வம் தான் என்பதை மறக்கலாகாது” என்று இதுபற்றி டாக்டர் அ. அ. மணவாளன் குறிப்பிடுகின்றார். (தமிழ்ப் பக்தி இலக்கியம், பக் - 16)

இந்தக் காலக்கட்டத்தில் வாழ்ந்த சைவ சமயச் சான்றோரை நாயன்மார் என்றும், வைணவச் சான்றோரை ஆழ்வார்கள் என்றும் குறிப்பிட்டார்கள். இவர்கள் ஒற்றுமையுடன் செயல்பட்டுப் புறச்சமயத் தாக்குதல்களிலிருந்து தமிழையும், தமிழ் மக்களையும் பாதுகாத்தனர்.

துறவறமே சிறந்தது என்ற அவர்களின் கருத்துக்கு எதிராக, இல்லறம்தான் சிறந்தது என்ற கருத்தைப் பக்தி இயக்கக் கவிஞர்கள் பரப்பினார்கள். சங்ககால அகப்பொருளை மீட்டெடுக்க, பக்திப் பாடல்களில் அகப்பொருள் துறை சார்ந்த பாடல்களை இவர்கள் பாடினார்கள்.

விதி வலியது, யாராலும் அதனை வெல்லமுடியாது என்ற அவர்களின் கருத்தைப் பக்தி இயக்கக் கவிஞர்கள் ஏற்றுக் கொள்ளவில்லை. சிவனையும், திருமாலையும் வழிபடுவதன் மூலம் விதியை வென்றுவிடலாம் என்று தங்களின் பாடல்களின் வழி பரப்பி, மக்களுக்கு இவர்கள் நம்பிக்கையை ஏற்படுத்தினார்கள்.

தாய்த்தமிழுக்கு அதிக முக்கியத்துவம் கொடுத்துத், தமிழோடு தங்களைத் தொடர்புபடுத்திப் பேசுவதைச் சைவ, வைணவக் கவிஞர்கள் ஒரு மரபாகக் கொண்டனர்.

புறச்சமயத்தாரால் புறக்கணிக்கப்பட்ட பெண்மைக்கு ஏற்றம் தந்து, சிவனை அம்மையப்பனாகவும், திருமாலைத் திருவாழ்மார்பனாகவும் சைவ, வைணவக் கவிஞர்கள் பாடிப் பரப்பினார்கள்.

பக்தி இயக்கக் கால வைணவக் கவிஞர்களை ஆழ்வார்கள் என்று அழைக்கின்றனர். திருமாலின் திருக்கல்யாண குணங்களில் ஆழ்ந்து அமிழ்ந்து கிடப்போர் இவர்கள். அதனால் இவர்களை ஆழ்வார்கள் என்று பெருமையுடன் குறிப்பிடுகின்றனர்.

"ஆழ்வார் என்பதை 'ஆள்பவர்' என்ற பதத்தின் திரிபாகக் கொண்டு நம்மை 'ஆள்பவர்' என்று பொருள் சொல்வதும் உண்டு. இந்தப் பொருளில் ஆழ்வார்களும் 'கடவுள் மீது மெய்யன்பு செலுத்தி நம்மை ஆளும் தலைவர்' ஆகிறார்கள்." இவ்வாறு அறிஞர் பி.ஸ்ரீ இச்சொல்லுக்கு மேலும் விளக்கம் தருகின்றார். (திவ்யப் பிரபந்த ஸாரம், பக் - 37)

பெருமான் உள்ளத்தின் உள்ளே உள்ளான் என்றும், அன்புதான் அவனைப் பெறுவதற்குரிய ஒரேவழி என்றும் ஆழ்வார்கள் தமிழ் மக்களுக்கு எளிய பாசுரங்கள் வழி அறிவுறுத்தினார்கள்.

'ஆழ்வாரின் சிந்தனைகள், பகுதி - 1' என்ற இந்த நூலில் ஆறு ஆழ்வார்களின் வரலாறுகளும், உரையுடன் அவர் களின் குறிப்பிடத்தகுந்த சில பாசுரங்களும், அவர்களின்

தனிச்சிறப்புக்களும் தரப்பட்டுள்ளன. படிப்பவர்கள் ஆழ்வார்களை மேலும் துய்த்தறிய ஆசைப்பட வேண்டும் என்ற நோக்கில் இந்நூல் படைக்கப்பட்டுள்ளது.

பொய்கையாழ்வார், பூதத்தாழ்வார், பேயாழ்வார் ஆகிய மூவரும், திருமழிசையாழ்வாரும் ஒருவருக்கொருவர் தொடர்புடையவர்கள். நம்மாழ்வாரும், மதுரகவியாழ் வாரும் குரு சீடர் நிலையில் நெருக்கமானவர்கள். ஆகையால் ஓர் ஆழ்வாருக்குச் சொன்னவற்றில், சில செய்திகளை அடுத்தவருக்கும் கூறவேண்டிய கட்டாயம் ஏற்பட்டது. சில கருத்துக்களுக்கு அழுத்தம் கொடுக்கவும், ஒப்புமை காட்டவும், அவர்களின் ஒன்றுபட்ட சிந்தனைப் போக்கை உணர்த்தவும் இது தேவைப்பட்டது. இதனைக் கூறியது கூறலாக யாரும் தயைகூர்ந்து கருதிவிட வேண்டாம்.

பாசுரத்தின் முழு வரியையோ, பாதி வரியையோ சுட்டிக்காட்டிய இடங்களில் எல்லாம் பாடலின் எண் தரப்பட்டுள்ளது. இது படிப்போருக்குப் பலவகைகளில் பயன்படும் என்பதால் இம்முறை பின்பற்றப்பட்டது.

நாகர்கோவிலில் புகழ்மிக்க தெ.தி. இந்துக் கல்லூரியில் கல்லூரிக் கல்வி முழுக்க எனக்குக் கிடைத்தது. அக்கல்லூரியின் தமிழ்த் துறைத் தலைவராகச் சிறப்பாகப் பணியாற்றி ஓய்வு பெற்ற முனைவர் S. ஸ்ரீகுமார், சிறந்த தமிழறிஞராகவும், பல நூற்களின் படைப்பாளியாகவும் திகழ்கின்றார். செம்மொழி குடியரசு தலைவர் விருதிற்கான தேர்வுக்குழு உறுப்பினராகவும் விளங்கும் இவர், தன் பணிச்சுமைகளுக்கு இடையிலும் இந்நூலை முழுக்கப் படித்து, அணிந்துரை வழங்கியுள்ளார். அன்புத் தம்பிக்கு நெஞ்சார்ந்த நன்றி.

இந்நூலைக் கணினியில் பதிவேற்றி முறைப்படுத்தித் தந்தவர் திரு. நீல. முத்துசிவம் M.A., M.A., B.Ed., ஆவார். இவர் தமிழ்நாடு அரசு, கல்லூரிக் கல்வித் துறையில் உதவி இயக்குநர் / நிதியாளராகப் பணியாற்றிப் பணிநிறைவு பெற்றவர். நாற்பத்தாறு ஆண்டுகளுக்கு முன் அறிஞர்

அண்ணா கல்லூரியில் என் மாணவராக அறிமுகமான இவர், இப்போதும் அந்த உறவை நெஞ்சில் வைத்துப் பழகுகின்றார். இன்றைய காலகட்டத்தில் இது காண முடியாததாகும். நாராயணன் எல்லா நலன்களையும் என் மாணவனுக்கு அருள வேண்டுகின்றேன்.

தேவையான நூற்கள் பலவற்றைச் சேகரித்துத் தந்த மைத்துனர் டாக்டர் P. ஐயம்பெருமாள் M.E., Ph.D., (செயல் இயக்குநர், தமிழ்நாடு அறிவியல் மற்றும் தொழில்நுட்ப மையம், சென்னை) அவர்களுக்கு நன்றி.

ஓய்வு பெற்றுப் பல ஆண்டுகளுக்குப் பின், ஆழ்வார்களை அனுபவிக்கத் தீர்மானித்த போது, துணை நின்ற என் மனைவி T. தெய்வானைக்கு நெஞ்சு நிறை நன்றி.

சங்கர் பதிப்பகத்தார் இந்நூலை அழகாக அச்சிட்டு வெளியிடுகின்றார்கள். உரிமையாளர் திரு. கோமதிநாயகம் அவர்களுக்கும், முன் முயற்சி எடுத்த மைத்துனர் திரு. J. C. பிள்ளை (M. J. P. பப்ளிஷர்ஸ்) அவர்களுக்கும் நன்றி.

இந்நூலின் இரண்டாம் பகுதி, பெருமான் அருளால் விரைவில் வெளிவரும்.

“நிற்கின்றது எல்லாம் நெடுமால் என்று ஓராதார்
கற்கின்றது எல்லாம் கடை”

- திருமழிசையாழ்வார் (நா.தி - 2435)

நாகர்கோவில், பக்தியுடன்,

03.10.2016. **ஜெய. குமாரபிள்ளை**

71B / 2A ஜேக்கே இல்லம்,
N. B. காலனி, பார்க் ரோடு,
கீழராமன்புதூர்,
நாகர்கோவில் - 629 002,
அலைபேசி - 9443401750

பொருளடக்கம்

1. பொய்கையாழ்வார்

பன்னிரு ஆழ்வார்களில் முதல் ஆழ்வார் பொய்கை யாழ்வார் ஆவார். இவர் வைணவ பக்தி இயக்கத்தின் முன்னோடியாகத் திகழ்கிறார். ஆதிகவி என்றும், பொய்கை பிரான் என்றும் கொண்டாடப்பெறும் இவரின் சிந்தனைகள் இன்றைய மக்களுக்கு - குறிப்பாக இளையோருக்கு மிகவும் பயன்படும் வகையில் அமைந்துள்ளன.

"வெள்ளத்தின் உள்ளானும், வேங்கடத்து மேயானும்
உள்ளத்தின் உள்ளான் என்று ஓர்"

என்று அறிவித்த ஞானி இவர்.

வரலாறு

காஞ்சிபுரத்திலுள்ள பழமையான கோவில் திருவெஃகா கோவில். இறைவன் "சொன்ன வண்ணம் செய்த பெருமாள்". இக்கோவிலுள்ள பொய்கையின் தாமரைப் பூவில் அவதரித்தவர் பொய்கையாழ்வார்.

இவர் சித்தார்த்தி வருடம், ஐப்பசி மாதம், திருவோண நட்சத்திரத்தில் பிறந்தார்.

இவரைத் திருமாலின் பாஞ்சசன்யம் என்னும் திருச்சங்கின் அம்சமாகக் கூறுவர்.

ஆழ்வார்களில் முதன்மையானவர் இவர். முதலாழ்வார் மூவரிலும் முதன்மையானவர் இவர்தான். அதனால் இவரை "ஆதிகவி" என்று வைணவர் சிறப்பிக்கின்றனர்.

இவரை அடுத்த பூதத்தாழ்வார் மாமல்லபுரத்தில் ஐப்பசி மாதம் அவிட்ட நட்சத்திரத்தில் குருக்கத்தி மலரிலும், அடுத்த பேயாழ்வார் மயிலாப்பூரில் ஐப்பசி மாதம் சதய நட்சத்திரத்தில் செவ்வல்லி மலரிலும் அவதரித்ததாகக் கூறுகின்றனர்.

இவர்களைப் பெருமைப்படுத்துவதற்காகவும், சிறப்புச் செய்வதற்காகவும், மேன்மையை உணர்த்துவதற்காகவும், இம்மூவரும் தாய் வயிற்றில் பிறக்காமல் மலர்களில் பிறந்தார்கள் என்று பெரியவர்கள் சொல்லியிருப்பார்கள். இவர்களின் பாசுரங்களில் தாங்கள் மலர்களில் பிறந்ததாக இவர்கள் யாரும் கூறவில்லை. ஆக பெற்றவர்களால் வளர்க்கப்படாமல் தாமாகவே பல இன்னல்களை அனுபவித்து இவர்கள் வளர்ந்திருக்க வேண்டும். பெருமான் அருளால் இவர்களுக்கு நிறைந்த ஞானம் கிடைத்தது. அந்த ஞானத்தால் வைணவத்தை இந்த மண்ணில் இவர்கள் நிலைநிறுத்தினார்கள்.

வெவ்வேறு ஊர்களில் பிறந்த மூவரும் தனித்தனியாகத் திருக்கோவலூர் வந்து சேர்ந்தனர்.

பொய்கையாழ்வார் ஓர் இரவில் ஒரு வீட்டின் வாசல்முன் வந்து நின்றார். மழைக்காலமாதலின் உள்ளே தங்க இடம் கிடைக்குமா என்று இவர் கேட்டார். வீட்டுக்காரன் வீட்டின் இடைகழிக்கு வரச்சொன்னான். இவர் உள்ளே சென்றார். இப்போது மழை வலுத்து விட்டது. அப்போது அங்கு வந்த பூதத்தாழ்வார் உள்ளே இடம் கிடைக்குமா என்று வினவினார். அங்கிருந்த

பொய்கையார் இங்கு ஒருவர் படுக்கலாம், இருவர் என்றால் இருக்கலாம் என்று கூறி அவருக்கு இடம் கொடுத்தார். அடுத்து அங்கு வந்த பேயாழ்வார் தங்க இடம் கேட்க, ஒருவர் படுக்கலாம், இருவர் இருக்கலாம், மூவர் என்றால் நிற்கலாம் என்று கூறி அவரையும் உள்ளே சேர்த்துக் கொண்டனர்.

மூவரும் அந்த வீட்டின் இடைகழியில் மழை இருட்டில் நின்று கொண்டிருந்த போது, நாலாவதாக மற்றொருவர் அங்கு நுழைந்து நெருக்கினார். யாரென்று இவர்கள் கேட்டபோது பதில் சொல்லவில்லை. அவர் யாரென்று அறிய பொய்கையார் யாரும் இதுவரை ஏற்றாத ஒரு புதிய தீபத்தை ஏற்றினார்.

"வையம் தகளியா................" -2082

இப்போது வெளிச்சம் வந்துவிட்டது. அங்கு அவர்களை நெருங்கியவன் மாயவன் என்ற உண்மையை மூவரும் உணர்ந்து மகிழ்ந்தனர். மூவரும் பாசுரங்களைப் பாடி, வைணவத்திற்கு ஒரு புதிய பாதையை உருவாக்கினார்கள்;.

இந்த நிகழ்ச்சிக்கு ஆதாரமாகப் பொய்கையாரின்

"நீயும் திருமகளும் நின்றாயால்................." -2167

என்ற பாடல் திகழ்கிறது. திருமால் திருமகளோடு வாசலுக்கு வெளியே நில்லாமலும், வீட்டுக்குள்ளே போகாமலும், நடுக்கட்டான அந்த இடைகழியில் நின்றருளினான் என்று இவர் பாடுகின்றார்.

இவர் திருமலை முதலிய இடங்களுக்குச் சென்று நாராயணனை மங்களாசாசனம் செய்தார். திருவேங்கட வனைப் பத்துப் பாசுரங்களால் இவர் பாடியுள்ளார். இவர் அதிகம் பாடியது திருவேங்கடவனைத்தான்.

எந்த மன்னனையும் இவர் பாடவில்லை.

இராமனிடத்தும், கிருஷ்ணனிடத்தும் இவருக்குப் பக்தி மிகுதி. இருப்பினும் கிருஷ்ணனைப் பற்றிய கதைகளே

இவரை அதிகம் கவர்ந்திருக்க வேண்டும். அதனால்தான் கண்ணனைப் பற்றி 18 பாசுரங்கள் இவர் பாடியுள்ளார்.

இவர் சமயப் பொதுமை மிக்கவர். சமயக்காழ்ப்பின்றி நாராயணனையும், சிவனையும் ஒன்றாகவே பாடுகின்றார்.

இவர் ஆறு திருத்தலங்களை மங்களாசாசனம் செய்துள்ளார்.

முதலாழ்வார் மூவரும் திருக்கோவலூரில் தான் முதன்முதலில் சந்தித்தனர். நாலாயிர திவ்யப் பிரபந்தம் திருக்கோவலூரில் தான் உதயமானது. இவர்கள் மூவரையும் திருவல்லிக்கேணியில், திருமழிசையாழ்வார் சந்தித்தார் என்றும் கூறுகின்றனர்.

காலம்

சங்க காலத்தில் பொய்கையார் என்ற பெயரில் புலவர் ஒருவர் இருந்தார். நற்றிணை, புறநானூறு ஆகிய இரு நூற்களிலும் அவர் பாடிய 3 பாடல்கள் உள்ளன. பதினெண் கீழ்க்கணக்கு நூற்களில் ஒன்றான "களவழி நாற்பது" என்ற நூலைப் பொய்கையார் என்பவர் பாடி உள்ளார். இவர் போரில் தோல்வியுற்ற சேரமான் கணைக்கால் இரும்பொறை என்ற மன்னனைச் சிறை மீட்கப் பாடிய 40 பாடல்களை உடைய நூல் இது. இவை அத்தனையும் அரசியல் சார்புடையப் பாடல்கள்.

".................மாயவனை அல்லால்
இறையேனும் ஏத்தாது என் நா" -2175

என இலட்சிய வாழ்வு வாழ்ந்த பொய்கையார் அவர்களிலிருந்து வேறுபட்டவர் ஆவார். இவரின் பாசுரங்களில் தன் கால மன்னனையோ, அரசியல் சார்ந்த செய்திகளையோ இவர் கூறவில்லை. இதனால் பொய்கையாழ்வார் தனித்து நிற்கிறார்.

பொய்கையாழ்வார் கி.பி. 539இல் பிறந்தார் என்று M.M. கோவிந்தசாமி கூறுகின்றார். டாக்டர். குலசேகரன், அ.அ. மணவாளன் முதலியோர் கி.பி. ஆறாம் நூற்றாண்டைச்

சார்ந்தவர் இவர் என்கின்றனர். இன்னும் சிலர் கி.பி. ஏழாம் நூற்றாண்டு என்கின்றனர்.

வெண்பா யாப்பு, பாடலின் செறிவான நடை, வடசொல் கலப்பு அதிகம் இல்லாமை, பக்தி இயக்க முன்னோடியாகத் திகழ்ந்தமை, அரசியல் பேசாமை முதலியவற்றால் இவர் கி.பி. ஆறாம் நூற்றாண்டில் வாழ்ந்தவராதல் வேண்டும் எனக் கொள்ளலாம்.

சுடராழியானுக்குச் சொல்மாலை

பொய்கையாழ்வார், பூதத்தாழ்வார், பேயாழ்வார் ஆகிய மூவரும், ஓர் இரவில் திருக்கோவலூரிலுள்ள ஒரு வீட்டின் இடைகழியில் (முற்றத்தில்) இடமின்றி நெருங்கி நிற்கும் போது, நாலாவதாக ஒருவர் வந்தார். இடநெருக்கடி. எல்லோரும் நெருங்கி நின்றார்கள். பெருமானின் பெருமை களைப் பற்றிப் பேசிக்கொண்டிருந்த இவர்களுக்கு வந்தவர் யார் என்று தெரியவில்லை. அவர் குரலும் கொடுக்க வில்லை. அந்த நிலையில் முதலில் இங்கு வந்த பொய் கையார் வந்தவரை அறிய ஒரு விளக்கை ஏற்று கின்றார். அது இதுவரையிலும் யாரும் ஏற்றாத புத்தம் புதிய விளக்கு.

"வையம் தகளியா, வார் கடலே நெய்யாக,
வெய்ய கதிரோன் விளக்காக - செய்ய
சுடர் ஆழியான் அடிக்கே சூட்டினேன் சொல்-மாலை
இடர் ஆழி நீங்குகவே என்று" -2082

பூமி அகலாகவும், அதைச் சுற்றியுள்ள கடல் நெய்யாகவும், வெப்பக்கதிர் வீசும் கதிரவன் விளக்காகவும் அமைந்து விளங்க, சிவந்த சுடர்விட்டுப் பிரகாசிக்கும் சக்கரத்தைக் கையில் ஏந்தியவன் எம்பெருமான், அவன் திருவடிகளில் இப்பாமாலை ஆகிய பூமாலையைச் (சொல் மாலை) சூட்டினேன், இடையூறாக உள்ள துன்பக்கடல் நீங்குவதற்காக.

இப்போது வெளிச்சம் வந்துவிட்டது. அக இருள் அகன்றுவிட்டது. அங்கு வந்து இவர்களை நெருங்கியவர் திருமால் என்ற உண்மையை மூவரும் உணர்ந்தனர்.

பக்தி இயக்கக் கால வைணவத்தை வெளிச்சம் போட்டுக் காட்டிய முதல் பாசுரம் இது தான். இதனால் இப்பாடல் காலம் காலமாகப் புகழ் பெற்று விளங்குகிறது.

பொய்கையாழ்வார் பாடிய "முதல் திருவந்தாதி"யின் முதல் பாசுரம் இதுதான்.

இயற்கையில், இறைவனைக் காணும் - உணர்த்தும் ஒப்பற்ற ஒரு பாடலாகவும் இப்பாசுரம் திகழ்கிறது.

இப்பாசுரம் இயற்கையின் அற்புதத்தைப் புரியவைக்கும் கதிரவனின் உதயம் பற்றிய பாடலாகவும் அமைகிறது.

பொய்கையார் தன் பாசுரங்களைச் "சொல்மாலை" என்ற பெயரால் குறிப்பிடுவதை இங்கு காண்கிறோம்.

இவர் வையகத்தை அகலாகவும், கடலை நெய்யாகவும், சிவந்த சுடரோனை விளக்காகவும் உருவகம் செய்கிறார். ஆனால் இந்த விளக்கு எரியத் தேவையான திரியைப் பற்றி இவர் குறிப்பிடவில்லை. அது தேவையில்லை என்று இவர் கருதியிருக்கலாம்.

திரியைப் பற்றி இவர் குறிப்பிடாததால், திருவரங்கத்து அமுதனார்,

"வருத்தும் புறஇருள் மாற்ற,
எம் பொய்கைப் பிரான் மறையின்
குருத்தின் பொருளையும் செந்தமிழ்
தன்னையும் கூட்டி, ஒன்றத்
திரித்து, அன்று எரித்த திருவிளக்கை"

(இராமானுச நூற்றந்தாதி - பா-8)

என்று பாடியருளினார். வேதங்களின் அடிப்படைப் பொருளையும், சங்க காலந்தொட்டுத் தமிழ் மொழியில் வளர்ந்து வரும் கருத்துக்களையும் பொய்கையார் ஒன்றாக்கி ஒரு திரியாகத் திரித்து ஒரு விளக்குத்திரி ஆக்கிவிட்டார் என்று இவர் பொருத்தமாகக் கூறுகிறார். திருவரங்கத்து அமுதனார், பொய்கையாழ்வார் மறைந்து பல நூற்றாண்டு களுக்குப் பின் பிறந்தவர் ஆவார்.

பொய்கையாழ்வார் வைணவ பக்தி இயக்கக் காலத்தின் முன்னோடியாவார். இவர் காலத்தில் சமண புத்த மதத்தினரால் இவருக்குப் பல இடையூறுகள் ஏற்பட்டிருக்க வேண்டும். கடல் அளவுக்குள்ள அந்தப் பிரச்சினைகள் எல்லாம் எம்பெருமான் திருவருளால் விலக வேண்டும் என்று இவர் இப்பாசுரத்தில் வேண்டுவதாகக் கருதலாம்.

கோவல் இடைகழி

திருக்கோவலூரில் ஒரு வீட்டின் இடைகழியில் (ரேழி, முற்றம்) பொய்கையாழ்வார், பூதத்தாழ்வார், பேயாழ்வார் ஆகிய அறிமுகமில்லாத மூவரும், இடமின்றி இருட்டில் மழை நேரத்தில் ஒதுங்கி நின்றார்கள். அப்போது உள்ளே பிராட்டியோடு வந்த பெருமான் பொய்கையார் ஏற்றிய விளக்கில் காட்சி தருகின்றான்.

"நீயும் திருமகளும் நின்றாயால், குன்று எடுத்துப்
பாயும் பனிமறைத்த பண்பாளா - வாசல்
கடைகழியா, உள் புகா, காமர் பூங்கோவல்
இடைகழியே பற்றி இனி." -2167

கோவர்த்தன கிரியைப் பிடுங்கி எடுத்து ஆயர் ஆய்ச்சியரை மழையிலிருந்து பாதுகாத்தப் பண்பாளனே! விரும்பத்தக்க அழகிய திருக்கோவலூரில் வீட்டின் வெளியே வெளிப்பட்டுப் போகாமலும், உள்ளே புகாமலும் நடுக்கட்டான இடைகழியை விரும்பிய இடமாகக் கொண்டு பெருமானே நீயும் பிராட்டியுமாக நின்று அருளுகிறாய் என்று இறைவனைக் கண்குளிரக் கண்ட நிலையில் இவர் வியந்து பாடுகின்றார்.

இப்பாடலை இவரின் வாழ்க்கை நிகழ்ச்சிக்குச் - வரலாற்றுக்குச் சான்றாகக் காட்டுகின்றார்கள்.

கிருஷ்ணாவதாரத்தில் பெருமான் கோவர்த்தன மலையைத் தூக்கிப் பிடித்தான். ஆயர் ஆய்ச்சியரோடும், பசுக்களோடும் அவன் நெருங்கி நின்றான். அதுபோல இப்போது இம் மூன்று ஆழ்வார்களோடும் அவன் நெருங்கி நின்று அருள் செய்கின்றான். அதை அனுபவித்த

நிலையில் இவர் பாடுகின்றார். இந்நிகழ்ச்சியின் வழி, இம் மூவரும் காலங்காலமாகப் புகழுடன் நின்று நிலை பெறவும், பெருமான் செய்துவிட்டான்.

தனக்கு இறையனுபவம் திருக்கோவலூரில் ஒரு வீட்டின் இடைகழியில் மழை இருட்டில் கிடைத்தது என் பதை இப்பாசுரத்தில் பொய்கையார் பதிவு செய்துள்ளார். இவரைப் போல் பூதத்தாழ்வாருக்கும், பேயாழ்வாருக்கும் இதே இடத்தில்தான் இறையனுபவம் கிடைத்துள்ளது.

"பாவரும் தமிழால் பேர்பெறு
பனுவல் பாவலர் பாதிநாள் இரவில்
மூவரும் நெருக்கி மொழி விளக்கு
ஏற்றி முகுந்தனைத் தொழுத நன்னாடு"

என்று இந்த நிகழ்ச்சியைப் பாரதம் பாடிய வில்லிபுத் தூராரின் குமாரர் வரந்தருவார் உறுதி செய்கிறார்.

திருக்கோவலூர் இடைகழியில் பெருமான் மூவருக்கும் காட்சி கொடுத்ததால், இப்பெருமானுக்கு 'இடைகழி ஆயன்' என்ற பெயரும் உள்ளது. மரத்தால் ஆன மூலவர் திரிவிக்கிரமனாகக் காட்சி தருகிறார்.

ஆழ்வார்களால் முதன் முதலில் மங்களாசாசனம் செய்யப்பட்ட தலம் என்றப் பெரும் சிறப்புத் திருக்கோவ லூருக்குத்தான் கிடைத்தது.

பொய்கையாழ்வார், பூதத்தாழ்வார், பேயாழ்வார், திருமங்கையாழ்வார் முதலியோர் இப்பெருமானைப் பாடி உள்ளனர்.

மனச்சுடரைத் தூண்டும் மலை

திருவேங்கடம், பொய்கையாழ்வார் காலத்துக்கு முன்பே - கி.பி. மூன்றாம் நூற்றாண்டிலேயே புகழ்பெற்று விளங்கியது. சிலப்பதிகாரம் (காடுகாண் காதை 41-51) திருவேங்கடம் பற்றிச் சிறப்பாகக் கூறுகின்றது.

"வீங்குநீர் அருவி வேங்கடம் என்னும்
ஓங்குயர் மலையத் துச்சி மீமிசை

விரிகதிர் ஞாயிறும் திங்களும் விளங்கி
இருமருங்கோங்கிய இடைநிலைத் தானத்து
மின்னுக்கொடி உடுத்து விளங்குவில் பூண்டு
நன்னிற மேகம் நின்றது போல
பகையணங் காழியும், பால் வெண்சங்கமும்
நலங்கிளர் ஆரம் மார்பில் பூண்டு
பொலம்பூ ஆடையிற் பொலிந்து தோன்றிய
செங்கண் நெடியோன் நின்ற வண்ணமும்; ”

திருவேங்கடத்தில் நெடியோன் நின்ற கோலத்தில் அருள் செய்வதை மூன்றாம் நூற்றாண்டில் வாழ்ந்த சமண முனிவரான இளங்கோவடிகள், இவ்வாறு பதிவுசெய்து வைத்துள்ளார்.

முதலாழ்வார்கள் மூவரின் காலத்தில் திருவரங்கத்தை விட திருவேங்கடமே அதிகப் புகழுடன் விளங்கியுள்ளது.

திருவேங்கடவன் முதலாழ்வார்கள் மூவரின் உள்ளங் களையும் அதிகம் கவர்ந்த பெருமான் ஆவார். இம்மூவரும் திருவரங்கனைவிட அதிகமாக திருவேங்கடவனையே புகழ்ந்து பாடியுள்ளார்கள். பொய்கையார் திருவேங்கட வனைப் பத்துப் பாசுரங்களாலும், திருவரங்கனை ஒரு பாசுரத்தாலும் மங்களாசாசனம் செய்துள்ளார்.

பொய்கையாழ்வார் திருவேங்கடம் பற்றிக் கூறுவதைக் காண்போம்.

“ எழுவார், விடைகொள்வார், ஈன்துழா யானை
வழுவாவகை நினைந்து வைகல் - தொழுவார்
வினைச் சுடரை நந்துவிக்கும் வேங்கடமே வானோர்
மனச் சுடரைத் தூண்டும் மலை.” -2107

தாங்கள் விரும்பிய செல்வம் கிடைக்கப்பெற்றதும் பெருமானைக் கைவிட்டுப்போகும் செல்வ விருப்பினர் சிலர். தாங்கள் ஆசைப்பட்ட கைவல்ய மோட்சம் கிடைத்ததும் பெருமானைக் கைவிட்டுப் போகிறவர் இன்னும் சிலர். திருத்துழாய் அணிந்த பெருமானை ஒரு நாளும் விட்டு நீங்காதபடி எப்போதும் அவனையே

சிந்தித்து அனுபவிப்பவர்கள் (முமுட்சுகள்) வேறுசிலர். இத்தகைய மூவகை மக்களின் தீவினைகளாகிய நெருப்பை அணைக்கிற சிறப்புப் பெற்ற திருவேங்கடமலை, வானோரின் மனமாகிய விளக்கையும் தூண்டி ஒளிரச் செய்யும் மேன்மை மிக்கதும் ஆகும்.

"மனச்சுடரைத் தூண்டும் மலை" என்று இவர் திருமலையை அழகாகக் குறிப்பிடுகின்றார். மனமாகிய சுடரை - உள்ளமாகிய விளக்கைத் தூண்டி ஒளிரச் செய்யும் சிறப்பு மிக்கது திருமலை என இவர் புகழ்கிறார். மண்ணில் வாழும் மக்களின் உள்ளத்தை மட்டுமல்லாது, விண்ணில் உறையும் தேவர்களது உள்ளத்தையும் தூண்டி ஒளிரச் செய்யும் சிறப்புத் திருவேங்கடத்துக்கு உண்டுமாம்.

மேலும், பற்றி நிற்கும் தீவினையாகிய நெருப்பை அணைத்துவிடும் ஆற்றலும் திருமலைக்கு உண்டு என்று இவர் ஓங்கிக் கூறுகிறார்.

தீவினையை அழித்து, மனச்சுடரைத் தூண்டும் சிறப்புத் திருவேங்கடத்திற்குரியது.

திருப்பதி செல்கின்றவர்கள் 20, 30 மணி நேரம் காத்து நின்று வேங்கடவனை வழிபட்டுவரும் நிலையை இன்றும் காண்கிறோம். அங்கே போய் வேங்கடவனை வழிபட்டால் மனதிற்குப் புத்துணர்ச்சி கிடைக்கிறது. அதனால்தான் அடிக்கடி அங்கு செல்கிறோம் என்று சொல்கிறவர்களை இப்போதும் பார்க்கிறோம். வேங்கடவன் அவர்களது உள்ளமாகிய விளக்கைத் தூண்டிவிட்டுக் கொண்டே இருப்பதால் தான், அது கொஞ்சம் குறைவது தெரிந்தவுடன் திருவேங்கடவனைத் தரிசிக்க மீண்டும் ஓடுகிறார்கள்.

பாவத்தை அணைத்து - அழித்து, உள்ளத்தைத் தூண்டும் - ஒளிரச் செய்யும் வேங்கடமலை என்று இவர் குறிப்பிடுவது சிறப்பாகவும், பொருத்தமாகவும் உள்ளது.

இவரது மனச்சுடரைத் தூண்டிக்கொண்டே இருந்த தால்தான், இவர் 1400 ஆண்டுகளுக்கு முன்பே, கொடிய காட்டையும், வலிய மேட்டையும் தாண்டி வேங்கடவனைத்

தரிசிக்கச் சென்றிருக்கின்றார். இவர் பலமுறை அங்கு சென்றிருக்க வேண்டும் என்பதனை இவரது பல பாசுரங்களின் வழி உணரமுடிகின்றது.

கேள்விச் செல்வமிக்க அறிஞர்கள் நாள்தோறும் திருப்பதிக்கு வருகிறார்கள். தூபங்கள், தீபங்கள், தூயநீர், மலர்கள் ஆகியவற்றைச் சுமந்துவரும் பக்தர்கள் பல்வேறு திசைகளிருந்தும் திருப்பதிக்குத் தினமும் வந்து வணங்கிச் செல்கிறார்கள். இத்திருவேங்கடந்தான் வெண்மையானச் சங்கைத் திருவாயில் வைத்து ஊதிய திருமால் விரும்பித் தங்கும் திவ்ய ஸ்தலமாகும். இதனை இவர்,

"................வேங்கடமே, வெண்சங்கம்
ஊதியவாய் மால் உகந்த ஊர் " -2118

எனக் கூறுகிறார்.

கோடுகளை உடைய பாம்புகள் அங்கு ஊர்ந்து செல்கின்றன. யானைகள் பல உலவுகின்றன. குறவர்களும் தங்களின் தினைப் புனத்தில் வந்து மேயும் யானைகளைக் கைகளில் கிடைத்த மாணிக்கக் கற்களை வீசி எறிந்து விரட்டுகின்றனர். அம்மாணிக்கக் கற்கள் வானில் தோன்றும் ஒளிமின்னல் என்று அஞ்சிய பாம்புகள் புற்றினுள் வேகமாகச் சென்று மறைகின்றன. இத்திருவேங்கடமே வானவர் எங்களவன் என்று விரும்பும் திருமாலின் திவ்ய தேசமாகும்.

"................................மேலே சுரர்
எம் என்னும் மாலது இடம்." -2119

திருவேங்கடத்தில் பாம்புகளும், யானைகளும் மிகுதியாக அப்போது இருந்தன. அவற்றைப் பார்த்து, இவர் குறிப்பிடுகின்றார். அங்கு வாழும் குறவர்களை "ஒண் குறவர்" என்று இப்பாசுரத்தில் சிறப்பித்துக் கூறுகின்றார் பொய்கையார். இதற்கு அழகிய குறவர், சிறந்த குறவர் என்றும் பொருளாகும். இவர்களின் முன்னோரில் ஒருவர் கூட வேங்கடவனின் திருப்பதி மலையை விட்டுக் கீழே இறங்கியதில்லை. இவர்கள் அங்கேயே பிறந்து, வாழ்ந்து, வாழ்வை நிறைவு செய்கிறவர்கள். இவர்களைப் பொறுத்த

வரை கல்லும், மாணிக்கமும் ஒன்றுதான். இச்சிறப்புகளால் தான் பொய்கையார் இவர்களை "ஒண் குறவர்" என்று குறிப்பிட்டுப் பேசுவதாகப் பெரியோர்கள் கூறுகின்றனர்.

பெரிய வில்லையும், அம்புகளையும் உடையவர்கள் இங்கு வாழும் குறவர்கள். அவர்களின் கைகளில் உள்ள தீப்பந்தங்களின் தீயைக் கண்டு அஞ்சிய யானைகள் தினைப்புனங்களை விட்டு ஓடுகின்றன. அப்போது வானிலிருந்து நட்சத்திரம் ஒன்று கீழே விழுகின்றது. அதனைக் கண்டு தீக்கொள்ளி என அஞ்சிய யானைகள் ஓட்டம் பிடித்தன. அசுரர் தலைவனாகிய இரணியனை அழித்துப் பிரகலாதனை மகிழச் செய்த திருமால் விரும்பித் தங்கும் குன்று இத்திருமலையே ஆகும் என்று அடுத்து இவர் கூறுகின்றார்.

"................வேங்கடமே மேல் அசுரர்
கோன் வீழக் கண்டு, உகந்தான் குன்று" -2121

கடல் நிறமுடையவன் திருமால். அவன் வராகமாகிக் குத்தி எடுத்தது பூமியை, குடையாகத் தூக்கிப் பிடித்தது கோவர்த்தன மலையை, அஞ்சி முடிந்து போகும்படிச் செய்தது கம்சனை, கண் வளர்ந்தது திருப்பாற் கடலில், நின்றருளுவது திருமலையிலாகும் என்று அடுத்து இவர் கூறுகின்றார். பொய்கையாரின் அழகான பாசுரத்தைக் காண்போம்.

"இடந்தது பூமி; எடுத்தது குன்றம்;
கடந்தது கஞ்சனை முன் அஞ்ச - கிடந்ததுவும்
நீர் ஓத மா கடலே; நின்றதுவும் வேங்கடமே
பேர் ஓத வண்ணர் பெரிது?" -2120

திருமால் செயற்கரியச் செயல்களைச் செய்தவன் என்று கூறும்போது, அந்த வரிசையில் வேங்கடத்தில் நின்றருளு வதையும் இவர் சேர்த்தே கூறுகிறார். அந்த அளவுக்குப் பெருமான் திருவேங்கடத்தில் நின்றருளுவதை இவர் பெருமைப் படுத்திப் பேசுகின்றார்.

அடுத்து இவர் திருமலையில் துவாதசி நாளன்று நடைபெறும் நிகழ்ச்சிகளைப் பார்த்துப் பதிவு செய்துள் ளார். வாள் போன்று கூரிய ஒளிமிக்கக் கண்களை உடைய

பெண்கள் பலர் துவாதசி நாளன்று திருவேங்கடத்துக்கு வருகிறார்கள். அவர்கள் புத்தம்புது மலர்களால் ஆன மாலைகளைச் சுமந்து வருகிறார்கள். அவர்கள் கைகளில் தூபங்கள் ஏந்தி உள்ளார்கள். அப்புகை வானின் நட்சத்திரங்களை மறைக்கின்றது. இத்தகு பெருமை மிக்க வேங்கடம், மாரீசனாகிய மாய மான் மாயும்படி அம்பைச் செலுத்திய இராமபிரான் நித்திய வாசம் செய்யும் திருப்பதியாகும்.

“.........................வேங்கடமே மேல் ஒரு நாள்,
மான்மாய எய்தான் வரை ”

-2163

இராமபிரான்தான் திருவேங்கடத்தில் நின்றருளுகிறான் என்று இவர் கூறுகின்றார். இதே கருத்தைப் பூதத்தாழ்வாரும் கீழ்க்கண்டவாறு பேசுகின்றார்.

“சென்றது இலங்கைமேல் செவ்வே; தன் சீற்றத்தால்
கொன்றது இராவணனைக்; கூறுங்கால் - நின்றதுவும்
வேய் ஓங்கு தண்சாரல் வேங்கடமே.” -2206

தீபத்தைத் தூண்டிவிட ஒரு தூண்டுகோல் தேவை. அதுபோல் உள்ளத்தைத் தூண்டிவிடவும் ஒரு தூண்டு கோல் வேண்டும். திருவேங்கடம் மக்களின் உள்ளங்களைத் தூண்டிவிட்டுக்கொண்டே இருக்கும் நல்ல ஒரு தூண்டுகோலாகக் காலம்காலமாக விளங்கி வருகின்றது.

கருவரங்கமும், திருவரங்கமும்

பொய்கையாழ்வார், பூதத்தாழ்வார், பேயாழ்வார் ஆகிய முதலாழ்வார்கள் மூவருமே பெற்றவர்களால் வளர்க்கப் படாதவர்கள். இவர்களை அடுத்து வந்த திருமழிசையாழ் வார் நிலையும் இதேதான். இவர்களின் பெற்றோர் யார் என அறியமுடியவில்லை. இதனால் இவர்களின் குலமுறை தெரியாது. பெருமானின் அருள் இவர்கள் கருவில் இருக்கும்போதே கிடைத்து விட்டமையால் தான், இவர்கள் பிறந்து, வளர்ந்து, ஞானம் பெற்று, வைணவத்தை மண்ணில் நிலை நிறுத்த முடிந்திருக்கிறது. இவர்கள் திருமாலின் பெருமையைப் பாடிப்பாடிப் பரப்பினார்கள்.

பொய்கையார், திருவரங்கனைப் பற்றி ஒரு பாசுரம் பாடியுள்ளார்.

"ஒன்றும் மறந்து அறியேன், ஓத நீர் வண்ணனை நான்
இன்று மறப்பனோ, ஏழைகாள்? - அன்று
கரு அரங்கத்துள் கிடந்து கைதொழுதேன், கண்டேன்
திருவரங்கம் மேயான் திசை" -2087

கடல் நீர் போன்ற வடிவழகு மிக்க திருவரங்கனை ஒரு கணமும் நான் மறந்ததில்லை. ஒன்றுமே நான் மறந்ததில்லை. மறக்க முடியாத ஞனம் பெற்ற நான், இப்போதா அவனை மறக்கப்போகிறேன்? தாயின் கருவறையில் இருக்கும்போதே திருவரங்கம் இருக்கும் திசை நோக்கிக் கைதொழுதேன். கண்டேன் அவனை. இப்படிக் கூறி அரங்கனை இவர் புகழ்கிறார். திருவரங்கனின் அருள் கிடைத்ததால்தான் இவர் இத்தனை ஆண்டுகளாகத் தமிழகத்தில் புகழ்பெற்றுத் திகழ்கிறார்.

இவரைப் போலவே இவர் காலத்தில் வாழ்ந்த பூதத்தாழ்வாரும் கூறுகின்றார். இவரும் பெற்றவர்களால் வளர்க்கப்படாதவர்.

"கருக்கோட்டியுள் கிடந்து கைதொழுதேன், கண்டேன்
திருக்கோட்டி எந்தை திறம்." -2268

கருவில் இருக்கும்போதே திருக்கோட்டியூர்ப் பெருமானுடைய பெருமைகளை அறிந்து அனுபவித்து, அவனைக் கைதொழுதேன் என்று இவர் திருக்கோட்டியூர் உரக மெல்லணையான் கருணையைக் குறிப்பிடுகின்றார்.

இவர்களோடு தொடர்புடைய, இவர்களைப்போல் பெற்றவர்களால் வளர்க்கப்படாத திருமழிசையாழ்வார்,

"என்றும் மறந்தறியேன்-என் நெஞ்சத்தே வைத்து,
நின்றும், இருந்தும், நெடுமாலை - என்றும்
திரு இருந்த மார்பன் சிரீதரனுக்கு ஆளாய்,
கரு இருந்த நாள் முதலாக் காப்பு." -2473

என்கிறார்.

தான் கருவிலிருந்த நாள் முதலாகப் பெருமானால் பாதுகாப்புப் பெற்றவன். ஆனதால், திருமகள் உறையும்

திருமார்பை உடைய திருமாலுக்கு ஆட்பட்டவனாய் அவனை உள்ளத்தில் வைத்து நிற்றல், இருத்தல் முதலிய எல்லா நிலையிலும் மறக்காமல் அவனையே சிந்திப்பவனாய் வாழ்கிறேன் என்று நன்றி உணர்வோடு இவர் குறிப்பிடுகின்றார்.

திருவேங்கடத்தை நேரில் கண்டு பல பாசுரங்களால் மங்களாசாசனம் செய்த பொய்கையார், திருவரங்கத்தைப் பற்றி இந்த ஒரு பாசுரம் (நா.தி.-2087) மட்டுமே பாடியுள்ளார். கருவில் இருக்கும்போதே இவரைக் கவர்ந்த திருவரங்கனைப் பலமுறை சென்று தரிசிக்கும் பேறு இவருக்குக் கிடைக்கவில்லையோ என்று எண்ணத் தோன்றுகிறது. யாரோ கேட்ட கேள்விக்கு விடை கூறுவதுபோல் இப்பாசுரம் அமைந்து உள்ளதையும் உணர முடிகின்றது.

பொய்கையார், காஞ்சிபுரக் கோவிலிலுள்ள பொய்கையின் தாமரைப்பூவில் அவதரித்ததாகக் கூறுகின்றனர். ஆனால் அவர் தான் தாயின் கருவறையில் வளர்ந்ததாகப் பாடியுள்ளார். இதனையும் கருத்தில் கொள்வோம்.

இடர் கெட

வாழ்க்கை முழுவதும் துன்பமாக இருக்கிறது என்றும், எங்கு சென்றாலும் பிரச்சினையே வருகிறது என்றும், எதில் ஈடுபட்டாலும் தோல்வியே வருகிறது என்றும் கூறுவோரை இன்று பரவலாகக் காண முடிகின்றது. பலர், வாழ்வில் நம்பிக்கை இன்றி, மனதில் நிம்மதி இல்லாமல் தவிக்கின்றனர். அவர்களுக்குப் பொய்கையார் நல்லதொரு வழியைக் காட்டுகின்றார்.

> **“வேங்கடமும், விண்ணகமும், வெஃகாவும், அஃகாத**
> **பூங்கிடங்கின் நீள்கோவல் பொன்நகரும் - நான்கு இடத்தும்**
> **நின்றான், இருந்தான், கிடந்தான், நடந்தானே**
> **என்றால் கெடுமாம் இடர்.”** -2158

திருமால், திருவேங்கடம், விண்ணகரம், திருவெஃகா, பூக்கள் நிறைந்த திருக்கோவலூர் ஆகிய நான்கு திருத்தலங்களிலும் முறையே நின்றும், வீற்றிருந்தும், பள்ளி

கொண்டும், நடந்தும் அருள் செய்கின்றான். இத்திருக் கோலங்களில் அவனை நினைப்பதாலும், துதிப்பதாலும் இடர்கள் எல்லாம் கெடும். நன்மைகள் நிறைய விளையும்.

திருமால் திருவேங்கடத்தில் நின்றும், விண்ணகரத்தில் வீற்றிருந்தும், திருவெஃகாவில் பள்ளிகொண்டும், திருக் கோவலூரில் நடந்தும் சேவை சாதிப்பதை இப்பாசுரத்தில் இவர் கூறுகிறார்.

இந்நான்கு திருப்பதிகளுக்கும் சென்று பெருமானை வழிபட்டால் நின்றும், இருந்தும், படுத்தும், நடந்தும் நாம்படும் இன்னல்கள், துன்பங்கள், பிரச்சினைகள் எல்லாம் தீர்ந்துவிடும் என்ற இவரின் சிந்தனை சிறப்பு மிக்கதாகும். திருத்தல யாத்திரை செய்து பெருமானை வழிபட இவர் அறிவுறுத்துகின்றார்.

பொய்கையார் நான்கு திருப்பதிகளைக் கூறும்போது "மனச்சுடரைத் தூண்டும்" திருவேங்கடத்தை முதலில் கூறுகிறார். அடுத்து விண்ணகரத்தைக் கூறி இங்கு பெருமான் வீற்றிருந்த கோலத்தில் அருளுவதாக இவர் சொல்கிறார்.

விண்ணகர் என்ற பெயரில் ஏழு திருத்தலங்கள் உள்ளதால் பொய்கையார் குறிப்பிடும் விண்ணகரம் எது என்பதைப் பற்றி மாறுபட்ட கருத்துக்கள் சில உள்ளன. அவற்றைக் காண்போம்.

1. திருப்பரமேச்சுர விண்ணகரம் - இது காஞ்சிபுரத்தி லுள்ள வைகுந்தபெருமாள் கோவில். இறைவன் பரமபதநாதர், கீழ் அடுக்கில் வீற்றிருந்த கோலத்தில் அருளுகின்றார்.

2. திருநந்திபுர விண்ணகரம் - கும்பகோணத்தின் பக்கத்திலுள்ள திருநந்திபுர விண்ணகரம். இறைவன் பெயர் ஜெகந்நாதன். வீற்றிருந்த கோலம்.

3. திரு அரிமேய விண்ணகரம் - சீர்காழியிலிருந்து எட்டுக் கிலோமீட்டர் தொலைவிலுள்ள திருநாங்கூரில் இத்தலம் உள்ளது. இறைவன் பெயர் குடமாடு கூத்தன். வீற்றிருந்த கோலம்.

4. திருவைகுந்த விண்ணகரம் - அதே திருநாங்கூரில் இத்தலம் உள்ளது. இறைவன் பெயர் வைகுந்தநாதன். தாமரைக் கண்ணன் என்றும் கூறுவர்.

5. திருக்காழிச் சீராம விண்ணகரம் - சீர்காழிப் பகுதியில் உள்ளது. இறைவன் பெயர் திருவிக்கிரமன். உலகளந்த கோலம்.

6. திருவிண்ணகர் என்னும் ஒப்பிலி அப்பன் கோவில் - கும்பகோணம் திருநாகேஸ்வரத்தின் பக்கத்தில் உள்ளது. இறைவன் பெயர் உப்பிலி அப்பன். இவரை ஒப்பிலி அப்பன் என்றும் கூறுவர்.

7. விண்ணகரம் - பரமபதமாகிய வைகுந்த மாநகரம். விண்ணில் உள்ளது.

விண்ணகரில் பெருமான் வீற்றிருந்த கோலத்தில் அருளுவதாகப் பொய்கையார் கூறுவதால் திருக்காழிச் சீராம விண்ணகரத்தையும், ஒப்பிலி அப்பன் கோவிலையும் தவிர்த்து விடலாம். கண்ணாரக் கண்டு வழிபடச் சொல்வதால் பரமபத விண்ணகரத்தையும் விட்டு விடலாம்.

மீதமுள்ள நான்கில் முதலாவதாக அமைந்த காஞ்சிபுரத்திலுள்ள வைகுந்தபெருமாள் கோவிலைத்தான் - திருப்பரமேச்சுவர விண்ணகரத்தைத்தான், காஞ்சிபுர திருவெஃகாவைச் சேர்ந்த பொய்கையாழ்வார் குறிப்பிடுவ தாகப் பெரியோர்கள் கொள்கின்றனர். இதுவே பொருத்த மானதாகும். மூன்று அடுக்குகளைக் கொண்ட இப்பழமையான கோவிலில் முதலடுக்கில் (கீழடுக்கில்) பெருமான் வீற்றிருந்த நிலையிலும், அதன் மேல் அடுக்கில் கிடந்த கோலத்திலும், மூன்றாவது அடுக்கில் நின்ற கோலத் திலும் காட்சி தருகின்றார். இக்கோவிலின் இரண்டாம், மூன்றாம் அடுக்குகள் பின்னால் கட்டப்பட்டவையாகும்.

பொய்கையார், இந்த நான்கு திருப்பதிகளுக்கும் சென்று பெருமானை மனமார வழிபட்டால் இடர்கள் எல்லாம் நீங்கும் என்கிறார்.

இறைவன் உறையும் இடம்

இறைவன் எங்கே இருக்கிறான்? இது காலங்காலமாகக் கேட்கப்படும் கேள்வி. இதற்குப் பொய்கையாழ்வார் பொருத்தமான விடையைத் தருகிறார்.

நல்ல நெஞ்சமே! இறைவன் இருக்கிறான். அவன் உத்தமன். என்றைக்கும் அவன் இருக்கின்றான். நினைப்பவர்களின் உள்ளத்தில் அவன் இருக்கின்றான். திருப்பாற்கடலில் உள்ளவனும், திருவேங்கடத்தில் பொருந்தியிருப்பவனுமான திருமால் உன் உள்ளத்தில் உள்ளான் என்பதை உணர்ந்துகொள்.

"உளன் கண்டாய், நல் நெஞ்சே! உத்தமன் என்றும்
உளன் கண்டாய்; உள்ளுவார் உள்ளத்து - உளன் கண்டாய்
வெள்ளத்தின் உள்ளானும், வேங்கடத்து மேயானும்,
உள்ளத்தின் உள்ளான் என்று ஓர்." -2180

இப்பாசுரம் ஆழமான பொருள்களைக் கொண்டுள்ளது.

1. கடவுள் ஒருவன் இருக்கின்றான்.
2. நல்ல நெஞ்சத்தோடு அவனை வழிபட வேண்டும் - தியானம் செய்ய வேண்டும்.
3. அவன் உத்தமன் - நல்லவன்.
4. அதனால் அவன் நமக்கு நன்மைகளையே செய்வான்.
5. அவன் எப்போதும், எக்காலத்தும் நிலைபெற்று விளங்குகின்றான்.
6. அவனை நினைப்பவர் உள்ளத்தில் நிரந்தரமாக வந்து தங்கிவிடுவான்.
7. அவன் எங்கும் இருக்கிறான்.
8. அவன் திருப்பாற்கடலிலும், திருவேங்கடத்திலும் உள்ளான் என்று பக்தர்கள் நினைக்கிறார்கள். ஆனால் இறைவனோ தன் பக்தர்களின் உள்ளத்தையே

பாற்கடலாகவும், திருப்பதியாகவும் கொண்டு வாழ்கிறான்.

9. அவனைத் தேடிப் பாற்கடலுக்கும், திருப்பதிகளுக்கும் செல்ல வேண்டாம். மனமார நினைத்தால் உள்ளத்திற் குள்ளேயே அவனைக் காண முடியும்.

10. அவனைத் தேடி எங்கும் அலைய வேண்டியதில்லை. நல்ல நெஞ்சோடு வணங்கினால், நம்மைத் தேடி வலிய அவன் வருவான்.

11. திருப்பாற்கடலிலும், திருப்பதியிலும் அவன் இருப்பது, நேரம் பார்த்துத் தன் பக்தனின் உள்ளத்திற்குள் குடி வருவதற்காகத் தான்.

12. அவன் தன் அடியவனின் உள்ளத்தையே பாற்கட லாகவும், திருப்பதியாகவும் கொள்ளும் பண்பாளன்.

இப்பாசுரத்தைப் பொய்கையார் தன் நெஞ்சைப் பார்த்துக் கூறுவது போல், நமக்குக் கூறுகின்றார். இந்த உண்மையையும் மனதில் கொள்ள வேண்டும்.

இறைவன் உறையும் இடம் அடியவரின் உள்ளமாகும் என்பது இவரின் முடிந்த முடிவு ஆகும்.

"வெள்ளத்தின் உள்ளானும், வேங்கடத்து மேயானும்
உள்ளத்தின் உள்ளான் என்று ஓர் "

என்பது உயர்ந்த கருத்து ஆகும். இவர் உலகோருக்கு ஓங்கி அறிவிக்கும் ஒப்பற்றக் கருத்தாக இதனைக் கொள்வோம்.

இப்பாசுரத்தின் மேன்மையை உணர்ந்ததினால் தான், இவர் காலத்தில் வாழ்ந்த இவரோடு தொடர்புடைய பேயாழ்வார்,

"உளன் கண்டாய்; நல்நெஞ்சே! உத்தமன் என்றும்
உளன் கண்டாய் உள்ளுவார் உள்ளத்து - உளன் கண்டாய்;
விண் ஒடுங்கக் கோடு உயரும் வீங்கு அருவி வேங்கடத்தான்
மண் ஒடுங்கத் தான் அளந்த மன்." -2321

எனப் பாடுகின்றார்.

இவர் காலத்தில் வாழ்ந்த மற்றோரு ஆழ்வாரான திருமழிசையாழ்வாரும்,

> **"உளன் கண்டாய்; நல்நெஞ்சே! உத்தமன் என்றும்**
> **உளன் கண்டாய், உள்ளுவார் உள்ளத்து - உளன் கண்டாய்;**
> **தன் ஒப்பான் தானாய் உளன் காண் தமியேற்கும்,**
> **என் ஒப்பார்க்கு ஈசன், இமை"** -2467

எனப் பாடுகின்றார்.

இவ்விரு ஆழ்வார்களும் பொய்கையாரின் பாசுரத்தின் வரிகளையும், பொருள்களையும் மகிழ்வோடு தங்கள் பிரபந்தங்களில் பயன்படுத்துகின்றனர். பொய்கையாரின் பாசுரத்தின் மேன்மையை இவ்விரு ஆழ்வார்களும் பயன்படுத்தியச் சிறப்பாலும் நாம் உணர முடிகின்றது.

இறைவன் உருவம்

இறைவனின் உருவம் என்ன? அவன் பெயரென்ன? அவன் எப்படி இருப்பான்? என எல்லோரும் சிந்திக் கிறார்கள். இது காலங்காலமாக நடைபெறுகிறது. பொய்கையார் காலத்திலும் இக்கேள்விகள் கேட்கப் பட்டன. அவற்றிற்கு அவர் விடையளிக்கிறார்.

அடியவர் உகந்த உருவம்

பெருமானின் உருவத்தை எப்படி எப்படி நாம் கற்பனை செய்கிறோமோ அப்படி அப்படி அந்த அந்த உருவங்களில் அவன் காட்சி தருவான். என்ன என்ன பெயரிட்டு அவனை அழைக்கிறோமோ அந்த அந்தப் பெயர்கள் எல்லாம் அவனுக்குரிய பெயர்கள் தாம். எப்படி எல்லாம் அவனைப் பற்றிய நினைப்புகளில் மூழ்கு கிறோமோ அவ்வண்ணமே அவன் ஆவான்.

> **"தமர் உகந்தது எவ்வுருவம் அவ்வுருவம் தானே**
> **தமர் உகந்தது எப்பேர், மற்று அப்பேர் - தமர் உகந்து**
> **எவ்வண்ணம் சிந்தித்து இமையாது இருப்பரே,**
> **அவ்வண்ணம் ஆழியான் ஆம்."** -2125

பெருமான், தன் அடியவர்கள் விரும்பும் உருவத்தைத் தன் உருவமாக ஏற்றுக் கொள்வான். பக்தர்கள் எந்தத்

திருநாமத்தால் அவனை அன்புடன் அழைக்கிறார்களோ அந்த நாமமே தமக்கு ஆகும்படி இருப்பான். அடியவர்கள் தாம் மகிழ்ந்து, எவ்வண்ணம் இடையறாது அவனை நினைத்துக் கொண்டிருப்பார்களோ, அவ்வண்ணமே அவன் ஆவான் என்ற இவரின் சிந்தனை எக்காலத்துக்கும் பொருந்துவதாக அமைகின்றது.

உணர்வார் ஆர்?

திருமாலே, நீ விண்ணில் இருக்கிறாய். மண்ணில் இருக்கிறாய். திருவேங்கடம் முதலிய திவ்விய தலங்களிலும் இருந்து அருள் செய்கிறாய். வேதங்களின் பண்ணில் இசையாய் இருக்கிறாய். நீ கிடந்த பாற்கடலை அறிந்தவர் யார்? காலம் உள்ளளவும் ஆராய்ந்தாலும் உன் பெருமையை உணர்ந்தவர் தாம் யார்?

"உணர்வார் ஆர் உன்பெருமை, ஊழி தோறு ஊழி?
உணர்வார் ஆர் உன் உருவம் தன்னை? - உணர்வார் ஆர்?
விண்ணகத்தாய்! மண்ணகத்தாய்! வேங்கடத்தாய்! நால் வேதப்
பண்ணகத்தாய்! நீகிடந்த பால்? " -2149

பெருமானின் பெருமைகளையோ, உருவத்தையோ ஒருவராலும் அறியவோ, வரையறுக்கவோ இயலாது என்று இவர் அடுத்துக் கூறுகிறார்.

"உணர்வார் ஆர்?" என்ற வினாவை மூன்று முறை அமைத்து அவன் பெருமையை அவனாலும் அறிய முடியாது என்ற உண்மையை இவர் உணர்த்தி விடுகின்றார்.

இறைவன் எங்கும், எதிலும், எப்போதும் நீக்கமற நிறைந்து நிலவுகிறான் என்றச் சிறப்பை இப்பாசுரம் அழகாக உணர்த்துகின்றது.

ஆலிலை மேல் கண்ணன்

சோலைகள் சூழ்ந்த கோவர்த்தனக் கிரியைக் குடையாகப் பிடித்தவனே! நீ சின்னக் குழந்தை வடிவு கொண்டு எல்லா உலகங்களையும் வயிற்றிலே வைத்து ஓர் ஆலிலையின் மேல் கண் வளர்ந்த செயலை மெய்யானது

என்று பெரியோர்கள் கூறுகின்றனர். எல்லாம் அழிந்து கிடந்த அந்தப் பிரளயக் காலத்தில் அந்த ஆலிலைக் கடல்நீரின் மேல் உள்ளதோ? வானத்தில் உள்ளதோ? பூமியில் உள்ளதோ? புரியவில்லை. நீதான் சொல்ல வேண்டும்.

"பாலன் தனது உருவாய், ஏழ் உலகு உண்டு, ஆல் இலையின்
மேல் அன்று நீ வளர்ந்த மெய் என்பர்; ஆல் அன்று
வேலை நீர் உள்ளதோ? விண்ணதோ? மண்ணதோ
சோலை சூழ் குன்று எடுத்தாய்! சொல்லு." -2150

பெருமான் மலையைக் குடையாகப் பிடித்த செயலைவிட அற்புதமானது சிறுபிள்ளை வடிவத்தில் உலகங்களை விழுங்காமல் வயிற்றினுள் வைத்துக் கொண்டு ஒரு சின்ன ஆலிலையின் மேல் கண் வளர்ந்த நிலை என்கிறார் பொய்கையார்.

அந்த ஆலிலை ஆழ்கடலில் முளைத்ததா? மண்ணில் தோன்றியதா? விண்ணிலிருந்து வந்ததா? எனப் பொய் கையார் கேள்விகளை அடுக்குகிறார். இவர் படிப்போரின் உள்ளங்களில் மேலும் மேலும் கற்பனைகளைச் சிறகடிக்கச் செய்துவிடுகின்றார்.

பெருமானின் கற்பனைக்கு எட்டாத பிரம்மாண்ட மான உருவத்தைச் சொன்னவர், இப்போது அவனின் சின்னக் குழந்தை வடிவத்தைக் காட்டுகிறார். ஆலிலை மேல் பாலகனாக அவனைக் கற்பனை செய்து பார்க்க இவர் தூண்டுகிறார்.

இப்பாடல், தண்டியலங்காரம் நூலில் முன்னவிலக் கணிக்கு எடுத்துக்காட்டுப் பாடலாகக் காட்டப்பட்டச் சிறப்பும் உடையது ஆகும்.

ஆரே அறிவர்

அடுத்து இவர் கூறும் கருத்தும் நினைவில் கொள்ளத் தக்கதாகும்.

"பேரே வரப் பிதற்றல் அல்லால் எம் பெம்மானை
ஆரே அறிவார்?......................." -2137

இறைவனின் நாமங்களை முறையில்லாமல் சொல்வதைத் தவிர அவனை யார் தான் உள்ளபடி அறிவார்கள். எவராலும் எம்பெருமானின் உருவத்தை அறியவே முடியாது என்று பொய்கையார் கூறுகிறார். பலரும் இறைவனின் பெயர்களைப் பெயரளவுக்குச் சொல்லிக்கொண்டேயிருக்கிறார்கள். மற்றபடி யார்தான் அவனை உள்ளபடி அறிந்திருக்கிறார்கள்? ஒருவருமே அவனை அறியவில்லை எனக் கூறி இவர் நிறைவு செய்கிறார்.

நாராயண நாமம்

இப்போது பரவலாக எங்கும் நாராயண நாமம் ஒலிப்பதைக் கேட்கிறோம். ஆனால் நாராயண நாமத்தைத் தமிழ் மக்களிடையே பரப்பப் பொய்கையாழ்வார் முதலிய ஆழ்வார்கள் அக்காலத்தில் அரும்பாடு பட்டுள்ளார்கள். இச் சீரிய பணியின் முன்னோடியாகப் பொய்கையார் திகழ்கிறார்.

திருமாலின் திருநாமங்களை மனமாரச் சிந்தித்துக் கொண்டும், சொல்லிக் கொண்டும் இருக்க வேண்டும். இப்படிச் செய்தால் தீவினைகளிலிருந்து விடுபடலாம். அவனின் திருவடிகளைச் சென்று அடையலாம். எனவே நாராயண நாமத்தின் மேன்மையைத் தன்கால மக்களுக்கு அறிவுறுத்த இவர் பல பாசுரங்களைப் பாடியுள்ளார்.

> **"பொருந்தாதவனைப் பொரல் உற்று, அரியாய்**
> **இருந்தான் திருநாமம் எண்."** -2132

ஆணவங்கொண்ட இரணியனோடு போர் செய்ய நரசிங்கமாக அவதரித்தான் பெருமான். அவனுடைய திருநாமங்களை எப்போதும் சிந்தித்துக்கொண்டே இருப்பாயாக என்று இவர் கூறுகின்றார்.

நரகத்தைக் கடக்க

> "சுற்றிக் கடைந்தான் பெயர் அன்றே தொல் நரகைப்
> பற்றிக் கடத்தும் படை." -2162

திருப்பாற்கடலைக் கடைந்தவன் நாராயணன். அவனுடைய திருநாமம் தான் கொடிய நரகத்தைத் தாண்டச் செய்யும் நல்ல கருவியாகும் என்கிறார் இவர்.

பரமபதம் அடைய

"நாவாயில் உண்டே! நமோ நாரணாய என்று
ஓவாது உரைக்கும் உரை உண்டே மூவாத
மாக்கதிக்கண் செல்லும் வகை உண்டே! என் ஒருவர்
தீக்கதிக்கண் செல்லும் திறம்?" -2176

பெருமானைத் தோத்திரம் செய்வதற்குரிய கருவியான நாக்கு ஒவ்வொருவர் வாயிலும் படைக்கப்பட்டுள்ளது. எளிதாகச் சொல்லக்கூடிய நமோ நாராயணாய என்ற மந்திரம் உள்ளதே. பரமபதத்தில் சென்று சேர்வதற்குரிய எளிய இந்த வழிமுறை இருந்தும், அழிவைத்தேடி ஏன் சிலர் கெட்டவழிகளில் செல்கின்றனர். நாராயண நாமத்தைச் சொல்லாமல் இருப்பவர்களைப் பார்த்து இவர் வியப்புடன் இப்படிக் கேட்கின்றார்.

வல்வினை அகல

"அயல் நின்ற வல்வினையே அஞ்சினேன்; அஞ்சி
உய, நின் திருவடியே சேர்வான், - நயம் நின்ற
நல்மாலை கொண்டு, நமோ நாரணா என்னும்
சொல்மாலை கற்றேன் தொழுது." -2138

என் அருகில் இருந்து கொண்டு என்னை இடைவிடாமல் துன்புறுத்திக் கொண்டிருக்கிற மிகக் கடினமான பாவங்களை நினைத்துப் பயப்பட்டேன். இப்படிப் பயப்பட்டு இந்தப் பாவம் நீங்கி உய்யும் பொருட்டு உன் திருவடிகளில் தானே வந்து சேருவதற்காக 'நமோ நாராயணா' என்னும் திருமந்திரத்தின் பொருளை அறிய விரும்பினேன். இன்பம் பொருந்திய நல்ல இந்தப் பிரபந்தத்தைக் (சொல்மாலை) கொண்டு உன்னை வணங்கித் திருமந்திரத்தின் பொருளைக் கற்றேன்.

இவ்வாறு இவர் நாராயண நாமத்தின் சிறப்புக்களை இப்பாடலில் கூறுகிறார்.

பொய்கையாரின் பாசுரங்கள் 'முதல் திருவந்தாதி' என்ற பெயரில் இப்போது குறிப்பிடப்படுகின்றன. ஆனால் இந்தப் பாசுரத்தில் தன் பிரபந்தத்தைச் 'சொல்மாலை' என்று இவர் குறிப்பிடுவதைக் கவனத்தில் கொள்வோம்.

பக்தி அனுபவம்

பொய்கையாரின் பக்திச் சிறப்பையும், அவர் பெருமானை வழிபட்ட முறையினையும், காட்டும் பக்தி நெறியினையும் அடுத்துக் காண்போம்.

தீவினை அகல

"நயவேன் பிறர் பொருளை; நள்ளேன் கீழாரோடு;
உயவேன் உயர்ந்தவரோடு அல்லால்; வியவேன்;
திருமாலை அல்லது தெய்வம் என்று ஏத்தேன்;
வரும் ஆறு என் நம்மேல் வினை?" -2145

பிறர் பொருளை என்றும் விரும்ப மாட்டேன். பக்தி இல்லாத கீழோரோடு நட்புக் கொள்ள மாட்டேன். பக்திமிக்க திருமால் அடியவர்களோடு மட்டுமே பேசிப் பழகுவேன். எந்த மனிதரைப் பார்த்தும் வியப்படைய மாட்டேன். எம்பெருமானைத் தவிர வேறு தெய்வத்தை வழிபட மாட்டேன். என் மேல் தீவினை எப்படி வரும்?

இப்பாசுரத்தில் இவர் தான் வாழும் முறையையும், இலட்சியத்தையும் கூறுகிறார். எந்த மன்னனையும், செல்வந்தனையும் கண்டு இவர் வியப்படையவோ, போற்றிப் புகழவோ செய்யாமல் பெருமான் ஒருவனே எல்லாம் எனத் தன் வாழ்க்கை முறையை அமைத்துக் கொண்ட பெருமைக்குரிய இலட்சிய மனிதராக வாழ்ந்தமையைக் காணமுடிகிறது.

என்ன நடந்தால் என்ன?

"நாடிலும் நின் அடியே நாடுவன்; நாள்தோறும்
பாடிலும் நின் புகழே பாடுவன்; சூடிலும்
பொன் ஆழி ஏந்தினான் பொன் அடியே சூடுவேற்கு,
என் ஆகில் என்னே எனக்கு?" -2169

மனதால் தேடும்போது பெருமானின் திருவடிகளையே தேடுவேன்; நாள்தோறும் வாயால் பாடும்போது அவன் புகழ் மட்டுமே பாடுவேன். தலையில் ஏதாவது சூடுவதா யிருந்தால் ஆழிச் சக்கரத்தை உடைய பெருமானின் அழகிய திருவடிகளையே சூடுவேன். இத்தகைய எனக்கு எது எப்படியானால் என்ன? என்ன நடந்தால்தான் என்ன? இப்படி இவர் கேட்டுப் பக்தி செய்யும் பாங்கை இதில் காட்டுகிறார்.

தாய் நாடும் கன்று

“தெளிது ஆக உள்ளத்தைச் செந்நிறீஇ; ஞானத்து
எளிதாக நன்கு உணர்வார் சிந்தை - எளிது ஆகத்
தாய்நாடு கன்றே போல், தண்துழாயான் அடிக்கே
போய் நாடிக் கொள்ளும் புரிந்து.” -2111

முதலில் மனத்தை ஐம்புலன்களின் போக்கில் செல்ல விடாமல் தடுத்து நிறுத்த வேண்டும். அடுத்துப் பெரு மானிடம் உள்ளத்தைச் செலுத்தி அவனை அறிய வேண்டும். இத்தகையவர்களின் மனமானது பசுக் கூட்டத் தின் இடையே, தன் தாய்ப் பசுவைத் தேடிச் செல்லும் கன்றைப் போல, துளசி மாலை அணிந்த பெருமானின் திருவடிகளைத் தானே விரும்பிச் சென்று சேர்ந்துவிடும்.

ஐம்புலன்களையும் அவற்றின் போக்கில் மேய விடாமல், மேய்ப்போனாகிய பெருமானின் வசமாக்க வேண்டும். அவனை அறியும் ஞானத்தெளிவு பெற வேண்டும். இத்தகைய அடியவர்களின் உள்ளம் கூட்டத்தின் இடையே தன் தாயைக் கண்டடையும் கன்றைப் போல தம் தலைவனாகியப் பெருமானை எளிதாக ஓடிப் பிடித்துக்கொள்ளும். இவ்வாறு பொய்கையார் தன் சொந்த அனுபவத்தைக் கூறி, வரும் சமுதாயத்துக்கு நல்வழி காட்டுகிறார்.

பூதத்தாழ்வாரும் இவரைப் போலவே கூறுகின்றார்.

“கோல் தேடி ஓடும் கொழுந்ததே போன்றதே
மால் தேடி ஓடும் மனம்.” -2208

பெருமானைத் தேடி விரைந்து செல்லும் மனமானது, அழகிய கொழுக் கொம்பைத் தேடிப் பரந்து செல்கின்ற கொடியைப் போன்று உள்ளது என்கிறார் பூதத்தாழ்வார். இவர் பொய்கையாழ்வாரோடு தொடர்புடையவர் என்பது நினைவில் கொள்ளத்தக்கதாகும்.

ஐம்புலன்களாலும் வழிபட வேண்டும்

பெருமானை மனமார ஐம்புலன்களாலும் வழிபட வேண்டும். உறுப்புக்கள் படைக்கப் பட்டிருப்பதே இறைவனை வழிப்படத்தான் என இளங்கோவடிகள் கூறுகின்றார். இவர் பொய்கையாருக்கு முன் வாழ்ந்தவர் ஆவார்.

"சேவகன் சீர் கேளாத செவியென்ன செவியே;
திருமால் சீர் கேளாத செவியென்ன செவியே;
கரியவனைக் காணாத கண்ணென்ன கண்ணே;
கண்ணிமைத்துக் காண்பார் தம் கண்ணென்ன கண்ணே;
.... பஞ்சவர்க்குத் தூது
நடந்தானை ஏத்தாத நாவென்ன நாவே;
நாராயணா என்னா நாவென்ன நாவே; "
(சிலம்பு - மதுரைக் காண்டம் - ஆய்ச்சியர் குரவை)

ஆழ்வார்களின் பாசுரங்களைப் போல, சமணமுனிவர் இளங்கோவடிகளின் பாடல்கள் அமைந்துள்ளமை எண்ணி எண்ணி மகிழத்தக்கதாகும்.

பொய்கையார் திருமாலை வாயார வாழ்த்துவதும், கைகளால் தொழுவதும், கண்களால் திருமேனி காண் பதும், காதுகளால் அவன் புகழைக் கேட்பதும் என வாழ்க்கையை அமைத்துக்கொள்ள அறிவுறுத்துகின்றார்.

"வாய் அவனை அல்லது வாழ்த்தாது; கை உலகம்
தாயவனை அல்லது தாம் தொழா - பேய் முலை நஞ்சு
ஊண் ஆக உண்டான் உருவொடு பேர் அல்லால்
காணா கண், கேளா செவி." -2092

என் வாய் பெருமானைத் தவிர வேறு யாரையும் புகழாது. என் கைகள் உலகங்களைத் தாவி அளந்த

திருவிக்கிரமனை அல்லாது வேறு ஒரு தெய்வத்தைத் தொழாது. பூதனையின் நஞ்சை உணவாக அமுது செய்த கண்ணனின் திருமேனியையும், திருநாமத்தையும் அல்லாது மற்றெதையும் என் கண்கள் காணாது. காதுகள் கேட்காது.

இப் பாசுரத்தில் இவர் வாய், கை, கண், செவி முதலிய உறுப்புகளால் பெருமானை வழிப்படக் கூறுகிறார்.

இவரைப் போலவே இவரோடு தொடர்புடைய திருமழிசையாழ்வாரும்,

"வாழ்த்துக வாய்; காண்க கண்; கேட்க செவி; மகுடம்
தாழ்த்தி வணங்குமின்கள் தண்மலரால் - சூழ்த்த
துழாய் மன்னு நீள்முடி என் தொல்லை மால் தன்னை
வழா, வண் கைகூப்பி மதித்து." -2392

என்று நான்முகன் திருவந்தாதியில் கூறுகின்றார். ஒரே கருத்துடைய இருவரது பாசுரங்களும், அவரவர் திருவந்தாதிகளில் 11 ஆம் பாசுரமாக அமைந்துள்ளமையும் வியப்பாக உள்ளது.

"தோள் அவனை அல்லால் தொழா; என் செவி இரண்டும்
கேள் அவனது இன்மொழியே கேட்டிருக்கும்; நா நாளும்
கோள் நாகணையான் குரைகழலே கூறுவதே;
நாணாமை நள்ளேன் நயம்." -2144

என் தோள்கள் (கைகள்) எம்பெருமானை அல்லாது வேறு எவரையும் வணங்காது. என் காதுகள் எனக்கு உறவாகிய பெருமானைப் பற்றிய இனிய பேச்சுக்களையே கேட்டுக்கொண்டிருக்கும். என் நாக்கு அரவணையைப் படுக்கையாக உடைய எம்பெருமானின் வீரக்கழலணிந்த திருவடிகளையே புகழ்கிறது. இப்படி வாழும் நான், புலன்களால் உண்டாகும் இன்பத்தை வெட்கப்படாமல் விரும்பி வாழும் சிலரைப் போல ஒருநாளும் இருக்க மாட்டேன். இப்பாசுரத்தில் பொய்கையாழ்வார் தோள், செவி, நாக்கு முதலியவற்றால் திருமாலைத் துதிக்க அறிவுறுத்துகிறார்.

"....................மாயவனை அல்லால்,
இறையேனும் ஏத்தாது என் நா." -2175

மாயவனான எம்பெருமானை அல்லாமல் வேறு ஒருவனைத் தன் நாக்கு ஒருபோதும் துதிக்காது என்று இவர் ஓங்கி உரத்துக் கூறுகின்றார்.

"அன்பு ஆழியானை அணுகு என்னும்; நா அவன் தன்
பண்பு ஆழித்தோள் பரவி ஏத்து என்னும் - முன்பு ஊழி
காணானைக் காண் என்னும் கண்; செவி கேள் என்னும்
பூண் ஆரம் பூண்டான் புகழ்" -2153

என் நெஞ்சானது எம்பெருமானை நெருங்கி அனுபவி என்கின்றது. நாக்கு அவனின் அழகிய திருத்தோள்களைப் பற்றிப் பேசித் துதி என்று அறிவுறுத்துகின்றது. கண்கள் ஊழிக்காலத்தைக் காணாதவனைக் காண்பாய் என்கின்றன. காதுகள் அழகிய ஆரங்கள் அணிந்தவனுடைய புகழைக் கேள் என்கின்றன.

இந்தப் பாசுரத்தில் இவர் அடியவரின் மனம், நா, கண், செவி முதலிய புலன்கள் இப்படித்தான் செயல்பட வேண்டும் என்று கூறுகின்றார்.

"வினையால் அடர்ப்படார்; வெம் நரகில் சேரார்;
தினையேனும் தீக்கதிக்கண் செல்லார் - நினைதற்கு
அரியானை, சேயானை, ஆயிரம் பேர்ச் செங்கண்
கரியானைக் கை தொழுதக் கால்." -2146

நினைப்பதற்கு அரியவனும், மிக்க தூரத்தில் இருப்பவனும், ஆயிரம் திருநாமங்களை உடையவனும், சிவந்த கண்களையும், கரிய வடிவை உடையவனுமானவன் எம்பெருமான். அவனை நம்பிக் கைதொழுதால், அவ்வாறு வணங்குகிறவர்கள் வினைகளால் பாதிக்கப்பட மாட்டார்கள், கொடிய நரகத்திற்குச் சென்று சேர மாட்டார்கள், சிறிதளவும் தீயவழிகளில் செல்ல மாட்டார்கள்.

திருமாலை நம்பி கைகளால் தொழுதால் கிடைக்கும் பேறுகளை இவர் இவ்வண்ணம் வரிசைப்படுத்துகின்றார்.

"அரிய புலன் ஐந்து அடக்கி, ஆய் மலர் கொண்டு, ஆர்வம்
புரிய பரிசினால் புல்கில்............................,
................................மாவலிபால் வண் கை நீர்
ஏற்றானைக் காண்பது எளிது." -2131

அடக்க முடியாத ஐந்து பொறிகளையும் கட்டுப்படுத்த வேண்டும். பெருமானுக்குகந்த நல்ல பூக்களைக் கைகளில் ஏந்திச் செல்ல வேண்டும். நெஞ்சில் அன்பு நிறைந்த நிலையில் பெருமானை நெருங்க வேண்டும். இப்படிச் செய்தால் அவனைக் கண்ணார எளிதில் காண முடியும்.

புலன்களை அடக்க வேண்டும் என்றும், புதிய பூக்களை இறைவனுக்குச் சூட்ட வேண்டும் என்றும், நெஞ்சு நிறைய ஆசை கொள்ள வேண்டும் என்றும் கூறி, பெருமானைக் காண்பதற்குரிய வழியையும், வழிபடும் முறையையும் இவர் இங்கு காட்டுகின்றார்.

எவரைக் கண்டும் வியப்படைய வேண்டாம். பிறரின் பொருள்களில் ஆசை வைக்கக் கூடாது. மனதால் பெருமானின் திருவடிகளையே தேட வேண்டும். உள்ளத்தை அதன் போக்கில் விடாமல் தடுத்து நிறுத்திப் பெருமானிடம் கொண்டு சேர்க்க வேண்டும். ஐம்புலன்களாலும் அவனை வழிபட வேண்டும். நெஞ்சு நிறைந்த அன்போடு, புத்தம்புது பூக்களால் அவனை எப்போதும் தொழ வேண்டும். இவ்வாறு இவர் தன் பக்தி அனுபவங்களைக் கூறுகிறார்.

திருவடிச் சிறப்பு

திருமாலின் திருவடிகளைச் சரணமாகப் பற்றிக் கொள்ள வேண்டும். திருவடிகளைத் தினமும் வணங்க வேண்டும். பூக்களும் நீரும் கொண்டு அவனை மனமார வழிபட்டால் அவனின் திருவடிகளைக் காணலாம். கண்ணன் கழலிணைகள் பல்வேறு நன்மைகளை அடியவர்களுக்கு அள்ளித்தரும் எனப் பொய்கையார் பல பாசுரங்களின் வழி அறிவுறுத்துகின்றார்.

திருவடி காண

பெருமானின் திருவடிகளைக் காண்பதற்குச் செய்ய வேண்டியவற்றை இவர் கூறுகின்றார்.

“வாரி சுருக்கி மதக் களிறு ஐந்தினையும்,
சேரி திரியாமல் செந்நிறீஇ - கூரிய
மெய்ஞ் ஞானத்தால் உணர்வார் காண்பரே - மேல் ஒரு நாள்
கைந்நாகம் காத்தான் கழல் ” -2128

மதம் பிடித்த ஐந்து யானைகள் போன்ற ஐந்து பொறிகளையும் அவற்றின் வழிச் செல்லாமல் இழுத்துப் பிடிக்க வேண்டும். அவற்றைக் கண்ட கண்ட இடங்களில் திரிய விடாமல் செம்மையாக நிலைநிறுத்த வேண்டும். அதன் பின் மெய்யான ஞானத்தால் - மெய்யறிவால் பெருமானை உணர வேண்டும். இப்படி உணர வல்லவர்கள், முன்பு கஜேந்திரனைப் பாதுகாத்த அப்பெருமானின் திருவடிகளைக் காணும் பேற்றைப் பெறுவார்கள்.

ஐம்புலன்களையும் அடக்கி, மெய்யறிவால் அவனை நினைந்து உருகி, வழிபட்டால் அவன் திருவடிகளைக் காணமுடியும் என்று இதில் இவர் கூறுகின்றார்.

பெருமானின் திருவடிகளைக் காண்பதற்கு நரசிங்கமாக அவதரித்த அவனுடைய திருநாமங்களை எப்போதும் சிந்தித்துக்கொண்டே இருக்க வேண்டும் என்று அடுத்து இவர் கூறுகின்றார்.

“எளிதில் இரண்டு அடியும் காண்பதற்கு.............
..................................அரியாய்
இருந்தான் திருநாமம் எண்.” -2132

இக் கருத்தையே இவருக்குப் பின்னால் அவதரித்த நம்மாழ்வார்,

“கண்ணன் கழலிணை
நண்ணும் மனம் உடையீர்!
எண்ணும் திருநாமம்
திண்ணம் நாரணமே.” -3711

என்கின்றார். கண்ணபிரானுடைய திருவடிகளை அடைய வேண்டும் என்ற மனத்தினை உடையவர்களே! நீங்கள் எண்ணத்தக்க திருப்பெயர் நாராயணன் என்ற பெயரே யாகும். வேறு ஒன்றும் இல்லை.

நாராயண மந்திரத்தை நாள்தோறும் சொல்வதன் மூலம் பெருமானின் திருவடிகளை எளிதில் காண முடியும்

என்று நம்மாழ்வார் பொய்கையாழ்வாரின் கருத்தை வழிமொழிவதைக் காணலாம்.

"ஓர் அடியும், சாடு உதைத்த ஒண்மலர்ச் சேவடியும்,
ஈர் அடியும் காணலாம், என் நெஞ்சே! - ஓரடியில்
தாயவனைக், கேசவனை, தண்துழாய் மாலை சேர்,
மாயவனையே மனத்து வை." -2181

நெஞ்சே! தன் ஒப்பற்ற ஓர் அடிவைப்பால் உலகங்களை எல்லாம் அளந்தவன் பெருமான். கேசி என்ற அரக்கனைக் கொன்றவன் அவன். அந்த மாயவனை உள்ளத்தில் உறுதியாகப் பற்றிக் கொள்வாயாக. இப்படிச் செய்தால், உலகங்களை எல்லாம் ஓர் அடியால் அளந்த அவனின் ஒப்பற்ற ஒரு திருவடியையும், சகடம் முறிந்து விழும்படி உதைத்த அழகிய மலர் போன்ற மற்றொரு திருவடியையும் ஒருச்சேரக் காணும் பேற்றினைப் பெறலாம்.

மாயவனை எப்போதும் மனத்தில் வைத்து வழிபட்டால் அவன் திருவடிகளைக் கட்டாயம் காண முடியும் என்பது பொய்கையாரின் உறுதியான முடிவு ஆகும்.

இப்பாசுரம் பொய்கையாழ்வாரின் "முதல் திருவந்தாதி"யின் இறுதிப் பாசுரமாகும். பின்னால் வந்த ஆழ்வார்கள் தங்களின் இறுதிப் பாசுரத்தைப் பயன்கூறும் பாசுரமாக அமைத்துள்ளார்கள். பயன்கூறும் பாசுரத்தை திருநாமப்பாட்டு என்றும், பலஸ்ருதி என்றும் குறிப்பிடுவார்கள். இதில் பாடியவரின் பெயர், படித்தால் கிடைக்கும் பயன் முதலியன அமைந்திருக்கும். முதலாழ்வாரான பொய்கையாழ்வார் பயன்கூறும் பாசுரமாகத் தன் இறுதிப் பாசுரத்தை அமைக்கவில்லை. மாறாக பெருமானின் திருவடியைக் காணும் வழியைக் கூறித் தன் பிரபந்தத்தை நிறைவு செய்கிறார். அந்த வகையில் இப்பாசுரம் தனித்து நின்று சிறப்புமிக்கதாகத் திகழ்கிறது.

தொழும் முறை

பெருமானின் திருவடிகளை எவ்வண்ணம் வழிபட வேண்டும் என்பது பற்றி இவர் கூறும் கருத்துக்களைக் காண்போம்.

"இடர் ஆர்படுவார்? எழு நெஞ்சே! வேழம்
தொடர்வான் கொடுமுதலை சூழ்ந்த - படம் உடைய
பைந்நாகப் பள்ளியான் பாதமே கைதொழுதும்
கொய்ந்நாகப் பூம்போது கொண்டு." -2159

நெஞ்சமே! கஜேந்திரன் யானையை விழுங்கத் தொடர்ந்துவந்த கொடிய முதலையைத் தப்பவிடாமல் கொன்றவன் திருமால். படமுடைய பாம்பணையின் மேல் பள்ளி கொள்பவன் அவன். அவன் திருவடிகளை அழகிய புன்னை மலர்களைக் கொண்டு தொழுவோம். இப்படி அவனுக்குத் தொண்டு செய்யாமல் துன்பங்களை அனுபவிக்க யாரால் முடியும்? என்னால் முடியாதப்பா.

இப்பாசுரத்தில் இவர் பெருமானின் திருவடிகளை அழகிய புன்னைப் பூக்களால் வழிபடக் கூறுகிறார்.

"தாமரை மலர்ச்சேவடியை வானவர் கைகூப்பி,
நிரை மலர் கொண்டு ஏத்துவரால் நின்று." -2101

செங்கண் திருமாலின் அழகிய தாமரை போன்று சிவந்த திருவடிகளைத் தேவர்கள் கைகூப்பி வணங்கி மலர்களை இட்டுத் துதிப்பார்கள். இப்பேற்றை நான் பெறவில்லையே என்று இவர் ஏங்குகிறார்.

வானவர்களும் பெருமானின் சேவடிகளைக் கைகூப்பி, மலர்களைச் சொரிந்து வழிபடுகிறார்கள் என்பதைக் கூறி, அடியவர்களும் இப்படி நாளும் வழிபட இவர் கூறுகிறார்.

"பூந்துழாயான் அடிக்கே போதொடு நீர் ஏந்தி,
தாம் தொழா நிற்பார் தமர்." -2124

துளசி மாலையைச் சூடியுள்ள திருமாலின் திருவடிகளில் அடியவர்கள் நல்ல மலர்களையும், தீர்த்தத்தையும் அர்ப்பணித்து வழிபட அடுத்து இவர் கூறுகிறார்.

ஆக நீராலும், புத்தம்புது பூக்களாலும் பெருமானை நாளும் வழிபட இவர் வற்புறுத்துகின்றார்.

பேறுகள்

திருமாலின் திருவடிகளைத் தொழுபவர்களுக்குக் கிடைக்கும் பேறுகளைப் பற்றி இவர் பல கருத்துக்களைக் கூறுகிறார்.

"காப்பு உன்னை உன்னக் கழியும்; அருவினைகள்
ஆப்பு உன்னை உன்ன அவிழ்ந் தொழியும் - மூப்பு உன்னை
சிந்திப்பார்க்கு இல்லை; திருமாலே! நின் அடியை
வந்திப்பார் காண்பர் வழி." -2156

திருமாலே! உன்னைப் பாதுகாப்பவனாக நினைத்த அளவில் தடைகள் எல்லாம் நீங்கும். உன்னை எண்ணிய அளவில் வல்வினைகளின் கட்டுக்கள் அவிழ்ந்து போய்விடும். அழகனாகிய உன்னை வழிபடுவோர்க்குக் கிழத்தனம் முதலிய விகாரங்கள் வருவதில்லை. உன் திருவடிகளை வணங்குவோர் நல்லவழியை - வீட்டுலக வழியைக் காண்பார்கள்.

திருமாலின் திருவடிகளைத் தொழுதால் வாழ்வின் தடைகள் எல்லாம் நீங்கும். தீயவினைகள் - வல்வினைகள் அத்தனையும் அழியும். அழகுகூடி இளமைப் பொலிவுடன் எப்போதும் திகழலாம்.

"மனமாசு தீரும்; மறுவினையும் சாரா;
தனம் ஆய தானே கைகூடும் - புனம் மேய
பூந்துழாயான் அடிக்கே போதொடு நீர் ஏந்தி,
தாம் தொழா நிற்பார் தமர்." -2124

தன் தரையில் நிற்பது போலவே பசுமை மாறாமல் விளங்கும் துளசி மாலையைச் சூடியுள்ளவன் திருமால். அவன் திருவடிகளில் நல்ல மலர்களையும், தீர்த்தத்தையும் கொண்டு வழிபட வேண்டும்;. இப்படிச் செய்யும் அடியவர் களின் மனதிலுள்ள குற்றங்கள் எல்லாம் அவர்களை விட்டு நீங்கும். நீக்கமுடியாத தீவினைகள் அவர்களை விட்டு ஓடும். அவர்களிடம் செல்வங்கள் வந்து சேரும்.

பெருமானின் திருவடிகளைத் தினமும் வழிபட்டால் அடியவர்களின் மனதிலுள்ள அழுக்குகள் எல்லாம் நீங்கும், வல்வினைகள் விலகி ஓடும். செல்வம் நிறைந்து பெருகும் என ஆழ்வார் பட்டியலிடுகிறார்.

"ஆகத்தான் தாள் பணிவார் கண்டீர் அமரர் தம்
போகத்தால் பூமி ஆள்வார்." -2127

திருமார்பை உடைய திருமாலின் திருவடிகளைப் பணிபவர்கள், தேவர்களின் இன்பத்தோடு இந்த உலகத்தையே ஆள்வார்கள்.

இப்பாசுரத்தில் திருவடிகளைச் சரண் அடைபவர்கள் தேவர்களைப் போல இன்ப வாழ்வு வாழலாம் என்றும், இந்த உலகையே ஆளும் சிறப்புப் பெறலாம் என்றும், இவர் தன்கால மக்களுக்கு உணர்த்துகிறார்.

ஐம்புலன்களையும் அடக்கி, மெய்யறிவால் அவனை எப்போதும் நினைந்து உருகி வழிபட்டால் பெருமானின் திருவடிகளைக் காண முடியும். நாராயண மந்திரத்தைத் தினமும் சொல்ல வேண்டும். திருவடிகளைப் புன்னைப் பூக்களால் வழிபட வேண்டும். திருவடி தொழுதால் வாழ்வில் தடைகள் நீங்கும். தீவினைகள் ஒழியும். செல்வம் பெருகும். உலகையே ஆளலாம். இவ்வண்ணம் பொய்கையார் கூறுகின்றார்.

இறைத் தொண்டு

அடியவர்கள் எல்லாக் காலத்திலும், எல்லா நிலையிலும் பகவானுக்குத் தொண்டு செய்ய வேண்டும். இக்கருத்தை வலியுறுத்த பொய்கையார் ஆதிசேடனைச் சுட்டிக்காட்டிப் பேசும் கருத்துச் சிறப்பாக உள்ளது.

ஆதிசேடன், பெருமான் உலவும்போது மழை, வெயில் படாதபடி குடையாக மாறுவான். பெருமான் உலவி முடித்ததும் உட்கார்ந்தால், அவன் சிம்மாசனமாய் - அரிய ணையாய் ஆகிவிடுவான். எம்பெருமான் நின்றுகொண் டிருந்தால் அவன் பாதுகையாவான் - செருப்பாவான்; அவர் திருப்பாற்கடலில் மிதந்து செல்ல அழகிய படகாவான்; வெளிச்சம் தேவைப்படும்போது அவன் மங்கலத் தீபமாவான் - நாகரத்தின விளக்குகளாவான். அவன் பெருமானுக்கு அழகிய பூம்பட்டாக மாறுவான். அவர் படுத்துக் கொள்வதற்குரிய பட்டு மெத்தையாகவும், மெல்லிய தலையணையாகவும் ஆதிசேடன் ஆகிவிடுவான்

"சென்றால் குடையாம், இருந்தால் சிங்காசனமாம்,
நின்றால் மரவடியாம்; நீள்கடலுள் - என்றும்
புணையாம்; மணிவிளக்காம்; பூம்பட்டாம்; புல்கும்
அணையாம் திருமாற்கு அரவு." -2134

ஆதிசேடன் பெருமானுக்குப் பலவகைகளிலும் தொண்டு செய்கிறான் என்பதை இப்பாசுரத்தில் ஆழ்வார் அழகாகக் காட்டுகிறார்.

பக்தர்கள் இறைவனுக்கு மட்டுமல்லாது அவனின் அடியவர்களுக்கும் பணி செய்ய வேண்டும். இக்கருத்தை ஆதிசேடன் திருமாலுக்குப் பணி செய்யும் பாங்கைக் கூறி இவர் அறிவுறுத்துவதாகக் கொள்ளலாம்.

கண்ணன் கதை

கண்ணனைப் பற்றிய கதைகளைப் பொய்கையாழ்வார் சுவையுடன் சொல்கிறார். திருமால்தான் கண்ணனாக அவதரித்தவன் என்பதையும் சேர்த்தே பாடுகின்றார். தமிழக மக்கள் கண்ணனைப் பற்றி மேலும் மேலும் அறிய ஆசைப்பட வேண்டும் என்ற உயரிய நோக்கத்தோடு அவர்களின் ஆசையைத் தூண்டும் வகையில் பாசுரங்களை இவர் படைத்துள்ளார்.

நஞ்சு ஊண் ஆக உண்டான்

பேயான பூதனையின் நஞ்சை உணவாக அமுது செய்தவன் கண்ணன்.

"பேய் முலை நஞ்சு
ஊண் ஆக உண்டான்." -2092

பூதனையின் சரிந்து தொங்கும் தனத்திலுள்ள நஞ்சை உண்டான். உறிகளில் உள்ள வெண்ணெயைக் களவு செய்து எல்லோருக்கும் தெரியும்படித் தின்றான். வெற்றியும், வலிமையும் மிக்க கம்சனுடைய குவலயாபீடம் என்ற யானையை எதிர்த்து நின்றுப் போர் செய்து அழித்தான். கொக்கு வடிவில் வந்த பகாசுரனுடைய வாயைக் கிழித்தான். குழந்தையாக மருத மரங்களின் இடையே தவழ்ந்து

சென்றான். இவன் யாரென்றால் முன்பு உலகங்களை எல்லாம் அளந்த எம் பெருமான் ஆவான்.

"நான்ற முலைத் தலை நஞ்சு உண்டு உறி வெண்ணெய்
தோன்ற உண்டான், வென்றி சூழ் களிற்றை - ஊன்றிப்
பொருது உடைவு கண்டானும், புள்ளின் வாய் கீண்டானும்
மருது இடைபோய் மண் அளந்த மால்." -2099

எடுத்தது குன்றம்

கடல் நிறமுடைய பெருமான் முன்பு பெரிய வராகமாகி கோட்டால் குத்தி எடுத்தது இந்தப் பெரிய பூமியையாகும். அவன் குடையாகத் தூக்கிப் பிடித்தது கோவர்த்தன மலையையாகும். அவன் அஞ்சி முடிந்து போகும்படிச் செய்தது கம்சனையாகும். பெருமான் திருக்கண் வளர்ந்தருளியது திருப்பாற் கடலிலாகும். பெருமைகள் எல்லாம் தோன்றப் பெருமான் நின்றருளுவது திருமலை யிலாகும்."

"இடந்தது பூமி, எடுத்தது குன்றம்,
கடந்தது கஞ்சனை முன் அஞ்ச - கிடந்ததுவும்
நீர் ஓத மா கடலே நின்றதுவும் வேங்கடமே
பேர் ஓத வண்ணர் பெரிது." -2120

வெண்ணெய் விழுங்க நிறையுமோ?

பெருமானே! பிரளயம் நீங்கிய காலத்தில், பிரளய காலத்தின் போது நீ உட்கொண்டிருந்த இந்த அண்டத்தை (உள்ளே கிடந்து தளர்ந்து போகாதபடி) வெளியே விட்ட உன் வயிறானது, யசோதை என்னும் இடைச்சி கடைந்து வைத்த வெண்ணெயை அள்ளி உண்டதால் நிறையுமோ? என்று ஆழ்வார் கேள்வி கேட்கின்றார்.

"...
........................திருமாலே! ஆன் ஆய்ச்சி
வெண்ணெய் விழுங்க நிறையுமே, முன் ஒரு நாள்
மண்ணை உமிழ்ந்த வயிறு?" -2173

கடல் போன்ற வடிவை உடையவனே! நீ வெண்ணெய் திருடி உண்ணும் போது உன் விரலிலும் வாயிலும்

படிந்திருந்த வெண்ணெயை யசோதைக் கண்டாள். கண்ணா! உன்னைத் தண்டிக்க வேண்டி உரலோடு சேர்த்து இறுகக் கட்டி வைத்தாள். நீ விடாமல் ஏங்கி அழுது கொண்டிருந்தாய். அப்போதும் நீ வெண்ணெய் திருடுவது பற்றியே சிந்தித்த வண்ணம் அழுது கொண்டிருந்தாய். பக்கத்திலுள்ளவர் எல்லோரும் வேடிக்கைப் பார்க்கும்படி அப்போது இருந்தாயல்லவா? கண்ணா! உண்மையைச் சொல்லு.

"விரலோடு வாய் தோய்ந்த வெண்ணெய் கண்டு, ஆய்ச்சி
உரலோடு உறப்பிணித்த ஞான்று - குரல் ஓவாது
ஏங்கி நினைந்து, அயலார் காண இருந்திலையே?
ஓங்கு ஓத வண்ணா! உரை." -2105

இவர் வியப்புடன் கண்ணனிடம் வினவுகின்றார்.

கன்று எறிந்த தோளான்

கண்ணன் விளாம்பழம் உதிர்ந்து விழும்படி கன்றை எறிதடியாகக் கொண்டு எறிந்த வலிமைமிக்க திருத் தோள்களை உடையவன். அவன் திருவடிகளின் மேன்மையை இந்த மண்ணில் வாழும் மக்கள் நன்கு அறிந்து கொண்டனர். இதனால் ஏழுவகைப்பட்ட நரகங் களின் வாசல்களிலும் இனிமேல் யார் நுழைவார்கள்? ஒருவருமில்லை. அதனால் எமதூதுவர்களே! நரக வாசல்களில் பெரிய தாழ்ப்பாள்களைப் போட்டுப் பூட்டிவிடுங்கள். இவ்வாறு பொய்கையாழ்வார் கூறு கின்றார்.

"இனியார் புகுவார் எழுநரக வாசல்?
முனியாது மூரித்தாள் கோமின்; - கனிசாயக்
கன்று எறிந்த தோளான் கனைகழலே காண்பதற்கு,
நன்கு அறிந்த நாவலம் சூழ்நாடு." -2168

திருமால் பக்தியில் ஈடுபட்டு அவனின் திருவடிகளைக் காணும் ஆசையும் அறிவும் பெற்றுவிட்டால், நரக வாசல்கள் எல்லாம் அடைபட்டுப் போகும் என்று இவர் இப்பாசுரத்தில் கூறுகின்றார்.

நாடு முழுதும் பக்திப் பிரச்சாரம் செய்ய வேண்டும். அதன்மூலம் நரக வாசலை இனி எவராலும் திறக்க முடியாதபடி அடைத்து விடவேண்டும் என்று இவர் ஆசைப்படுகிறார்.

இளங்கோவடிகள் சிலப்பதிகாரத்தில்,

"கன்று குணிலாக் கனியுதிர்த்த மாயவன்
இன்று நம் ஆனுள் வருமேல் அவன் வாயில்
கொன்றையம் தீங்குழல் கேளாமோ தோழீ."

என்று ஆய்ச்சியர் குரவைப் பகுதியில் கண்ணனின் கதையைச் சுவையாகக் கூறுகிறார்.

வஞ்சத்தால் வந்து நின்ற ஆவின் கன்றினைக் குணிலாகக் - குறுந்தடியாகக் கொண்டு, அங்ஙனமே நின்ற விளவின் கனியை உதிர்த்தவன் கண்ணன். அவனை இப்போது நாம் வழிபட்டால் நம் பசுநிரையிடத்து வருவான். அப்படி அவன் வந்தால் அவன் வாயினால் ஊதுகின்ற கொன்றையம் குழலின் இனிய இசையைக் கேட்டு மகிழ்வோம் தோழி.

கம்சனால் அனுப்பப்பட்ட 'கபித்தாசுரன்' என்ற அசுரன் விளாமரமாக நின்றான். அதேநேரத்தில் 'வத்ஸாசுரன்' என்ற அசுரன் கண்ணன் மேய்த்துக் கொண்டிருந்த ஒரு கன்றின் மீது ஆவேசித்து நின்றான். கன்று முட்டி அதே நேரத்தில் விளாமரமும் கண்ணன் மீது விழுந்தால் கண்ணனை அழித்துவிடலாம் என இரண்டு அசுரர்களும் திட்டமிட்டனர். இந்த வஞ்சத்தைப் புரிந்து கொண்ட கண்ணன் கன்றின் (வத்ஸாசுரன்) கால்களைப் பற்றிச் சுழற்றி விளாமரத்தின் (கபித்தாசுரன்) மேலே வீசி எறிய, இரண்டு அரக்கர்களும் ஒரே நேரத்தில் அழிந்தனர். இளங்கோவடிகள் கண்ணனின் இக் கதையைக் "கன்று குணிலாக் கனியுதிர்த்த மாயவன்" என்று சுருக்கமாகக் கூறுகின்றார்.

கண்ணனைப் பற்றி இளங்கோவடிகள் கூறிய இச் செய்தியை, ஆறாம் நூற்றாண்டில் வாழ்ந்த பொய்கை

யாழ்வார் தான் முதன்முதலில் நாலாயிர திவ்யப் பிரபந்தத்தில் (நா.தி - 2168) பதிவு செய்துள்ளார். இவருக்குப் பின்னால் வந்த ஆழ்வார்களும் இவ்வரலாற்றைப் பதிவுசெய்து வைத்துள்ளார்கள்.

"கற்றினம் மேய்த்துக் கனிக்கு ஒரு கன்றினை
பற்றி எறிந்த பரமன்" -0166

என்று பெரியாழ்வாரும்,

"கன்று குணிலா எறிந்தாய்! கழல் போற்றி" -0497

என்று திருப்பாவையில் ஆண்டாளும்,

"இளங்கன்று கொண்டு விளங்காய் எறிந்து" -1222

என்று திருமங்கையாழ்வாரும், இக் கதையைக் கூறுகின்றனர். இவர்களுள் ஆண்டாள் தான் இளங்கோவடிகளின் "கன்று குணிலா" (கன்றைக் குறுந்தடியாகக் கொண்டு) என்ற சொற்றோடரை அப்படியே பயன்படுத்தியுள்ளார்.

பொய்கையார் கிருஷ்ணாவதாரம் பற்றி 15 பாடல் களுக்கும் மேல் பாடியுள்ளார். திருமால் தான் கண்ணன் என்றும், அவன் அரும்பெரும் செயல்கள் பலவற்றைச் செய்துள்ளான் என்றும் இவர் இப்பாசுரங்களில் கூறுகின் றார். கண்ணனைப் பற்றிய பிற செய்திகளையும் மக்கள் அறிந்து கொள்ள ஆசைப்படும்படி இவர் செய்து விடுகின்றார்.

இராமன் கதை

பொய்கையார் இராமவதாரம் பற்றி நான்கு பாசுரங்களில் பேசுகின்றார். சங்க இலக்கியங்களில் இராமனைப் பற்றியச் செய்திகள் சில உள்ளன. இவர் இராமனைப் பற்றிய மேலும் சில செய்திகளை முதல் திருவந்தாதியில் கூறுகின்றார்.

"........................வேங்கடமே மேல் ஒரு நாள்
மான்மாய எய்தான் வரை." -2163

முன்பு மாரீசனாகிய மாயமான் இறந்து விழும்படி அம்பு தொடுத்தவன் இராமன். அவன் நித்திய வாசம் செய்கின்ற திருத்தலம் திருமலை ஆகும்.

"..............நுடங்கு இடையை
முன் இலங்கை வைத்தான் முரண் அழிய முன் ஒரு நாள்
தன் வில் அங்கை வைத்தான் சரண்" -2140

முன்பு, மெல்லிய இடையை உடைய பிராட்டி சீதையை இலங்கைச் சிறையில் வைத்தவனான இராவணனுடைய வலிமை அழியும்படி இராமனாய்ப் பிறந்த காலத்துத் தன் வில்லை அழகிய திருக்கையில் ஏந்திய பெருமானே புகலாவான்,

"நெடியோய்! அடி அடைதற்கு அன்றே ஈர் ஐந்து
முடியான் படைத்த முரண்." -2116

பத்துத் தலைகளை உடைய இராவணன் செய்த தப்பான செயலானது, பெருமை பொருந்திய பெருமானுடைய திருவடிகளைப் பின் பிறவியில் தெளிந்து வந்து அடைதற்குக் காரணமாக அமைந்ததன்றோ!

இராவணன் இராமனிடம் கொண்ட பகை, பின் பிறவியில் தெளிந்து சிசுபாலனாகி அவன் திருவடிகளை அடைவதற்குக் காரணமாக அமைந்தது என்கிறார் பொய்கையார்.

"மாதவத்தோன் தாள் பணிந்த, வாள் அரக்கன் நீள்; முடியை
பாதம் அத்தால் எண்ணினான்" -2126

நான்முகனை வணங்கி வரம் பெறுவதற்காக இராவணன் ஒரு சமயம் வந்தான். அப்போது பெருமான் நான்முகனின் மடியில் ஒரு சிறு குழந்தையாகி அமர்ந்திருந் தான். தன் திருவடிகளால் பெருமான் இராவணனின் தலைகளைக் கீறிக் காட்டி ஒவ்வொன்றாக எண்ணினான் என்று இவர் கூறுகின்றார்.

இந்த நிகழ்ச்சி வால்மீகி ராமாயணத்தில் இல்லாத தாகும். பின்னர் வந்த கம்பரும் இதனைக் கூறவில்லை. பொய்கையாழ்வார் தான் முதன் முதலில் இச் செய்தியை நாலாயிரத்தில் பதிவு செய்கிறார்.

இவரோடு தொடர்புடைய பேயாழ்வார்,

"ஆய்ந்த அருமறையோன் நான்முகத்தோன் நன் குறங்கில்
வாய்ந்த குழவியாய், வாள் அரக்கன் - ஏய்ந்த
முடிப்போது மூன்று ஏழ் என்று எண்ணினான்." -2358

என்று இக்கதையைக் கூறுகின்றார்.

இவர்களோடு தொடர்புடைய திருமழிசையாழ்வாரும்,

"கொண்டு, குடங்கால் மேல் வைத்த குழவியாய்
தண்ட அரக்கன் தலை தாளால் - பண்டு எண்ணி
போம் குமரன் நிற்கும் பொழில் வேங்கடமலை" -2425

என்று இந்த நிகழ்ச்சியைக் கூறுகிறார்.

பொய்கையார் திருமால்தான் இராமன் என்று கூறி, அவனைப் பற்றிய வரலாறுகளை அறிந்துகொள்ளும் ஆசையைத் தமிழகத்தில் விதைக்கின்றார். ஆழ்வார்களின் இத்தகைய முயற்சிகள்தாம் கம்பராமாயணம் என்ற மாபெரும் காப்பியம் தோன்றக் காரணமாக அமைந்தது எனலாம்.

ஓங்கி உலகளந்த உத்தமன் கதை

மகாபலிச் சக்கரவர்த்தி மூன்று உலகங்களையும் ஆண்டு வந்தான். இவன் பிரகலாதனின் பேரன் ஆவான். இரணியனின் தீய குணங்களையும், பிரகலாதனின் நல்ல குணங்களையும் ஒருங்கே பெற்றவனாக இவன் விளங்கினான். மாவலி வேள்விகள் நிறைய செய்தான். வாரி வாரி வழங்கினான். திருமாலின் பக்தனாகவும் திகழ்ந்தான். இவ்வளவு இருந்தும் அவன் உள்ளத்தினுள் பெரியதொரு அகந்தை இருந்தது. தானே எல்லாம் என்ற கர்வமும், இந்த மண்ணுலகம் முழுக்க தனக்கே உரியது என்ற மமதையும் அவனுக்குள் இருந்தன. இந்த மண்ணும் விண்ணும் இறைவனுக்குரியது என்பதை மறந்தவனாகச் செயல் பட்டான். நம்மாழ்வார் கூறுவது போல "வாமனன் மண்" இது. இந்த உண்மையை அவனுக்கு உணர்த்தத் திருமால் குள்ளனாக வடிவெடுத்து வந்தான். தவஞ்செய்ய மூன்றடி மண் வேண்டுமென அவனிடம் பெருமான் யாசகம்

கேட்டான். ஒத்துக்கொண்ட மாவலி நீரைத் தாரை வார்த்துக் கொடுத்தான். விசித்திரக் குள்ளன் இப்போது திரிவிக்கிரமனாக நெடுநெடுவென வளர்ந்தான். தன் திருவடியின் ஓரடியால் மண்ணுலகத்தையும் மற்றோர் அடியால் விண்ணுலகத்தையும் அளந்து முடித்துவிட்டு, மூன்றாவது அடி அளக்க இடமில்லாததால் பெருமான் மூன்றாவது அடியை மாவலியின் தலையில் வைத்து, அவனின் செருக்கை அழித்துப் பாதாள உலகிற்கு அனுப்பி அருள் செய்தான்.

இந்தக் கதை தமிழகத்தில் நிலவிவந்த கதையாகும். இதனை இளங்கோவடிகள்,

"மூவுலகும் ஈரடியான் முறைநிம்பா வகை முடியத்
தாவிய சேவடி சேப்பத், தம்பியொடும் கான் போந்து
சோவரணும் போர் மடியத் தொல்லிலங்கை கட்டழித்த
சேவகன் சீர் கேளாத செவியென்ன செவியே
திருமால்சீர் கேளாத செவியென்ன செவியே"

என்று ஆய்ச்சியர் குரவைப் பகுதியில் பாடுகிறார். இதில் உலகமளந்தவனும், தம்பி இலக்குவனோடு கானகம் சென்று இலங்கையை அழித்தவனும் திருமால்தான் என்றும் அடிகளார் கூறுகின்றார்.

இந்த மண் அளந்த கதை பொய்கையாழ்வாருக்குப் பிடித்த கதையாகும். இக்கதையை நாலாயிரத்தில் முதன்முதலில் பதிவு செய்தவர் இவர் தான்.

பொய்கையாருக்குப் பின் வந்த திருமழிசையாழ்வார், பெரியாழ்வார், ஆண்டாள், நம்மாழ்வார் முதலிய ஆழ்வார்களும் இக்கதையைக் கூறுகின்றனர்.

"அடியும் படி கடப்பத், தோள் திசை மேல் செல்ல,
முடியும் விசும்பு அளந்தது என்பர் - வடி உகிரால்
ஈர்ந்தான் இரணியனது ஆகம், இருஞ்சிறைப்புள்
ஊர்ந்தான், உலகு அளந்த ஞான்று." -2098

இரணியனின் மார்பைக் கூரிய நகங்களாலே கிழித்தெறிந்தவனும், பெரிய சிறகுகளையுடைய கருடன்

மேல் வருபவனுமாகிய திருமால், உலகளந்தபோது அவனின் ஒரு திருவடி மண் அளந்தது, திருத்தோள்கள் திசைகளில் பரவிச் சென்றன, திருவடி மேலுலகத்தை அளந்தது என்று சொல்கிறார்கள். அதைக் காணும் பேறு எனக்குக் கிடைக்கவில்லையே! இப்படி இவர் ஏங்குகிறார்.

"கொண்டானை அல்லால், கொடுத்தாரை யார் பழிப்பார்?
'மண் தா' என இரந்து மாவலியை - ஓண் தாரை
நீர் அங்கை தோய, நிமிர்ந்திலையே நீள் விசும்பில்
ஆரம் கைதோய அடுத்து? " -2160

பெருமான் குள்ள வடிவத்தில் (வாமனன்) மாவலியிடம் வந்தான். மூன்றடி மண்ணை எனக்குத் தா என்று அவனிடம் யாசித்தான். அவனும் மறுக்காது ஒத்துக்கொண்டு நீரைத் தாரை வார்த்தான். பெருமானின் திருக்கையில் நீர் பட்டதும் அவன் வானளாவ நெடிதோங்கி வளர்ந்தான். அவனின் திருவடியைப் பிரம்மன் முதலியோர் தொட்டு வணங்கினர். வாமனனின் பொருளைத் தனதாகக் கொண்ட மாவலியை யாரும் பழிப்பதில்லை. ஆனால் தன் பொருளைத் தனதாக்கிக் கொண்ட பெருமானை எல்லோரும் பழிக்கிறார்களே. இது எந்த வகையில் நியாயம்?

வாமனன் வடிவத்தில் மாவலியிடம் பெருமான் யாசகம் பெற்று, அவன் தலையில் கால் வைத்து அவனை மண்ணில் அழுத்தியது தவறு என்ற பேச்சு இவர் காலத்தில் இருந்திருக்கிறது. அதற்கு விடையாக இப்பாசுரத்தை இவர் பாடியுள்ளதாகக் கருதலாம்.

"சேவடியை நீட்டித் திசை நடுங்க, விண்துளங்க
மாவடிவில் நீ அளந்த மண்." -2090

திருமால் செந்தாமரை போன்ற திருவடிகளை நீட்டி உலகில் உள்ளவர்களும், விண்ணவர்களும் நடுநடுங்கும் படியாகப் பெரிய வடிவத்தோடு அளந்தான்.

மண்ணை அளக்கப் பெருமான் காலை நீட்டியதும் திசைகள் நடுங்கின. விண்ணும் நடுங்கிவிட்டது. பெருமானின் வடிவம் நீள ஆரம்பித்தது. அதற்கேற்ப

உடம்பு பருத்துக்கொண்டே போயிற்று என்று இவர் வியந்து பேசுகின்றார்.

"பார் அளவும் ஓர் அடி வைத்து, ஓர் அடியும் பார் உடுத்த
நீர் அளவும் செல்ல நிமிர்ந்ததே?;
........................அறிகிலேன்
நீ அளவு கண்ட நெறி." -2084

திருமால் ஒரு திருவடியால் பூமிப் பரப்பு முழுவதையும் அளந்தான். மற்றொரு திருவடியால் கடல் நீர்ப்பரப்பு முழுவதையும் அளந்தான். ஓங்கி உலகளந்தவனே! நீ உலகளந்த விதத்தை அறிந்துகொள்ளும் அறிவுடையவன் அல்லன் நான்.

அளப்பது என்றால் அடிமேல் அடியெடுத்து வைப்பார்கள். ஆனால் இவனோ நின்ற நிலையிலேயே அளந்துவிட்டானே என இவர் வியக்கின்றார்.

மனிதர்கள் ஆணவம் கொள்ளக்கூடாது. வாமனனின் மண்ணைத் தம் மண்ணாகக் கருதக்கூடாது. இந்த மண்ணும் விண்ணும் வாமனனுக்கே உரியது.. இந்த உண்மைகளை உணர்த்தத்தான் இக்கதையை ஆழ்வார்கள் பயன்படுத்தி யுள்ளனர். திருமழிசையாழ்வார் திருச்சந்த விருத்தத்தில்,

"அறிந்து அறிந்து வாமனன் அடியிணை வணங்கினால்
செறிந்து எழுந்த ஞானமொடு செல்வமும் சிறந்திடும்" -0825

மேன்மைமிக்க வாமனனின் அடியிணைகளை வணங்கினால் ஞானமும், செல்வமும் பெருகும் என்று திருமழிசையார் ஓங்கி உலகளந்த கதைக்கு மேலும் அழகு சேர்க்கிறார்.

கைந்நாகம் காத்த கதை

கஜேந்திரன் யானை தாமரைப் பூக்களால் திருமாலைத் தினமும் வழிபட்டு வந்தது. ஒருநாள் இந்த யானையின் காலைப் பற்றி ஒரு முதலை இழுக்கத் தொடங்கியது. அஞ்சிய யானை கதறியது. பெருமான் காதில் அது ஆதிமூலமே என்று கேட்டது. உடனே பெருமான் கருடன் மீது வந்து, சக்ராயுதத்தைச் செலுத்தி முதலையைக்

கொன்று யானையைக் காப்பாற்றினான். கஜேந்திரன் யானை தன் கையிலுள்ள தாமரையைப் பெருமானுக்குப் படைத்து, தன் இறைப்பணியை நிறைவேற்றிக் கொண்டது. இக்கதை இவர் காலத்தில் வழக்கில் இருந்த கதையாகும். அதனைப் பொய்கையார் நாலாயிரத்தில் முதன் முதலில் பயன்படுத்துகிறார்.

"இறையும், நிலனும், இருவிசும்பும், காற்றும்,
அறைபுனலும், செந்தீயும், ஆவான் - பிறை மருப்பின்
பைங்கண்மால் யானை படுதுயரம் காத்து அளித்த,
செங்கண்மால் கண்டாய் தெளி." -2110

பெருமான் இறைவனாகவும், நிலம், வானம், காற்று, நீர், நெருப்பு ஆகிய ஐந்து பூதங்களாகவும் விளங்குபவன். பிறைச்சந்திரனைப் போன்ற தந்தங்களை உடையதும், பசுமை பூத்தது போல் தோன்றும் கண்கள் உடையதுமான கஜேந்திரன் என்ற பெரிய யானை பட்ட துன்பத்தை நீக்கிக் காத்தருளியவன் செந்தாமரை போன்ற கண்களை உடைய திருமால் ஆவான். நெஞ்சமே! நீ இதனைத் தெரிந்து கொள்.

திருமால் இறைவன் மட்டுமல்லன். நிலம், வானம், காற்று, நீர், நெருப்பு ஆகியவற்றின் அதிபதியும் அவன் தான். இருப்பினும் கூப்பிட்ட குரலுக்கு ஓடிவரும் எளிமை யானவன் அவன். ஒரு யானை கூப்பிட்டதற்கே ஓடி வந்து அதனை அழிவிலிருந்து காப்பாற்றிய இரக்கம் மிக்கவன் அவன். அதனால் பிரச்சினைகள், சிக்கல்கள் வரும்போது பெருமானைக் கூப்பிடுங்கள் என இவர் அறிவுறுத்து கின்றார். இந்த யானை பிறைச் சந்திரனைப் போன்ற தந்தங்களை உடையது என்றும், பசுமை பூத்தது போன்ற கண்களை உடையது என்றும், உருவத்தால் பெரியது என்றும் இறைவனால் காப்பாற்றப்பட்ட யானையின் அழகைக் கூறி, பெருமானே அதன் அழகை இரசித் திருப்பான் என்று பொய்கையார் உணர்த்துகின்றார்.

"வாரி சுருக்கி மதக்களிறு ஐந்தினையும்
சேரி திரியாமல் செந்நெறீஇ - கூரிய
மெய்ஞ் ஞானத்தால் உணர்வார் காண்பரே மேல் ஒருநாள்
கைந்நாகம் காத்தான் கழல்." -2128

மதம் பிடித்த ஐந்து யானைகள் போன்ற ஐம்பொறி களையும், ஐம்புலன்கள் வழிச் செல்லாமல் இழுத்துப் பிடித்துக், கண்ட கண்ட இடங்களில் திரியவிடாமல் செம்மையாக நிலை நிறுத்தி, உண்மையான ஞானத்தால் பெருமானை உள்ளபடி உணர வல்லவர்கள் முன்பொரு காலத்தில் கஜேந்திரன் யானையைப் பாதுகாத்தவனான பெருமானுடையத் திருவடிகளைக் கண்டு அனுபவிக்கப் பெறுவர்.

ஐம்புலன்களை அடக்கி, செம்மையாக நிலை நிறுத்தினால் ஞானம் கூர்மையாகும். இத்தகைய மெய்யான ஞானத்தைப் பெற்றவர்கள் கஜேந்திரனைக் காப்பாற்றிய பெருமானின் திருவடிகளைக் கண்ணாரக் காண முடியும் என்கிறார் பொய்கையார்.

பெருமானின் திருநாமத்தை உச்சரித்துக் கொண்டே இருந்தால் புலனடக்கமும், ஞானமும் எளிதில் கைகூடும். அவனை அடைய எளியவழி இதுவே என இவர் கூறுகின்றார்.

"இடர் ஆர் படுவார்? எழு நெஞ்சே! வேழம்
தொடர்வான் கொடுமுதலை சூழ்ந்த - படம் உடைய
பைந்நாகப் பள்ளியான் பாதமே கைதொழுதும்
கொய்ந்நாகப் பூம்போது கொண்டு." -2159

மனமே! பெருமான் கஜேந்திரன் யானையை விழுங்கத் தொடர்ந்து வந்த முதலையைத் தப்பிப் போகாதபடிக் கொன்றவன். அவன் ஆதிசேடனைப் படுக்கையாக உடையவன். அவனது திருவடிகளை அழகிய புன்னை மலர்களைக் கொண்டு தொழுவோம். அவனுக்கு இவ்வாறு அடிமை செய்யாமல் துன்பத்தை அனுபவிக்க யாரால் முடியும்? என்னால் முடியாதப்பா.

கஜேந்திரன் யானை முதலை வாயில் சிக்கிய நிலையி லும் பெருமானுக்குப் படைக்கப் பறித்து வைத்திருந்த மலரைக் கீழே விடவில்லை. பெருமானால் காப்பாற்றப் பட்டதும் யானை அவன் திருவடிகளில் பூவை இட்டுத் தன் நோன்பை நிறைவேற்றிக் கொண்டது. இதை நினைவில்

கொண்டு தான் இவர் பெருமானின் திருவடிகளைப் புன்னைப் பூக்களைக் கொண்டு தினமும் தொழுவோம் என்று கூறுகின்றார். பெருமானை நாள்தோறும் பூக்களால் வழிபட்டால் இடர்கள் - துன்பங்கள் நீங்கும் என்று இவர் தன் நெஞ்சுக்குக் கூறுவதுபோல் நமக்குக் கூறுகிறார்.

பொய்கையாழ்வார் காலத்தில் வாழ்ந்த பேயாழ்வாரும் இக்கதையைக் கூறுகிறார்.

"....................................குட்டத்துக்
கோள்முதலை துஞ்சக் குறித்தெறிந்த சக்கரத்தான்
தாள் முதலே நங்கட்குச் சார்வு." -2380

பெரியாழ்வாரும் இக்கதையைப்

"பதக முதலை வாய்ப்பட்ட களிறு
கதறிக் கைகூப்பி என் கண்ணா! கண்ணா! என்ன
உதவப் புள் ஊர்ந்து அங்கு உறுதுயர் தீர்த்த
அதகன் வந்து அப்பூச்சி காட்டுகின்றான்." -0126

என்று குறிப்பிட்டுப் பேசுகின்றார்.

பெருமான் எளிமையானவன். கூப்பிட்ட குரலுக்கு ஓடி வருபவன். துன்பங்கள், பிரச்சினைகள் வரும்போது நம்பிக்கையுடன் அவனை அழையுங்கள். அவன் வந்து அருள் செய்வான். பெருமானின் நாமத்தை உச்சரித்துக் கொண்டே இருந்தால் புலனடக்கமும், ஞானமும் கைகூடும். இப்படி ஓர் எளிய வழி உள்ளது. அதை அடியவர்கள் பயன்படுத்திக் கொள்ள வேண்டும். கஜேந்திரன் யானை உயிர் போகும் நெருக்கடி வந்த நிலையிலும் அவனுக்காகப் பறித்து வைத்தத் தாமரைப் பூவைக் கீழே விடவில்லை. பெருமான் காப்பாற்றியதும், அவன் திருவடிகளில் பூவைப் படைத்துத் தன் நித்தியப் பூஜையை நிறைவு செய்தது என இவர் கூறி, பெருமானுக்குப் புத்தம் புதுப் பூக்களைத் தினமும் சமர்ப்பித்துத் தவறாமல் இறைப்பணி செய்யக் கூறுகிறார். இப்படி வழிபட்டால் இடர்கள், பிரச்சினைகள் தீரும் என்பதும் இக்கதை வழி இவர் அறிவுறுத்தும் கருத்துக்களாகக் கொள்வோம்.

அரனும், நாராயணனும்

வைணவ பக்தி இயக்கக் கால முன்னோடி பொய்கை யாழ்வார் ஆவார். இக்காலகட்டத்தில் சைவமும் வைணவமும் தழைத்து வளர ஆரம்பித்தன. இவர்கள் தங்களுக்குள் வேறுபாடுகளை மறந்து ஒற்றுமையாகச் செயல்பட்டதால் தான், தமிழகத்தை ஆட்டிப்படைத்துக் கொண்டிருக்கும் சமண புத்த மதங்களின் செல்வாக்கை ஒடுக்கவும், குறைக்கவும், விரட்டியடிக்கவும் முடியும் என்ற உண்மையைப் புரிந்து கொண்டனர். இதற்காக அக்காலப் பெரியோர்கள் பாடுபட்டனர்.

பொய்கையார் நாராயணனையும் சிவனையும் ஒன்றாகவே கருதுகின்றார். சமயக்காழ்ப்பு இவரிடம் கொஞ்சமும் இல்லை. இந்த முதலாழ்வார் தன் உள்ளத்தில் பதிந்த திருமாலையும் சிவனையும் வேறுபாடு அற்ற மனநிலையில் பாடிப் பரவுகின்றார்.

"அரன் நாரணன் நாமம்; ஆன் விடை, புள் ஊர்தி;
உரை நூல், மறை; உறையும் கோயில் - வரை நீர்;
கருமம் அழிப்பு, அளிப்பு; கையது வேல், நேமி;
உருவம் எரி, கார்; மேனி ஒன்று." -2086

அரன், நாராயணன் என்பன இவர்களின் பெயர்கள். அரனின் வாகனம் எருது. நாராயணனின் வாகனம் கருடப்பறவை. சிவனைப் பற்றி உரைக்கும் பிரமாணங்கள் ஆகமநூல் எனப்படும். திருமாலைப் பற்றிய பிரமாணங்கள் வேதங்கள் எனப்படும். சிவனின் உறைவிடம் கைலாயமலை. திருமாலின் உறைவிடம் திருப்பாற்கடல். சிவனின் தொழில் அழிப்பது. திருமாலின் தொழில் அளிப்பது. சிவனின் கையில் சூலாயுதம் உள்ளது. திருமாலின் கையில் சக்கராயுதம் உள்ளது. சிவனது வடிவம் சிவந்த நெருப்பு நிறமாகும். நாராயணனின் உருவம் நீலமேகத்தின் நிறமாகும். ஆனால் இருவருக்கும் மேனி ஒன்றுதான்.

சிவனுக்கும் திருமாலுக்கும் மேனி ஒன்றுதான் என்பது இவரின் முடிவான கருத்தாகும். சிவனின் செம்மேனியும், திருமாலின் நீலத்திருமேனியும் வேறு வேறு அல்ல.

இரண்டும் ஒன்றுதான் என்பதனை "உருவம் எரி, கார்; மேனி ஒன்று." என்று இவர் ஓங்கிக் கூறுகிறார். எல்லா வற்றையும் இரண்டிரண்டாகக் கூறிய பொய்கையார், மேனியைப் பற்றிக் குறிப்பிடும் போது மட்டும் இரு வருக்கும் மேனி ஒன்றே என்று அழுத்தமாகக் கூறுகிறார்.

கடவுள் ஒருவர்தான். அவர் திருமாலாக இருந்து அளிக்கிறார் - உயிர்களைப் பாதுகாக்கிறார். சிவனாக இருந்து அழிக்கிறார் - தீயவர்களை ஒழிக்கிறார் என்று இவர் கூறுகின்றார்.

திருமாலும் சிவனும் நிறத்தால் வேறுபட்டவர்கள். சிவனின் சிவந்த நிறம் அழித்தலின் அறிகுறியாகவும், திருமாலின் நீலமேக நிறம் அளித்தலின் அடையாள மாகவும் விளங்குகின்றன.

திருமால் தன் சக்கராயுதத்தை அடியாருக்கு அருள் செய்யவும் தீமைகளை அழிக்கவும் வைத்துள்ளார். அதனால் அதனை "அருள் ஆர் திருச் சக்கரம்" என்று வைணவர் போற்றுகின்றனர்.

"பொன்திகழும் மேனிப் புரிசடையம் புண்ணியனும்.
நின்று உலகம் தாய நெடுமாலும் - என்றும்
இருவர் அங்கத்தால் திரிவரேலும், ஒருவன்
ஒருவன் அங்கத்து என்றும் உளன்." -2179

பின்னிய சடைமுடியை உடைய அழகிய புண்ணிய மூர்த்தியான சிவனும், உலகங்களை எல்லாம் தாவி அளந்த திருமாலும் இருவேறு வடிவங்களைக் கொண்டு திரிவார் களேயானாலும் ஒருவனின் அங்கத்தில் மற்றொருவன் எப்போதும் இருக்கிறான். இவ்வாறு மற்றொரு பாசுரத்தில் இவர் கூறுகின்றார்.

பொய்கையார் காலத்தில் சைவ வைணவச் சண் டையோ, வேறுபாடுகளோ இல்லை என்ற உண்மையை இவரின் பாசுரங்களின் வழி அறிய முடிகின்றது. மேலும், இவரின் பரந்த உள்ளத்தையும் உணரமுடிகின்றது.

சிறப்புக்கள்

பொய்கையாருக்கென்று தனிப்பட்ட பெருமைகள் சில உள்ளன. அவற்றைக் காண்போம்.

1. ஆழ்வார்களில் முதல் ஆழ்வார் பொய்கையாழ்வார் ஆவார்.

2. "ஆதிகவி" என்ற சிறப்புப் பெற்றவர் இவர் மட்டுமே.

3. "பொய்கை பிரான்" என்றும் "கவிஞர் போரேறு" என்றும் முதலியாண்டான் இவரைச் சிறப்பித்துத் தனியன் பாடி உள்ளார்.

4. தமிழகப் பக்தி இயக்கக் காலத்தில் வைணவ பக்தி இயக்கத்தின் முன்னோடியாக இவர் திகழ்கின்றார். இவ்வியக்கத்திற்குக் கால்கோள் நாட்டியவர் என்ற பெருமை இவருக்கே உரியது ஆகும்.

5. திருக்கோவலூர்தான் ஆழ்வார்களால் முதன்முதலாக மங்களாசாசனம் செய்யப்பட்ட திவ்ய தலமாகும். அதிலும் பொய்கையார் திருக்கோவலூர் பெருமானை மங்களாசாசனம் செய்த

   "நீயும் திருமகளும் நின்றாயால், குன்று எடுத்துப்
   பாயும் பனிமறைத்த பண்பாளா - வாசல்
   கடைகழியா, உள்புகா, காமர் பூங்கோவல்
   இடை கழியே பற்றி, இனி." -2167

என்ற பாடலே முதல் பாசுரமாகும்.

6. இவர் பாடிய "வையம் தகழியா" (நா.தி. 2082) என்ற பாசுரமே நாலாயிர திவ்யப் பிரபந்தம் என்ற சிறந்த பக்தி இலக்கியத்திற்கு அடித்தளமிட்ட முதல் பாசுரமாகும். இதனால் இவர் வைணவ தீபத்தை ஏற்றிவைத்த பெருமைக்குரியவர் ஆகின்றார்.

7. இவர் பார்த்த தன் கால காஞ்சி மன்னனைப் பற்றி ஒன்றுமே கூறவில்லை - எந்த ஒரு குறிப்பும் அவனைப் பற்றித் தன் பிரபந்தத்தில் இவர் தரவில்லை. ஆனால்

கண்ணால் கண்ட இடைகழி ஆயனைப் பாடிப்பாடிப் பரவுகின்றார். (நா.தி. 2167)

8. வைணவ சமய வெறியோ, பிற சமயக் காழ்ப்போ இவரிடம் சிறிதும் இல்லை. சிவனையும் நாராயண னையும் ஒன்றாகவே இவர் கருதுகின்றார். (நா.தி. 2086, 2179)

9. கண்ணனைப் பற்றிய கதைகள்தாம் இவரைச் சிறு பிராயத்திலேயே வைணவத்துக்கு இழுத்து வந்திருக்க வேண்டும். அதனால்தான் இவரது 100 பாடல்களில் 18 பாசுரங்கள் கிருஷ்ணாவதாரம் பற்றியதாக உள்ளன. இராமாவதாரம் பற்றி 4 பாசுரங்கள்தான் இவர் பாடி யுள்ளார். கண்ணனைப் பற்றிய பிற செய்திகளையும் தெரிந்துகொள்ளும் ஆர்வத்தைத் தன்கால மக்களி டையே முதலில் உருவாக்கிய பெருமைக்குரிய ஆழ்வார் இவர்தான்.

10. இவரின் பெற்றோரைப் பற்றிய செய்திகள் எதுவும் கிடைக்கவில்லை. இவரைப் போலவே இவரை அடுத்து வந்த பூதத்தாழ்வார், பேயாழ்வார் ஆகியோரின் பெற்றோர் பற்றிய தகவல்களும் இல்லை. இவர்கள் பெற்றவர்களால் வளர்க்கப்படாதவர்கள் ஆவர். இதனால் இம்மூவரும் குலமுறை அறியப்படாத வர்களாக உள்ளனர். பெருமானின் அருளே இம்மூவரையும் வளர்த்துப் புகழ்பெறச் செய்தது எனலாம்.

11. இவர் 100 பாசுரங்கள் பாடியுள்ளார். அவை யாவும் நேரிசை வெண்பாவில் அமைந்துள்ளன. இவரைப் பின்பற்றி அடுத்து வந்த பூதத்தாழ்வாரும், பேயாழ் வாரும் நேரிசை வெண்பா யாப்பில் அவரின் பாணியிலேயே 100 பாசுரங்கள் பாடியுள்ளனர். இம்மூவரும் ஒரே காலகட்டத்தில் வாழ்ந்தவர்கள் என்பதை உறுதிசெய்ய இதுவும் ஒரு கருவியாக அமைந்துள்ளது.

12. ஒரு பாடலின் இறுதி அடுத்தப் பாடலின் ஆரம்பம் ஆகுமாறு பாடல் பாடுவதை அந்தாதித் தொடை என்பர். இவர் தன் 100 பாடல்களையும் அந்தாதியாகப் பாடியுள்ளார். படிப்போர் நினைவில் வைக்கவும், திரும்பச் சொல்லவும், நூலில் இடைச்செருகல்கள் சேராமல் தடுக்கவும் இம்முறை பயன்படும். இந்த முறையை இவரை அடுத்து வந்த பூதத்தாழ்வார், பேயாழ்வார், திருமழிசையாழ்வார், நம்மாழ்வார் ஆகியோர் பின்பற்றினர். அந்தாதியாகப் பாசுரங் களைப் படைக்கும் ஓர் இலக்கிய மரபை வைணவத் திற்கு உருவாக்கித் தந்தவர் இவர்தான்.

13. பயன் கூறும் பாசுரத்தைப் பல சுருதி, திருநாமப் பாட்டு என்றெல்லாம் குறிப்பிடுவர். கடைசிப் பாடலில் பாடியவரின் பெயர், நூலின் பெயர், படித்தால் கிடைக்கும் பயன்கள் முதலியவை அதில் கூறப்படுவது வழக்கம். இவர் இதனைப் பாடவில்லை. இவரைப் போலவே பூதத்தாழ்வாரும், பேயாழ்வாரும் பயன் கூறும் பாசுரத்தைப் பாடவில்லை.

14. பொய்கையாரின் பிரபந்தம் “முதல் திருவந்தாதி” என்ற பெயரால் இன்று அழைக்கப்படுகின்றது. ஆனால் அவர் தன் பாசுரங்களைச் “சொல்மாலை” என்ற பெயரால் இரண்டு இடங்களில் (நா.தி. 2082, 2138) குறிப்பிடுகின்றார்.

15. சங்க இலக்கியமான பரிபாடல் தோன்றிய காலகட்டத் தில் திருமாலிருஞ்சோலை மலையே வைணவத் திருத்தலமாகப் பெரிதும் கொண்டாடப்பட்டு வந்தது. அடுத்துச் சிலப்பதிகாரக் காலத்தில் - கி.பி மூன்றாம் நூற்றாண்டில் திருமலை (திருவேங்கடம்) வைணவர் களால் பெரிதும் மதிக்கப்பட்டுப் புகழுடன் திகழ்ந்தது. பொய்கையாழ்வார் திருவேங்கடத்தையே அதிகம் பாடிப் பரவுகின்றார். 10 பாசுரங்களால் வேங்கட வனை இவர் மங்களாசாசனம் செய்துள்ளார். இவரை அதிகம் ஈர்த்தப் பெருமான் வேங்கடவனே எனக் கருதலாம். இவரைப் போலவே அடுத்து வந்த

பூதத்தாழ்வாரும், பேயாழ்வாரும் திருமலையையே அதிகம் பாடியுள்ளனர்.

16. இவர் வடமொழிச் சொற்களை அதிகம் பயன்படுத்தாமல் தவிர்த்துவிடுகின்றார். இதனைப் பின்பற்றி இவரை அடுத்து வந்த இரு ஆழ்வார்களும் (பூதத்தாழ்வார், பேயாழ்வார்) வடச்சொற்களைத் தவிர்த்து விடுகின்றனர். பன்னிரு ஆழ்வார்களில் இம்மூவரின் பாசுரங்களில் மட்டும்தான் வடசொற்கள் மிகக் குறைவாக உள்ளன.

17. திருமலையைக் குறிப்பிடும்போது இவர் "மனச் சுடரைத் தூண்டும் மலை" (நா.தி. 2107) என்று மிக அழகாகக் கூறுகின்றார். இச்சொற்றொடர் எக்காலத்துக்கும் பொருந்துவதாக அமைந்துள்ளது. மேலும் மிக ஆழமான உள்ளார்ந்த பொருள்கள் பலவற்றைக் கொண்டச் சொற்றொடராக இது இன்றும் விளங்குகிறது.

18. இவர் வைணவத்தை நிலைநாட்ட அயராது பாடுபட்ட போது கடலளவுத் துன்பங்களும், இடைஞ்சல்களும், பிரச்சினைகளும் சமண, புத்த மதத்தினரால் இவருக்கு ஏற்பட்டிருக்க வேண்டும். அவற்றைத்தான் "வையம் தகழியா" என்ற முதல் பாசுரத்தில் "இடராழி நீங்குகவே என்று" (நா.தி. 2082) இவர் குறிப்பிடுவதாகக் கொள்ளலாம்.

19. கதைகள் வழியாக நல்ல பல கருத்துக்களைப் பரப்பும் உத்தியை இவர் கையாளுகின்றார். உலகளந்த கதை, கஜேந்திர மோட்சம், கனி சாயக் கன்று எறிந்த கதை முதலியக் கதைகள் வழிப் பெருமானின் பெருமைகளை மக்களிடையே இவர் பரப்புகின்றார். இவர் முதல் ஆழ்வார் ஆனதால் இந்தக் கதைகளை நாலாயிர திவ்யப் பிரபந்தத்தில் முதலில் பதிவு செய்தவர் என்ற சிறப்பும் இவருக்கு அமைந்து விடுகின்றது.

20. இவர் சிலப்பதிகாரப் பயிற்சி மிக்கவர் என்பதை இவரின் பல பாசுரங்களால் அறிய முடிகின்றது.

21. தாயின் கருவில் இருக்கும்போதே திருவரங்கனின் அருள் தனக்குக் கிடைத்துவிட்டதாகக்

“கரு அரங்கத்துள் கிடந்து கைதொழுதேன், கண்டேன் ”
-2087

என்று இவர் பெருமையுடன் கூறுகின்றார். இருப்பினும் இவர் தாமரைப் பூவில் பிறந்ததாகக் கூறப்படுகின்றது. திருவேங்கடவனைப் பற்றி பல பாசுரங்கள் பாடிய பொய்கையார், திருவரங்கனைப் பற்றி இந்த ஒரு பாசுரம் மட்டுமே பாடி உள்ளதைப் பார்க்கும்போது வியப்பாக உள்ளது.

22. திருமலை, திருவெஃகா முதலிய பல திருப்பதிகளுக்கும் நேரில் சென்று பெருமானை வழிபட்ட இவர், திவ்ய தேச யாத்திரை செய்யவேண்டும் என்ற எண்ணத்தை அடியார்களின் உள்ளங்களில் உருவாக்குகின்றார்.

23. ஓர் ஆழ்வாரின் பாசுர வரிகளை அப்படியே இரண்டு ஆழ்வார்கள் பயன்படுத்திய பெருமை பொய்கை யாழ்வாருக்கு மட்டுமே உள்ளது.

“உளன் கண்டாய், நன்னெஞ்சே! உத்தமன்; என்றும்
உளன் கண்டாய்; உள்ளுவார் உள்ளத்து - உளன் கண்டாய்.”
-2180

இவரின் இப் பாசுர வரிகளைப் பேயாழ்வார் (நா.தி. 2321), திருமழிசையாழ்வார் (நா.தி. 2467) ஆகிய இருவரும் அப்படியே பயன்படுத்தி உள்ளனர்.

24. நாராயண நாமத்தின் மேன்மையைத் தமிழ்நாட்டில் பரப்பப் பாடுபட்டவர்களில் முன்னோடி இவர். இந்நோக்கத்தோடு இவர் பல பாசுரங்களைப் பாடிவைத்துள்ளார். (நா.தி. 2138, 2162, 2176).

25. பொய்கையார் இராமனைப் பற்றி புதியதொரு செய்தியைத் தன் பிரபந்தத்தில் கூறுகிறார். திருமால் பிரமனின் மடியில் ஒருசமயம் குழந்தையாக அமர்ந்திருந்தார். அப்போது அங்கு வந்த இராவணன் பிரமனின் பாதங்களைப் பணிந்து வரங்கள்

வேண்டினான். அந்நேரத்தில் குழந்தை வடிவிலிருந்த பெருமான் இராவணனின் பத்துத் தலைகளையும், தன் சின்னப் பாதங்களினால் ஒன்று, இரண்டு என எண்ணினார். இந்த நிகழ்ச்சியைப் பொய்கையாழ்வார் தான் முதலில் பதிவு செய்கிறார்.

"மாதவத்தோன் தாள் பணிந்த வாள் அரக்கன் நீள் முடியை
பாதம் அத்தால் எண்ணினான்........................" -2126

இந்த நிகழ்ச்சி வால்மீகியின் இராமாயணத்திலோ, கம்பராமாயணத்திலோ இல்லை. இவர்தான் முதலில் கூறுகிறார். இந்தக் கதையைப் பேயாழ்வார் மூன்றாம் திருவந்தாதியில் 77 ஆம் பாசுரத்திலும் (நா.தி. 2158), திருமழிசையாழ்வார் நான்முகன் திருவந்தாதியில் 44 ஆம் பாசுரத்திலும் (நா.தி. 2425) பயன்படுத்துகின்றனர்.

26. பொய்கையாரின் ஞானபக்தியில் ஞானம் அதிகம் என்றும், பூதத்தழ்வாரின் ஞானபக்தியில் பக்தி அதிகம் என்றும் பெரியோர் கூறுகின்றனர். இக் கருத்து மிகப் பொருத்தமாக உள்ளது.

27. திருமாலின் அருள்தான் ஒவ்வொருவருக்கும் தேவை. பிறரது உதவி தேவை இல்லை என்ற கருத்தை இவர் வலியுறுத்திக் கூறுகின்றார்.

"நல்லான் அருள் அல்லால், நாமநீர் வையகத்துப்
பல்லார் அருளும் பழுது." -2096

28. பன்னிரு ஆழ்வார்களில் பொய்கையாழ்வார் முதல் ஆழ்வாராக இருந்தும் இவரது பாசுரம் நாலாயிர திவ்யப் பிரபந்தத்தில் 2082 ஆம் பாடலாகத்தான் ஆரம்பமாகிறது. இரண்டாம் ஆழ்வாராகிய பூதத்தாழ் வாரின் பாசுரம் 2182 ஆகவும், மூன்றாம் பேயாழ்வாரின் பாசுரம் 2282 ஆகவும் ஆரம்பமாகின்றன. நாலா யிரத்தில் பாதிக்கு மேல்தான் இவர்களின் பாசுரங்கள் தொடங்குகின்றன.

29. திருமாலின் திருநாமத்தைச் சொல்லுவதே வேதங்களின் சாரம் என்பதால் இவர் திருநாமங்களைச்

சொல்லி சமயநெறி காட்டுகின்றார். மேலும் இவர் திருவடிப் பெருமையைப் போற்றுவதன் மூலம் வழிபாட்டு நெறியையும் காட்டுகின்றார்.

30. தாம் அனுபவித்த இறை இன்பத்தை - இறை அனுபவத்தைப் பிறரும் அனுபவித்து நற்பேறு பெற வேண்டும் என்ற பெருங்கருணை உணர்வோடு பொய்கையார் பாடி உள்ளமையைப் பாசுரந்தோறும் உணரமுடிகிறது.

31. **"வெள்ளத்தின் உள்ளானும் வேங்கடத்து மேயானும்**
உள்ளத்தின் உள்ளான் என்று ஓர்" -2180

ஞானப்பொய்கையாக விளங்கும் பொய்கையார் உலகோருக்கு ஓங்கி உரைக்கும் கருத்தாக - அவர் விட்டுச் சென்ற ஒப்பற்ற கருத்தாக இதனைக் கொள்வோம்.

நிறைவு

ஆயிரத்து நானூறு ஆண்டுகளுக்கு முன் வாழ்ந்த பெரியவர் பொய்கையாழ்வார். அவரின் வாழ்க்கை அனுபவங்களையும், வைணவத்தை முன் எடுத்துச்செல்ல அவர் மேற்கொண்ட முயற்சிகளையும், அருள்மிக்க சிந்தனைகளையும் இக்கட்டுரை வழி அறிந்தோம். அவரின் புகழைப் பரப்பப் பாடுபடுவோம்.

2. பூதத்தாழ்வார்

பன்னிரு ஆழ்வார்களுள் இரண்டாம் ஆழ்வாராகப் போற்றப்படுபவர் பூதத்தாழ்வார் ஆவார். முதலாழ்வார் மூவரில் இரண்டாவதாக விளங்குபவர் இவர். தமிழகத்தில் வைணவத்தை நிலை நிறுத்த பாடுபட்ட ஞானியருள் குறிப் பிடத்தகுந்தவர் இவர். ஆயிரத்து நானூறு ஆண்டுகளுக்கு முன் வாழ்ந்த பூதத்தாரின் வாழ்வும், வாக்கும், சிந்தனை களும் இக்காலத்தவருக்கு மிகவும் பயன்படும் வகையில் அமைந்துள்ளன.

வரலாறு

பூதத்தாழ்வார் மாமல்லபுரம் என்ற துறைமுகப் பட்டினத்தில் பிறந்தார். கடல்மல்லை என்ற மாமல்லபுரம் 1400 ஆண்டுகளுக்கு முன் மிகவும் புகழ்பெற்றுத் திகழ்ந்தது.

இவர் அங்குள்ள குருக்கத்திப் பந்தரில் ஒரு குருக்கத்தி மலரில் பிறந்ததாகக் கூறுகின்றனர்.

பொய்கையாழ்வார் தாமரைப் பூவிலும், பூதத்தாழ்வார் குருக்கத்தி மலரிலும், பேயாழ்வார் செவ்வல்லிப் பூவிலும் தோன்றினார்கள் என்கின்றனர்.

முதலாழ்வார்கள் என்று போற்றப்படும் இம்மூவரும், மூன்று வகை மலர்களில் பிறந்ததாகக் கூறப்படுகின்றது. அதற்கிணங்க இம்மூவரின் பாசுரங்களும் வாடாத மலர்களாகத் தமிழில் திகழ்கின்றன.

பொய்கையார் பிறந்த மறுதினம், ஐப்பசி மாதம் அவிட்ட நட்சத்திரத்தில் பூதத்தாழ்வார் பிறந்தார். இவரைத் திருமாலின் கௌமோதகி என்ற கதாயுதத்தின் அம்சமாகப் புகழ்கின்றனர். சமண, புத்த சமயத்தவரின் தாக்குதல்களி லிருந்து வைணவத்தைக் காத்தமையால் இவரைக் கதாயுதமாகக் கொண்டாடுகின்றனர் எனக் கருதலாம்.

இவர்களைப் பெருமைப் படுத்துவதற்காகவும், சிறப்புச் செய்வதற்காகவும், மேன்மையை உலகறிய உணர்த்து வதற்காகவும் இம்மூவரும் மலர்களில் பிறந்தார்கள் என்று பெரியவர்கள் கூறியிருப்பார்கள் என்று தோன்றுகிறது. இம்மூவரின் பாசுரங்களிலும் தாங்கள் மலர்களில் பிறந்த தாக இவர்கள் யாருமே கூறவில்லை. ஆக, பெற்றவர்களால் வளர்க்கப்படாமல், தாமாகவே பல இன்னல்களை அனுபவித்து இவர்கள் வளர்ந்திருக்க வேண்டும். பரமனின் பேரருளால் இவர்களுக்கு நிறைந்த ஞானம் கிடைத்தது. தாம் பெற்ற ஞானத்தால் வைணவத்தை இந்த மண்ணில் இவர்கள் நிலை நிறுத்தினார்கள்.

வெவ்வேறு ஊர்களில் பிறந்த மூவரும் தனித்தனியாகத் திருக்கோவலூர் வந்து சேர்ந்தனர்.

திருக்கோவலூரில் பொய்கையாழ்வார் ஓர் இரவில் ஒரு வீட்டின் முன் போய் நின்றார். இருட்டும், மழைக்காலமும் ஆனபடியால் உள்ளே தங்க இடம் கிடைக்குமா எனக் கேட்டார். வீட்டின் சொந்தக்காரன் வீட்டின் இடைகழிக்கு

அவரை வரச் சொன்னான். பொய்கையார் உள்ளே சென்றார். இப்போது மழை பெரிதாகப் பெய்ய ஆரம்பித்து விட்டது. இந்நேரத்தில் பூதத்தாழ்வார் அங்கு வந்து மழைக்கு ஒதுங்க உள்ளே இடம் கிடைக்குமா என்று கேட்டார். உள்ளிருந்த பொய்கையார் இங்கு ஒருவர் படுக்கலாம், இருவர் என்றால் இருக்கலாம் என்று கூறி அவருக்கு உள்ளே இடம் கொடுத்தார். அடுத்து அங்கு வந்த பேயாழ்வார், தங்க இடம் கேட்க, ஒருவர் படுக்கலாம், இருவர் இருக்கலாம், மூன்று பேர் என்றால் நிற்கலாம் என்று சொல்லி அவரையும் உள்ளே சேர்த்துக் கொண்டனர். இவ்வரலாற்றைப் பொய்கையாழ்வாரில் பார்த்தோம்.

மூவரும் அந்த வீட்டின் இடைகழியில் மழை இருட்டில் நின்று கொண்டிருந்தபோது, நான்காவதாக மற்றொருவர் அங்கு நுழைந்து இவர்களை நெருக்கினார். யாரென்று இவர்கள் வினவியபோது, பதில் இல்லை. வந்தவரை அறிய பொய்கையார் இதுவரை யாரும் ஏற்றாத ஒரு புதிய தீபத்தை ஏற்றினார். "வையம் தகளியா" (2082) என்று கதிரவனை விளக்காக ஏற்றிப் பாடினார். அடுத்துப் பூதத்தாழ்வார்,

"அன்பே தகளியா, ஆர்வமே நெய்யாக,
இன்புருகு சிந்தை இடுதிரியா - நன்புருகி
ஞானச் சுடர்விளக்கு ஏற்றினேன் நாரணற்கு
ஞானத் தமிழ் புரிந்த நான்" -2182

என்று ஞானச் சுடர் விளக்கு ஏற்றுகின்றார். இப்போது வெளிச்சம் வந்துவிட்டது. இடைகழியில் இவர்களை நெருங்கியவன் மாயவன் என்ற உண்மையை மூவரும் உணர்ந்து கொள்கின்றனர்.

மூவரும் பாசுரங்களைப் பாடி வைணவத்திற்குப் புதியதொரு பாதையை உருவாக்கினார்கள்.

பூதத்தாழ்வார் ஞானச் சுடர் விளக்கால் - அன்பு விளக்கால் தான் கண்ட நாராயணனையும், திருமகளையும் தன் தாயும் தந்தையுமாகக் கொண்டு வாழ்ந்தார். அதனால்,

“திருமங்கை நின்று அருளும் தெய்வம் நா வாழ்த்தும்,
கருமம் கடைபிடிமின் கண்டீர்” -2238

என்கிறார் இவர். பெரியபிராட்டி நித்யவாசம் செய்யப்பெற்ற எம்பெருமானை நாவால் வாழ்த்துகிற செயலை உறுதியாகப் பற்றுங்கள் என்று இவர் அறிவுறுத்துகின்றார்.

பூதத்தார் தன் பாசுரங்களை ஞானத் தமிழ் என்கிறார். முதல் மூன்று ஆழ்வார்களின் பாசுரங்களுமே ஞானத் தமிழ்தான். இருப்பினும் இவரின் பாசுரங்களில் ஞானத்தை விட அன்பும், ஆர்வமும், இன்ப உணர்ச்சியும் ஒன்றை ஒன்று விஞ்சி நிற்பதைக் காணமுடிகின்றது.

பூதத்தாழ்வார் திருக்கோவலூரில் பொய்கையாரையும், பேயாரையும் சந்திப்பதற்கு முன் தனியாகத்தான் மாயவனின் பெருமையைப் பரப்பி வந்தார். தன்னை மறந்து ஆடியும், பரமன் புகழ் பாடியும் சுற்றி வந்த இவரைக் கண்ட வர்கள் அதோ பூதம் போகிறது என்று சொல்லும்படி வாழ்ந்ததாகக் கூறுவார்கள்.

மூவரும் சந்தித்தபின் பல திவ்ய ஸ்தலங்களுக்கும் சேர்ந்து சென்று வைணவத்தைப் பரப்பியதாகவும், நெடுங்காலம் வாழ்ந்ததாகவும் கருதுகின்றனர்.

பொய்கையார் பாசுரங்களில் ஞானத்தையும், பூதத்தார் பாசுரங்களில் பக்தியையும், பேயாழ்வார் பாசுரங்களில் வைராக்கியத்தையும் காணலாம் என்பர்.

பொய்கையாழ்வார் 6 திருத்தலங்களையும், பூதத்தாழ் வார் 13 திருத்தலங்களையும், பேயாழ்வார் 15 திருத்தலங் களையும் மங்களாசாசனம் செய்துள்ளனர்.

முதலாழ்வார் மூவரும் திருவரங்கத்தைவிட திருவேங்கடம் பற்றியே அதிகம் பாடியுள்ளனர். பூதத்தார் திருவரங்கம் பற்றி 4 பாசுரங்களும், திருவேங்கடம் பற்றி 10 பாசுரங்களும் பாடியுள்ளார். இதனால் திருவேங்கடவனே இவரை அதிகம் ஈர்த்தவர் எனக் கொள்ளலாம்.

காஞ்சிபுரத்துத் திருவெஃகாவில் பிறந்த பொய்கை யாழ்வாரும், மாமல்லபுரத்தில் பிறந்த பூதத்தாழ்வாரும்,

மைலாப்பூரில் பிறந்த பேயாழ்வாரும் திருக்கோவலூரில் முதன்முதலில் சந்தித்தனர் என்றும், இவர்கள் மூவரையும் திருமழிசையாழ்வார் திருவல்லிக்கேணியில் சந்தித்தார் என்றும், குருபரம்பரைச் செய்திகள் கூறுகின்றன. எனவே இவர்கள் நால்வரும் சமகாலத்தவர் எனக் கருதலாம்.

பூதத்தார் பாடிய 100 பாடல்களும் இரண்டாம் திருவந்தாதி என்ற பெயரால் இன்று குறிப்பிடப்படுகின்றன. இத்திருவந்தாதி 100 வெண்பாக்களைக் கொண்டுள்ளது. அந்தாதித் தொடையாக இவர் பாடல்களைப் பாடி யுள்ளார். பொய்கையாழ்வாரும், பேயாழ்வாரும் இதே முறையில்தான் பாடி உள்ளனர்.

காலம்

பூதத்தாழ்வார் கி.பி. 539 இல் பிறந்ததாக M.M.கோவிந்த சாமி கூறுகின்றார். டாக்டர் S. குலசேகரன், டாக்டர் அ.அ.மணவாளன் ஆகியோர் கி.பி. ஆறாம் நூற்றாண்டில் இவர் வாழ்ந்ததாகக் கூறுகின்றனர்.

வெண்பா யாப்பு, பாடல்களின் செறிவான நடை, வடசொல் கலப்பு அதிகம் இல்லாமை, பக்தி இயக்க முன்னோடிகளில் ஒருவராகத் திகழ்ந்தமை ஆகியவற்றால் இவர் ஆறாம் நூற்றாண்டில் வாழ்ந்தவர் எனக் கொள்ள லாம்.

திருமாலின் திருவடிகள்

பூதத்தாழ்வார் பெருமானின் திருவடிச் சிறப்புக்கள் பற்றி நிறைய கருத்துக்களைக் கூறுகின்றார்.

நரசிங்கமாகி இரணியனைப் பிளந்து ஒழித்த அழகனின் திருவடிகளே மண்ணில் வாழ்வோருக்கு அமுதமாகும். இதனை இவர்

"சிங்கமாய்க் கீண்ட திருவன் அடி இணையே,
அம்கண் மாஞாலத்து அமுது" -2265

என்கிறார்.

வணங்கும் முறை

பெருமானின் திருவடிகளைப் பூக்களால் அழகு செய்து, சிற்றஞ்சிறு காலைப் பொழுதிலேயே கைகூப்பி வணங்க வேண்டும்.

"மாலை அரி உருவன் பாதமலர் அணிந்து
காலை தொழுது எழுமின் கைகோலி" -2228

அழகிய குராமலர்களைக் கொண்டு பெருமானின் திருவடிகளைத் தினமும் வணங்க வேண்டும். இப்படி வணங்கினால் பெருமானின் மணி உருவத்தை - திருமேனியைக் காணும் பெரும் பேற்றைப் பெறலாம்.

"பிரான் என்றும், நாளும் பெரும் புலரி என்றும்
குராநல் செழும்போது கொண்டு, - வராகத்து
அணி உருவன் பாதம் பணியும் அவர் கண்டீர்,
மணி உருவம் காண்பர் மகிழ்ந்து" -2212

பெருமானின் திருவடிகளைத் தூபம் கொண்டும், நல்ல மணமிக்க மலர்களைக் கொண்டும், மெய்யான அன்புடன் துதிக்க வேண்டும். உள்ளத்தால் அவனுக்கு அடிமை ஆக வேண்டும்.

"புகையால், நறுமலரால், முன்னே - மிக வாய்ந்த
அன்பு ஆக்கி ஏத்தி அடிமைப்பட்டேன்" -2215

பெருமானின் சிவந்த திருவடிகளில் அழகான தாமரைப் பூக்களை, அன்போடு தூவவேண்டும். (நா.தி. 2246)

மலைச் சந்தனத்தின் குழம்பையும், நல்ல ஆபரணங் களையும், பட்டு ஆடைகளையும், மணமிக்க மலர்களையும் முதலில் சேகரிக்க வேண்டும். அதன்பின் எல்லா உலகங் களுக்கும் தலைவனான, எல்லாம் அறிந்த பெருமானின் செந்தாமரைத் திருவடிகளை வாயாரத் துதித்துத் தலையார வணங்கவேண்டும்.

"வரைச் சந்தனக் குழம்பும், வான்கலனும், பட்டும்,
விரைப் பொலிந்த வெண்மல்லிகையும் நிரைத்துக் கொண்டு,
ஆதிக்கண் நின்ற அறிவன் அடி இணையே
ஓதிப் பணிவது உறும்" -2257

நமக்குத்தான் வயதாகவில்லையே, வயதான பின்பு பெருமானின் திருவடிகளை வணங்கலாமே என்று ஒருவரும் நினைக்கக் கூடாது. ஒரு காலகட்டத்தில் சளி உடலைச் சுருங்கச்செய்து, உடல் முழுதும் நிறைந்து நின்று நெருக்கித் துன்புறுத்தும். அதனால் அதற்கு முன்பே, மலர்மகள் விளங்கும் திருமார்பை உடைய பெருமானின் திருவடிகளை நினைக்க வேண்டும். எல்லாம் அறிந்தும் அறியாதவர்களாக ஆக்கவல்ல ஐம்பொறி இன்பங்களை நுகர்வதால் எந்த ஒரு பயனும் இல்லை. இதனைச்

"சுருக்காக வாங்கிச் சுலாவிநின்று, ஐயார்
நெருக்காமுன், நீர் நினைமின் கண்டீர் - திருப்பொலிந்த
ஆகத்தான் பாதம்; அறிந்தும் அறியாத
போகத்தால் இல்லை பொருள்" -2221

என்று இவர் கூறுகிறார்.

ஒரு நிலையில் சளி கூடுதலாகி உடலைச் சுருக்கி நெருக்கடிகள் தந்து துன்புறுத்தும். உயிரைப் போகச் செய்யும் அந்தச் சளி. அதற்கு முன்பே, திருவடிகளைப் பணியவேண்டும். ஐம்பொறிகள் வழி அனுபவிக்கும் போகத்தால் எந்தப் பயனும் இல்லை. இந்த யதார்த்த உண்மையை எப்போதும் நினைவில் கொள்ளவேண்டும்.

இதனால் இளமைப் பருவத்திலேயே பெருமானின் திருவடிகளை வணங்கி உய்திபெற இவர் வழி கூறுகிறார்.

பயன்

திருவடிகளை வணங்குவோர் பல்வேறு சிறப்புக் களையும், நலன்களையும் பெறுவார்கள்.

கஜேந்திரன் யானை பெருமானுக்குப் படைக்கப் பொய்கையில் இறங்கித் தாமரைப் பூவைப் பறித்தது. அப்போது முதலையின் வாயில் அது சிக்கியது. பெருமானுக்குப் பூவைப்படைக்க முடியாமல் போய் விடுமோ என யானை பதறி பெருமானின் திருவடிகளை வணங்கியது. அதனால்தான் யானை காப்பாற்றப்பட்டுத் தேவனின் பரமபதத்தை அடைந்தது. (-2194)

பெருமானின் திருவடிகளைக் கண்டு அனுபவிக்க வேண்டுமெனில் பரமனின் திருநாமங்களை இடை விடாமல் சொல்லித் துதிக்க வேண்டும்.

"பேர் ஓதி ஏத்தும் பெருந்தவத்தோர் காண்பரே
கார் ஓத வண்ணன் கழல்" -2187

திருவடிகளில் தாழ்ந்து, திருவருளைப் பெற்று, பேராசைக் கொள்ளாமல் தமது நிலைக்கு ஏற்றவாறு வாழவேண்டும் என்று நினைப்பவரைப் பெருமான் அருள் புரிந்து வாழவைப்பான்.

"தாழ்ந்து, வரங்கொண்டு, தக்க வகைகளால்
வாழ்ந்து கழிவாரை, வாழ்விக்கும்" -2204

திருவடிகளை வாயாரத் துதித்து வணங்காவிட்டால் பிறவிகள் யாவும் பயனற்றவையாகவும், துன்பங்களுக்கு இடமானவையாகவும் ஆகிவிடும்.

"பாதங்கள் ஏத்திப் பணியாவேல், பல் பிறப்பும்
ஏதங்கள் எல்லாம் எமக்கு" -2218

நாராயண நாமம்

நாராயண நாமத்தை எப்போதும் சொல்லிக்கொண்டே இருக்கவேண்டும். இப்படி வாழ்ந்தால் நன்மைகள் பலவற்றைப் பெறலாம் எனக்கூறித் திருநாமத்தின் பெருமையை இவர் பரப்புகின்றார்.

பெருமானின் திருநாமங்களை எப்போதும் தோத்திரம் செய்தால் விரும்பும் எல்லா நன்மைகளையும் விரைவில் பெறலாம்.

".. நெடியான் தன்
நாமமே ஏத்துமின்கள்; ஏத்தினால் தாம் வேண்டும்
காமமே காட்டும் கடிது" -2273

வேதம்

பெருஞ்செல்வந்தன் என்ற மனச் செருக்கோ, இறுமாப்போ கொள்ளக் கூடாது. தமக்கு எப்போழுதும் பாதுகாப்பாக இருக்கும் மெய்ப்பொருளை அறிந்து,

என்றும் எம்பெருமானே நமக்கு எல்லாம் என்று துணிவு கொண்ட நெஞ்சுடன், திருமாலின் திருப்பெயர்களை எல்லாம் சொல்லுவதே நாவுக்கு வேதம் ஆகும்.

"................................ நமக்கு என்றும்
மாதவனே என்னும் மனம் படைத்து, மற்றவன்பேர்
ஓதுவதே நாவினால் ஓத்து" -2219

வேதம் ஓதுவது நல்லது. வேதம் ஓதத் தெரியவில்லை என்றாலோ, சக்தி இல்லை என்றாலோ நாராயணனின் நாமங்களைச் சொல்லிக்கொண்டே இருக்கவேண்டும். அப்படிச் சொல்வதே வேதங்களின் சாரமாகும் - வேதங்களின் சுருக்கமாகும்.

"மாதவன் பேர் சொல்லுவதே ஓத்தின் சுருக்கு" -2220

இவ்வாறு நாராயணன் நாமந்தான் வேதம் என்ற உயரிய கருத்தை இவர் பரப்புகின்றார்.

அமரர் ஆக்குவான்

நாராயணனின் நாமங்களை நன்கு அறிந்து போற்றிச் சொல்லிக்கொண்டே இருந்தால், அவர்களைப் பரமன் பரமபதத்தில் நித்திய சூரிகளாக - அமரர்களாக ஆக்கி வைப்பான் என்று அடுத்து இவர் கூறுகின்றார்.

"ஞானத்தால் நன்கு உணர்ந்து, நாரணன் தன் நாமங்கள்,
தானத்தால் மற்று அவன் பேர் சாற்றினால் - வானத்து
அணி அமரர் ஆக்குவிக்கும் அஃது அன்றே நங்கள்
பணி அமரர் கோமான் பரிசு" -2183

மெய்யறிவால் நன்கு உணர்ந்து, பக்தியில் நிலைத்து நின்று, அவன் திருப்பெயர்களைப் பாடினால் விண்ணிற்கு அணியான வானவர் போல பகவான் ஆக்குவான். தேவர்கள் பணிகின்ற பரமன், பக்தர்களுக்குச் செய்யும் நலம் இதுவேயாகும். நாராயண நாமங்களை ஓதும் பக்தர்கள் விண்ணில் மட்டுமல்ல, மண்ணிலும் தேவர்களைப் போல வாழலாம் என்பதை இவர் உணர்த்துகின்றார். இவ்வாறு நாராயண நாமத்தின் சிறப்புக்களை இவர் பரப்புகின்றார்.

திருமாலின் திருவுருவம்

பெருமானின் திருவுருவத்தைப் பூதத்தார் கண்டு அனுபவித்துத் தான் துய்த்தவாறே நமக்கு உணர்த்துகிறார். எல்லாம் பரந்தாமனே, எல்லா இயக்கங்களும் அவனே என்று இவர் முழங்குகின்றார்.

திருமால் கரிய குறளனாய்ச் சென்று மாவலியிடம் மூன்றடி மண் யாசித்துப் பெற்றான். அவனே பூமியை அளக்க வளர்ந்து நின்றபோது ஒரு திருவடி, பூ மண்டலத்தை ஆக்கிரமித்தது. விம்மி வளர்ந்த அவனது தோள் திசைகள் எல்லாவற்றிலும் பரவி மேலுலகத்தை அளந்தது. இப்படிப் பெரியோர்கள் கூறுகின்றனர்.

"நின்றது ஓர் பாதம் நிலம் புதைப்ப, நீண்ட தோள்
சென்று அளந்தது என்பர் திசை எல்லாம்" -2242

உலகளந்த செயலை இவர் கூறி, பெருமானின் உருவத்தைக் கற்பனை செய்யத் தூண்டுகிறார்.

திருமால் குறுகிய வாமன வடிவில் மாவலியிடம் சென்று யாசித்துப் பூமி முதலிய உலகங்களைக் கொண்டான். அவனே பெரிய நரசிங்கமாகி இரணியனின் மார்பில் தன் நகங்களை அழுத்தி அழித்தான். ஊழிக் காலத்தில் தான் அளந்து கொண்ட எல்லா உலகங்களையும் பிரளயம் கொள்ளாதபடி திருவயிற்றில் வைத்து அவனே காத்தான். இச்செயல்கள் யாவும் வானம் கடந்த பெருமை உடையவனும், செந்தாமரைக் கண்ணனுமாகிய திருமால் செய்தருளிய நியாயமான செயல்களாகும்.

"கொண்டது உலகம் குறள் உருவாய்; கோள் அரியாய்
ஒண் திறலோன் மார்வத்து உகிர் வைத்து - உண்டதுவும்
தான் கடந்த ஏழ் உலகே ...." -2199

சின்ன வாமன உருவம், பெரிய நரசிங்க வடிவம், உலகங்களை எல்லாம் உண்ட வடிவம் எனத் திருமாலின் மூன்று திருக்கோலங்களையும் இவர் காட்டுகின்றார்.

பெருமான் வடிவம் ஒன்றேயாக இருப்பவனில்லை. ஒளி உருவமே அவனது இயல்பாகும். பெருமானை இப்

பரந்த உலகினர் பெரிய வடிவை உடையவன் என்கின்றனர். அடியவர்க்கான பரிவுடைய வடிவமே யாவர்க்கும் உய்வதற்காகும் என்பதைப் புரிந்து கொள்பவரே நிலைத்து நின்று இவ்வுலகைக் காப்பாற்ற வல்லவர் ஆவார்.

“ஓர் உருவன் அல்லை; ஒளி உருவம் நின் உருவம்;
ஈர் உருவன் என்பர் இருநிலத்தோர்; - ஓர் உருவம்
ஆதியாம் வண்ணம் அறிந்தார் அவர் கண்டீர்,
நீதியால் மண் காப்பர் நின்று” -2241

இறைவன் ஒளி உருவமானவன் என்றும், பரிவுடைய வடிவமானவன் என்றும் இவர் கூறுகின்றார்.

இராக்காலம் கலவாமல் ஒரே பகல்பொழுதாய்ச் செல்லுகின்ற நல்ல விடியலைக் கண்டேன். திருமாலைக் கண்டேன். மனதில் காண்பதைக் காட்டிலும் மிகவும் தெளிவாக அவனைக் கண்டேன். பெருமானின் திருமேனியில் விளங்குகின்ற திருவாழியை உடையவனாக அவன் திகழ்ந்தான். ஒளிமிக்க திருவடிகளை உடையவனாக அவன் விளங்கினான். அப்பெருமானின் பரமபதத்திலே விளங்குகின்ற சோதிமயமான வடிவத்தை இங்கு நன்கு கண்ணாரக் கண்டு வணங்கப்பெற்றேன் என்று அடுத்து இவர் கூறுகின்றார்.

“பகல் கண்டேன்; நாரணனைக் கண்டேன்; கனவில்
மிகக் கண்டேன் மீண்டும் அவனை, மெய்யே - மிகக் கண்டேன்
ஊன்திகழும் நேமி, ஒளி திகழும் சேவடியான்,
வான் திகழும் சோதி வடிவு” -2262

இரவும் பகலும் நாராயணனைப் பற்றிய சிந்தனையில் மூழ்கிக் கிடந்த இவர், பரந்தாமனின் ஒளிமயமான வடிவத்தை அனுபவித்து இப்பாசுரத்தில் கூறுகின்றார்.

நெஞ்சமே! மிகுந்த அருளும் அவனே; கேடும் அவனே; ஐந்து புலன்களும் அவனே; காற்று, தீ, நீர், வானம், மலைகள் சூழ்ந்த நிலம் ஆகிய எல்லாம் அவனே; சீற்றத்தால் சுடவல்ல வடவைத் தீயும் (வடவாமுகாக் கினியும்) அவனே ஆவான். யாவும் அவனது ஆணைக்கு உட்பட்டவையே ஆகும்.

**"அவன் கண்டாய், நல்நெஞ்சே! ஆர் அருளும் கேடும்;
அவன் கண்டாய் ஐம்புலனாய் நின்றான்; - அவன் கண்டாய்
காற்று, தீ, நீர், வான், கருவரை மண் கார் ஓதச்
சீற்றத் தீ ஆவானும், சென்று"** -2205

நன்மையும், தீமையும், ஐம்பொறிகளும், ஐம்பூதங்களும் திருமால்தான். ஒளி உருவான பரந்தாமனின் உருவத்தை யாரால்தான் கணித்துக் கூறமுடியும் என்பதே இவர் உணர்த்தும் கருத்துக்களாகக் கொள்ளலாம்.

திவ்ய தேசங்கள்

திருமால் உறையும் திருத்தலங்களுக்குப் பக்தர்கள் சென்று பெருமானை வழிபட்டுப் பயன்பெற வேண்டும் என்ற நோக்கில் ஆழ்வார்கள் பல திருப்பதிகளைக் குறிப்பிட்டுக் கூறியுள்ளனர். அங்கே சென்று வழிபட்டுப் பயன்பெற அவர்கள் அறிவுறுத்துகின்றனர்.

திருவேங்கடம், திருவரங்கம், திருக்கோட்டியூர், திருநீர்மலை, திருப்பாடகம், திருமாலிருஞ்சோலை மலை, தஞ்சை மாமணிக் கோவில், திருத்தண்கால், திருக்குடந்தை, அத்திகிரி, திருக்கடல் மல்லை, திருக்கோவலூர் ஆகிய திருத்தலங்களைப் பூதத்தார் மங்களாசாசனம் செய்துள்ளார்.

திருவேங்கடம்

திருப்பதி பற்றி 10 பாசுரங்களை இவர் பாடியுள்ளார். பெருமான் சென்றது இலங்கைக்கு, கொன்றது இராவணனை, நின்றது திருவேங்கடத்தில். அங்கு மூங்கில் மரங்கள் ஓங்கி வளர்ந்துள்ள குளிர்ந்த மலைச் சாரல்கள் மிகுதியாக உள்ளன. (2206)

பெருமான் வானவர்களுக்குப் பரிசிலாகக் கொடுத்த இடம் திருமலையாகும். (2207)

என் மனதில் உள்ளவனே திருவேங்கடத்தில் எழுந்தருளியுள்ளான் என்று இவர் கொண்டாடுகின்றார். (2209)

குரங்குகளின் செயல்

திருவேங்கடத்தில் இவர் கண்ட காட்சியை அடுத்துக் காட்டுகின்றார். இங்கு குரங்குகள் விடிந்ததை உணர்ந்து எழுந்தன. அவை பூக்கள் நிறைந்த குளிர்ந்த நீர் நிலைகளில் புகுந்து நீராடின. அங்கு மலர்ந்துள்ள பூக்களைப் பறித்து வந்து பெருமானின் திருவடிகளில் வைத்துத் தோத்திரம் செய்கின்றன. மனமே! நீயும் அப்படிச் செய். திருமலையிலுள்ள பெருமானின் திருநாமங்களை ஆராய்ந்து தேடி, ஓதி, வேங்கடவனின் திருவடிகளில் சென்று சேரும்படி மலர்களைத் தூவுவாய் என்கிறார் இவர்.

"போது அறிந்து வானரங்கள், பூஞ்சுனை புக்கு ஆங்கு அலர்ந்த
போது அரிந்து கொண்டு ஏத்தும்; போது, உள்ளம்! போதும்
மணி வேங்கடவன் மலர் அடிக்கே செல்ல,
அணி வேங்கடவன் பேர் ஆய்ந்து." -2253

திருப்பதியில் குரங்குகள் காலை வேளையில் நீர் நிலைகளில் இறங்கி விளையாடுவதையும், பூக்களைப் பறித்து ஓடுவதையும், திருவேங்கடவன் முன் சென்று பூக்களைப் போட்டு, ஏதோ முணுமுணுப்பதையும் கண்டார் பூதத்தார். திருமாலிடம் பக்தி மிகுந்த அவர் தன் ஆசைகளையும், கற்பனையையும் கலந்து இங்ஙனம் அழகாகப் பாடி உள்ளார்.

குரங்குகளின் செயல்களைக் கூறி இவர் மனிதனுக்கு நல்ல வழியைக் காட்டுகின்றார்.

ஆண் யானையின் அன்பு

மற்றொரு அழகான காட்சியையும் இவர் பதிவு செய்துள்ளார். மதம் பொழியும் ஆண் யானை தன் சிறந்த பெண் யானையின் முன்னே சென்று நின்றது. இப்போது மதம் அதற்குக் குறைந்தது. அந்த ஆண் யானை இரண்டு கணுக்களை உடைய இளையதான மூங்கில் குருத்து ஒன்றை ஆசை ஆசையாய்ப் பிடுங்கியது. பக்கத்திலுள்ள தேனடையிலுள்ள தேனில் மூங்கில் குருத்தைத் தோய்த்து அதைத் தன் பெண் யானைக்கு அன்புடன் கொடுத்தது. இத்தகு சிறப்பு

மிக்க திருவேங்கடமலையே முகில் நிறவண்ணன் நித்தியவாசம் செய்யும் அழகான இடமாகும். இதனைப்,

"பெருகுமத வேழம் மாப்பிடிக்கு முன் நின்று,
இருகண் இளமூங்கில் வாங்கி - அருகு இருந்த
தேன் கலந்து நீட்டும் திருவேங்கடம் கண்டீர்
வான் கலந்த வண்ணன் வரை" -2256

என்று மிக அழகாக இவர் கூறுகின்றார். இப்பாசுரத்தின் அழகிலும், உள் பொருளிலும் ஈடுபாடு கொண்ட திருமங்கையாழ்வார் அதனைப் பயன்படுத்துகின்றார்.

இமயமலையிலுள்ள திருப்பிரிதி என்னும் திருத்தலம் சென்று வணங்கி மகிழ வேண்டும் என்று தன் நெஞ்சிற்குத் திருமங்கையாழ்வார் அறிவுறுத்துகின்றார். அப்போது,

"கரைசெய் மாக்கடல் கிடந்தவன் கனைகழல்
அமரர்கள் தொழுது ஏத்த,
அரைசெய் மேகலை அலர்மகள் அவளொடும்
அமர்ந்த இமயத்துள்,
வரைசெய் மாக்களிறு இளவெதிர்
வளர்முளை அளைமிகு தேன் தோய்த்துப்
பிரசவாரி தன் இளம்பிடிக்கு அருள்செயும்
பிரிதி சென்று அடை, நெஞ்சே!" -0962

என்று இவர் கூறுகின்றார்.

பெருமானின் திருவடிகளைப் பிரமன் முதலியோர் வணங்குகின்றனர். திருப்பாற்கடலில் பெருமான் பள்ளி கொண்டுள்ளான். மேகலை உடைய பெரிய பிராட்டியோடு திருமால் தங்கி இருக்கும் சிறந்த பனிமலை இமயமலை. அங்கு மலை போன்ற பெரிய ஆண் யானைகள் இள மூங்கில்களின் வளைந்த முளைகளைப் பிடுங்கி எடுத்துக், குகையிலுள்ள தேன் கூட்டின் தேனில் தோய்த்துத், தம் பெண் யானைகளுக்குக் கொடுக்கின்றன. நெஞ்சே! அப்படிப்பட்ட இமயமலையிலுள்ள திருப்பிரிதி என்னும் திருத்தலம் சென்று வணங்கி மகிழ வேண்டும்.

திருமங்கையாழ்வார், பூதத்தாழ்வாரின் பாசுரக் கருத்தில் தோய்ந்து இப்பாசுரத்தைப் பாடி உள்ளார் எனலாம்.

பூதத்தாரின் இப்பாடலின் கருத்தைச் சுவைத்து மகிழ்ந்த கம்பர் இராமாயணத்தில் அதனை அழகாகப் பயன்படுத்தி யுள்ளார். அதனைக் காண்போம்.

"உருகு காதலின் தழை கொண்டு மழலை வண்டு ஓச்சி
முருகு நாறு செந்தேனினை முழை நின்றும் வாங்கிப்
பெருகு சூலிளம் பிடிக்கொரு பிறை மருப்பு யானை
பருக வாயினில் கையினின்று அளிப்பது பாராய் "

-(அயோத்தியா காண்டம், சித்திர கூடப் படலம் - 10)

பிறைச் சந்திரனைப் போன்ற தந்தங்களை உடைய ஒப்பற்ற ஆண் யானை, மனம் உருகும் அன்போடு மரத்தழையைப் பறித்தது. அவற்றால் மொய்க்கும் வண்டுகளை எல்லாம் விரட்டி, நறுமணம் வீசும் செந்நிறமுள்ள தேனை மலைக் குகையிலிருந்து எடுத்தது. அதனை முதிர்ந்த கருவை உடைய இளைய தன் பெண் யானை குடிக்குமாறு அதன் வாயிலே, ஆண் யானை தன் கையால் கொடுப்பதைப் பாராய் என்று இராமன் சீதைக்குக் காட்டுகின்றான்.

இவ்வாறு பூதத்தாரின் பாசுரக் கருத்தைத் திருமங்கை யாழ்வாரும் கம்பரும் மிக அழகாகப் பயன்படுத்தி உள்ளனர்.

பூதத்தாழ்வார் இந்த யானைகள் காட்சியை அமைத்த தற்கான காரணங்களைக் காண்போம்.

திருமால் திருமகளை மகிழ்விப்பதை இது உணர்த்துவ தாகப் பெரியோர் கூறுகின்றனர்.

இல்லறத்தின் மேன்மையை இவர் இக்காட்சியின் வழி அறிவுறுத்துகின்றார் எனலாம்.

மேலும், சமண புத்த மதங்கள் இல்லற இன்பத்தை - இல்லற வாழ்வை ஊக்கப்படுத்தாமல் தவ வாழ்க்கையைத் தான் பிரச்சாரம் செய்தன. அதற்கு எதிராக ஆணும் பெண்ணும் இன்பம் துய்த்து வாழும் வாழ்க்கை இயல் பானது. விலங்குகள் கூட துணையோடு மகிழ்ச்சியுடன் வாழ்கின்றன. அதுபோல மனிதர்களும் துணையோடு

இன்பமாக வாழவேண்டும். இவற்றைப் புலப்படுத்த இக்காட்சியை இவர் அமைத்துள்ளார் எனக் கொள்ளலாம்.

இப்பாசுரத்தில் வேங்கட மலையை "வான் கலந்த வண்ணன் வரை" என்று மிகப் பொருத்தமான சொற்களால் இவர் வருணிக்கின்றார். பெருமான் முகில் நிறப்பெருமான், மேகவண்ணன், நீலவானத்தோடு கலந்த வண்ணன், அதனால் அவன் வாழும் மலையும் வான்கலந்த வண்ண மலையாகவே இவருக்குக் காட்சியளிக்கிறது.

அடியவர்கள் எப்போதும் நினைக்கும் சிறப்பு மிகுதியால் திருப்பதியைத் "தமர் உள்ளும் தண் பொருப்பு" (2251) என்று இவர் புகழ்கின்றார்.

அம்புகள் வீசுவதில் வல்ல எம்பெருமானின் இடம் திருவேங்கடம் என்பதனை "ஏ வல்ல எந்தைக்கும் இடம்" (2251) என்று இவர் கூறுகின்றார்.

முதலாழ்வார்களை அதிகம் ஈர்த்த திவ்யதேசம் திருவேங்கடமாகும். இந்தத் திருப்பதி பூதத்தாரையும் அதிகம் கவர்ந்ததால் "வேங்கடமே, யாம் விரும்பும் வெற்பு" (2234) என்று பிரகடனம் செய்கிறார்.

திருவரங்கம்

திருவரங்கனை இவர் நான்கு பாசுரங்களில் மங்களாசாசனம் செய்துள்ளார்.

"தலை அரங்கம்" (2251) சிறந்த திருவரங்கம் எம்பெருமானுக்கான இருப்பிடமாகும்.

"நினைப்பு அரிய நீள் அரங்கத்து உள்ளான்" (2209) நினைப்பதற்கும் அரிய பெருமை மிக்க திருவரங்கத்தில் பெருமான் பள்ளி கொண்டுள்ளான்.

"பயின்றது அரங்கம்" (2227) திருவரங்கத்தில் பெருமான் நித்தியவாசம் செய்தருளுகின்றான்.

இப்படி எல்லாம் திருவரங்கனின் பெருமைகளைப் பேசியவர் அடுத்து,

"திறம்பிற்று, இனி அறிந்தேன் தென் அரங்கத்து எந்தை,
திறம்பா வழிச் சென்றார்க்கு அல்லால் - திறம்பாச்
செடி நரகை நீக்கி, தாம் செல்வதன்முன், வானோர்
கடி நகர வாசல் கதவு" -2269

என்கிறார்.

திருவரங்கத்தில் உள்ள எம்பெருமானின் வழி போய், அவனையே துணையாகக் கொண்டு நடப்பவரைத் தவிர மற்றையோர், அறுக்கமுடியாத புதர் போன்ற கொடிய நரகத்தை (பந்தங்களை) அறுத்துக்கொண்டு செல்வதற்குள் விண்நகரத்தினுடைய - வைகுந்த மாநரகத்தின் வாயிற்கதவு மூடிக்கொள்ளும். இதை இப்போது நான் அறிந்தேன் என்று இவர் சொல்கின்றார்.

இவ்வாறு திருவரங்கனின் புகழை மக்கள் மனங்களில் இவர் பதிய வைக்கிறார்.

அத்திகிரி

அத்திகிரி, திருக்கச்சி என்று அழைக்கப்படுகின்றது. இத்தலம் காஞ்சிபுரத்தில் உள்ளது. அத்திகிரியைக் காஞ்சி, கச்சிப்பேடு என்றும் கூறுவர்.

மூலவர் வரதராஜர். தாயார் பெருந்தேவித் தாயார். இக்கோவிலுக்குள் நீராழி மண்டபம் ஒன்றுள்ளது. இந்த மண்டபத்தின் அடிப் பகுதியில் இருக்கும் மாடத்தில் அத்தி மரத்தால் ஆன அத்திவரதராஜ பெருமாள் ஜலசயனத்தில் உள்ளார்.

பூதத்தார் இருபாசுரங்களால் இப்பெருமானை மங்களா சாசனம் செய்துள்ளார். பேயாழ்வார், திருமங்கையாழ்வார் ஆகியோரும் இப்பெருமானை மங்களாசாசனம் செய்துள்ளனர்.

இரணியனின் மார்பைக் கிழித்தவனும், நீலமணி போன்ற நிறத்தை உடையவனும், நெடுங்காலம் உள்ள வனும், ஊழிக் காலத்தில் அனைத்துமாக இருந்தவனும், உலகோரால் துதிக்கப்படுபவனும், திருப்பாற்கடலில்

பள்ளி கொண்டிருப்பவனும், திருஅத்திகிரியில் எழுந்தருளி யிருப்பவனுமான எம்பெருமான் என் நெஞ்சில் பொருந்தியிருக்கிறான். என் தலையிலும் அவன் உள்ளான்.

“என் நெஞ்சம் மேயான்; என் சென்னியான் தான் அவனை
வன் நெஞ்சம் கீண்ட மணிவண்ணன் - முன்னம் சேய்
ஊழியான் ஊழிபெயர்த்தான், உலகு ஏத்தும்
ஆழியான், அத்தியூரான்” -2276

தன் நெஞ்சிலும், தலையிலும் பெருமான் நிறைந்து இருப்பதாக இவர் கூறுகின்றார்.

எம்பெருமான் திருஅத்தியூரில் எழுந்தருளியிருக் கின்றான். இவன் கருடனை வாகனமாகக் கொண்டவன். அழகிய மாணிக்கங்களையும், படப்பொறிகளையும் உடைய ஆதிசேடன் பாம்பின் மேல் பள்ளி கொள்பவன். வேதங்களால் போற்றப்படுபவன். கடலில் தோன்றிய நஞ்சை உட்கொண்ட சிவனுக்கும் தலைவன் ஆனவன். இச்சிறப்புக்கள் பொருந்தியவன் எம்பெருமான்.

“அத்தியூரான், புள்ளை ஊர்வான், அணிமணியின்
துத்திசேர் நாகத்தின் மேல் துயில்வான் - முத்தீ
மறை ஆவான், மாகடல் நஞ்சு உண்டான் தனக்கும்
இறை ஆவான் எங்கள் பிரான்.” -2277

மேலும் மேலும் படிக்கத் தூண்டும் இத்தகைய அழகிய பாசுரங்களால் அத்தியூரானை இவர் பாடிப் பரவுகின்றார்.

திருக்கோட்டியூர்

திருக்கோட்டியூர் வைணவ சமய வரலாற்றில் சிறப்பான பங்கு வகிக்கும் தலமாகும். அதனால் அச்செய்தி களைச் சிறிது காண்போம்.

திருக்கோட்டியூர் திருப்பத்தூருக்கு அருகில் உள்ள ஓர் ஊர். சிவகங்கைக்கும் பக்கத்தில்தான் இந்த ஊர் உள்ளது. மூலவர் உரகமெல்லணையான் ஆவார். உரகம் என்றால் பாம்பு. இங்கு ஆதிசேடனைக் குறிப்பிடுகின்றது. ஆதிசேடனாகிய பாம்பணையின் மேல் பெருமான் கிடந்த கோலத்தில் புஜங்க சயனமாகக் கிழக்கு முகம் நோக்கியபடி

சேவை சாதிக்கின்றார். தாயாரைத் திருமாமகள் நாச்சியார் என்று அழைக்கின்றனர்.

தேவர்களோடு, தேவர்க்கும் தேவராம் தேவர் மூவரும் கோஷ்டியாகச் சேர்ந்து இரணியனை அழிப்பது பற்றி ஆலோசனை நடத்திய இடம்தான் இந்தத் திருக் கோஷ்டியூர்.

இராமனுஜர், திருக்கோட்டியூர் நம்பியிடம் நாராயண மந்திரத்தைப் பெற 18 தடவை இந்தத் தலத்திற்கு வந்தார். பெற்ற மந்திரத்தைக் குருவின் கட்டளையை மீறி, தான் ஒருவன் நரகம் சென்றாலும் கேட்கும் மற்றவர்கள் அனைவரும் சொர்க்கம் செல்ல வேண்டும் என்று அவர் தீர்மானித்தார். இக்கோவில் அஷ்டாங்க விமானத்தின் மூன்றாவது தளத்தில் ஏறி நின்று, எல்லோரையும் அழைத்துத் தான் பெற்ற நாராயண மந்திரத்தை ஊராருக்கு உபதேசித்தார். தவறுணர்ந்த குரு திருந்தினார். இந்த வரலாற்றுச் சிறப்புமிக்க நிகழ்ச்சி இங்குதான் நிகழ்ந்தது.

பூதத்தார் திருக்கோட்டியூர்ப் பெருமானை இரு பாசுரங்களால் மங்களாசாசனம் செய்துள்ளார்.

பெருமான் நித்தியவாசம் செய்தருளும் இடங்கள் திருவரங்கமும் திருக்கோட்டியூரும் ஆகும் என்று இவர் ஒரு பாசுரத்தில் ஒரு வரியில் குறிப்பிடுகின்றார்.

"பயின்றது அரங்கம், திருக்கோட்டி; " -2227

தாயின் கருவறையில் இருக்கும்போதே திருக் கோட்டியூர்ப் பெருமானின் திருவடிகளைத் தரிசிக்கும் பேறு பெற்றவர் இவர். இதனை இவர் மற்றொரு பாசுரத்தில் பேசுகின்றார்.

"இன்றா அறிகின்றேன் அல்லேன் இருநிலத்தைச்
சென்று ஆங்கு அளந்த திருவடியை; - அன்று
கருக்கோட்டியுள் கிடந்து கைதொழுதேன், கண்டேன்
திருக்கோட்டி எந்தை திறம்" -2268

முன்பு தாயின் கருவில் கிடக்கும் போதே திருக்கோட்டியூர் பெருமானுடைய தன்மைகளைக் கண்டு

அனுபவிக்கப் பெற்றேன், கைதொழவும் பெற்றேன். பெரிய இந்த நிலத்தைத் திரிவிக்கிரமனாக அளந்த திருவடியை இன்றைக்குத்தான் நான் அறிந்தேன் என்பதில்லை, கர்ப்பவாசம் தொடங்கியே அறிவேன் என்று இவர் கூறுகின்றார்.

திருவேங்கடம் பற்றிப் பல பாசுரங்களைப் பாடிய பூதத்தார், கருவில் இருக்கும்போதே உணர்ந்த திருக் கோட்டியூர் உரகமெல்லணையானைப் பற்றி, மிகக் குறைவாகவே - இவ்வளவே கூறியுள்ளது கொஞ்சம் வியப்பாக உள்ளது.

மாமல்லை

பூதத்தார் பிறந்த ஊர் மாமல்லை என்பர். மகாபலிபுரம் என்று இத்தலத்தை இப்போது குறிப்பிடுகின்றனர். மூலவரைத் தலசயனப் பெருமாள் என்கின்றனர்.

இவர் பிறந்த ஊராக இருந்தும், இப்பெருமானைப் பற்றி இவர் அதிகம் கூறவில்லை.

"தமர் உள்ளும் மாமல்லை." (2251) பக்தர்கள் சிந்திக் கின்ற திருக்கடல் மல்லை என்று மட்டுமே இவர் குறிப்பிடு கின்றார்.

மேலும் திருநீர்மலை, திருப்பாடகம், திருமாலிருஞ் சோலை மலை, தஞ்சை மாமணிக்கோவில், திருத்தண்கால், திருக்குடந்தை, திருக்கோவலூர், வைகுந்தம் முதலிய 13 திவ்யதேசங்களை இவர் மங்களாசாசனம் செய்துள்ளார்.

திருத்தலங்களுக்குச் செல்வதிலும், பெருமானைப் பாடிப் பாடி அவன் புகழைப் பரப்புவதிலும் இவருக்கு விருப்பம் அதிகம். இச்செயல்களை இவர் சிறப்பாகச் செய்துள்ளார்.

இவர் 'தீர்த்தகரர்' ஆகி, திருமால் புகழைப் பேசி, அவனைப் பாடி வைணவத்தைப் பரப்ப மக்களை அறிவுறுத்துகின்றார்.

திருத்தலங்களுக்குச் செல்லும் ஆர்வத்தை அடியவர்களிடம் தூண்டும் வகையில் இவர் திருத்தலங்களைச் சிறப்பாக வருணித்துள்ளார்.

ஒன்பது திருப்பதிகளை ஒரு பாசுரத்தில் (2251) கூறும்போது, இவர் முதலில் "தமர் உள்ளம்" என்றுதான் ஆரம்பிக்கின்றார். இதற்குப் 'பக்தர்களின் உள்ளம்' என்பது பொருள். இறைவன் உறையும் திவ்ய தேசங்களில் எல்லாம் மிகச் சிறந்த திவ்யதேசம் அன்பர்களின் உள்ளம்தான் என்ற இவரின் சிந்தனை மிகச் சிறந்ததாகும்.

தீர்த்தகரர்

'தீர்த்தகரர்' என்ற புதிய சொல்லை வைணவத்தில் இவர் முதன்முதலாகப் பயன்படுத்துகின்றார். தீர்த்தங்காரர் என்ற சொல்லின் சிதைவுதான் இச்சொல். சமண முனிவர்களையும், சமண சமயப் பெரியோர்களையும் தீர்த்தங்காரர் என்று குறிப்பிடுவார்கள். தாம் சுற்றித் திரிகின்ற தலங்களை எல்லாம் பரிசுத்தமாக்கக்கூடிய பாகவதப் பெரியோர்களை இவர் தீர்த்தகரர் என்ற சொல்லால் குறிப்பிடுகின்றார்.

"பண்டிப் பெரும்பதியை ஆக்கி பழிபாவம்
கொண்டு இங்கு வாழ்வாரைக் கூறாதே - எண் திசையும்
பேர்த்தகரம் நான்கு உடையான், பேர் ஓதிப் பேதைகாள்!
தீர்த்தகரர் ஆமின் திரிந்து." -2195

அறிவற்றவர்களே! கண்டதைத் தின்று வயிற்றை நிரப்பி, பழிபாவங்களைச் செய்து திரியும் பயனற்றவர்களைப் பற்றிப் பேச வேண்டாம். ஒருபோதும் அவர்களைப் பற்றிப் பேசாதீர்கள். எட்டுத் திசைகளையும் பேர்த்துப் போடும்படி விம்மி வளர்ந்த நான்கு திருத்தோள்களை உடையவன் பெருமான். அந்தத் திருமாலின் திருநாமங்களை இடைவிடாது பாடித், 'தீர்த்தகரர்' ஆகித் திருத்தலங்கள்தோறும் சுற்றித் திரிந்து உங்கள் பயணத்தால் நாடு முழுவதையும் புனிதமாக்குங்கள்.

கண்டதை எல்லாம் தின்று, சென்ற இடங்களிலெல்லாம் பிறருக்குப் பழிபாவங்களைச் செய்து வாழும் மனிதர்கள் பலர் இருக்கின்றார்கள். இப்படிப்பட்டவர்

களைப் பாரதியார் "வேடிக்கை மனிதர்கள்" என்றும், "கலக மானிடப் பூச்சிகள்" என்றும் குறிப்பிடுகின்றார். அத்தகைய தீயவரோடு உறவோ நட்போ வைத்துக்கொள்ளக் கூடாது. புகழ்மிக்க நாராயணனின் நாமங்களை எல்லா இடமும் பேசிப்பேசி, அவன் பெருமையைப் பரப்பி மகிழ்ச்சியுடன் வாழவேண்டும். வாழும் வாழ்க்கையை அர்த்தமுள்ளதாக ஆக்கிக் கொள்ளவேண்டும் என்று இவர் கூறுகின்றார்.

பூதத்தார் இப்படித்தான் வாழ்ந்தார். பல்வேறு திவ்ய தேசங்களுக்கும் சென்று பரமன் புகழைப் பாடி, பரப்பி, தீர்த்தகரர் ஆக இவர் விளங்கினார்.

பெருந்தவத்தோர்

தவம் பற்றிய இவரின் கருத்துக்கள் வித்தியாசமாக உள்ளன. தவம் என்பது பட்டினி கிடந்து உடலை இம்சித்தல் அல்ல என்று இவர் கூறி, புதிய விளக்கம் தருகிறார்.

> **"ஏத்திப் பணிந்து அவன்பேர் ஈர் ஐஞ்ஞூறு எப்பொழுதும்**
> **சாற்றி உரைத்தல் தவம்."** -2258

இவ்வாறு ஆழ்வார் கூறுகின்றார்.

திருமாலின் திருவடிகளே ஒருவன் அடைய வேண்டிய ஒப்பற்ற செல்வம் ஆகும். அத்திருவடிகளை அழகிய தாமரை மலர்களால் அர்ச்சித்துத், தலை தாழ்ந்து வணங்க வேண்டியது பக்தனுக்கு உரிய நல்ல செயலாகும். பெருமானின் ஆயிரம் திருநாமங்களையும் எப்போதும் சொல்லிக்கொண்டே இருத்தல் மிகச்சிறந்த தவமாகும் என்று கூறி, தவத்திற்குப் புதிய விளக்கத்தை இவர் தருகிறார்.

உடலை வருத்திச் செய்கின்ற தவத்தால் காண முடியாதவனும், மேகத்தையும் நீலமணியையும் போன்ற நிறத்தை உடையவனுமான திருமாலை அடியேன் இப்போது எந்தத் தவத்தினால் காணப்பெற்றேன்? அவனே தன்னை எனக்குக் காட்டினான். நான் ஒரு தவமும் செய்யவில்லையே என்று அடுத்து இவர் கூறுகின்றார்.

"மெய்த்தவத்தால் காண்பு அரிய மேகமணி வண்ணனை யான்
எத்தவத்தால் காண்பன் கொல் இன்று?" -2267

உடலை வருத்தித் தவம் செய்ய வற்புறுத்தும் சமண, புத்த மதத்தினரின் கருத்தை இங்கு இவர் மறுக்கின்றார். பெருமானே விரும்பினால் ஒழிய வேறு எத்தவம் செய்தும், அவனைக் கண்டுகொள்ள முடியாது என்ற இவரின் சிந்தனை மிக உயர்ந்த கருத்தாகத் திகழ்கிறது.

பெருமானின் உலகம் அளக்கத் தூக்கிய அழகிய திருவடியைப் பிரமன் கங்கை நீரைத் தீர்த்தமாக மாற்றி, பெருமானின் எல்லாத் திருநாமங்களையும் வாயாரச் சொல்லி, தன் சிவந்த கைகள் பயன் பெறும்படிக் கழுவினான். பிரமன் ஒருவனே தவப்பயன் பெற்றவனானான். (நா.தி. 2259)

இறைவனின் திருநாமங்களை மனமாரச் சொல்லி, அவன் திருவடிகளை வழிபடுவதே தவம் என்றும், பெருமானை அடைவதே தவத்தின் பயன் என்றும் இங்கு இவர் உறுதிபடக் கூறுகின்றார்.

பெருந்தவத்தோர் யார் என்று அடுத்து இவர் விளக்குகின்றார். பெருந்தவம் என்பது உடலை வருத்துவதால் அமைவது அல்ல என்பது இவரது கொள்கையாகும்.

பெருமானின் பெருமைகளையும், உலக இன்பங்களின் தீமைகளையும் ஒவ்வொருவரும் முதலில் புரிந்துகொள்ள வேண்டும். அடுத்து ஐந்து பொறிகளையும் அடக்க வேண்டும். பின் மணமிக்க நல்ல மலர்களைச் சேகரிக்க வேண்டும். உள்ளத்தில் பக்தி மிக்கவர்களாக ஆகி, பெருமானின் திருநாமங்களை இடைவிடாமல் சொல்லிக் கொண்டே இருக்க வேண்டும். இவ்வாறு திருநாமத்தை ஓதிப் போற்றும் பெரும் பேறு பெற்றவர்கள் கடல்நிற வண்ணனான அழகனின் திருவடிகளைக் கண்டு அனுபவிக்கும் பெரும் பாக்கியத்தைப் பெறுவார்கள்.

"அறிந்து, ஐந்தும் உள் அடக்கி, ஆய்மலர் கொண்டு, ஆர்வம்
செறிந்த மனத்தராய், செவ்வே - அறிந்து அவன்தன்
பேர் ஓதி ஏத்தும், பெருந்தவத்தோர் காண்பரே
கார் ஓத வண்ணன் கழல்" -2187

இவ்வாறு உள்ளத்தை ஒருமுகப்படுத்தித், திருநாமங்களைச் சொல்லி வழிபாடு செய்கிறவர்களைப் 'பெருந்தவத்தோர்' என்று இவர் சிறப்பித்துக் குறிப்பிடுகின்றார்.

அடியார் பெருமை

பக்தர்களின் பெருமைகளை இவர் குறிப்பிட்டுப் பேசுகின்றார்.

பெருமானின் பக்தர்கள் செல்வச் செருக்கோ, செல்வத்தை இழந்துவிட்டால் இழந்துவிட்டோமே என்ற ஏக்கமோ ஒருபோதும் கொள்ள மாட்டார்கள். மனதால் அவர்கள் பக்குவப்பட்டு விடுவார்கள் என்று பூதத்தார் கூறுகின்றார்.

"உளது என்று இறுமாவார்; உண்டு, இல்லை என்று
தளர்தல் அதன் அருகும் சாரார் - அளவு அரிய
வேதத்தான், வேங்கடத்தான், விண்ணோர் முடி தோயும்
பாதத்தான் பாதம் பயின்று" -2226

திருமால் வேதங்களினால் போற்றப்படுபவன், திருவேங்கடத்தில் நிற்பவன், வானவர்களின் முடிகள் பணியப்பெறும் திருவடிகளை உடையவன். பெருமானின் திருவடிகளில் பழகி இருப்பவர், தமக்குச் செல்வம் உள்ளதென்று செருக்குக் கொள்ளமாட்டார்கள். செல்வம் நேற்று இருந்தது, இன்று இல்லையே என்று ஏங்கித் தவிக்கவும் மாட்டார்கள்.

பக்தன் எப்படி வாழவேண்டும் என்று இவர் காட்டுவதாக இதனைக் கருதலாம்.

அடியார் பெருமைப் பற்றி மேலும் இவர் கூறுவதைக் காண்போம்.

இராமன், இராவணனின் இருபது தோள்களும், பத்துத் தலைகளும், இரண்டு கால்களும் முடியும்படி அம்புகளைச் செலுத்தினான். அப்பெருமானுடைய இருதிருவடிகளையும் தொழுகிறவர்கள் எவரோ அவர்களது திருவடிகளைச் சேவிப்பதுதான் எனது நன்மைமிக்க தோள்கள் எனக்குச் செய்யும் உபகாரமாகும்.

"தோள் இரண்டும் எட்டும் ஏழும் மூன்றும் முடி அனைத்தும்
தாள் இரண்டும் வீழச் சரந்துரந்தான் - தாள் இரண்டும்
ஆர்தொழுவார் பாதம் அவை தொழுவது அன்றே என்
சீர்கெழு தோள் செய்யும் சிறப்பு" -2224

பெருமானின் அடியவர்களுக்குச் செய்யும் தொண்டினைப் 'பாகவத கைங்கரியம்' என்பர். அதனைச் செய்தால் திருமால் மகிழ்ச்சி அடைவான். அதனால் அவனது பக்தர்களுக்குப் பலவகைகளிலும் உதவி செய்ய வேண்டும் என்று இவர் அறிவுறுத்துகின்றார்.

அடியார் பெருமை பற்றி முதலில் பேசியவர் பூத்தாழ்வார்தான் என்பது குறிப்பிடத்தகுந்தது ஆகும்.

பெருமானின் பக்தர்களின் கால்களில் விழுந்து வணங்க வேண்டும் என்றும், அதுவே சிறந்த பண்பு என்றும் ஆழ்வார்களில் முதன்முதலாகக் கூறியவர் இவர்தான்.

பெருமானை அடைய

பெருமானை அடைய பூதத்தார் சில எளிய வழிகளைக் காட்டுகின்றார். பழிபாவங்களைச் செய்யவே கூடாது. பெருமானின் திருப்பெயர்களை எப்போதும் சொல்லிக் கொண்டே இருக்க வேண்டும். இப்படி வாழ்பவர்கள் பெருமானைக் கட்டாயம் அடைவார்கள்.

"பழிபாவம் கை அகற்றிப் பல்காலும், நின்னை
வழிவாழ்வார் வாழ்வராம் மாதோ - வழு இன்றி
நாரணன் தன் நாமங்கள் நன்கு உணர்ந்து, நன்கு ஏத்தும்
காரணங்கள்தாம் உடையார் தாம்" -2201

பழிபாவங்களை முற்றிலும் போக்கி, எப்போதும் பெருமானை வாழ்த்துபவர்கள் - துதிப்பவர்கள் எவரோ அவர்கள்தாம் வாழ்பவர்கள் ஆவார்கள். நாராயணனின் திருநாமங்களை நன்றாக உணர்ந்து பிழையில்லாமல் நன்கு ஏத்துபவர்கள் எவரோ அவர்கள்தாம் பெருமானை அடையத் தகுதி வாய்ந்தவர்கள் ஆவார்கள். பெருமானை அடைய இப்படி ஒரு எளிய வழியை இவர் மக்களுக்குக்

கூறுகிறார். நல்ல வழியைத் தன்கால மக்களுக்கு இவ்வாறு இவர் சொல்லித் தருகின்றார்.

இடைவிடாது நினைக்கவேண்டும்

திருமாலை இடைவிடாது நினைத்துக்கொண்டே இருக்க வேண்டும் என்று பூதத்தார் வற்புறுத்திக் கூறுகிறார்.

பெருமான் மாவலியிடத்தில் பூமியைப் பெற்றான், அந்தப் பூமியைத் திருவயிற்றில் வைத்தான், பின் அப் பூமியை மாயன் வெளிப்படுத்தினான். அவனை இடைவிடாது எண்ணிக்கொண்டே அச்சமற்று வாழவேண்டும்.

"மண்கொண்டு, மண் உண்டு மண் உமிழ்ந்த மாயன் என்று
எண் கொண்டு என் நெஞ்சே! இரு" -2217

என்று இவர் தன் நெஞ்சுக்குச் சொல்வதுபோல் நமக்குக் கூறுகிறார்.

ஆயவனே! (கோபால கிருஷ்ணனே), யாதவனே! (யது குலத்தில் வாசுதேவர் மகனாகத் தோன்றியவனே), மாயவனே! (மாயச் செயல்கள் செய்வதில் வல்லவனே) எனப் பெருமானின் திருநாமங்களைக் கூறி எல்லோர் முன்பும் திருமாலை வாய்விட்டு அழைக்க அடுத்துக் கூறுகிறார். (-2231)

யாருக்கும் அஞ்சாமல் பெருமானை வாய்விட்டுக் கூப்பிடவேண்டும்.

"அஞ்சாது என் நெஞ்சே! அழை" -2230

என்று இவர் மீண்டும் அறிவுறுத்துகின்றார்.

பக்தர்கள் பெருமானை உள்ளத்தால் சிந்திக்க வேண்டும். அதே நேரம் வாக்கால் திருவடிகளைத் துதிக்க வேண்டும். திருவாழி, சங்கு முதலியவற்றைக் கண்ணால் கண்டு பாராட்டிப் பாடவேண்டும். உடலால் ஆடிக் களிக்க வேண்டும். இதனை,

"மகிழ்ந்தது சிந்தை, திருமாலே! மற்றும்
மகிழ்ந்தது உன்பாதமே போற்றி; - மகிழ்ந்தது
அழல் ஆழிச் சங்கம் அவை பாடி; ஆடும்
தொழில் ஆகம் சூழ்ந்து துணிந்து" -2213

திருமாலே! என் நெஞ்சம் உன்னைச் சிந்தித்து மகிழ்ச்சி யடைந்தது. என் வாக்கும் உன் திருவடிகளையே துதித்து மகிழ்வுற்றது. என் உடல் பெருமானின் திருவாழியையும், பாஞ்ச சன்னியத்தையும் (சங்கு) மற்றுமுள்ள படைக் கருவிகளையும் பாராட்டிப் பாடி, ஆடிக் களிக்கின்றது என்று மகிழ்வுடன் இவர் கூறுகின்றார்.

பரமனை எப்போதும் இடைவிடாமல் நினைத்துக் கொண்டே இருக்கவேண்டும். இந்த உயர்ந்த கருத்தைத் தன் நெஞ்சுக்குச் சொல்வதுபோல் ஆழ்வார் நமக்கு அறி வுறுத்துகின்றார்.

நரகம் செல்லாமலிருக்க

கொடிய நரகத்தை நினைத்து அச்சத்துடன் வாழ் பவர்கள் இன்றும் பலர் உள்ளனர். அவர்களுக்கு இவர் கூறுவதைக் காண்போம்.

நரகத்தை நினைத்து அஞ்சி அஞ்சி வாழ்பவர்களே! இப்போதே பெருமானின் சேவடிகளை வணங்குங்கள், நரகத்திற்குச் செல்லாமல் தவிர்த்து விடலாம் என்று இவர் கூறுகின்றார்.

"பின்னால் அருநரகம் சேராமல், பேதுறுவீர்!
முன்னால் வணங்க முயல்மினோ " -2272

எம்பெருமானை வணங்குவதற்குக் காரணங்கள் உடைய மக்கள் நிறையபேர் இருக்கிறார்கள். பெருமானைச் சிந்திப்பதற்குத் தேவையான மனமும் அவர்களிடம் உள்ளது. அவன் திருவடிகளில் சாத்துவதற்குரிய தாமரைப் பூக்களும் வழியில் உள்ள குளங்கள்தோறும் பூத்து நிறைந்து காணப்படுகின்றன. அவனை வாய்விட்டுக் கூப்பிடுவதற்குத் தேவையான நேரமும், பொழுதும் மனிதர்களுக்கு நிரம்ப உள்ளன. வாமனனின் திருவடிகளில் பணிவதற்குரிய தலைகளை உடையவர்களாக மனிதர்கள் இருக்கிறார்கள். இப்படி எல்லாம் குறைவின்றி இருந்தும் மனிதர்கள் கொடிய நரகத்தைச் சென்றடைவது வியப்பாக உள்ளது என்று பூதத்தார் ஆச்சரியப்படுகிறார்.

"தாம் உளரே; தம் உள்ளம் உள் உளதே; தாமரையின்
பூ உளதே; ஏத்தும் பொழுது உண்டே; - வாமன்
திருமருவு தாள்மருவு சென்னியரே செவ்வே
அருநரகம் சேர்வது அரிது" -2202

பரமனை மனதால் சிந்திக்க வேண்டும். அவன் திருவடிகளைத் தாமரைப் பூக்களால் அர்ச்சனை செய்யவேண்டும். எப்போதும் வாய்விட்டு அவனை அழைக்கவேண்டும். அவன் திருவடிகளில் தலை தாழ்ந்து வணங்க வேண்டும். இப்படிச் செய்பவர்கள் கொடிய நரகம் சேர்வதில்லை. இவற்றைச் செய்ய யாருக்கும் எந்தச் சிரமமும் இல்லை என்று கூறி, நரகம் செல்லாமலிருக்க இவர் வழி காட்டுகிறார்.

மழையை யாரால் பெய்விக்க முடியும்?

இறைவனுக்கு அடிமை செய்தல் என்பது பக்தனாகிய தனக்கு இயல்பாகவே அமைந்துள்ளது என்ற உண்மையைத் தான் அறிந்து கொள்ளாவிட்டாலும், பெருமான் தன் உள்ளத்தில் தாமாகவே வலிய வந்து சேர்ந்த அளவில் அப்பெருமானுக்குரிய இடத்தைக் கொடுத்து அவரைத் தங்க வைத்துக் கொள்வதே ஒருவனுக்குத் தகுதியான செயலாகும்.

காடாகிக் கிடக்கும் மேட்டு நிலத்தில் பெய்யும் மழைநீர் வெளியே போகாமல் தடையின்றி வந்து தங்கும்படி பள்ளமான ஏரியாக வெட்டி வைத்துக்கொள்ளுதல் மட்டுமே உழவனுக்கு முடியும். மற்றபடி மழையைப் பெய்யும்படிச் செய்ய வல்லவர்கள் இந்த உலகில் யார்தான் உள்ளார்கள்? இறைவனைத் தவிர வேறு எவருக்குமே மழையைப் பெய்யச் செய்யும் ஆற்றல் கிடையாது.

"தனக்கு அடிமைப்பட்டது தான் அறியா னேலும்
மனத்து அடைய வைப்பதாம் மாலை; வனத் திடரை
ஏரி ஆம் வண்ணம் இயற்றும் இது அல்லால்
மாரியார் பெய்கிற்பார் மற்று?" -2197

மோசமான எண்ணங்களால் காடு மண்டிக் கரடு முரடான கடின உள்ளத்தைப், பக்தன் அடித்து உடைத்துச்

செம்மையான பள்ளமாக்கித் தயாராக வைத்துக் கொள்ளவேண்டும். அப்படி வைத்திருந்தால் பெருமான் தாமாகவே வந்து சேர்ந்துவிடுவார். வந்த பெருமானைத் தக்க வைத்துக் கொள்வது மட்டுமே பக்தனின் கடமை யாகும். பெருமானை யாராலும் இழுத்துக்கொண்டு வரமுடியாது. இந்த உண்மையை அடியவன் முதலிலேயே புரிந்து கொள்ளவேண்டும்.

பெருமானின் அருள்மழை பெருகி வந்து சேரும் ஆழமான ஏரியாக ஒவ்வொருவரும் உள்ளத்தை ஆக்கி வைத்துக்கொள்ள இவர் அறிவுறுத்துகின்றார்.

இறைவனை இதயக் கோவிலில் வைத்துப் பூஜை செய்யவேண்டும். அவனிடம் ஆசையை வளர்த்துக் கொள்ளவேண்டும். இப்படிச் செய்தால் பெருமான் தன் அருள்மழையைப் பக்தனின் உள்ளத்தில் பெய்து நிரப்பி விடுவான். இவ்வண்ணம் இவர் அழகுறக் கூறுகின்றார்.

உள்ளக் கோவில்

உள்ளம் ஒரு கோவில். இறைவன் அங்கு உறை கின்றான். இந்த உண்மையை உணர்ந்துகொள்ள வேண்டும். இக்கருத்தைக்,

"குடம் ஆடிக் கோவலனாய் மேவி, என் நெஞ்சம்
இடமாகக் கொண்ட இறை" -2279

பெருமான் இடையனாய் வந்து பிறந்தான். குடங்களைத் தலையிலும், கையிலும் கொண்டு கூத்தாடினான். அதனால் உண்டான வருத்தம் தீர என் இதயத்தில் பொருத்தி நித்தியவாசம் செய்கின்றான்.

ஆசை ஆசையாய் பூதத்தார் இப்படிப் பேசுகிறார். இது உயர்ந்த ஆழமான சிந்தனையாகும். ஒவ்வொரு பக்தனுக்கும் வரவேண்டிய அடிப்படை நம்பிக்கை இதுதான்.

இவர் காலத்தில் வாழ்ந்த பொய்கையாழ்வார்,

"வெள்ளத்தின் உள்ளானும் வேங்கடத்து மேயானும்
உள்ளத்தின் உள்ளான் என்று ஓர்" -2180

என்கின்றார். நெஞ்சே! திருப்பாற்கடலில் கண் வளர்ந்தருள் பவனும், திருவேங்கடத்தில் நிற்பவனும், இப்போது நம் இதயத்தில் வந்து புகுந்து நித்தியவாசம் செய்கின்றான். இந்த உண்மையை உணர்ந்து கொள்ள வேண்டும். இவ்வாறு பொய்கையார், தன் நெஞ்சுக்குச் சொல்வது போல் நமக்குக் கூறுவது இந்த பேருண்மையைத்தானே.

"வெற்பு என்று இருஞ்சோலை, வேங்கடம் என்று இவ் இரண்டும்
நிற்பு என்று நீ மதிக்கும் நீர்மை போல் - நிற்பு என்று
உளம் கோயில் உள்ளம் வைத்து உள்ளினேன், வெள்ளத்து
இளங்கோயில் கைவிடேல் என்று" -2235

பெருமானே! திருமாலிருஞ்சோலை மலை, திருவேங்கடம் ஆகிய இவை இரண்டும், நாம் உவந்து வாழுமிடம் என்று நீ திருவுள்ளம் கொண்டது போல், என் உள்ளக் கோவிலையும் உவந்து வாழுமிடம் என்று உன் உள்ளத்தில் எண்ணி இருப்பதை அறிந்தேன். என் நெஞ்சில் புகத் திருப்பாற்கடலைக் கைவிட்டு விடாதே என்று உன்னை வேண்டுகிறேன்.

பெருமான் தன் உள்ளத்தையும் வாழுமிடமாகத் தேர்வு செய்துவிட்டான் என்று பூதத்தார் மகிழ்வுடன் கூறுகின்றார். இதற்காகத் திருப்பாற்கடலைக் கைவிட்டு விட வேண்டாம் என்று திருமாலுக்கு ஒரு வேண்டுகோளையும் இவர் வைக்கின்றார்.

108 திவ்ய தேசங்களில் திருப்பாற்கடலும் ஒன்று. திருமால் மண்ணகத் திவ்ய தேசங்களில் சேவை சாதிப்ப தற்கு முன் திருப்பாற்கடலில் மட்டுமே இருந்ததாகக் கூறுவார்கள். அதனால் அதனை இளங்கோயில் என்றும், பாலாலயம் என்றும் புகழ்ந்து குறிப்பிடுவார்கள். திருமாலி ருஞ்சோலை மலை, திருவேங்கட மலை ஆகிய திவ்ய தேசங்களில் இருந்து அருள் செய்வதுபோல் இப்போது அவன் பூதத்தாரின் உள்ளத்திற்கும் வந்து சேர்ந்துவிட்டான். இவர் உள்ளத்தில் வந்து தங்குவதற்காகத் திருப்பாற் கடலாகிய பாலாலயத்தை - இளங்கோயிலைக் கைவிட்டு விடவேண்டாம் என்று நன்றி உணர்வோடு இவர்

வேண்டுகின்றார். இது இவரின் பக்திமிக்க உள்ளத்தைத் தெளிவாகக் காட்டுகின்றது.

இந்நேரத்தில் நம்மாழ்வாரின் பாசுரம் ஒன்றைப் பார்ப்போம்.

“கல்லும், கனைகடலும், வைகுந்த வான் நாடும்,
புல் என்று ஒழிந்தன கொல்? ஏ பாவம்! வெல்ல
நெடியான், நிறம் கரியான் உள்புகுந்து நீங்கான்
அடியேனது உள்ளத்து அகம்” -2652

கண்ணன் மிகவும் உயர்ந்தவன், கரிய நிறமுடையான், என் உள்ளத்தினுள் புகுந்து நெஞ்சை விட்டு நீங்காமல் நிலை கொண்டுவிட்டான். திருவேங்கடம், திருப்பாற்கடல், வைகுண்டம் (பரமபதம்) ஆகிய பெருமானின் இடங்கள் இப்போது அவனுக்கு வேண்டாத சிறிய இடங்களாக ஆகிவிட்டன. ஐயோ பாவம்! இவை எல்லாம் அற்ப மாகவும், என் நெஞ்சமே இவற்றைவிடப் பெரிதாகவும் ஆகிவிட்டதே. நான் என்ன பாக்கியம் செய்தேன்? என்று நம்மாழ்வார் பெரியதிருவந்தாதியில் வியந்து கூறுகிறார். பூதத்தாழ்வாரும் இக்கருத்தைத்தான் கூறுகிறார்.

திருமால் உறையும் திருக்கோவில் பக்தனது உள்ளந் தான் என்ற உயரிய சிந்தனையைப் பூதத்தார் மக்களிடையே பரப்புகின்றார்.

வேண்டுதல்

பொய்கையாழ்வார், பூதத்தாழ்வார், பேயாழ்வார் ஆகிய முதலாழ்வார்கள் மூவருமே பெற்றவர்களால் வளர்க்கப் படாதவர்கள். பசி, பட்டினி முதலிய எல்லாத் துன்பங் களையும் பட்டுத்தான் இவர்கள் வளர்ந்திருப்பார்கள். ஆனால் இம்மூவருக்குமே இறைவனின் திருவருள் முழுமையாகக் கிடைத்துள்ளது. அதனால்தான் இவர்கள் இவ்வளவு ஞானமும், புகழும், பெருமையும், நிலைபேறும் பெற்று இப்போதும் வாழ்ந்து கொண்டிருக்கிறார்கள்.

பூதத்தார் பெருமானிடம் வேண்டுவனவற்றை அடுத்துப் பார்ப்போம்.

".. ஏத்திய
நாவுடையேன், பூ உடையேன், நின் உள்ளி நின்றமையால்
கா அடியேன் பட்ட கடை" -2191

பெருமானே! உன்னைத் தொழுது ஏத்தும் நாவை உடையவன் நான். உன்னை அர்ச்சிப்பதற்குத் தேவையான மலர்கள் என் கையில் உள்ளன. உன் அடியவனாக விளங்கும் பெரும் பாக்கியத்தையும் பெற்றுள்ளவன் நான். வெகுகாலமாக அடைந்துள்ள தாழ்வுகளை எல்லாம் போக்கியருள வேண்டுகின்றேன்.

பெற்றவர்களால் வளர்க்கப்படாத இவர் பல்வேறு பிரச்சினைகளையும், புறக்கணிப்புகளையும் பட்டுத்தான் வளர்ந்திருக்க முடியும். அதனால்தான், தான் நெடுங்கால மாக அனுபவித்துவரும் தாழ்வுகளை எல்லாம் போக்கி யருள பெருமானிடம் இவர் வேண்டுகின்றார்.

மற்றோரு வேண்டுதலையும் பரமனிடம் இவர் வைக்கின்றார்.

"என்றும் மறந்தறியேன், ஏழ் பிறப்பும் எப்பொழுதும்,
நின்றும் நினைப்பு ஒழியா நீர்மையால் - வென்றி
அடல் ஆழி கொண்ட அறிவனே! இன்பக்
கடல் ஆழி நீ அருளிக் காண்" -2236

வெற்றியை இயல்பாக உடைய ஆழிச்சக்கரத்தைக் கையில் ஏந்திய அறிவனே! நீ எல்லாப் பிறவிகளிலும் எல்லா நிலைகளிலும் எனக்காக நின்று, என்னைப் பற்றிய நினைவு தப்பாமல் இருந்ததனால் உன்னை ஒரு நாளும் மறக்கமாட்டேன். பேரின்பப் பெருங்கடலை - ஆனந்தக் கடலை நீ எனக்கு அருள வேண்டும்.

இப்பாசுரத்தில் பெருமானை "அறிவனே" என்ற சொல்லால் குறிப்பிடுகின்றார். அறிஞன் என்ற பொருள் படும் இச்சொல், சமணரின் அருகத்தேவனைக் குறிப்பிடப் பொதுவாகப் பயன்படுத்தப்படும் சொல்லாகும். அதனை இங்கு இவர் பயன்படுத்துகிறார்.

இவர் பொன்னையோ, பொருளையோ பெருமானிடம் வேண்டவில்லை. மாறாக அவனையே எண்ணி எண்ணி மகிழும் ஆனந்தத்தைத்தான் இவர் வேண்டுகின்றார்.

இவர் காலத்தில் வாழ்ந்த பொய்கையாரின் வேண்டுதலை அடுத்துக் காண்போம்.

"சுடர் ஆழியான் அடிக்கே, சூட்டினேன் சொல்மாலை
இடர் ஆழி நீங்குகவே என்று" -2082

சிவந்த சுடர்விட்டுப் பிரகாசிக்கும் சக்கரத்தைக் கையில் ஏந்தியவன் எம்பெருமான், அவன் திருவடிகளில் இப் பாமாலை ஆகிய பூமாலையைச் (சொல்மாலை) சூட்டி னேன், இடையூறாக உள்ள துன்பக் கடலை நீக்குவதற்காக. இப்படிப் பொய்கையார் பெருமானிடம் வேண்டுகிறார். பிற மதத்தினரால் இவருக்குப் பல இடையூறுகள் ஏற்பட்டிருக்க வேண்டும். கடல் அளவுக்குள்ள அந்தப் பிரச்சினைகள் எல்லாம் எம்பெருமான் திருவருளால் விலகவேண்டும் என்று இவர் இப்பாசுரத்தில் வேண்டுகிறார்.

பொய்கையார் துன்பக் கடலை நீக்க வேண்டினார். பூதத்தார் ஆனந்தக் கடலை அவாவுகின்றார்.

அடுத்துப் பூதத்தார்,

"கதையும் பெரும்பொருளும், கண்ணா! நின்பேரே
இதயம் இருந்தவையே ஏத்தில், - கதையின்
திருமொழியாய் நின்ற திருமாலே! உன்னைப்
பருமொழியால் காணப் பணி" -2245

என வேண்டுகின்றார்.

இதிகாசப் புராணங்களின் கதையும், கதைகளின் பெரும் பொருளும் கண்ணனின் பெயர்களே ஆகும். கதையின் திருமொழியாய் நிற்கின்ற திருமாலே! உன்னைப் பரிபூரண மொழியால் கண்டு அனுபவிக்கும்படிச் செய்ய வேண்டும்.

திருமாலைத் தன் தாய்மொழியால் உணர்ந்து அனுபவிக்கும் பேற்றினைப் பூதத்தார் இங்கு யாசிக்கின்றார்.

மற்றொரு வேண்டுதலைத் தன் பிரபந்தத்தின் இறுதியில் இவர் வைத்துள்ளார்.

"மண் உலகம் ஆளேனே; வானவர்க்கும் வானவனாய்,
விண்ணுலகம் தன் அகத்து மேவேனே - நண்ணித்
திருமாலைச் செங்கண் நெடியானை, எங்கள்
பெருமானைக் கைதொழுத பின்" -2271

திருமகள் கேள்வனை, செங்கண் நெடியானை, எங்கள் பெருமானைக் கைதொழுது பற்றிய பின் இந்த உலகம் முழுவதையும் ஆள்வேனோ? வானவர் தலைவனாய் விண்ணுலகத்தில் பொருந்தியிருந்து பேரின்பம் கொள்வேனோ? மாட்டேன், மாட்டேன். இப்படிப் பூதத்தார் பிரகடனம் செய்கிறார்.

மண்ணில் அரசனாக ஆள்வதும் விண்ணில் இந்திரனாக விளங்குவதும் தனக்குத் தேவையில்லை என்றும், பெருமான் மட்டுமே தனக்குப் போதும் என்றும் இவர் வேண்டுகின்றார். பக்தனுக்கு வரவேண்டிய நல்ல சிந்தனை இதுதானே.

இந்நேரத்தில், குலசேகராழ்வார் பெருமானிடம் வேண்டியதைக் காண்போம்.

"ஆனாத செல்வத்து அரம்பையர்கள் தற்சூழ
வான் ஆளும் செல்வமும், மண் அரசும் யான் வேண்டேன்;
தேன் ஆர் பூஞ்சோலைத் திருவேங்கடச் சுனையில்
மீனாய் பிறக்கும், விதி உடையேன் ஆவேனே" -0678

அழியாத செல்வத்தையுடைய அரம்பையர்கள் என்னைச் சூழ்ந்து நிற்க மேலுலகத்தை அரசாளுகின்ற செல்வத்தையும், இம்மண்ணுலகத்தை ஆளுகின்ற அரசாட்சியையும், அரிய முயற்சியின்றிக் கிடைப்பதாயினும் நான் விரும்பமாட்டேன். தேன்மிக்க மலர்கள் நிறைந்துள்ள சோலைகள் சூழ்ந்தத் திருவேங்கட மலையிலுள்ள சுனையில் ஒரு மீனாகப் பிறக்கும் பேற்றினையே நான் விரும்புகின்றேன். இப்படிக் கூறும் இவர் ஒரு மன்னர் என்பதை நினைவில் கொண்டு, இப்பாசுரத்தைப் பயின்றால் மேலும் சுவைக்கலாம். குலசேகராழ்வாரும், பூதத்தாழ்வாரைப் போல விண்ணரசும் மண்ணரசும் வேண்டாம் என்கின்றார்.

இப்பெரியார்களின் வேண்டுதல்கள் இன்றைய மக்களுக்கு வழிகாட்டுவதாக அமையும் என்பதில் எந்த ஐயமும் இல்லை.

மால் தேடி ஓடும் மனம்

பூதத்தார் தன் உள்ளத்தைப் பற்றிக் கூறும் கருத்து, எக்காலத்துக்கும் எவருக்கும் தேவையான கருத்தாக அமைந்து விளங்குகின்றது.

பற்றிப் படரக் கொம்பைத் தேடி விரைந்து பரந்து செல்கின்ற கொடியைப் போன்று தன் மனம் பெருமானைத் தேடி ஓடுகின்றது என்று இவர் கூறுகின்றார்.

“பதி அமைந்து, நாடி, பருத்து எழுந்த சிந்தை,
மதி உரிஞ்சி, வான்முகடு நோக்கி - கதிமிகுந்து அம்
கோல்தேடி ஓடும் கொழுந்ததே போன்றதே
மால்தேடி ஓடும் மனம்” -2208

திருப்பதியிலே (திருமலை) வேரூன்றி நின்று எங்கே என்று தேடிக் கொண்டு, மிகவும் வளர்ந்து, மேல் கிளர்ந்தெழும் இயல்புடையதாய் நிலவைக் கடந்து, வான் முகட்டையும் தாண்டிப், பரம்பொருளைத் தேடி விரைந்து செல்லும் என் மனமானது அழகிய கொழுக்கொம்பைத் தேடிக்கொண்டு பரந்து செல்கின்ற கொடியைப் போன்றுள்ளது.

உயரமான திருவேங்கடத்தில் இவருக்குத் தோன்றிய, உயர்ந்த சிந்தனை இதுவாகும்.

“கோல் தேடி ஓடும் கொழுந்து
மால் தேடி ஓடும் மனம்”

மிக அழகான உவமை.

இத்தகைய மனதைப் பக்தர்கள் ஒவ்வொருவரும் பெற வேண்டும் என்பதுதான் பூதத்தாரின் ஆசை.

இவர் விட்டுச் சென்ற ஒப்பற்ற கருத்தாக இக்கருத்தைக் கொள்வோம்.

ஒரு சிறிய தொட்டியில் வைத்தச் சங்குபுஷ்பத்தின் விதை முளைத்து, மண்ணைக் கீறி வெளியே வந்து, சின்னச் சின்னப் பிரிவுகளாக நாளும் வளர்ந்து, பற்றிப் படரக் கம்பைத் தேடி வேகமாக ஓடும் அழகைப் பார்த்தால் பூதத்தாரின் உவமையின் ஆழத்தைப் புரிந்துகொள்ள முடியும். இந்த அற்புதமான சிந்தனையின் மேன்மையையும் புரிந்துகொள்ள முடியும்.

அடுத்துப் பொய்கையாழ்வார் தன் மனம் பற்றிக் கூறுவதைப் பார்ப்போம்.

"தாய் நாடு கன்றே போல், தண் துழாயான் அடிக்கே
போய் நாடிக் கொள்ளும் புரிந்து" -2111

மிகப் பெரிய பசுக்கூட்டத்தின் நடுவே தன் தாயைத் தேடிச் செல்லும் கன்றைப் போல தன் மனம் பெருமானின் திருவடிகளைத் தேடிச் சென்று சேருகிறது என்று இவர் கூறுகின்றார்.

உள்ளத்தில் வேறு எந்தவித நினைப்பும் இல்லாமல், பரமனைப் பற்றிய நினைவுகளை மட்டுமே சுமந்து வாழ்ந்தால் அவனை உறுதியாக அடையமுடியும் என்பது தான் பூதத்தாழ்வார் மக்களுக்கு விட்டுச் சென்றக் கருத்தாக அமைகின்றது.

கருவறை

பூதத்தார், தாயின் கருவறையில் இருக்கும்போதே திருக்கோட்டியூர் பெருமானைக் கைதொழும் பாக்கி யத்தைப் பெற்றவர் ஆவார். மேலும் அப்பெருமானின் உலகளந்த திருவடிகளைக் கருவில் இருக்கும்போதே அறிந்து அனுபவிக்கும் பேற்றையும் பெற்றவர் ஆவார்.

"இன்றா அறிகின்றேன் அல்லேன் இருநிலத்தைச்
சென்று ஆங்கு அளந்த திருவடியை; - அன்று
கருக்கோட்டியுள் கிடந்து கைதொழுதேன் கண்டேன்
திருக்கோட்டி எந்தை திறம்" -2268

இப்படி இவர் அழகாகக் கூறுகிறார். இப்பாசுரத்தையும், பொருளையும் முதலில் பார்த்தோம்.

முன்பு தாயின் கருவறையில் கிடந்துத் திருக்கோட்டியூர்ப் பெருமானுடைய தன்மைகளைக் கண்டு அனுபவிக்கப் பெற்றேன். கைதொழவும் பெற்றேன். பெரிய இந்த நிலத்தைத் திரிவிக்கிரமனாக அளந்து கொண்ட திருவடியை இன்றைக்குத்தான் நான் அறிந்து கொண்டேன் என்பதில்லை. கர்ப்பவாசம் தொடங்கியே அறிவேன்.

யாருக்கோ விடை சொல்வது போலவும் இப்பாசுரம் அமைந்துள்ளது.

இவர் காலத்தில் வாழ்ந்த மற்றொரு ஆழ்வாரான பொய்கையாழ்வாரும் தாயின் கருவறையில் இருக்கும் போதே திருவரங்கத்தில் பள்ளிகொண்டுள்ள திருவரங்கனின் இயல்புகளை எல்லாம் கண்ணால் கண்டு கைதொழுதேன் என்கிறார்.

"கரு அரங்கத்துள் கிடந்து கைதொழுதேன் கண்டேன்
திருவரங்கம் மேயான் திசை" -2087

இவ்விருவர் காலத்தில் வாழ்ந்த மற்றொரு ஆழ்வாரான திருமழிசையாழ்வாரும் இவர்களைப் போலவே கருவில் இருக்கும் போதே பெருமானின் அருளைப் பெற்று விட்டதைப் பதிவு செய்துள்ளார். (2473)

பூதத்தாழ்வார், பொய்கையாழ்வார், திருமழிசையாழ்வார் ஆகிய மூவருமே பெற்ற தாய்மார்களால் வளர்க்கப் படாதவர்கள் ஆவர். இந்த உண்மையை நினைவில் வைத்து இவர்களது பாசுரங்களைப் படித்தால் இம்மூவரின் மேன்மை மேலும் பெரிதாகப் புலப்படும்.

இம்மூவரும் பெற்றவர்களால் வளர்க்கப்படாமல், பல்வேறு துன்பங்களுக்கிடையே வளர்ந்து, பெரியவர்களாகி ஞானம் பெற்று, இன்றும் புகழுடன் திகழ்கிறார்கள் என்றால், பெருமானின் திருவருள் கருவறைக்குள் இருக்கும் போதே இவர்களுக்கு முழுமையாகக் கிடைத்தமைதானே காரணமாக இருக்கமுடியும்.

பூதத்தாழ்வாரும், பொய்கையாழ்வாரும் தாயின் கருவறையில் இருக்கும்போதே பரமனை அறிந்து

கொள்ளும் பேற்றைப் பெற்றோம் என்று கூறுகின்றனர். இருப்பினும் பூதத்தார் குருத்திப் பூவிலும், பொய்கையார் தாமரைப் பூவிலும் பிறந்ததாகக் காலங்காலமாகக் கூறப் பட்டு வருகின்றது. இவர்களைச் சிறப்புச் செய்வதற்காக இப்படிக் கூறி இருப்பார்களோ என்று எண்ணத் தோன்றுகின்றது.

முதலும் முடிவும்

பூதத்தாரின் முதல் பாசுரம் 'அன்பு' என்று ஆரம்ப மாகின்றது. அதைப்போல் இறுதிப் பாசுரத்தின் இறுதிச் சொல்லும் 'அன்பு' என்று நிறைவு பெறுகின்றது.

"அன்பே தகளியா, ஆர்வமே நெய்யாக,
இன்பு உருகுசிந்தை இடுதிரியா; - நன்பு உருகி
ஞானச் சுடர்விளக்கு ஏற்றினேன், நாரணற்கு
ஞானத் தமிழ் புரிந்த நான்" -2182

இதுவே இவர் அருளிய "இரண்டாம் திருவந்தாதி"யின் முதல் பாடலாகும்.

பெருமானைப் பற்றிய ஞானத்தை - அறிவைத் தரும் தமிழ்ப் பிரபந்தத்தை விரும்பி இயற்றுகிறேன். அன்பே அகலாகவும், அன்பின் அடிப்படையில் பிறந்த ஆர்வமே (உள்ளுணர்ச்சி) நெய்யாகவும், இறை நினைப்பில் நீர்ப் பண்டமாக உருகுகின்ற மனமே விளக்குக்கு இடப்படும் திரியாகவும் கொண்டு, உள்ளுயிர் உருகப் பெற்று, நாராயணனுக்குப் பரஞானமாகிய ஒளிவிடும் விளக்கை ஏற்றுகிறேன்.

இவர் இவ்வண்ணம் ஞானச்சுடர் விளக்கைத் தமிழகத்தில் ஏற்றி வைக்கிறார். இந்தப் பக்திச் சுடர்விளக்கு, வைணவச் சுடர்விளக்காக இப்போதும் நிலைப்பெற்று விளங்குகின்றது.

இந்த அன்புச்சுடர் விளக்கில் திருக்கோவலூர் இடைகழியில் நாராயணனை இவர் கண்ணாரக் கண்டார்.

பெருமானிடத்துத் தனக்கு உண்டான அன்பையே அகலாகவும், அவனிடம் தனக்கு ஏற்பட்ட ஆர்வத்தையே

நெய்யாகவும், அவனை நினைந்து உருகுகின்ற தன் மனத்தையே அந்த விளக்கிற்கு இடும் திரியாகவும் உருவகப் படுத்துகின்றார். நாராயணனுக்குப் பரஞானமாகிய சுடர் விட்டுப் பிரகாசிக்கும் விளக்கை ஏற்றி இவர் மகிழ்கின்றார்.

பெருமானிடம் இவர் கொண்டுள்ள அன்பும், மக்களிடம் வைத்துள்ள அக்கறையும் இவர் பாசுரங்களில் பரவலாகக் காணப்படுகின்றன.

பக்தி இயக்கக் காலத்தில் தமிழுக்கு உரிய சிறப்பு - மரியாதை இல்லாதிருந்தது. சமண, புத்த மதத்தினர் தமிழுக்குரிய அங்கீகாரத்தை அளிக்கவில்லை. அதனால் இக்காலகட்டத்தில் வாழ்ந்த வைணவ, சைவ சமயப் பெரியவர்கள் தமிழை வளர்ப்பதையும், தாய்த் தமிழோடு தம்மைத் தொடர்புபடுத்திப் பேசுவதையும் ஒரு வழக்கமாகக் கொண்டிருந்தனர். அதனால்தான் இவர்,

"நாரணற்கு ஞானத்தமிழ் புரிந்த நான்"

என்று இப்பாசுரத்தில் இவர் குறிப்பிடுகின்றார்.

"இருந்தமிழ் நல்மாலை இணை அடிக்கே சொன்னேன்
பெருந்தமிழன் நல்லேன் பெரிது" -2255

என்றும்,

".. அமுது அன்ன
சொல்மாலை ஏத்தித் தொழுதேன்" -2266

என்றும் இவர் குறிப்பிடுகின்றார்.

பூதத்தார் முதல் பாசுரத்தில் தன் பாடல்களை "ஞானத் தமிழ்" என்று குறிப்பிடுகின்றார். இருப்பினும், இவரின் பாசுரங்கள் 'இரண்டாம் திருவந்தாதி' என்ற பெயரால் இன்று அழைக்கப்படுகின்றன. முதலாழ்வார் மூவரில் இரண்டாவதாக விளங்கும் இவரின் பாடல், நாலாயிர திவ்யப் பிரபந்தத்தில் 2182 ஆம் பாசுரமாகத்தான் ஆரம்பமாகின்றது.

ஞானம் முற்றிப் பக்தியாகும் நிலையினை இவர் பாடல்களில் காண முடிகின்றது.

இவரின் பாசுரங்கள் பரஞானத்திற்கு விளக்கமாக அமைந்துள்ளன.

வைணவம் வற்புறுத்தும் பக்தி, பிரபத்தி (சரணாகதி) ஆகிய இரண்டும் இவரின் பாடல்களில் வற்புறுத்தப் படுகின்றன.

அடுத்து, இவரின் இறுதியாக அமைந்த பாசுரத்தைப் பார்ப்போம்.

"மாலே! நெடியோனே! கண்ணனே! விண்ணவர்க்கு
மேலா! வியன்துழாய்க் கண்ணியனே! - மேலால்
விளவின் காய் கன்றினால் வீழ்த்தவனே என்தன்
அளவு அன்றால், யானுடைய அன்பு" -2281

'அன்பே தகளியா' என்று ஆரம்பித்த இவர், 'யானுடைய அன்பு' என்று தன் 100 ஆம் பாசுரத்தை நிறைவு செய்கின்றார்.

நாள்தோறும் பாராயணம் செய்ய வேண்டிய சிறந்த பாசுரமாக இப்பாடல் போற்றப்படுகின்றது.

திருமாலே! நெடியவனே! கண்ணனே! விண்ணவர்க்குத் தலைவனே! துளசி மாலை அணிந்தவனே! விளங்காயை ஒரு கன்றால் உதிர்த்தவனே! அடியேன் உன்னிடத்தில் வைத்திருக்கும் அன்பு என்னளவில் நிற்கவில்லையே.

அன்பைத்தான் இவர் பிரச்சாரம் செய்கின்றார். அழகனிடம் இவர் கொண்டிருக்கும் அன்பு - பக்தி இவரளவில் அடங்கி நிற்கவில்லை. அந்த அன்பை அளக்கவோ, அளவிடவோ அவராலும் இயலவில்லை. அதையும் சேர்த்தே சொல்லி இவர் நிறைவு செய்கின்றார்.

இவரின் முதல் பாசுரமும் இறுதிப் பாசுரமும் அன்பையே - பக்தியையே முதன்மையாகக் கொண்டு விளங்குகின்றன.

குதிரைகளில் பவனிவரும் மன்னர்கள்

இவர் காலத்தில் பெருஞ் செல்வத்தோடும் செல்வாக் கோடும் மன்னர்கள் பலர் வாழ்ந்திருப்பார்கள். அவர்கள்

யானைப்படை, குதிரைப்படை புடைசூழச் செம்மாந்து குதிரைகளில் வலம் வந்துகொண்டே இருந்திருப்பார்கள். அந்தக் காட்சிகளைக் கண்டபோது இவருக்குத் தோன்றிய சிந்தனைகளைக் கீழ்க்கண்டவாறு கூறுகின்றார்.

"கோ ஆகி, மாநிலம் காத்து, நம்கண் முகப்பே
மா ஏகிச் செல்கின்ற மன்னவரும் - பூ மேவும்
செங்கமல நாபியான் சேவடிக்கே, ஏழ்பிறப்பும்
தண்கமலம் ஏய்ந்தார் தமர்" -2250

அரசருக்கு அரசராய்ப் பரந்த நிலவுலகை அரசாட்சி செய்து, நம் கண்ணெதிரே குதிரை ஏறித் திரிகின்ற அரசர்களும், தாமரை மலர் பொருந்திய உந்தியுடைய பெருமானின் திருவடிகளுக்குப் பற்பல பிறவிகளிலே தாமரைப் பூக்களைச் சமர்ப்பித்த பக்தர்கள் ஆவார்கள்.

திருமாலின் திருவடிகளில் தாமரைப் பூக்களைத் தினந்தோறும் தூவி வழிபட்டால் மன்னராகலாம் என்றும், தங்களின் பதவிகளைத் தக்க வைத்துக் கொள்ளலாம் என்றும் இவர் கூறுகின்றார். யானைப்படை, குதிரை வீரர்கள் தொடர்ந்துவர, குதிரைகளில் செம்மாந்து செல்லும் மன்னர்கள், இந்த உயரிய வாழ்க்கை பெருமானால்தான் தங்களுக்குக் கிடைத்தது என்பதை மறந்து விடலாகாது என்றும் இவர் நினைவூட்டிக் கூறுகின்றார்.

பெருமானின் அருளால் மன்னர் ஆனவர்கள், அவனின் பக்தர்களுக்கு எந்த வகையிலும் இடைஞ்சல் செய்யக்கூடாது என்பதை இதன் வழி இவர் உணர்த்துவதாகக் கொள்ளலாம்.

இவர் நகரங்களில் வலம் வரும் பல மன்னர்களைக் கண்ணால் கண்ட பின்பும், அவர்களின் பெயர்களை எங்கும் குறிப்பிடவில்லை. நாராயணனை மட்டுமே பாடும் உயரிய சிந்தனை மிக்க இவருக்கு அவர்களைப் பற்றிச் சொல்லத் தோன்றவில்லை.

நாராயணனும் சிவனும்

பூதத்தாழ்வார், திருமால்தான் மேலான கடவுள் என்றும், சிவன் அவன் பின் சென்று தினமும் வணங்கி, தன்

குறைகளை எல்லாம் தீர்த்துக் கொள்கிறான் என்றும் கூறுகின்றார்.

“பிறை இருந்த செஞ்சடையான் பின் சென்று, மாலைக்
குறை இரந்து தான் முடித்தான் கொண்டு” -2198

பிறை சூடிய சிவந்த சடையை உடைய சிவன் எம்பெருமான் பின் சென்று யாசித்துத் தன் குறையை நிறைவேற்றிக் கொண்டான் என்று இவர் கூறி, வணங்கும் தகுதியுடையோர் திருமாலைத் தவிர வேறு யார் உள்ளார்கள் என்கிறார்.

“................................ மாகடல் நஞ்சுண்டான் தனக்கும்
இறை ஆவான் எங்கள் பிரான்” -2277

கடலிலிருந்து உண்டான நஞ்சை உட்கொண்டவனான சிவனுக்கும், சுவாமியாய் இருப்பவன் எம்பெருமான்தான் என்று இவர் அடுத்துக் கூறுகின்றார்.

“செழுங்கதிரோன், ஒண்மலரோன், கண்ணுதலோன், அன்றே
தொழும் தகையார் நாளும் தொடர்ந்து” -2193

மேலும் கதிரவனும், பிரமனும், நெற்றிக் கண்ணனான சிவனும் நாள்தோறும் பெருமான் எழுந்தருளியிருக்கும் இடத்தைத் தேடிச் சென்று தொழும் இயல்பு உள்ளவர் களன்றோ? என்றும் இவர் சொல்கின்றார்.

பூதத்தாரின் கருத்துக்களில் சைவ சமயத்தின் மீதுள்ள வெறுப்பு வெளிப்படையாகத் தெரிகிறது.

பொய்கையாழ்வார் இவர் காலத்தில் வாழ்ந்தவர். முதலாழ்வாராகிய அவரின் கருத்துக்களைக் காண்போம்.

“உருவம் எரி, கார்; மேனி ஒன்று” -2086

சிவனது வடிவம் சிவந்த நெருப்பு நிறமாகும். நாராயணனின் உருவம் நீலமேகத்தின் நிறமாகும். ஆனால் இருவருக்கும் மேனி ஒன்றுதான்.

“இருவர் அங்கத்தால் திரிவரேலும், ஒருவன்
ஒருவன் அங்கத்து என்றும் உளன்” -2179

நாராயணனும் சிவனும் இருவேறு வடிவங்களைக் கொண்டு திரிவார்களேயானாலும் ஒருவனின் அங்கத்தில்

மற்றொருவன் எப்போதும் இருக்கிறான். இவ்வாறு பொய்கையார் பெருந்தன்மையோடு கூறுகின்றார். சைவ வைணவச் சண்டைகளோ வேறுபாடுகளோ இல்லாத பரந்த மனநிலையை இவரிடம் காண முடிகின்றது.

பூதத்தாரிடம், அத்தகைய மனநிலை இல்லை. சைவ சமய வெறுப்பு இவரிடம் உள்ளது. இந்தப் போக்கை இவரிடம்தான் முதலில் காண்கிறோம் என்பதை நினைவில் கொள்வோம்.

மண் அளந்த நிகழ்ச்சி

திருமால் மண் அளந்த நிகழ்வை ஆழ்வார்கள் எல்லோரும் ஆர்வத்தோடு பேசுகிறார்கள்.

பெருமான் கரிய கோலப் பிரம்மச்சாரியாய் மாவலியிடம் சென்று மூவடி நிலத்தை யாசித்துப் பெற்றான். உடனே பூமியை அளக்க நின்ற பெருமானின் ஒரு திருவடியானது பூமண்டலத்தை ஆக்கிரமித்துக் கொண்டது. அதன்பிறகு விம்மி வளர்ந்த திருத்தோளானது திசைகள் எல்லாவற்றிலும் பரவி மேலுலகத்தை அளந்து கொண்டது. பெரியோர்கள் இப்படி வியந்து பேசுகின்றனர்.

"நின்றது ஓர் பாதம் நிலம் புதைப்ப, நீண்ட தோள்
சென்று அளந்தது என்பர் திசை எல்லாம்" -2242

இந்தக் காட்சியை மனக் கண்ணால் கண்டு, அனுபவித்துப் பூதத்தார் இப்படிக் கூறுகின்றார்.

இதே நிகழ்ச்சியைப் பொய்கையாழ்வார்,

"அடியும் படிக்கடப்பத் தோள் திசைமேல் செல்ல
முடியும் விசும்பளந்தது என்பர்" -2098

என்று மகிழ்வுடன் வருணிக்கின்றார்.

திருமால் உலகளக்கத் தன் பூபோன்ற திருவடியை உயரத் தூக்கியபோது வலம்புரிச் சங்கு அவன் இடக் கையில் இருந்து முழங்கியது. ஆழிச்சக்கரம் (திருவாழி) நெருப்பை உமிழ்ந்தது. எதிரிகளாய் நின்ற மாவலியின்

மகன் நமுசி முதலியோர் வாயடங்கித் திகைத்து நின்றனர். (2252, 2188, 2186) இப்படிப் பூதத்தார் கூறுகின்றார்.

காளமேகம் போல் கருநிறம் உடையவன் பெருமான். திருமகளைத் திருமார்பில் உடையவன் அவன். இராவணனைப் போன்ற மகாபலியை அழிக்க வேண்டி யிருந்தும், பெருமான் அதைச் செய்யவில்லை. தேவேந்திர னின் சொர்க்கம் போன்று சிறந்த பாதாள உலகில் அவனை நீண்டகாலம் வாழும்படிச் செய்தான். பெரு மானின் இந்த அருள் உணர்வை யார்தான் தெரிந்து கொள்ள வல்லவர்? அவன் அருளை யார்தான் அளவிட முடியும்?

"............................... ஆர் அது அறிவார்? - மறம் புரிந்த
வாள் அரக்கன் போல்வானை வானவர் கோன் தானத்து
நீள் இருக்கைக்கு உய்த்தான் நெறி" -2233

பரமனின் பெருந்தன்மையை இதன்வழி இவர் உணர்த்துகிறார்.

மேலும் உலகளந்த திருவடியை இப்போதுதான் நான் அறிந்தேன் என்பதில்லை. தாயின் கருவறையில் இருக்கும் போதே அத்திருவடிகளை அறியும் பேற்றையும் பெற்றுவிட்டேன் என்றும் இவர் கூறுகின்றார். (2268)

நில உலகம் பெருமானுக்கு உரியது. வாமனன் மண் இது. இதனை மாவலி தனக்குரியது எனக் கொண்டு செருக் குடன் திரிந்தான். அந்தச் செருக்கை அழித்த கதைதான் இக்கதை.

உலகம் பெருமானின் ஆளுகைக்கு உரியது. அரக்க மனம் கொண்டவர்களுக்கு இங்கு ஆட்சி செய்ய உரிமை யில்லை என்ற உண்மையையும் இக்கதை உணர்த்துகின்றது.

கொடியவர்களால் பாதிக்கப்பட்டவர்கள் நம்மைக் காக்க பெருமான் எப்படியும் வருவான் என்ற நம்பிக் கையைப் பெறவும், எந்த வகையிலும் பெருமான் நம்மைப் பாதுகாப்பான் என்ற எண்ணத்தைப் பக்தர்களிடம் உருவாக்கவும் இக்கதையை இவர் கூறுகின்றார்.

உலகளந்த செயலுக்கு ஒப்பான செயல்

பெருமான் உலகளந்தது ஒப்பற்ற செயற்கரியச் செயல். அதற்கு ஒப்பான செயல் வேறு உண்டுமா? இப்படி ஒரு கேள்வியைப் பூதத்தார் முதன்முதலாக எழுப்புகின்றார். உண்டு என்று புதிய விளக்கத்தையும் இவர் தருகின்றார்.

"பின்நின்று தாய் இரப்பக் கேளான்; பெரும் பணைத்தோள்
முன்நின்று தான் இரப்பாள் மொய்ம்மலராள்; - சொல்நின்ற
தோள் நலத்தான் நேர் இல்லாத் தோன்றல், அவன் அளந்த
நீள் நிலம்தான் அத்தனைக்கும் நேர்" -2260

தாயாகிய கோசலை இராமனைப் பின்தொடர்ந்து வந்து கானகம் செல்ல வேண்டாம் என வேண்டினாள். இராமன் அதை ஏற்றுக் கொள்ளவில்லை. மூங்கில் போன்ற தோள்களை உடைய சீதை இந்த மென்மையான திருமேனியோடு கானகம் செல்ல வேண்டாம் என இரந்தாள். அதையும் அவன் கேட்கவில்லை. தந்தை தசரதனின் சொல்லைக் காப்பதற்காகக் கொடிய காட்டிற்குள் இராமன் சென்றான். இந்தப் பெருஞ்செயலுக்கு, எம்பெருமான் பெரிய இந்த நிலஉலகை அளந்த செயல் மட்டுமே ஒத்தது ஆகும்.

இராமன் வனவாசம் ஏற்றுக் கொடிய கானகத்தினுள் பதினான்கு ஆண்டுகள் அலைந்தான். இந்தச் செயல் பெருமான் நொடியில் உலகளந்த செயலுக்கு ஒப்பானது என்று இவர் புதியதொரு கருத்தைக் கூறுகின்றார்.

திருமால் உலகளந்தான். அவனே இராமவதாரத்தின் போது தன் முந்தைய செயற்கரிய செயல் போன்ற மற்றொரு செயலையும் செய்து முடித்து விடுகின்றான் என்று இவர் கூறுகின்றார்.

மண் அளந்த திருவடிகளே, இராமவதாரத்தில் காட்டிலும், மேட்டிலும், கல்லிலும், முள்ளிலும் நடந்தன.

இராமனின் கதையை அறியும் ஆர்வத்தைத் தமிழக மக்களிடையே இதன் மூலம் இவர் உருவாக்குகின்றார்.

பரமன் அளந்த உலகை விடப் பெரியது

பெருமான் பெரிய உலகை அளந்தான். அந்த உலகத்தை விடப் பெரியது ஏதாவது உண்டா? அடுத்த கேள்வியைப் பூதத்தார் எழுப்பி, உண்டு என்று விடை தருகின்றார்.

வஞ்சகி பூதனை சின்ன குழந்தையான கண்ணனைத் தூக்கி எடுத்துப் பால் கொடுத்தாள். கண்ணன் மெய்யாகப் பால் குடிப்பது போல் குடித்து அவள் உயிரை மாய்த்தான். யசோதை அதைக் கண்ணால் கண்டாள். இந்த நிகழ்ச்சியை 2189, 2210, 2230 ஆகிய பாசுரங்களில் இவர் கூறுகின்றார்.

"அன்று அதுகண்டு, அஞ்சாத ஆய்ச்சி உனக்கு இரங்கி,
நின்று முலை தந்த இந்த நீர்மைக்கு - அன்று
வரன் முறையால் நீ அளந்த மாகடல் சூழ் ஞாலம்
பெருமுறையால் எய்துமோ பேர்த்து?" -2190

பூதனை பிணமாக விழும்படி நீ முலையுண்டு, அவள் உயிரை முடித்த போது அதை கண்ணால் யசோதை பார்த்தாள். அதைப் பார்த்தப் பிறகும் பால் கொடுக்கிற நாமும் ஒருவேளை இப்படிச் செத்துப் போவோமோ என்று கொஞ்சமும் அஞ்சாமல் யசோதைப் பிராட்டி யானவள், தரித்து நின்று, அந்தப் பூதனையின் நஞ்சுக்கு மாற்றாக உன்னிடம் பெரும் பரிவு கொண்டு பால் தந்தாள். இந்தப் பெருங்குணத்திற்கு முன்பு நீ சிறந்த முறையினாலே அளந்து கொண்ட கடல் சூழ்ந்த இவ்வுலகமானது இன்னது பெரியது என்று பார்க்கும் முறையில் ஒப்பாகுமோ? ஒரு போதும் ஒப்பாகாது.

யசோதையின் பேரன்புக்கு முன், பரமன் அளந்து கொண்ட பெருங்கடல்கள் சூழ்ந்த உலகமும் ஒப்பாகாது என்று பூதத்தார் கூறுகின்றார்.

பாலூட்டிய பூதனையின் முடிவைக் கண்ட பிறகும் அச்சப்படாமல் யசோதை கண்ணனுக்குப் பால் தந்தாளே, அந்த ஒப்பற்ற செயலுக்கு முன், பெருமான் அளந்த பெருங்கடல் சூழ்ந்த உலகமும் கூட ஒப்பாகாது.

அதைவிடப் பெரியது யசோதையின் செயல் என்று பூதத்தார் புதிய கோணத்தில் அவளின் செயலை - அன்பை வியந்து போற்றுகின்றார். இவரைத் தவிர வேறு எந்த ஆழ்வாரும் இப்படி விமர்சனம் செய்யவில்லை.

தாயின் மடியில் பால் குடிக்கும் வாய்ப்புக் கிடைக்காத பூதத்தாழ்வாருக்குத்தான் யசோதைத் தாயின் மேன்மை புரிகின்றது. அதனால்தான் இறைவன் திருமால் அளந்த பெருங்கடல்கள் சூழ்ந்த உலகைவிட, மண்ணகப்பெண் யசோதை பாலூட்டிய நிகழ்ச்சி இவருக்குப் பெரிதாகப் படுகிறது.

கண்ணனின் கதையை அறியும் ஆர்வத்தைத் தமிழரிடையே உருவாக்கும் நோக்கில் இவரின் பாசுரங்கள் அமைந்துள்ளமையைக் காணமுடிகின்றது.

கஜேந்திரன் கதை

ஆழ்வார்களுக்குக் கஜேந்திரன் யானையின் கதையைக் கூறுவதில் மகிழ்ச்சி அதிகம்.

திருமால் பக்திமிக்க 'இந்திரத்யும்நன்' என்ற மன்னன் வழக்கம் போல பூஜை செய்து கொண்டிருக்கும் போது அங்கு அகத்திய முனிவர் வந்தார். அவன் அவரைக் கவனிக்கவில்லை. தனக்குரிய மரியாதை கிடைக்காத கோபத்தில் அகத்தியர் அவனை யானையாகுமாறு சபித்தார். அந்த மன்னன்தான் கஜேந்திரன் யானையாகப் பிறந்தான் என்பர். யானையாகப் பிறந்த பின்னும் அவனிடம் திருமாலைப் பூக்களால் வழிபாடு செய்யும் பழக்கம் குறையவில்லை.

அந்த யானை ஒரு நாள் தாமரைப் பூவைப் பறிக்கத் தண்ணீரில் இறங்கியபோது முதலை அதன் காலைக் கவ்வி இழுத்தது. யானை ஆதிமூலமே என்று அலற, திருமால் கருடனில் வந்து சக்கராயுதத்தால் முதலையை அழித்து யானையைக் காப்பாற்றினார் என்பது கதையாகும்.

தன் அடியவனுக்குத் துன்பம் ஏற்படும்போது இறைவன் ஓடி வந்து காப்பான். பெருமானின் பக்தர்களுக்கு

அரிய செயல்களும் கூட எளிதாகிவிடும். பக்தன் கூப்பிட்டக் குரலுக்கு ஓடி வரும் எளிமையானவன் எம்பெருமான். இந்த உண்மைகளை நிலைநாட்டத்தான் பூதத்தார் கஜேந்திரன் கதையைக் கூறுகிறார் எனக் கருதலாம்.

கால் சங்கிலியை முறித்துக்கொண்டு ஓடும் இயல் புடைய செருக்குமிக்க மதயானை, பெரிய பொய்கையில் இறங்கி அழகிய தாமரைப் பூவை எம்பெருமானுக்குச் சமப்பிப்பதற்காகப் பறித்தது. அப்போது யானை அக்குளத் திலுள்ள முதலையின் வாயிலகப்பட்டு விடுவித்துக் கொள்ள முடியாத பெருந்துன்பத்தில் சிக்கியது. யானை யின் ஆணவம் அழிந்தது. அச்சம் மிகுந்தது. தாமரைப் பூவின் செவ்வி அழியும் முன்பே அந்த மலர்களை எம்பெருமானுக்குச் சமர்ப்பிக்க முடியாமல் போய்விடுமோ என்று யானை மனம் பதறியது. திருவாழியைக் கையிலேந்திய திருமாலின் திருவடிகளை அது வணங்கியது. அதனால்தானே, அந்தக் கஜேந்திரன் முற்காலத்தில் தேவாதிதேவனுடைய இருப்பிடமான பரமபதத்தை அடைந்தது.

"தொடர் எடுத்த மால்யானை சூழ்கயம் புக்கு அஞ்சி,
படர் எடுத்த பைங்கமலம் கொண்டு - அன்று இடர் அடுக்க
ஆழியான் பாதம் பணிந்து அன்றே வானவர் கோன்
பாழிதான் எய்திற்று பண்டு" -2194

யானையின் கையிலுள்ள பூவைப் "படர் எடுத்த பைங்கமலம்" - மலர்ந்து ஓங்கியிருக்கிற தாமரைப் பூ என்று ஆழ்வார் கூறுகின்றார். அந்தப் பூ வாடும் முன் இறைவனுக்குச் சமர்ப்பிக்க வேண்டும் என்ற யானையின் பரிதவிப்பைக் கண்ட பெருமான் திருவாழியைக் கையில் ஏந்தியவனாக ஓடோடி வருகின்றான். "வானவர் கோன் பாழி" என்பது திருமாலின் இருப்பிடமான பரமபதத்தைக் குறிக்கின்றது. பின் கஜேந்திரனைப் பெருமான் தன் இருப்பிடமான பரமபதத்திற்கே கொண்டு சென்று விட்டான் என்று இவர் கூறுகின்றார். தன் அடியவன் கூப்பிட்ட குரலுக்கு ஓடிவரும் எளிமையன் எம்பெருமான் என்பதை இக்கதை மூலம் இவர் உணர்த்துகின்றார்.

மற்றொரு பாசுரத்தை அடுத்துப் பார்ப்போம்.

"அரியது எளியதாகும், ஆற்றலால் மாற்றி,
பெருக முயல்வாரைப் பெற்றால்; - கரியது ஓர்
வெண்கோட்டு மால்யானை வென்றி முடித்து அன்றே
தண்கோட்டு மாமலரால், தாழ்ந்து?" -2203

தன் முயற்சியால் பக்தன் செய்யும் முயற்சி ஒன்றும் வேண்டாமென்று விலக்கி அவனுக்கு வேண்டிய எல்லாச் செயல்களையும் தானே செய்வதாக ஏற்றுச் செயல்படுவான் திருமால். இச்சிறப்பு மிக்க எம்பெருமான் கிடைக்கப் பெற்றால், ஒருவனுக்குச் செய்வதற்கு அரிய செயல்களும் கூட மிகவும் எளிதாகிவிடும். வெண்மையான தந்தங்களை உடைய கஜேந்திரன் யானை பொய்கைக் கரையில் தாமரைப் பூக்களைக் கொண்டு, பெருமானின் திருவடிகளில் வணங்கி அடிமை செய்ததால்தானே தன் பகையை வென்று தன் விருப்பத்தை நிறைவேற்றிக் கொள்ள முடிந்தது.

குளிர்ந்த பொய்கைக் கரையிலே கிடைத்த சிறந்த தாமரைப் பூ எனக் கூறத் தண் கோட்டு மாமலர் என்றும், முடித்துக் கொண்டதல்லவா எனச் சொல்ல, முடித்ததன்றே என்றும் பூதத்தார் பேசுகின்றார்.

முதலை வாயிலிருந்து யானை தப்பித்தல் என்பது இயலாத செயல் - மிகவும் அரிய செயல். அத்தகைய அரிய செயலும் பெருமானின் அருள் கிடைக்கப் பெற்றவர் களுக்கு எளிதாக நடந்துவிடும் என்பதனை இவர்,

"அரியது எளியதாகும், ஆற்றலால் மாற்றி,
பெருக முயல்வாரைப் பெற்றால்"

என்கிறார்.

பிறைச் சந்திரனைப் போன்ற தந்தங்களையும், சிவந்த கண்களையும் உடைய கஜேந்திரனை முதலை வாயிலிருந்து காத்தருளிய பெருமானுக்கு அடிமை செய்ய உறுதி கொண்டுவிட்டேன். அதனால் காலை, பகல், மாலை முதலிய எல்லா வேளைகளிலும், கிடைத்த மலர்களை -

வாய்ந்த மலர்களைச் சமர்ப்பித்துப், பெருமானின் ஆயிரம் திருநாமங்களையும் ஓதி வருவேன். இவ்வாறு இன்னுமொரு பாசுரத்தில் (2254) இவர் கூறுகின்றார்.

பூதத்தாருக்குப் பின்னால் வந்த பெரியாழ்வாரும் இந்தக் கதையைக் கூறுகிறார். (0126)

பக்தன் பெருமானை மனமாரக் கூப்பிட்டால் அவன் ஓடிவந்து காப்பாற்றுவான். பெருமானின் அருள் கிடைத்துவிட்டால் அரிய, பெரிய செயல்களும் கூட எளிதாக அடியவனுக்குக் கைகூடிவிடும். பெருமானைக் கிடைத்த மலர்களைக் கொண்டு, திருநாமங்களைச் சொல்லி, மனமுருகி முப்பொழுதும் வழிப்பட்டால் பரமனது அருள் முழுமையாகக் கிடைக்கும். இந்த உண்மைகளைத்தான் கஜேந்திரன் கதைவழி பூதத்தார் உணர்த்துகின்றார்.

கண்ணன் கதை

ஆழ்வார்கள் எல்லோருக்குமே கண்ணனிடமும், அவனது லீலைகளிலும் ஈடுபாடு அதிகம். இந்தக் கிருஷ்ண பக்தியே, அவர்கள் வைணவத்தை வளர்க்கத் தூண்டு கோலாக அமைந்தது என்பதில் ஐயமில்லை.

பூதத்தாழ்வார் கண்ணனைப் பற்றி நிறையச் செய்திகளைக் கூறுகின்றார்.

கண்ணன் சிறுபிள்ளையாக இருந்தபோது அவனைக் கொல்ல வந்தவள் பூதனை.

"மலை ஏழும், மாநிலங்கள் ஏழும் அதிர
குலைசூழ் குரைகடல்கள் ஏழும்; - முலை சூழ்ந்த
நஞ்சு உரத்துப் பெண்ணை நவின்று உண்ட நாவன் என்று
அஞ்சாது என் நெஞ்சே! அழை." -2230

என் நெஞ்சே! ஏழு மலைகளும், ஏழு தீவுகளும், ஒலி செய்யும் ஏழு கடல்களும் அதிரும்படியாக, முலையில் பரவிய நஞ்சால் உண்டான கொடுமையுடைய பூதனை என்னும் பேய்மகளை, முலை உண்ணும் போது

இடை இடையே மழலைச் சொற்கள் சொல்லிக் கொண்டே உண்டு முடித்த நாவை உடையவனே என்று சொல்லி அஞ்சாமல் வாய்விட்டுக் கூப்பிடு என்கிறார் இவர்.

கண்ணனை வாய்விட்டுக் கூப்பிடு, கட்டாயம் அவன் வருவான் என்று தன் நெஞ்சுக்குக் கூறுவது போல் இவர் நமக்குக் கூறுகிறார்.

ஆயர் குலத்தில் பிறந்தவனே! யது குலத்தில் வாசுதேவன் மகனாகப் பிறந்தவனே! மாயச் செயல்கள் செய்வதில் வல்லவனே! என்றெல்லாம் கண்ணனின் திருநாமங்களை எல்லாம் சொல்லிச் சொல்லி அழைக்க வேண்டும். *(2231)*

ஆயர்குல நப்பின்னைப் பிராட்டி மேல் காதல் கொண்டு ஏழு எருதுகளை அழித்து மணம் புரிந்தான் கண்ணன். *(2243, 2244)*

அவன் குவலாய பீடம் என்னும் மதயானையின் கொம்புகளை முறித்தான். *(2249, 2270)*

சினம் மிக்க கம்சனை அவன் கோபித்து முடித்தான். *(2270, 2273)* கொடிய பாரதப் போரில் கண்ணன் தேரை ஓட்டினான். *(2196)*

கண்ணன் இடையனாய் வந்து பிறந்தான். குடங்களைத் தலையிலும், கையிலும் கொண்டு கூத்தாடினான். அதனால் உண்டான வருத்தம் தீர என் இதயத்தில் பொருந்தி என் நெஞ்சையே நித்திய வாச இடமாகக் கொண்டான். சிலர் கையிலெடுத்துச் சீராட்டி வளர்க்கும்படியான சிறு குழந்தையாய்த் தான் வளர்ந்தான். அப்படிப்பட்ட மிகச் சிறிய பருவத்திலேயே ஏழு உலகங்களும் தன்னுள்ளே ஒடுங்கும்படி உட்கொண்டான்.

> **“கொண்டு வளர்க்கக் குழவியாய்த் தான் வளர்ந்து,**
> **உண்டது உலகு ஏழும் உள் ஒடுங்க - கொண்டு**
> **குடம் ஆடிக் கோவலனாய் மேவி, என் நெஞ்சம்**
> **இடமாகக் கொண்ட இறை”** -2279

"குடம் ஆடி .... இறை" குடங்களைத் தலையிலும், கையிலும் கொண்டு கோகுலத்தில் கண்ணன் கூத்தாடினான். ஆடிய களைப்புத் தீர அவன் ஓடி வந்து, என் நெஞ்சில் தங்கி ஒய்வெடுக்கிறான் என்று இவர் எவ்வளவு ஆசை ஆசையாய்க் கூறுகிறார். எத்தனை பெரிய நம்பிக்கை. எவ்வளவு ஆழமான கிருஷ்ண பக்தி.

பார் விளங்கச் செய்தாய் பழி

கண்ணன் தவறு செய்துவிட்டான் என்ற பொருளில் ஒரு பாசுரம் உள்ளது.

"வழக்கு அன்று கண்டாய் வலி சகடம் செற்றாய்,
வழக்கு என்று நீ மதிக்க வேண்டா - குழக் கன்று
தீ விளவின் காய்க்கு எறிந்த தீமை, திருமாலே!
பார் விளங்கச் செய்தாய் பழி" -2200

இப் பாசுரத்தின் பொருளைக் காண்போம். "திருமாலே! நீ கண்ணனாய் அவதரித்தப் போது வலிய சகடத்தை உதைத்து முறித்துத் தள்ளினாய்; இது உனக்கு தகுதியன்று காண்! இது நமக்குத் தகுந்ததே என்று நீ நினைக்கலாகாது; இத்துடன் நில்லாமல் இளங்கன்றைத் தீய விளங்காயை உகுக்கும் பொருட்டு வீசிப் போட்ட இந்தத் தீம்பான செயல் பூமியிலே பிரகாசிக்கும்படி தவறு செய்தாய்" (டாக்டர். இரா. வ. கமலக்கண்ணன் உரை)

கண்ணன், சகடாசுரனைக் கொன்றதையும், விளங்கனி மேல் கன்றை எறிந்து இரு அசுரர்களை அழித்ததையும் பூதத்தார் ஏன் "பழி" என்று கூறுகிறார்?

யசோதை யமுனையில் நீராடச் சென்ற போது ஆணிப் பொன்னால் செய்த வண்ணச் சிறு தொட்டிலில் கண்ணன் உறங்குவது போல் கிடந்தான். தன்னை நோக்கி மலை போல் உருண்டு வரும் சகடத்தைத் - வண்டியைத் தாள் நிமிர்த்து உதைத்தான். சகடம் முறிந்து கம்சனால் அனுப்பப்பட்ட கள்ளச் சகடாசுரன் உடல் பிளந்து மாய்ந்தான். இந்நிகழ்ச்சி கண்ணனின் நாலைந்து திங்களில் நடந்தது என்பர்.

பொய்கையாழ்வார் இந்த நிகழ்ச்சியை,

“ஓர் அடியும், சாடு உதைத்த ஒண்மலர்ச் சேவடியும்
ஈர் அடியும் காணலாம், என் நெஞ்சே” -2181

என்கிறார். உலகை எல்லாம் அளந்த ஒப்பற்ற ஒரு திருவடியையும், சகடம் முறிந்து விழும்படி உதைத்த அழ்கிய மலர் போன்ற திருவடியையும் ஆகிய இரு திருவடிகளையும் சேவிக்கப் பெறலாம் என்று பொய்கையார் சகடாசுரனை அழித்ததைப் பெருமையுடன் குறிப்பிடுகின்றார். இவர் பூதத்தாரின் காலத்தில் வாழ்ந்தவர் ஆவார்.

பெரியாழ்வார் சகடாசுரனை அழித்த நிகழ்ச்சியை,

“நாள்கள் ஓர் நாலைந்து திங்கள் அளவிலே,
தாளை நிமிர்த்துச் சகடத்தைச் சாடிப் போய்
வாள் கொள் வளை எயிற்று ஆருயிர் வவ்வினான்
தோள்கள் இருந்தவா காணீரே சுரிகுழலீர் வந்து காணீரே”
-0033

“கள்ளச் சகடும் மருதும் கலக்கு அழிய உதை செய்த
பிள்ளையரசே” -0198

என்று மகிழ்ந்து பேசுகின்றார். இவர் பூதத்தாருக்குப் பின் பிறந்தவர் ஆவார்.

கம்சனால் அனுப்பப்பட்ட கபித்தாசுரன் என்ற அசுரன் விளாமரமாகி நின்றான். அதே நேரத்தில் வத்ஸாசுரன் என்ற அசுரன் கண்ணன் மேய்த்துக் கொண்டிருந்த ஒரு கன்றின் மீது ஆவேசித்து நின்றான். கன்று முட்டி அதே நேரத்தில் விளாமரமும் கண்ணன் மீது விழுந்தால் கண்ணனை அழித்து விடலாம் என இரண்டு அசுரர்களும் திட்ட மிட்டனர். இந்த வஞ்சத்தைப் புரிந்து கொண்ட கண்ணன் கன்றின் (வத்ஸாசுரன்) கால்களைப் பற்றிச் சுழற்றி, விளாமரத்தின் (கபித்தசுரன்) மேலே வீசி எறிய இருவரும் ஒரே நேரத்தில் அழிந்தனர்.

இளங்கோவடிகள், பூதத்தாழ்வாருக்கு முன்னூறு ஆண்டுகளுக்கு முன் வாழ்ந்த, வைணவர் அல்லாத கவிஞர் ஆவார். அவர் இந்த நிகழ்ச்சியைக்,

"கன்று குணிலாக் கனியுதிர்த்த மாயவன்
இன்று நம் ஆனுள் வருமேல் அவன் வாயில்
கொன்றையம் தீங்குழல் கேளாமோ தோழீ"

என்று சிலப்பதிகாரம் ஆய்ச்சியர் குரவைப் பகுதியில் சுவையாகப் பாடி உள்ளார். வஞ்சத்தால் வந்து நின்ற ஆவின் கன்றினைக் குறுந்தடியாகக் கொண்டு, விளவின் கனியை உதிர்த்தவன் கண்ணன்; அவனை நாம் வழிபட்டால் நம் பசு நிரையிடத்து வருவான். அப்படி வந்தால் அவன் வாயினால் ஊதுகின்ற கொன்றைக் குழலின் இனிய இசையைக் கேட்டு மகிழலாம் தோழி என்பது இப் பாடலின் பொருளாகும். இளங்கோவடிகள் கண்ணனின் செயலை மனங்குளிரப் பாராட்டுகின்றார்.

பொய்கையாழ்வார், பூதத்தாழ்வாரின் காலத்தில் வாழ்ந்தவர். அவர் கண்ணன் விளாம்பழம் உதிர்ந்து விழும்படி, கன்றை எறிதடியாகக் கொண்டு எறிந்த வலிமை மிக்கத் திருத்தோள்களை உடையவன் என்று பெருமையுடன் பாடுகின்றார்.

"கனி சாயக் கன்று எறிந்த தோளான்." -2168

பூதத்தாழ்வாரே மற்றொரு பாசுரத்தில்,

".. தாழ்ந்த
விளங்கனிக்குக் கன்று எறிந்து வேற்று உருவாய், ஞாலம்
அளந்து அடிக்கீழ்க் கொண்ட அவன்" -2204

என்கிறார். பழத்தின் கனத்தால் கிளைகள் தாழ்ந்து கிடந்த விளா மரத்தினுடைய பழங்களை உதிர்ப்பதற்காகக் கன்றை எறிகோலாகக் கொண்டு வீசி எறிந்தவன், வாமன மூர்த்தியாய் உலகை அளந்து தனது காலின் கீழே அடங்கும்படிக் கொண்டவன் எம்பெருமான் என்று இவரே கூறுகின்றார்.

தன்னை அழிக்க வந்த சகடாசுரன், கபித்தாசுரன், வத்ஸாசுரன் முதலிய தீயவர்களைக் கண்ணன் அழித்ததில் என்ன தவறு, பழி உள்ளது?

முதலாழ்வார் மூவரில் பொய்கையாழ்வார், பேயாழ்வார் ஆகியோரின் திருவந்தாதிப் பாசுரங்கள்

இருநூறும் நேரிசை வெண்பா யாப்பில் உள்ளன. பூதத்தாழ்வாரின் 100 பாசுரங்களில் 99 பாடல்கள் நேரிசை வெண்பாவாக உள்ளன. “வழக்கு அன்று கண்டாய்” எனத் தொடங்கும் இந்த ஒரு பாசுரம் (2200) மட்டும் நேரிசை வெண்பாவாக அமையவில்லை என்பதும் நினைவில் கொள்ள வேண்டியது ஆகும்.

இந்தப் பாடலின் கருத்தும் கண்ணனின் பெருமைக்கு உகந்ததாக இல்லை. இவரின் கிருஷ்ண பக்திக்கும் ஏற்றதாக இல்லை.

கன்றால் விளங்கனி எறிந்தது தவறு என்றால், இவர் தன் இறுதிப் பாசுரத்தில்,

“மாலே! நெடியோனே! கண்ணனே! விண்ணவர்க்கு
மேலா! வியன்துழாய்க கண்ணியனே - மேலால்
விளவின் காய் கன்றினால் வீழ்த்தவனே! என்தன்
அளவு அன்றால், யானுடைய அன்பு.” -2281

என்று வாய் மணக்க, நெஞ்சு இனிக்க தன் திருவந்தாதியை நிறைவு செய்யும் பாடலில், மூன்றாம் அடியாக, “விளவின் காய் கன்றினால் வீழ்த்தவனே!” என்று அந்த நிகழ்ச்சியைச் சுட்டிக் கூறிக் கண்ணனை ஏன் அழைக்கின்றார்? மண் அளந்ததையோ, கஜேந்திரனைக் காத்ததையோ சொல் லாமல் விளவின் காயைக் கன்றினால் வீழ்த்தியதை ஏன் இவர் குறிப்பிடுகின்றார்? பெரியவர்கள் தாம் இதற்கு விளக்கம் தர வேண்டும்.

கண்ணனைப் பற்றிய நிகழ்ச்சிகள் சிலவற்றைக் கூறி அவனைப் பற்றி நிறைய தெரிந்துகொள்ளும் ஆர்வத்தைத் தன் காலத்து மக்களிடையே உருவாக்கியதில் இவருடைய பங்களிப்புப் பெருமளவுக்கு உள்ளது எனலாம்.

இராமன் கதை

பூதத்தாழ்வார் இராமனின் கதையைத் தமிழக மக்களிடையே பரப்பியவர்களுள் முக்கியமானவர் ஆவார். கண்ணனின் வாழ்க்கையைக் குறித்து இவர் பேசிய

அளவுக்கு, இராமனின் வாழ்க்கையைப் பற்றி இவர் கூறவில்லை. ஆனால் இராமனின் வாழ்வில் நடந்த குறிப்பிடத்தக்க நிகழ்வுகள் அத்தனையையும் இவர் கோடிட்டுக் காட்டிவிடுகின்றார்.

"பின்நின்று தாய் இரப்பக் கேளான்; பெரும் பணைத்தோள்
முன்நின்று தான் இரப்பாள், மொய்ம்மலராள் - சொல்நின்ற
தோள் நலத்தான் நேர் இல்லாத் தோன்றல், அவன் அளந்த
நீள் நிலம் தான் அத்தனைக்கும் நேர்." -2260

இப்பாசுரத்தை முதலில் பார்த்தோம்.

தாய் கோசலை இராமனைப் பின் தொடர்ந்து என்னை விட்டுக் காட்டுக்குப் போகாதே என்று வேண்டினாள். அதனை இராமன் ஏற்றுக் கொள்ளவில்லை. மூங்கில் போன்ற தோள்களை உடைய தாமரை மலரில் பிறந்தவளான பிராட்டியின் அம்சமான சீதையின் முன்னே நின்று, இந்த மென்மையான திருமேனியுடன் கானகம் போக வேண்டாம் என்று மன்றாடினாள். அதையும் இராமன் ஏற்றுக் கொள்ளவில்லை. தந்தை தசரதனின் கட்டளை ஒன்றிலேயே அவன் தீவிரமாக இருந்தான். இராமன் தோள் வலிமை மிக்கவன். மேலும் ஒப்புமை இல்லாத தலைவன் அவன். திருமால்தான் இராமனாக மண்ணில் அவதரித்தான். திருமகள்தான் சீதையாக அவதரித்தவள். இத்தனை செய்திகளையும் இப்பாசுரத்தில் பூதத்தார் கூறிவிடுகின்றார்.

கொடிய கானகத்தில் 14 ஆண்டுகள் மனைவியோடு இராமன் அலைந்து திரிந்தான். திருமால் உலகத்தை அளந்த செயல் ஒன்றைத்தான் இந்தச் செயலுக்கு ஒப்புமை யாகக் கூற முடியும் என்றும் இவர் கூறி முடிக்கின்றார்.

இராமன் தந்தை சொல் மிக்க மந்திரமில்லை என்ற கொள்கையோடு வாழ்ந்தவன் என்ற கருத்தையும் இப்பாடலில் இவர் சுட்டிச் செல்கின்றார்.

இராமன் கோபத்துடன் சென்றது இலங்கைக்கு. அங்கு கொன்றது இராவணனை.

"சென்றது இலங்கைமேல் செவ்வே; தன் சீற்றத்தால்
கொன்றது இராவணனை." -2206

திருமால் கரிய கடலை முன்பு கடைந்தான். பின், இராமாவதாரத்தின் போது அந்தப் பெரிய கடலை அணை கட்டி அவனே அடைத்தான்.

"கார் ஓதம் முன் கடைந்து, பின் அடைத்தாய் மாகடலை"
-2211

இராமன், இராவணனின் இருபது தோள்களும், பத்துத் தலைகளும், இரண்டு கால்களும் அழியும்படி அம்புகளைச் செலுத்தினான்.

"தோள் இரண்டும் எட்டும் ஏழும் மூன்றும் முடி அனைத்தும்
தாள் இரண்டும் வீழச் சரம் துரந்தான்" -2224

இவ்வாறு திருமாலின் அவதாரமான இராமனைப் பற்றித் தெரிந்து கொள்ளும் ஆர்வத்தைத் தமிழர்களி டையே பரப்பிய முன்னோடிகளில் முக்கியமானவராக இவர் திகழ்கின்றார்.

பூதத்தாழ்வார் முதலிய ஆழ்வார்கள் இராமனைப் பற்றி கூறிய சுவையான செய்திகள்தாம், கம்பராமாயணம் என்ற மாபெரும் காப்பியம் தோன்றுவதற்குக் காரணமாக அமைந்தது என்பதில் ஐயமே இல்லை.

சிறப்புக்கள்

1. *பூதத்தார் காலத்தில் வெண்பா செல்வாக்கோடு விளங்கியதால், வெண்பா யாப்பில் தன் 100 பாசுரங் களையும் பாடியுள்ளார். நினைவில் வைக்க வசதியாக அந்தாதித் தொடையில் பாட்டுக்களை அமைத்துள் ளார். இதைப் போலத்தான் இவர் காலத்தில் வாழ்ந்த பொய்கையாழ்வாரும், பேயாழ்வாரும் பாடியுள்ளனர்.*

2. *பின்னால் வந்த ஆழ்வார்கள் பத்துப் பத்துப் பாடல்களாகப் பாடுவதையும், இறுதியில் பயன்கூறும் பாசுரத்தை அமைப்பதையும் ஒரு பழக்கமாக வைத் திருந்தனர். ஆனால் பூதத்தார் இம்முறையைப் பின்பற்றவில்லை.*

3. இவர் உள்ளிட்ட முதல் ஆழ்வார்கள் மூவரின் பாசுரங்களும் இயற்பா தொகுதியில் உள்ளன.

4. பன்னிரு ஆழ்வார்களில் இவர் இரண்டாவதாகத் திகழ்ந்தாலும், இவரின் பாசுரம் திவ்யப் பிரபந்தத்தில் 2182 ஆம் பாசுரமாகத்தான் ஆரம்பமாகின்றது.

5. இவரின் முதல் பாசுரம் "அன்பே தகளியா" (2182) என்பதாகும். இறுதிப் பாசுரம் "யானுடைய அன்பு" (2281) என்று நிறைவு பெறுகின்றது. அன்பைத்தான் - பக்தியைத்தான் இவர் பிரச்சாரம் செய்கிறார். அன்பு வழியைத்தான் இவர் அறிவுறுத்துகின்றார்.

6. இவரின் "கடைநின்ற அமரர்" என்ற 11 ஆம் பாசுரமும் (2192), திருமழிசையாழ்வாரின் நான்முகன் திருவந்தாதி யின் 55 ஆம் பாசுரமும் (2436) எந்த வித மாற்றமும் இல்லாமல் ஒன்றாகவே உள்ளன. முதலாழ்வார் மூவரில் பூதத்தார் இரண்டாமவர் ஆனதால் இப்பாடல் இவர் பாடியதாக இருக்கலாம் என்று எண்ணத் தோன்றுகின்றது.

7. தாயின் கருவறையில் இருக்கும் போதே திருக் கோட்டியூர்ப் பெருமானின் திருவடிகளைத் தரிசிக்கும் பேறு பெற்றுவிட்டதாக (2268) இவர் கூறுகின்றார். இருப்பினும் இவர் குருக்கத்திப் பூவில் பிறந்ததாகக் காலங்காலமாகக் கூறப்படுகின்றது. இவரைச் சிறப்புச் செய்வதற்காக இப்படிக் கூறியிருப்பார்களோ என்று எண்ணத் தோன்றுகின்றது.

8. பக்தி இயக்கக் காலத்தில் தமிழுக்கு உரிய மரியாதை இல்லாதிருந்தது. சமண, புத்த மதத்தினர் தமிழுக்குரிய அங்கீகாரத்தை அளிக்கவில்லை. அதனால் இக்கால கட்டத்தில் வாழ்ந்த வைணவ சைவ சமயப் பெரிய வர்கள், தாய்த்தமிழோடு தம்மைத் தொடர்புப்படுத்திப் பேசுவதையும், தமிழை வளர்ப்பதையும் ஒரு வழக்க மாகக் கொண்டிருந்தனர். இதனால் இவர் தாய்த் தமிழோடு தன்னைத் தொடர்புப் படுத்தித் தன் கவிதைகளை ஞானத்தமிழ் (2182) என்றும், இருந்தமிழ்

நல்மாலை (2246) என்றும், தன்னைப் பெருந்தமிழன் (2255) என்றும் கூறுகின்றார்.

9. நாராயண நாமம்தான் வேதத்தின் சுருக்கமாகும். வேதம் ஓத முடியவில்லை என்றோ, வடமொழி தெரிய வில்லை என்றோ வருந்த வேண்டாம். நாராயண நாமத்தை மட்டும் மனமாரச் சொன்னாலே போதும் என்று இவர் கூறுகின்றார். (2219, 2220)

10. நாராயணனின் ஆயிரம் திருநாமங்களையும் இடைவிடாமல் சொல்லிக் கொண்டே இருப்பதுதான் மெய்யான தவமாகும். உடலை இம்சிப்பது தவம் அல்ல என்பது இவரின் கருத்தாகும்.

11. உள்ளத்தை ஒருமுகப்படுத்தி, பெருமானின் திருநாமங் களைச் சொல்லி, வழிபாடு செய்வோரே பெருந் தவத்தோர் என்பது இவரின் சிந்தனையாகும். (2187)

12. பக்திப் பெருங்காதலைத்தான் பக்திப் பெருந்தவம் என்று இவர் சுட்டிக் காட்டுகின்றார். (2187)

13. பல்வேறு திவ்ய தேசங்களை இவர் வருணித்துப் பாடினாலும், இவருக்குப் பிடித்தத் திவ்ய ஸ்தலம் திருவேங்கடம் ஆகும். இதனை "வேங்கடமே யாம் விரும்பும் வெற்பு" (2234) என்று வெளிப்படையாகவே இவர் பிரகடனம் செய்கின்றார். இவர் 10 பாசுரங்களால் திருவேங்கடவனை மங்களாசாசனம் செய்துள்ளார். அடுத்து 4 பாசுரங்களால் திருவரங்கனைப் பாடி உள்ளார்.

14. முதலாழ்வார் மூவரில் திருத்தலங்களை அதிகம் பாடியவர்களுள் இவர் இரண்டாம் இடத்தைப் பெறு கிறார். இவர் 13 திவ்ய தேசங்களைப் பாடி உள்ளார். பேயாழ்வார் 15 திருத்தலங்களைப் பாடி முன்னிற் கின்றார்.

15. பூதத்தார் பெருமானிடம் "இன்பக்கடல் ஆழி" (2236) வேண்டுகின்றார். பொன்னையோ, பொருளையோ

வேண்டாமல் பெருமானை எண்ணி எண்ணி மகிழும் பேரின்பப் பெருங்கடலைத்தான் இவர் இறைவனிடம் வேண்டுகின்றார்.

16. ‘தீர்த்தகரர்’ (2195) என்ற ஒரு சொல்லை வைணவத்தில் இவர்தான் முதன்முதலில் பயன்படுத்துகிறார். தீர்த்தங்காரர் என்ற சொல்லின் சிதைவுதான் இச்சொல். சமண முனிவர்களையும், சமண சமயப் பெரியோர் களையும் தீர்த்தங்காரர் என்று அழைப்பார்கள். இவர் பாகவதப் பெரியோர்களை இச்சொல்லால் குறிப்பிடு கினறார்.

17. ‘அறிவனே’ (2236) என்ற சொல்லால் இவர் பெரு மானைக் குறிப்பிடுகின்றார். அறிவன் என்றாலே அறிஞன் என்று பொருள். இச்சொல் சமணரின் அருகத்தேவனைக் குறிப்பிடப் பொதுவாகப் பயன்படுத்தப்படும் சொல்லாகும். இந்தச் சொல்லை இவர் திருமாலைக் குறிப்பிட முதன் முதலாகப் பயன்படுத்துகிறார்.

18. தீர்த்தகரர், அறிவன் முதலிய சமண சமய வழக்குச் சொற்களை இவர் பயன் படுத்துவதிலிருந்தே, இவர் காலத்தில் சமண சமயச் செல்வாக்கு அதிகம் இருந்ததை அறிய முடிகின்றது. இந்தச் சூழலில் வைணவத்தை நிலை நிறுத்த முதலாழ்வார் மூவரும் மிகுந்த சிரமப்பட்டிருப்பார்கள் என உணரலாம்.

19. இவர், அடியவர்களைத் தீர்த்தகரர் ஆகி மாயவன் புகழைப் பேசி, அவனைப் பாடி, வைணவத்தைப் பரப்ப அறிவுறுத்துகின்றார்.

20. “என்தன் அளவு அன்றால், யானுடைய அன்பு” (2281) என்று இவர் தன் பக்தியைக் குறிப்பிடுகின்றார். நான் உன்னிடத்தில் வைத்திருக்கின்ற அன்பு, என்னளவில் அடங்கி நிற்கவில்லையே என்பது இதன் பொருளாகும். ஒவ்வொரு பக்தனும் இறைவனிடம் இந்த அளவுக்குப் பக்தி உள்ளவனாக வாழவேண்டும் என்பதை இதன்மூலம் இவர் அறிவுறுத்துவதாகக் கொள்ளலாம்.

21. பெருமான் உறையும் இடங்களாக 9 திவ்ய தேசங்களை ஒரே பாடலில் இவர் கூறுகின்றார். அப்பாசுரத்தில் (2251) அவர் முதல் இடம் தருவது அடியவனது உள்ளத்திற்குத்தான். பக்தனது உள்ளந்தான் பரமன் விரும்பும் மிகச் சிறந்த திவ்ய தேசம் என்று இவர் கூறுகிறார். இக்கருத்து எக்காலத்துக்கும் பொருந்தும் உயர்ந்த சிந்தனையாகத் திகழும் என்பதில் ஐயமில்லை.

22. திருவேங்கட மலையில் ஓர் ஆண் யானை மூங்கில் குருத்தை ஆசை ஆசையாய்ப் பிடுங்கித், தேனடையில் தோய்த்துப் பெண் யானைக்கு ஊட்டும் காட்சியை (2256) இவர் காட்டுகிறார். இதன் அழகிலும் கற்பனையிலும் ஈடுபட்ட திருமங்கையாழ்வார் அதனைப் பெரியதிருமொழி, முதல் பத்தில் (962) பயன்படுத்துகிறார். கம்பர் அயோத்தியா காண்டம் சித்திர கூட படலத்தில் (10) இராமன் சீதைக்குச் சொல்வதாக இக்காட்சியை அமைத்துள்ளார். ஆக இரு பெருங் கவிஞர்கள் இவரின் கருத்தைப் பயன்படுத்தியுள்ளனர்.

23. சமண புத்த மதத்தினர் இல்லற வாழ்க்கையையும், ஆண் பெண் இன்பத்தையும் ஊக்கப்படுத்தாமல் தவ வாழ்க்கையைப் பிரச்சாரம் செய்தார்கள். அவர்களின் கருத்துக்கு எதிராக, விலங்குகள் கூட துணையோடு மகிழ்கின்றன. அது போல மனிதர்களும் மனைவிய ரோடு இன்பமாக வாழவேண்டும் என்பதை வெளிப் படுத்த இந்த யானைகள் காட்சியை இவர் அமைத் துள்ளார் எனக் கருதலாம். மேலும் பெருமானைத் திருமகளோடு சேர்த்தே பல இடங்களில் இவர் குறிப்பிடுகின்றார்.

24. பெருமானின் பக்தர்களின் கால்களில் விழுந்து வணங்க வேண்டும் என்றும், அதுவே சிறந்த பண்பு என்றும் முதன் முதலாகக் கூறியவர் இவர்தான். (2224)

25. தன் நெஞ்சுக்கு உபதேசம் செய்து தன்னை நெறிப் படுத்துவது போல், இவர் நம்மை நெறிப்படுத்து கின்றார். (பா.2205, 2217, 2230, 2253)

26. மண்ணில் அரசனாக ஆள்வதும், விண்ணில் இந்திரனாக விளங்குவதும் தனக்குத் தேவையில்லை என்றும், பெருமான் மட்டுமே தனக்குப் போதும் என்றும் இவர் உரத்துக் கூறுகின்றார் (2271). ஒவ்வொரு அடியவனுக்கும் வரவேண்டிய நல்ல சிந்தனை இது தானே.

27. திருத்தலங்களுக்குச் செல்வதிலும், அங்கெல்லாம் பெருமானைப் பாடி அவன் புகழைப் பரப்புவதிலும் இவருக்கு விருப்பம் அதிகமாக உள்ளமையை அறிய முடிகின்றது.

28. இவர் மாமல்லபுரத்தில் (மகாபலிபுரத்தில்) பிறந்ததாகச் சொல்லப்படுகின்றது. இருப்பினும் "தமர் உள்ளும் மாமல்லை" (2251) - பக்தர்கள் சிந்திக்கின்ற கடல் மல்லை என்று மட்டுமே தன் ஊரைப் பற்றி அவர் பேசுகின்றார். பிற திவ்ய தேசங்களைப் பற்றி நிறைய பேசியவர், ஏனோ கடல்மல்லை பற்றி அதிகம் பேசவில்லை.

29. இவர் குதிரைகளில் வலம் வரும் மன்னர்களைக் கண்ணால் கண்ட பின்பும், அவர்களில் ஒருவரது பெயரைக் கூட சொல்லவில்லை. நாராயணனை மட்டுமே இவர் பாடினார். பெருமானின் அருளால் தான் இவர்கள் மன்னர்கள் ஆகி குதிரைகளில் வலம் வருகிறார்கள் என்று வெளிப்படையாகவே இவர் கூறுகின்றார் (2250). அதனால் பெருமானின் அடியவர் களுக்கு அவர்கள் எந்த நிலையிலும் இடையூறு விளைவிக்கக் கூடாது என்பதனை மறைமுகமாக இதன் மூலம் அவர்களுக்கு உணர்த்துகின்றார் எனக் கருதலாம்.

30. பாலூட்டிய வஞ்சகி பூதனையின் முடிவைக் கண்ட பிறகும், கொஞ்சமும் அச்சப்படாமல் யசோதை கண்ணனுக்குப் பாலூட்டினாள். அந்த ஒப்பற்ற செயலுக்கு முன் திருமால் அளந்த உலகமும் கூட ஒப்பாகாது என்றும் அதைவிடப் பெரியது யசோதையின் செயல் என்றும் புதிய கோணத்தில்

அவளின் அன்பைப் போற்றுகின்றார் (2190). இவரைத் தவிர வேறு எந்த ஆழ்வாரும் இப்படி விமர்சனம் செய்யவில்லை.

31. பெருமாள் உலகளந்தது ஒப்பற்ற செயற்கரிய செயல். அதற்கு ஒப்பான செயல் வேறு ஏதாவது உண்டுமா என்று இவர் வினா எழுப்பி, உண்டும் என்று புதிய விளக்கத்தைக் கூறுகிறார். இராமன் வனவாசம் ஏற்றுக் கொடிய கானகத்தில் பதினான்கு ஆண்டுகள் அலைந்தான். இச்செயல் பெருமான் உலகளந்த செயலுக்கு ஒப்பானது என்று புதியதொரு கருத்தை இவர் கூறுகின்றார் (2260).

32. பக்தன் வாய்விட்டு மனமாரக் கூப்பிட்டால் நாராயணன் ஓடி வந்து காப்பாற்றுவான் என்பதைக் கஜேந்திரன் யானை கதை வழி அழுத்தமாக இவர் கூறுகின்றார் (2194, 2203).

33. கண்ணனையும், இராமனையும் பற்றிய செய்திகள் 1400 ஆண்டுகளுக்கு முன் தமிழகத்தில் அதிகம் பரவ வில்லை. முதலாழ்வார்கள் மூவருமே அவர்களைப் பற்றிய செய்திகளைத் தமிழகத்தில் பரப்ப முற்பட் டார்கள். பூதத்தாழ்வார் கண்ணன், இராமன் ஆகிய இருவரது வாழ்விலும் நடந்த முக்கியமான நிகழ்வுகள் சிலவற்றைக் கூறுகின்றார். அச்செயல்களுக்கு அழுத்தம் கொடுப்பதற்காகவும், படிப்போரின் ஆவலைத் தூண்டுவதற்காகவும் சில நிகழ்ச்சிகளை இவர் மீண்டும் கூறுகிறார் எனக் கருதலாம்.

34. கதைகளைச் சொல்லி, உயர்ந்த கருத்துக்களைப் பரப்பும் நெறியை இவர் பின்பற்றுகின்றார்.

35. முதலாழ்வாராகிய பொய்கையாழ்வாரிடம் சைவசமயக் கசப்புணர்வு இல்லை. ஆனால் அவர் காலத்தில் வாழ்ந்த பூதத்தாரிடம் சைவ சமய வெறுப்பு உள்ளது.

36. திருமாலின் உருவத்தைப் பற்றி இவர் குறிப்பிடும் போது "ஒளி உருவம் நின் உருவம்" (2241) என்று அழகாகக் கூறுகின்றார்.

37. பெற்றோர் பற்றிய எந்தக் குறிப்பும் இல்லாததால், இவர் குலமுறை அறியப்படாதவர் ஆவார். பொய்கையாழ்வாரும், பேயாழ்வாரும் இவரைப் போல் குலமுறை அறியப்படாதவர் ஆவார்கள். ஆனால் நாராயணனின் அருள் முழுமையாகக் கிடைக்கப் பெற்றவர்கள் இம்மூவரும் ஆவர். ஆதனால்தான் இம் மூவரும் இன்றும் தமிழில் வாழ்ந்து கொண்டிருக் கிறார்கள்.

38. இவர் உலகோருக்கு உரத்துக் கூறும் கருத்தாக - விட்டுச் சென்ற ஒப்பற்றக் கருத்தாகக்,

"கோல் தேடி ஓடும் கொழுந்ததே போன்றதே
மால் தேடி ஓடும் மனம்" -2208

என்ற கருத்தைக் கொள்வோம்.

நிறைவு

ஆயிரத்து நானூறு ஆண்டுகளுக்கு முன் வாழ்ந்த ஞானி பூதத்தாழ்வார். பரமனின் அருளை முழுமையாகப் பெற்றவர் இவர். பிற சமயங்களின் நெருக்குதல்களிலிருந்து வைணவத்தைக் காத்த பெரியவர் இவர். பெருமானின் புகழைப் பரப்ப இவர் மேற்கொண்ட முயற்சிகளையும், மாயவனின் அருளைப் பெற அவர் காட்டிய வழிகளையும் இக் கட்டுரையில் கண்டோம். அவரின் கருத்துக்களைப் பின்பற்றுவதே நாம் அவருக்குச் செய்யும் சிறப்பு ஆகும்.

3. பேயாழ்வார்

பேயாழ்வார் முதலாழ்வார் மூவரில் ஒருவராவார். இவர் 1400 ஆண்டுகளுக்கு முன் வாழ்ந்த சிறந்ததொரு ஞானியாவார். வைணவப் பக்தி இலக்கிய முன்னோடிகளில் ஒருவராக இவர் போற்றப்படுகின்றார்.

“ வெள்ளத்து அருவி விளங்கு ஒலிநீர் வேங்கடத்தான்,
உள்ளத்தின் உள்ளே உளன்”

என்று உலகோருக்கு ஓங்கி அறிவித்த இவரின் கருத்துக்கள் எக்காலத்துக்கும் பொருந்தும் வகையில் அமைந்துள்ளன.

வரலாறு

பேயாழ்வார் மயிலாப்பூரிலுள்ள சின்ன குளம் போன்ற ஒரு கேணியில் - கிணற்றில் செவ்வல்லி மலரில் அவதரித்தார் என்று கூறுகின்றனர்.

இவர் சித்தார்த்தி வருடம் ஐப்பசி மாதம் சதய நட்சத்திரத்தில் பிறந்தார் என்றும் குறிப்பிடுகின்றனர். பெருமானின் நந்தகம் என்னும் வாளின் அம்சமாக இவரைக் கருதுகின்றனர்.

பொய்கையாழ்வார், பூதத்தாழ்வார், பேயாழ்வார் ஆகிய முதலாழ்வார்கள் மூவருமே தாய் வயிற்றில் பிறக்காதவர்கள் என்று கூறப்படுகின்றது. ஆனால் இவர்களின் பாசுரங்களில் தாங்கள் மலர்களில் பிறந்ததாக இவர்கள் யாருமே கூறவில்லை. ஆக பெற்றவர்களால் வளர்க்கப் படாமல், தாமாகவே பல இன்னல்களை அனுபவித்து இவர்கள் வளர்ந்திருக்க வேண்டும். திருமாலின் அருளால் இவர்களுக்கு நிறைந்த ஞானம் கிடைத்தது. அந்த ஞானத்தால் வைணவத்தை இந்த மண்ணில் இவர்கள் நிலைநிறுத்தினார்கள்.

பேயாழ்வார் மயிலாப்பூரில் வாழ்ந்து வந்தார். இவர் சிலநேரம் ஆடுவார். சிலநேரம் பாடுவார். சிலநேரம் தன்னை மறந்து அமைதியாக இருப்பார். இறைவன் முன் நின்று இவர் தன்னை மறந்து வாய்விட்டுச் சிரிப்பார். அதன்பின் ஓவென்று இவர் கதறி அழுவார். இவரைப் பார்த்தவர்கள் இவருக்குப் பேய் பிடித்து விட்டது என்றும், இவர் பேயார் என்றும் பேசிக் கொண்டார்கள். இதனால் இவரின் இயற்பெயர் மறைந்து பேயாழ்வார் ஆகிவிட்டார்.

சைவ சமயத்தில் காரைக்கால் அம்மையாரைக் காரைக்கால் பேயார் என்று குறிப்பிடும் மரபு உள்ளது. அதைப் போல இவரை மயிலைப் பேயார் என்றும் குறிப்பிட்டனர். இவ்விருவருமே ஒரே காலகட்டத்தைச் சேர்ந்தவர்கள் என்ற கருத்தும் உள்ளது.

வெவ்வேறு ஊர்களில் பிறந்து, பரமனின் புகழைப் பாடிச் சுற்றித் திரிந்து கொண்டிருந்த இம்மூவரும் தனித்தனியாகத் திருக்கோவலூர் வந்து சேர்ந்தனர். பெருமானின் அருளால் திருக்கோவலூரிலுள்ள ஒரு வீட்டிற்கு இவர்கள் ஒவ்வொருவராக வந்தனர்.

மூவரும் அந்த வீட்டின் இடைகழியில் மழை இருட்டில் நின்று கொண்டிருந்த போது, நான்காவதாக மற்றொருவர் அங்கு நுழைந்து இவர்களை நெருங்கினார். யாரென்று இவர்கள் கேட்டபோது பதில் சொல்லவில்லை. அவர் யாரென்று அறிய பொய்கையார் இதுவரை யாரும் ஏற்றாத புதியதொரு விளக்கை ஏற்றினார். "வையம் தகளியா" (2082) என்று பொய்கையார் கதிரவனை விளக்காக ஏற்றிப் பாடினார். அடுத்துப் பூதத்தாழ்வார் "அன்பே தகளியா" (2182) என்று ஞானச்சுடர் விளக்கை ஏற்றினார். இப்போது வெளிச்சம் வந்துவிட்டது. அந்த வெளிச்சத்தில் பேயாழ்வார் திருமகளையும், பெருமானையும் கண்ணாரக் கண்டு,

"திருக் கண்டேன்; பொன்மேனி கண்டேன்;" -2282

என்று மகிழ்ச்சியோடு பாடுகின்றார். நாலாயிர திவ்யப் பிரபந்தம் இங்குதான் பிறந்தது.

"சீராரும் மாடத் திருக்கோவலூர் அதனுள்,
காரார் கருமுகிலைக் காணப் புக்கு - ஓராத்
திருக்கண்டேன் என்றுரைத்த சீரான் கழலே
உரைக் கண்டாய் நெஞ்சே உகந்து."

பேயாழ்வாரின் பிரபந்தத்திற்குத் தனியனாக அமைந்த பழமையான பாடல் இது. இதனைப் பாடியவர் குருகைக் காவலப்பன் என்ற பெரியவராவார். இப்பாடல் பேயாழ்வார் திருக்கோவலூர் இடைகழியில் பெருமானைக் கண்டுணர்ந்த நிகழ்வை உறுதிசெய்கின்றது.

பேயாழ்வார் பின்பு திருமயிலைக்கு வந்தார். அங்குள்ள ஒரு சிவனடியாரைப் பற்றிக் கேள்விப்பட்டு அவரைப் போய்ப் பார்த்தார். சைவ சமயத்தைச் சேர்ந்த அவரின் பெயர் சிவவாக்கியார் என்பதாகும். அவரின் தோற்றப் பொலிவும், முக அமைதியும் இவரை ஈர்த்தது. எப்படி யாவது அவரைச் சைவத்திலிருந்து வைணவத்திற்குக் கொண்டுவர வேண்டும் என்று இவர் முடிவு செய்தார். மௌன விரதத்திலிருந்த சிவவாக்கியார் பேசாமல் அமைதி யாக இருந்ததால், இவரால் அவரோடு பேச முடியவில்லை.

அவரின் பார்வையில் படும்படி பேயாழ்வார் சில செடிகளைப் பிடுங்கி எடுத்துவந்து ஒவ்வொன்றையும் தலைகீழாக நட்டுவைத்தார். துண்டுதுண்டாக அறுபட்டக் கயிற்றால் கட்டப்பட்ட ஓட்டைக் குடத்தில் நீர் முகந்து செடிகளுக்கு ஊற்ற முற்பட்டார். இவற்றைப் பார்த்துக் கொண்டிருந்த சிவவாக்கியார் எள்ளி ஏளனத்துடன் சிரித்தார். பேயாழ்வார் காரணம் கேட்டபோது, நீர் செய்யும் பைத்தியக்காரத்தனமான செயல்களைப் பார்த்தால் எவராக இருந்தாலும் சிரிக்கத்தான் செய்வார்கள் என்றார்.

பேயாழ்வார் அவரிடம் உம்முடைய பித்துநிலையை உணர்த்தத்தான் இப்படிச் செய்தேன். உம்முடைய மனம் கொஞ்சநாள் ஒரு மதத்தைப் பற்றிப் பிடித்துக் கொண்டு அதுவே சிறந்த மதம் என்று வாதிடுகின்றது. பின் அதை விட்டு விட்டு, வேறு ஒரு மதத்தைச் சிறந்தது என்று நீர் வாதிடுகின்றீர். இதைத்தான் துண்டுதுண்டாக அறுந்து, கட்டப்பட்ட கயிறு குறிக்கின்றது. இந்த ஓட்டைக் குடத்தில் எடுக்கப்படும் தண்ணீரெல்லாம் ஒழுகிப் போவது போல உம் மதக்கொள்கையும் தத்துவஞானமும் உம்முள் தங்காமல் ஒழுகி ஓடுவதை உணர்த்துகின்றன. உலகின் முதற்பொருளை அறியாமல் பரம்பொருளை அறிந்து விட்டதாக நீர் எண்ணிக்கொண்டிருப்பதை உணர்த்தத்தான் நான் செடிகளைத் தலைகீழாக நட்டேன் என்றார்.

இருவருக்குமிடையே பலநிலைகளில் வாக்குவாதம் நிகழ்ந்தது. இறுதியில் திருமால்தான் முழுமுதல் பரம்பொருள் எனப் பேயாழ்வார் சிவவாக்கியாருக்கு அறிவுறுத்தினார். எட்டெழுத்து மந்திரத்தை அவருக்கு உபதேசித்துப் பக்திசாரர் என்ற புதிய பெயரையும் அவருக்குச் சூட்டினார். வைணவத்தை ஏற்றுக்கொண்ட பக்திசாரர் திருமழிசையாராகிப் புகழ் பெற்றார். நல்ல ஒரு சீடரை உருவாக்கியப் பெருமை பேயாழ்வாருக்குக் கிடைத்தது. தன் மேன்மையாலும், உழைப்பாலும் பக்திசாரர் திருமழிசை ஆழ்வாரானார்.

பரமனின் அருள்பார்வை கிடைக்கும் முன்பு தனித் தனியாகச் செயல்பட்டுக் கொண்டிருந்த பொய்கையார்,

பூதத்தார், பேயார் ஆகிய மூவரும் இப்போது சேர்ந்தே பல திவ்ய தலங்களுக்கும் சென்று வைணவத்தைப் பரப்பினார்கள். அதனால்தான் இப்போதும் திருக்கோவில்களில் இம்மூன்று ஆழ்வார்களின் திரு உருவச் சிலைகளையும் சேர்த்தே வைத்துள்ளனர்.

இம்மூன்று ஆழ்வார்களும் மீண்டும் திருக்கோவலூரை அடைந்து இறைவனுக்குப் பணிசெய்து அங்கேயே திருநாட்டுக்கு எழுந்தருளினர் என்று கூறப்படுகின்றது.

நாலாயிரத்தைத் தொகுத்த நாதமுனி இம்முதல் மூன்று ஆழ்வார்களின் பாசுரங்களையும் மூன்றாம் ஆயிரம், இயற்பா தொகுதியில் வைத்துள்ளார். பொய்கையாரின் பாடல்களை ஒன்றாம் திருவந்தாதி என்றும், பூதத்தாரின் பாடல்களை இரண்டாம் திருவந்தாதி என்றும், பேயாழ்வாரின் பாடல்களை மூன்றாம் திருவந்தாதி என்றும் இவர் வரிசைப்படுத்தி வைத்துள்ளார்.

காலம்

பொய்கையாழ்வார், பூதத்தாழ்வார், பேயாழ்வார் ஆகிய மூவரின் பாடல்களும் வெண்பா யாப்பிலும், அந்தாதித் தொடையாகவும் அமைந்துள்ளன. மேலும் இவை சமகாலச் சிந்தனைகளும் கொண்டு விளங்குகின்றன. மூவருமே தங்கள் திருவந்தாதிகளில் இறுதியில் பயன் கூறும் பாசுரத்தைப் பாடாமல் விட்டுள்ளனர். இவற்றால் மூவரும் ஒரே காலகட்டத்தில் வாழ்ந்தவர்கள் எனக் கருதலாம். மேற்கண்ட காரணங்களால் பேயாழ்வார் கி.பி. ஆறாம் நூற்றாண்டின் பின் பகுதியைச் சேர்ந்தவர் எனக் கொள்ளலாம்.

டாக்டர் தமிழண்ணல் இவர் கி.பி. ஆறாம் நூற்றாண்டிற்கு முற்பட்டவர் என்றும், டாக்டர் மணவாளன் இவர் கி.பி. ஆறாம் நூற்றாண்டின் இறுதிப் பகுதி அல்லது ஏழாம் நூற்றாண்டின் முற்பகுதியில் வாழ்ந்தவர் என்றும் கூறுகின்றனர்.

முதலாழ்வார்கள் மூவரும் சமகாலத்தவராயினும் பொய்கையாழ்வாரை மூத்தவராகவும், பேயாழ்வாரை

இளையவராகவும், கொள்ளும் போக்கு வைணவத்தில் உள்ளது.

அழகனின் அழகு

திருமால் பேரழகன். அவனின் அழகை இவர் மனக்கண்ணால் கண்டு சுவைக்கின்றார். அந்த அற்புதமான அழகை இவர் பல பாடல்களில் அள்ளித் தருகின்றார்.

பொய்கையாழ்வார், பூதத்தாழ்வார் ஏற்றிய இரு விளக்குகளின் வெளிச்சத்தில் பேயாழ்வார் பெருமானைக் கண்டு பாடுகின்றார்.

"திருக்கண்டேன்; பொன்மேனி கண்டேன்; திகழும்
அருக்கன் அணிநிறமும் கண்டேன்; - செருக்கிளரும்
பொன் ஆழி கண்டேன், புரிசங்கம் கைக்கண்டேன்
என் ஆழிவண்ணனன்பால் இன்று" -2282

இப்பாசுரம் இவரின் மூன்றாம் திருவந்தாதியின் முதல் பாடலாகத் திகழ்கின்றது.

கடல்வண்ணனான எம்பெருமானிடத்தில் திரு மகளைக் கண்டேன். அவனின் அழகிய பொன் திருமேனியைக் கண்டேன். ஒளிவிளங்கும் கதிரவனைப் போன்ற அழகிய ஒளியை வணங்கப் பெற்றேன். போர்க் களத்தில் சீறிச் செயல்படும் திருவாழியையும் கண்டேன். வலம்புரிச் சங்கை மற்றொரு திருக்கையில் கண்டு வணங்கப் பெற்றேன்.

பேயாழ்வார் முதன்முதலாகத் திருமகளைத்தான் கண்டார். அதனால் அவளின் அருள்வடிவை முதலில் கூறுகிறார். பரமன் பக்தனுக்கு அருள்புரிய தாயாரின் தயவு முதலில் தேவை. அதனால்தான் முதலில் மகாலட்சுமியைக் கூறுகிறார். அவளைக் கண்டதும் பொன்மேனி கண்டேன் என்று இவர் கூறுகிறார். திருமாலின் மரகதமேனி, பொன்மகள் திருமகளோடு சேர்ந்து விளங்குவதால், இப்போது பொன்மேனியாக இவருக்குத் தெரிகிறது.

முதலாழ்வார்களில் இவர்தான் முதன்முதலாகத் திருமாலைத் திருமகளோடு சேர்த்து முழுமையாகக்

குறிப்பிடுகின்றார். வைணவத்தில் சிறப்பாகப் பேசப்படும் தாயார் வழிபாட்டை இவர் தொடங்கி வைக்கிறார்.

சமண புத்த மதத்தினர் இல்லறத்திற்கு எதிராகத் துறவறத்தை வற்புறுத்தி வந்த நிலையில், அதற்கு மாறாக இவர் இல்லறத்தை வற்புறுத்தும் நோக்கில் திருமகளோடு சேர்த்துத் திருமாலைப் பாடுகிறார் எனலாம்.

'ஆழிவண்ணன்' - கடலைக் கண்டவன் அதிலுள்ள முத்து. சங்கு முதலியவற்றைக் கண்டு களிப்பது போல, தேவர்கள் பாற்கடலைக் கடைந்தபோது வெளிப்பட்ட திருமகள், சங்கு, கௌஸ்துபமணி முதலியவற்றை இப் பாசுரத்தில் இவர் குறிப்பிடுகின்றார். எல்லாமே ஆழிவண்ணனிடம் - கடல் நிறத்தவனிடம் அடங்கியுள்ளன. இவற்றைக் குறிப்பிட இவர் ஆழிவண்ணன் என்று பெருமானைச் சுட்டுகின்றார் என்று கருதலாம்.

'பொன் ஆழி' - பொன் போல் ஒளிவிடும் நெருப்பைக் கக்கும் சக்கராயுதத்தை இவர் குறிப்பிடுகின்றார். இது தீயவற்றையும், தீயவர்களையும் இறைவன் அழிப்பதைச் சுட்டிக் காட்டுகின்றது. மரகதமேனி உடைய இறைவனுக்கு இந்தப் பொன்னாழி மேலும் அழகு சேர்க்கின்றது. வலம் புரிச் சங்கை ஆக்கவும், அழிக்கவும் வல்ல பெருமானின் செயல்களுக்கு அறிகுறியாக இவர் சுட்டிக்காட்டுகின்றார்.

பெருமானுக்கு அடியவர்களிடம் எப்போதாவது கோபம் ஏற்பட்டால், அதனைப் போக்கி அருள் செய்யு மாறு அவனிடம் வேண்டுபவள் திருமகள்தான். அதனால் பிராட்டியைத் தாயார் என்றும், 'புருஷகார பூதை' என்றும் குறிப்பிடுவார்கள்.

பேயாழ்வார் தகவுரை கூறி (புருஷகாரம்) சேதனனைப் பெருமானிடம் சேர்ப்பிக்கும் பிராட்டியை முதலில் பார்க்கிறார். அவளுடைய சேர்க்கையாலே பொன்நிறம் பெற்ற திருமேனியை அடுத்துக் கூறுகிறார். அதன் பிறகு பெருமான் திருமகள் ஆகியோரின் சேர்க்கையால் அங்கு பல நூறு கதிரவனின் ஒளி பரவியதை இவர் கூறுகின்றார். பின் வலது கையில் பொன் போன்று விளங்கும் ஆழிச்

சக்கரத்தையும், இடது கையில் திருச் சங்கையும் பார்த்து மகிழ்ந்து இவர் பேசுகின்றார்.

ஒரு நூலை ஆரம்பிக்கும் போது முதலில் மங்கலச் சொல்லைப் பயன்படுத்துவார்கள். “திரு” என்பது அதற் கேற்பவும் அமைந்துள்ளது.

பெருமழையும், பெருங்காற்றும், மையிருட்டுமாக இருக்கும் வாழ்க்கை நெருக்கடிகளின் இடையேயும், இறைவனது ஒளியையும், அருளையும், அழகினையும் கண்டுகொள்ள முயற்சி செய்ய வேண்டும். முயன்றால் முடியும் என்பதுதான் இவர் உணர்த்தும் ஒப்பற்ற கருத்தாகும்.

இப்பாசுரம் வைணவர்களிடமும், தமிழ் ஆர்வலர் களிடமும் ஆயிரத்து நானூறு ஆண்டுகளாகப் புகழ் பெற்று விளங்குகிறது.

முதல் பாசுரத்தில் “திருக் கண்டேன்” என்று பெரிய பிராட்டியை வணங்கி, தன் மூன்றாம் திருவந்தாதியை ஆரம்பித்த பேயாழ்வார், திருவந்தாதியை நிறைவு செய்யும் போது, அவளே துணையாவாள் - அவளே நமக்குச் சார்வு என்கிறார்.

“சார்வு நமக்கு என்றும் சக்கரத்தான், தண்துழாய்த்
தார் வாழ் வரைமார்பன், தான் முயங்கும் கார் ஆர்ந்த
வான் அமரும் மின் இமைக்கும், வண்தாமரை நெடுங்கண்,
தேன் அமரும் பூமேல் திரு” -2381

பெருமான் திரு ஆழியைக் கையில் ஏந்தியவன். குளிர்ந்த திருத்துழாய் மாலையை அணிந்தவன். மலை போன்ற திருமார்பை உடையவன். இத்தகு சிறப்புக்கள் பொருந்திய எம்பெருமானால் தழுவப்படுகின்ற பெருமை மிக்கவள் திருமகள். இவள் மேகங்கள் செறிந்த வானில் மின்னலைப் போல் விளங்குபவள். தாமரை மலர் போன்று நீண்ட திருக்கண்களை உடைய இவள் தாமரை மலரில் வாழ்பவள். அந்தப் பெரிய பிராட்டியே நமக்கு எப்போதும் துணையாவாள்.

பக்தர்கள் செய்யும் எல்லாக் குற்றங்களையும் மன்னித்து, அவர்களிடம் கருணை காட்டும் பெரிய பிராட்டியை முன்வைத்தே திருமாலைப் பற்றிக் கொள்ள வேண்டும் என்ற கருத்தைப் பரப்பவே இவ்வாறு கூறுகின்றார்.

99 ஆம் பாசுரத்தில் "சக்கரத்தான் தாள் முதலே நங்கட்குச் சார்வு" (திருமாலின் திருவடிகளே சரணம்) என்று கூறிவிட்டு, 100 ஆம் பாசுரத்தில் "தேன் அமரும் பூமேல் திரு சார்வு நமக்கு என்றும்" (திருமகளின் திருவடிகளே சரணம்) என்று நிறைவு செய்கிறார்.

திருமாலின் அருள்மிக்க நெஞ்சத்தில் பக்தனின் குற்றங்களைக் கண்டு கோபம் பிறந்தால், அதனை அவன் பொறுத்துக் கொள்வது பிராட்டிக்காகத்தான் என்பது வைணவம் வற்புறுத்தும் கொள்கையாகும். இக்கருத்தை இப்பாசுரத்தில் இவர் கூறி நிறைவு செய்கிறார்.

பேயாழ்வார் தன் முதல் பாசுரத்திலும் (2282), இறுதிப் பாசுரத்திலும் (2381) அழகனின் அழகை இவ்வண்ணம் சுவைபடப் பாடுகின்றார்.

ஆர் ஆழிகொண்டான் அழகு

முன்பு உலகங்களைத் தாவி அளந்த பெருமானின் திருவடிகளின் நிறம் தாமரைப் போலச் சிவந்திருக்கின்றது. திருமேனியின் நிறம் பூமியைச் சூழ்ந்த கடல்நீரின் வண்ணம் போல் இருண்டு குளிர்ந்து நெடுநீலமாய்க் காணப்படுகிறது. திருமுடியினுடைய நிறம் ஒற்றைச் சக்கரமுடைய தேரில் ஏறிய சூரியனின் நிறம் போன்றுள்ளது. அப்பெருமானின் ஒளியும் அந்தக் கதிரவனின் ஒளியைப் போன்றதேயன்றோ? அழகு பொருந்திய திருவாழியைக் கையில் கொண்டுள்ள பெருமானுடைய அழகு இப்படிப்பட்டதாய் உள்ளது.

"அடிவண்ணம் தாமரை; அன்று உலகம் தாயோன்
படிவண்ணம் பார்க்கடல் நீர்வண்ணம்; - முடிவண்ணம்
ஓர் ஆழிவெய்யோன்; ஒளியும் அஃ்து அன்றே
ஆர் ஆழி கொண்டாற்கு அழகு" -2286

தாமரைப் பூ, நீலக்கடல், ஒளிவிடும் கதிரவன் முதலியவற்றை நேரில் கண்டு மகிழ்ந்தவர், பெருமானின் அழகை மனக்கண்ணால் கண்டு அவற்றோடு தொடர் படுத்திப் பேசுகிறார். அழகனை நேரில் பார்த்து ரசித்துக் கூறுவது போல், பேயாழ்வார் கூறுகிறார். சிறந்த பக்தியின் வெளிப்பாடுதான் இப்பாசுரம்.

திருமாமணிவண்ணன் தேசு

திருமால் கரிய பெரிய மேகம் போன்ற வடிவை உடையவன். கருங்கடல் நீரின் நிறம் போன்ற வண்ண முடையவன். அழகிய நீலமணி போன்ற நிறம் உடையவன். எம்பெருமானின் அழகை ஆராய்ந்து நோக்கும் போது அவன் திருக்கண்களும், திருக்கைத் தலங்களும், உலகளந்த திருவடிகளும், தாமரை மலரை ஒத்தனவேயாகும்.

"கண்ணும் கமலம்; கமலமே கைத்தலமும்;
மண் அளந்த பாதமும் மற்றும் அவையே; - எண்ணில்
கருமா முகில் வண்ணன், கார்க்கடல் நீர்வண்ணன்,
திருமா மணிவண்ணன் தேசு." -2290

பேயாழ்வார் கண்ணனின் கண்ணழகில் ஈடுபட்டுக் 'கண்ணும் கமலம்' என்றார். கையழகைக் கண்டு, அவ்வழகில் ஈடுபட்டுக் 'கமலமே கைத்தலமும்' என்கிறார். அடுத்துத் திருவடி அழகிலே மெய்ம்மயங்கிப் 'பாதமும் மற்று அவையே' என்கிறார். மேலும் கரிய பெரிய மேகத்திலும், கருங்கடலின் நிலப்பரப்பிலும், நீல ரத்தினத்திலும் இறைவனின் அழகைக் கண்டு இவர் அனுபவிக்கின்றார். அந்த இனிய அனுபவத்தில் பெருமானை இவர் 'கருமா முகில் வண்ணன்' என்றும், 'கார்க்கடல் நீர் வண்ணன்' என்றும், 'திருமாமணி வண்ணன்' என்றும் அழகாகக் கொண்டாடுகின்றார்.

நம்மாழ்வார், பேயாழ்வாரைப் போலவே கூறுவதை அடுத்துப் பார்ப்போம். இவர் பேயாழ்வாருக்குப் பின் - சில நூற்றாண்டுகள் கழித்துப் பிறந்தவர் ஆவார்.

"கண்ணும் செந்தாமரை; கையும் அவை; அடியோ அவையே;
வண்ணம் கரியது ஓர் மால்வரை போன்று, மதிவிகற்பால்
விண்ணும் கடந்து, உம்பர் அப்பால் மிக்கு மற்று
எப்பால் எவர்க்கும்
எண்ணும் இடத்ததுவோ, எம்பெருமானது எழில் நிறமே?"
-2520

பெருமானின் திருக்கண்கள் செந்தாமரை மலரை ஒத்துள்ளன. அவனது திருக்கரங்களும், திருவடிகளும் செந்தாமரைப் பூவைப் போன்றுள்ளன. அவன் திருமேனி அழகு, விண்ணைக் கடந்து தேவருலகிலும் அதற்கு அப்பாலும் பரவி விளங்குகிறது. எல்லோருடைய எண்ணங் களுக்கும் அப்பாற்பட்டது பெருமானின் திருமேனி அழகு. இவ்வாறு நம்மாழ்வார் ஒரு தலைவி பேசுவது போல் அழகனின் அழகைச் சுவைத்துத் 'திருவிருத்தம்' பகுதியில் பாடுகின்றார்.

இரு ஆழ்வார்களின் சிந்தனைகளும் ஒன்று போல் அமைகின்றன. இருவரும் அழகனின் அழகை ஒரே கண்ணோட்டத்தில் கண்டு மகிழ்ந்துள்ளனர்.

பேசுவார் எவ்வளவு பேசுவார், அவ்வளவே

பெருமான் மணமிக்க மலர்களோடு கூடிய திருத்துழாய் மாலை அணிந்தவன். ஒளிமிக்க சக்கரத்தை ஏந்தியவன். சங்கையும் சார்ங்க வில்லையும் உடையவன்., ஆரவாரம் செய்து வந்த தந்தவக்கிரனை அழித்த பெருமை மிக்கவன். எம்பெருமானின் பொலிவு மிக்க வடிவு எப்படிப்பட்டதென்றால் பேசுகிறவர்கள் எந்த அளவுக்குப் பேசுகின்றார்களோ அந்த அளவே ஆகும். பேசுகிறவர்கள் எப்படி எல்லாம் பேசுகின்றார்களோ அந்த அளவே ஆகும். பேசுகிறவர்கள் எந்த அளவுக்கு அறிவுடையவர்களோ அந்த அளவே ஆகும். முற்று முழுக்க அவன் பொலிவை யாராலும் வருணித்து விடமுடியாது என்று கூறி இவர் நிறைவு செய்கிறார்.

"பேசுவார், எவ்வளவு பேசுவர், அவ்வளவே
வாசமலர்த் துழாய் மாலையான்,
.................................வடிவு"
-2302

பார்வையற்றவர்கள் ஒரு பெரிய யானையை வருணிக்க முயற்சி செய்வது போன்றதுதான், பெருமானின் அழகை மனிதர்கள் வருணிக்க முயற்சிப்பது என்பதே பேயாழ்வாரின் கருத்தாகிறது.

தானே தனக்கு உவமன்

எல்லாப் பொருள்களும் பெருமானுக்கு உடலாகவே இருக்கும். தவஞ்செய்யும் உருவமும், விண்மீன்களும் அவன் தன் வடிவானவையே. ஒளி வீசும் நெருப்பும், பெரிய மலைகளும், எட்டுத் திக்குகளும், வானின் சந்திர சூரியர் களும் தானே ஆகிய எம்பெருமான் ஒப்பற்றவன் ஆனமை யால் தனக்குத் தானே உவமானமாய் இருப்பவன் ஆவான்.

"தானே தனக்கு உவமன், தன் உருவே எவ் உருவும்;
தானே தவ உருவும் தாரகையும்; - தானே
எரிசுடரும், மால்வரையும், எண்திசையும், அண்டத்து
இருசுடரும், ஆய இறை" -2319

எப்பொருளையும் எம்பெருமானுக்கு உவமையாகக் கூற முடியாது என்பதே இவரின் முடிந்த முடிவாகும்.

நாமங்கையாலும் முடியாது

பெருமானின் திருமேனி வெண்மையோ? செம் மையோ? பசுமையோ? கருமையோ? எவ்வண்ணம் இருக்கும்? நாம் அறியமாட்டோம். ஞானம் மிகுந்த கலைமகளும், பூவில் பிறந்த பெரிய பிராட்டியின் கணவனான பெருமானின் பொலிவை வருணிக்கும் ஆற்றல் உடையவளோ? அல்லள்.

"நிறம் வெளிது, செய்து, பசிது, கரிது என்று
இறை உருவம் யாம் அறியோம், எண்ணில்
- நிறைவு உடைய
நாமங்கை தானும் நலம் புகழ வல்லளே
பூமங்கை கேள்வன் பொலிவு?" -2337

கலைகளின் அரசியாலும் கூட பெருமானின் பொலிவை வருணித்து விடமுடியாது. அப்படி இருக்க நம்மால் எப்படி முடியும் என்று இவர் வினவுகிறார்.

கவிஞர்களால் முடியுமோ?

மண்ணிலுள்ள கவிஞர்கள் அனைவரும் ஒன்று கூடி புகழ்ந்து கவிதை பாடினாலும், நப்பின்னைப் பிராட்டிக்காக எருதுகளின் உயிரைப் போக்கிய அழகனின் அழகைச் சிறப்பாகச் சொல்ல முடியுமோ?

"............................ புவியினார்
போற்றி உரைக்கப், பொலியுமே பின்னைக்கு ஆய்
ஏற்று உயிரை அட்டான் எழில்?" -2366

பெருமானின் அழகை எந்தக் கவிஞராலும் வருணித்துக் காட்டமுடியாது என்பதே இவரின் முடிந்த முடிவு ஆகும்.

மரகதமும், அந்திவானும்

கண்ணனே! மரகத இரத்தினமானது ஒளிபரப்பு உடையதாய், உன் திருமேனியை ஒத்துள்ளது. அந்திக் காலத்து வானம் உன் உடலழகைக் காட்டுகிறது.

"..............................கண்ணா! நின்மேனி
மலர்ந்து மரகதமே காட்டும்; - நலம் திகழும்
..............................தண்துழாய்க் கோமானை
அந்தி வான்காட்டும் அது" -2368

நீள் நெடும் கண்

பெரிய மலை போன்ற திருமார்பில் முத்துமாலை அணிந்து பெருமான் உலவும் போது, கரிய மேகத்தில் மின்னல் மின்னுவது போல இருக்கும். இசைப்பாட்டெல்லாம் ஒடுங்குமாறு மிக இனிமையாக வண்டுகள் பண்பாடும் தாமரைப் பூக்கள், பெருமானின் நீண்டு பரந்த திருக்கண்களின் நிறத்தைக் காட்டும்.

"பெரிய வரை மார்வில் பேர் ஆரம் பூண்டு,
கரிய முகிலிடை மின் போல,
- தெரியுங்கால்
பாண் ஒடுங்க வண்டு அறையும் பங்கயமே,
மற்று அவன்தன்
நீள் நெடுங்கண் காட்டும் நிறம்" -2336

மின்னலோடு கூடிய மேகம், இவருக்குப் பெருமான் மலை போன்ற தன் திருமார்பிலே இரத்தினமாலை ஒன்றை அழகாக அணிந்து கொண்டு உலவத் தொடங்கியது போன்ற ஒரு காட்சியை நினைவுபடுத்துகிறது. செந்தாமரைப் பூக்கள், பரமனின் அழகிய திருக்கண்களின் நிறத்தை இவருக்கு உணர்த்துகின்றன. ஆழ்வார் அகம் மகிழ்ந்து பாடுகின்றார்.

கார் வானும் நீர் மேகமும்

அழகிய மின்னலைக் கொடியாக ஏந்தி, விரைந்து திரிந்து, முழங்கும் கார் காலத்து வானம், அழகு மிக்க மழை மேகம் போன்ற எம்பெருமானின் திருமேனி நிறத்தைப் பொருந்தக் காட்டும்.

"எழில் கொண்டு மின்னுக்கொடி, எடுத்து, வேகத்
தொழில் கொண்டு, தான் முழங்கித் தோன்றும்
- எழில் கொண்ட
நீர் மேகம் அன்ன நெடுமால் நிறம் போல
கார் வானம் காட்டும், கலந்து" -2367

மேகத்தையும், மின்னலையும் பார்க்கும் போதும், அந்தி வானின் அழகைக் காணும் போதும், இவருக்கு அழகனின் அழகுதான் சட்டென்று நினைவுக்கு வருகின்றது.

நூல் கடலான், நுண் அறிவினான்

பெருமான் தேன் தோற்கும்படியான இனிமை உடையவன், கடல் போலவும் அருவி நீர் போலவும் விளங்கும் அழகான திருமேனியை உடையவன். நூற்களாகிய கடல்களில் வாழ்பவன். நுண்ணிய அறிவின் நுட்பமாகத் திகழ்பவன். தம் அறிவால் அறிய முயற்சி செய்பவர்களுக்கு அறிய முடியாதவன். இதனை,

"..............................நறவு இரியும்,
பொங்கு ஓதம், அருவிப் புனல் வண்ணன்;...........
..
நூல் கடலான், நுண் அறிவினான்" -2292

என்று பேயாழ்வார் பாடுகின்றார்.

செந்தாமரைப் பூக்கள், நீல நிறக் கடல், செங்கதிரவன், மரகதம், மின்னல், கார்கால வானம், நீர் கொண்ட மேகம் - இவற்றைப் பார்க்கும் போதெல்லாம் பெருமானின் அழகு மட்டுமே நெஞ்சில் தோன்றும் வகையில் இவர் செய்து விடுகின்றார். இதுதான் பேயாழ்வாரின் கவிதைத் திறன் ஆகும். செந்தாமரைப் பூக்கள் முதலியவை கண்ணில் படும்போது அவை கண்ணுக்குத் தெரியக்கூடாது, பெருமான்தான் தெரிய வேண்டும் என்ற இலட்சியத்தோடு இவர் செயல்பட்டிருக்கின்றார். அதில் பெரிய அளவு வெற்றியையும் பேயாழ்வார் பெற்று விடுகின்றார் எனலாம்.

திருவடிகள்

திருமாலின் திருவருளுக்கு அவனுடைய திருவடிகளே அறிகுறியாகும். பெருமானின் அன்பின் அடையாளமும் திருவடிகள்தாம். அத்திருவடிகளில் சரண் அடைதலை ஆழ்வார்கள் வற்புறுத்திப் பல பாசுரங்கள் பாடி உள்ளனர்.

பேயாழ்வார் தன் நெஞ்சுக்குக் கூறுவது போல் பல பாடல்களை நமக்குக் கூறுகின்றார்.

"கழல் தொழுதும், வா நெஞ்சே!" -2288

"சுடர் ஆழி ஒன்று உடையான் சூழ் கழலே நாளும்
தொடர் ஆழி, நெஞ்சே! தொழுது" -2305

"முயன்று தொழு நெஞ்சே!..............................
தண் அலங்கல் மாலையான் தாள்" -2334

"..............................திருமால் திருவடியே
வந்தித்து என் நெஞ்சமே! வாழ்த்து" -2376

பிறப்புக்களை அறுக்க

அடியேன் மனம் உன்னிடத்துப் பொருந்தப் பெற்ற தால், அடியேன் இன்று உனது திருவடிகளைக் கண்டு அனுபவிக்கப் பெற்றேன். அதனால் ஏழ் பிறப்புக்களையும் நான் ஒழித்துவிட்டேன். இனி பிறவிகள் என்னைத் தொடராது, ஒழியும் என்று மகிழ்ந்து இவர் பேசுகின்றார்.

"இன்றே கழல் கண்டேன்;
ஏழ் பிறப்பும் யான் அறுத்தேன்" -2283

பக்தனின் மனம் பரமனிடம் முழு ஈடுபாட்டுடன் பொருந்தப் பெற வேண்டும். இப்படி வாழ்ந்தால் இறைவனின் திருவடிகளைக் கண்ணாரக் கண்டு அனுபவிக்க முடியும். அதனால் ஏழு பிறப்புக்களையும் ஒழித்து விடலாம். பிறவிகள் அதன்பின் தொடராது நல்ல வாழ்க்கை அமையும்.

மருந்தும், பொருளும், அமுதும்

பெருமான் பக்தன் திருந்துவதற்குக் காரணமான அருளைப் பொழியும் செந்தாமரைப் போன்ற திருக்கண்களை உடையவன். உலகங்களைப் பிரளயம் கொள்ளாதபடி திருவயிற்றில் வைத்துக் காத்தவன். பிறகு உலகங்களை அவனே வெளிப்படுத்தினான். முன்பு மாவலியிடம் யாசித்துப் பெற்ற உலகங்களை எல்லாம் மூவடியாலே தாவி அளந்தான். அப்பெருமானின் திருவடிகளே மருந்து போல பிறவி நோயைத் தொலைக்கும், செல்வத்தைப் போல வேண்டியவற்றை எல்லாம் பெற வைக்கும், அமுதம் போல இனிமையாகவும் இருக்கும்.

"மருந்தும் பொருளும் அமுதமும் தானே
திருந்திய செங்கண்மால், ஆங்கே - பொருந்தியும்,
நின்று உலகம் உண்டும், உமிழ்ந்தும், நீர் ஏற்றும் மூவடியால்
அன்று உலகம் தாயோன் அடி" -2285

பெருமானின் திருவடிகள் அடியவர்களின் மன நோய்களைப் போக்கும் மருந்தாக இருப்பதோடு, அவர்கள் வேண்டியவற்றை எல்லாம் தரும் செல்வமாகவும் விளங்கும். திருவடிகள் பலம், குலம், நலம் முதலியன எல்லாம் தரும்.

முதலாழ்வாராகிய பொய்கை ஆழ்வார், திருவடிகளை வழிபட்டால்,

"மனமாசு தீரும்; மறு வினையும் சாரா;
தனம் ஆய தானே கைகூடும்" -2124

என்று அழகாகக் கூறுவதையும் நினைவில் கொள்வோம்.

எல்லா நாளும் நல்ல நாளே

என்றும் குறையாத புகழ் மிக்கவன் பெருமான். அவன் திருவடிகளுக்கே ஆட்பட்டு, மறவாமல் வாயார வாழ்த்திக் கொண்டே இருக்க வேண்டும். இப்படி வாழ்ந்தால் கழிந்த காலங்களும், இனி வரப்போகும் நாள்களும், செந்தாமரைக் கண்ணன் நம்மிடத்து அன்புள்ளவனாய் இருக்கின்றான் என்று சொல்லப் பெற்ற நிகழ்காலமுமாகிய, எல்லாக் காலங்களும் நல்ல காலமே ஆகும். எல்லா நாளும் நல்ல நாளாகும்.

"சென்ற நாள், செல்லாத செங்கண் மால் எங்கள் மால்,
என்ற நாள், எந் நாளும் நாளாகும்; - என்றும்
இறவாத எந்தை இணை அடிக்கே ஆளாய்,
மறவாது வாழ்த்துக என் வாய்" -2298

திருவடிகளை நாள்தோறும் வழிபட்டால், எல்லா நாள்களும் நிறைவு பெற்ற நாள்களாக அமையும் என்று ஆழ்வார் உறுதியாகக் கூறுகின்றார்.

அருள் செய்யாமல் இருப்பானோ?

நல்ல நெஞ்சை உடையவராய் பெருமானின் திருவடிகளில் புத்தம் புதிய பூக்களைத் தூவித் தொழுது, நான் முன்னே என்று வணங்கி நிற்கும் பக்தர்களுக்கு, அறியாத சின்னப் பிள்ளையாய் ஆலந்தளிரிலே முன்பு பள்ளிகொண்ட பெருமான் அருள் செய்யாமல் இருப் பானோ? அருள் செய்து நாளும் காப்பான் என்று இவர் உறுதிப்படக் கூறுகிறார்.

"அருளாது ஒழியுமே? ஆலிலை மேல், அன்று
தெருளாத பிள்ளையாய்ச் சேர்ந்தான் - இருளாத
சிந்தையராய், சேவடிக்கே செம்மலர் தூய்க் கைதொழுது
முந்தையராய் நிற்பார்க்கு முன்" -2300

திருவடிகளை நாளும் தொழுவோருக்கு அருள்மிக்க பெருமானால் ஒருபோதும் அருள் செய்யாமல் இருக்கவே முடியாது என்ற இவரின் கருத்துப் போற்றத்தக்கதாகும்.

வாழும் வகை அறிந்தேன்

இருண்ட பெரிய மலையின் இரண்டு பக்கமும் தாழ்ந்து பாய்கின்ற அருவியைப் போல் பெருமானின் திருமார்பில் பூமாலை அழகுறத் தொங்குகிறது. அந்த அழகிலே ஈடுபட்டு ஒரு கணமும் அவனை விட்டுப் பிரியாமல் சூழ்ந்திருக்கும் திருமகளைத் திருமார்பில் உடையவன் பெருமான். நீலமணி போன்ற நிறத்தையும், செந்தாமரை போன்ற திருக்கண்களையும் உடையவன் அவன். எம்பெருமானின் திருவடிகளைச் சேர்ந்ததால் வாழும் வகையை அறிந்து கொண்டேன்.

> **“வாழும் வகை அறிந்தேன், மைபோல் நெடுவரைவாய்த்**
> **தாழும் அருவி போல் தார் கிடப்ப - சூழும்**
> **திருமா மணி வண்ணன், செங்கணமால் எங்கள்**
> **பெருமான் அடி சேரப் பெற்று.”** -2340

திருமகளோடு சேர்ந்த திருமாலின் திருவடியைச் சேரப்பெற்று, வாழும் வகையை அறிந்து கொள்ள பேயாழ்வார் அறிவுறுத்துகின்றார்.

நாவால் பெறும் நற்பயன்

குடக்கூத்தாடியவன் கண்ணன். அப்பெருமானின் சிலம்பொலித் திருவடிகளை வாயாரப் புகழ்ந்து போற்றுவதே நாவினால் பெறும் நல்ல பயன் ஆகும்.

> **“கூத்தனாய் நின்றான் குரைகழலே கூறுவதே**
> **நாத்தன்னால் உள்ள நலம்”** -2354

திருவடிகளை எப்போதும் நாவால் போற்றிப் புகழ வேண்டும். பெருமான் தந்த நாக்கால் பெறும் நல்லபயன் அதுதான் என்று இவர் பேசுகின்றார்.

திருவடிகளே அரண்

வேதங்களின் பொருள்களை நன்கு அறியவல்ல பிரமனின் அழகிய மடியிலே சின்னக் குழந்தையாய்ப் பெருமான் இருந்தான். அப்போது நான்முகனை வணங்க வந்த இராவணனின் மாலைகள் பொருந்திய தலைகளைப்

பெருமான் தன் திருவடிகளால் பத்து என்று எண்ணிக் காட்டினான். அப்பெருமானின் திருவடித் தாமரைகள் நமக்குப் பாதுகாப்பாகும்.

"ஆய்ந்த அருமறையோன் நான்முகத்தோன் நன் குறங்கில்
வாய்ந்த குழவியாய், வாள் அரக்கன் - ஏய்ந்த
முடிப்போது மூன்று ஏழ் என்று எண்ணினான் ஆர்ந்த
அடிப் போது நங்கட்கு அரண்." -2358

பரமனின் திருவடிகள்தாம் பாதுகாப்பாகும், பிற பாதுகாப்புகள் பாதுகாப்பு ஆகாது என்று இவர் அருமையாகக் கூறுகின்றார்.

பேயாழ்வார் குறிப்பிடும் இந்த நிகழ்ச்சியை ஆழ்வார்களில் மூத்தவராகிய பொய்கையாழ்வார்தான் நாலாயிரத்தில் முதன்முதலாகக் கூறுகின்றார். (2126)

பேயாழ்வாரை அடுத்து வந்த அவரின் சீடராகிய திருமழிசை ஆழ்வாரும், இந்த நிகழ்ச்சியை நான்முகன் திருவந்தாதியில் சுட்டிப் பேசுகின்றார். (2425)

இந்த நிகழ்ச்சி வால்மீகி ராமாயணத்தில் இல்லாததாகும்.

வினைகள் ஒழிய

அது நல்லதோ? இது கெட்டதோ? என்றெல்லாம் சந்தேகப்பட்டுக் குழம்பிக் கொண்டிருக்கக் கூடாது. தேன் நிறைந்த திருத்துழாய் மாலையை மார்பில் அணிந்துள்ள பெருமானின் அழகிய திருவடிகளை மனமாரத் தொழ வேண்டும். இப்படித் தினமும் தொழுதால் பற்றிய எல்லா வினைகளும் உருமாய்ந்து, விட்டு நீங்கிவிடும்.

"அது நன்று, இது தீது, என்று ஐயப்படாதே,
மது நின்ற தண்துழாய் மார்வன் - பொது நின்ற
பொன்னம் கழலே தொழுமின்; முழுவினைகள்
முன்னம் கழலும், முடிந்து" -2369

'எல்லாத் தருமங்களையும் பற்றற விட்டொழித்து என் ஒருவனையே சரண் புகுவாய். நான் உன்னை எல்லாப் பாவங்களினின்றும் விடுவிப்பேன், வருந்தாதே' என்று

கண்ணன் கீதையில் கூறிய கருத்தின் அடிப்படையில் ஆழ்வார் இப்பாசுரத்தை அமைத்துள்ளார் எனலாம்.

எந்தத் தெய்வத்தை வணங்குவது? அவரை எப்படி வணங்குவது? அவரை வழிபட்டால் நன்மைகள் கிடைக்குமா? தீவினைகள் அழியுமா? இப்படி எல்லாம் ஐயம் கொள்ளக் கூடாது. முதலில் நம்பிக்கை வேண்டும். உள்ள உறுதியோடு எம்பெருமானின் திருவடிகளில் சரணடைந்து தொழுதால் வினைகள், பாவங்கள், துன்பங்கள் அத்தனையும் அழிந்து போகும் என்பதுதான் பேயாழ்வார் அறிவுறுத்தும் கருத்தாகும்.

பேயாழ்வாருக்குப் பின்னால் தோன்றிய நம்மாழ் வாரும் இவரைப் போலக் கூறுவதை அடுத்துக் காண்போம்.

"வானோ, மறிகடலோ, மாருதமோ, தீயகமோ,
கானோ ஒருங்கிற்று? கண்டிலமால், ஆன் ஈன்ற
கன்று உயரத், தாம் எறிந்து, காய் உதிர்த்தார் தாள் பணிந்தோம்,
வன்துயரை, ஆ ஆ! மருங்கு" -2638

பற்றிய வினைகள் தொலைய பகவானின் திருவடிகளே துணையாக நிற்க முடியும் என்பதுதான் இவ்விரு பெரியவர்களின் சிந்தனைகளாகும்.

இறைவனின் திருவருளுக்கு அறிகுறியாகத் திகழ்வது பரமனின் மலரடிகளாகும். அடியவன் ஆண்டவனிடம் அவனது திருவடி நிழலைத்தான் வேண்டிப் பெற வேண்டும். இக்கருத்து சைவத்துக்கும் வைணவத்துக்கும் பொதுவான கருத்தாகும். திருஞானசம்பந்தர்,

"செல்வன் கழல் ஏத்தும்
செல்வமே செல்வம்"

என்றும், திருநாவுக்கரசர்,

"தில்லைச் சிற்றம்பலவன்
திருவடியைக் கண்ட கண்கொண்டு
மற்று இனிக் காண்பதென்னே"

என்றும் திருவடிச் சிறப்பைக் கூறுகின்றனர்.

திவ்ய தேசங்கள்

பேயாழ்வார் பல்வேறு திருப்பதிகளுக்கும் சென்று வைணவத்தைப் பரப்பி வளர்த்திருக்கிறார். திவ்ய தேச யாத்திரை செய்யும் ஆர்வம் மிக்க இவர், மற்றவர்களையும் அவ்வாறு செய்யத் தூண்டும் வகையில் பாசுரங்களைப் பாடி உள்ளார். 15 திவ்ய தேசங்களை இவர் மங்களா சாசனம் செய்துள்ளார். அங்கெல்லாம் சென்று பெருமானின் அருளைப் பெற இவர் அறிவுறுத்துகின்றார்.

பல்வேறு திவ்ய தேசங்களை இவர் குறிப்பிட்டாலும், அடியவரின் உள்ளம்தான் பெருமான் விரும்பித் தங்கும் இடம் என்பதையும் பல பாசுரங்களில் சுட்டிச் செல்கின்றார்.

யாத்திரை செய்யக் கழியவில்லை என்றோ, முடிய வில்லை என்றோ ஏங்கித் தவிப்பவர்கள் பலர் உள்ளனர். அவர்கள் கலங்கக் கூடாது என்பதற்காக, பெருமான் உன் உள்ளத்தின் உள்ளேயே விரும்பித் தங்குகிறான், அங்கு உள்ள அவனை வழிபட்டால் போதுமானது என்ற கருத்தையும் இவர் சேர்த்தே கூறுகிறார். (2320)

1. திருவல்லிக்கேணி

இவர் திருவல்லிக்கேணியைத்தான் முதலில் மங்களாசாசனம் செய்கிறார். இது இவர் பிறந்த மயிலாப் பூரின் பக்கத்திலுள்ள ஊராகும்.

எம்பெருமான் அழகிய இதழ்களை உடைய ஒரே கொடியில் பூத்தச் செந்தாமரைப் பூவை இருப்பிடமாக உடைய திருமகள் பொருந்திய திருமார்பை உடையவன். வெண்மையான அலைகள் மோதித் தள்ளும் சிவந்த பவளங்களும், வெண்ணிற முத்துக்களும் விளக்குகளாக அமையப் பெற்ற திருவல்லிக்கேணியில் பெருமான் எழுந்தருளியுள்ளான்.

“வந்து உதைத்த வெண்திரைகள் செம்பவள வெண்முத்தம்
அந்தி விளக்கும் அணி விளக்காம் - எந்தை
ஒரு வல்லித் தாமரையாள் ஒன்றிய சீர்மார்வன்
திருவல்லிக் கேணியான், சென்று” -2297

திருவல்லிக்கேணி கடற்கரையை முதலிரண்டடிகளில் இவர் அழகாக வருணிக்கின்றார். கரையில் கடலலைகள் சிவந்த பவளங்களையும், வெண்மையான முத்துக்களையும் கொண்டு வந்து குவிக்கின்றன. மாலை வேளையில் பேயாழ்வார் இவற்றைப் பார்க்கின்றார். வேங்கட கிருஷ்ணனுக்கு நீலக்கடல் வரிசையாக ஏற்றிவைத்த மங்கல விளக்குகளாக அவை அவருக்குத் தெரிகின்றன. மகிழ்ந்து இவர் பாடுகின்றார்.

அருகில் உள்ள பெருமானாக இருந்தும், இவர் இந்த ஒரு பாடலால் மட்டுமே அவரை மங்களாசாசனம் செய்துள்ளார்.

இப்பெருமானை, இவரின் சீடர் திருமழிசையாழ்வார் ஒரு பாசுரத்தாலும், திருமங்கையாழ்வார் 10 பாசுரங் களாலும் மங்களாசாசனம் செய்துள்ளனர்.

2. திருவெஃகா

காஞ்சிபுரத்திலுள்ள திருவெஃகா கோவில் மிகப் பழமை வாய்ந்தது. சங்க இலக்கியமான பெரும்பாணாற்றுப் படையில் கடியலூர் உருத்திரங்கண்ணனார் இப்பெரு மானைக் குறிப்பிடுகின்றார். பெருமானின் பெயர் சொன்ன வண்ணம் செய்த பெருமாள். அவர் கிடந்த கோலத்தில் சேவை சாதிக்கின்றார். மற்ற கோவில்களில் பெருமான் இடமிருந்து வலமாக சயனம் செய்திருப்பார். ஆனால் இங்கு பெருமான் வலமிருந்து இடமாக சயனம் செய் துள்ளார். இக்கோவிலின் பொய்கையில்தான் பொய்கை ஆழ்வார் அவதரித்ததாகக் கூறுகின்றனர்.

மலைகளின் இடையே நின்றும், நீர் நிலைகளில் மூழ்கியும், ஐந்து வகை நெருப்புகளுக்கு இடையில் நின்றும் தவம் செய்ய வேண்டாம். அனைவரும் விரும்பும் திருவெஃகாவில் கண்வளர்ந்தருளும் பெருமானை உள்ளன் போடு மலர்களைத் தூவி வழிபட்டால் தீவினைகள் எல்லாம் தமக்கு இடமில்லை என்று அகன்று ஓடிவிடும்.

"பொருப்பிடையே நின்றும், புனல் குளித்தும், ஐந்து
நெருப்பிடையே நிற்கவும் நீர் வேண்டா - விருப்பு உடைய
வெஃகாவே சேர்ந்தானை மெய்ம்மலர் தூய்க் கை தொழுதால்
அஃகாவே தீவினைகள், ஆய்ந்து." -2357

இறைவன் தந்த உடலை வருத்தித் தவஞ்செய்ய வேண்டாம். திருவெஃகா சென்று பெருமானை மனமாரப் பூக்களைத் தூவி வழிபடுங்கள் போதுமானது, தீவினைகள் - பாவங்கள் எல்லாம் அடியோடு அழிந்துவிடும் இவ்வண்ணம் இவர் கூறித், திருவெஃகா பெருமானை வழிபட ஆற்றுப்படுத்துகிறார்.

குடங்கை நீர் ஏற்றான் தங்கும் இடங்கள்

திருவிண்ணகரம், திருவெஃகா, நீர்வளமிக்க திருமலை, பெரிய மாடங்களை உடைய திருவேளுக்கை, மண்ணில் சிறந்த திருக்குடந்தை, தேன் பாயும் சோலைகளை உடைய திருவரங்கம், தென் திருக்கோட்டியூர் ஆகிய இத் திருப்பதிகள் தனது உள்ளங்கையில் மாவலியிடம் நீர் ஏற்ற பெருமான் தங்கும் இடங்களாகும்.

"விண்ணகரம், வெஃகா, விரிதிரை நீர் வேங்கடம்,
மண்ணகரம் மாமாட வேளுக்கை, - மண்ணகத்த
தென் குடந்தை தேனார் திருவரங்கம், தென்கோட்டி,
தன் குடங்கை நீர் ஏற்றான் தாழ்வு" -2343

இப்பாசுரத்தில் ஏழு திருப்பதிகளை இவர் மங்களா சாசனம் செய்கிறார்.

திருவரங்கத்தைத் "தேனார் திருவரங்கம்" (2343) என்று இந்த ஒரு பாடலில் மட்டுமே இவர் கூறுகின்றார்.

திருக்குடந்தையை "மண்ணகத்த தென் குடந்தை" (2343) என்று இந்தப் பாசுரத்திலும், "குடந்தை" (2313) என்று மற்றொரு பாசுரத்திலும் இவர் கூறுகின்றார். பின்னர் வாழ்ந்த ஆழ்வார்களால் அதிகம் பாடப்பட்ட திருவரங்கத்தையும், திருக்குடந்தையையும் இவ்வளவில் மட்டுமே இவர் சுட்டிச் செல்கிறார்.

திருவேங்கடம்

பேயாழ்வார் திருவேங்கடத்திற்குச் செல்லும் ஆர்வத்தைத் தூண்டும் வகையில் 19 பாசுரங்களைப் பாடி உள்ளார். பொய்கையாழ்வார் 10 பாசுரங்களாலும், பூதத்தாழ்வார் 9 பாசுரங்களாலும் வேங்கடவனை மங்களா சாசனம் செய்துள்ளனர். முதலாழ்வார்களில் பேயாழ் வார்தான் வேங்கடவனை அதிகம் பாடியுள்ளார்.

அஞ்சிய குரங்கின் ஆசை

திருமலையிலுள்ள ஆண் குரங்கு தெளிந்த சுனை நீரில் குனிந்து பார்த்தது. அங்கு பிரதிபலிக்கும் தன் உருவைக் கண்டு, எதிரியான வேறு ஒரு குரங்கு அங்கு நிற்பதாக நினைத்தது. அதனால் அஞ்சி மெதுவாக அவ்விடம் விட்டுக் கிளம்பியது. ஆனால் கரிய களாம் பழத்தின் மீதுள்ள ஆசையால் அதனைப் பறித்துத் தா என்று மீண்டும் அந்த ஆண் குரங்கு அங்கே கையை நீட்டுகின்றது. இந்தத் திருவேங்கடமே, முன்பு விளாம்பழங்களை உதிர்ப்பதற்காக வத்சாசுரனை எறிதடியாகக் கொண்டு வீசி எறிந்த பெருமானின் மலையாகும்.

“பார்த்த கடுவன் சுனைநீர் நிழல் கண்டு,
பேர்த்து ஓர் கடுவன் எனப் பேர்ந்து - கார்த்த
களங்கனிக்குக் கை நீட்டும் வேங்கடமே மேல் நாள்
விளங்கனிக்குக் கன்று எறிந்தான் வெற்பு.” -2349

தேவையற்ற அச்சங்களும், சில பல ஆசைகளும் கொண்டு வாழும் மனிதர்களை நினைவில் கொண்டு இக்கற்பனையை இவர் அமைத்திருப்பாரோ என்று எண்ணத் தோன்றுகிறது.

பெண் குரங்கின் ஆசை

அழகிய கற்பாறையின் மீது இருந்த பெண் குரங்கு, நட்புள்ள ஆண் குரங்கை நோக்கி, வெளுத்த சந்திரனை எனக்குப் பிடித்துத் தா என்று கேட்டது. இந்தத் திருவேங்கட மலையே, முன்பு தன் நுண்ணிய அறிவுத்

திறமையால் பூமியை மாவலியிடம் பெற்று உவந்த பெருமான் வாழுமிடமாகும்.

"தெளிந்த சிலாதலத்தின் மேலிருந்த மந்தி,
அளிந்த கடுவனையே நோக்கி - விளங்கிய
வெண்மதியம் தா என்னும் வேங்கடமே மேல் ஒரு நாள்,
மண்மதியில் கொண்டு உகந்தான் வாழ்வு." -2339

திருமலையில் குரங்குகள் மகிழ்ச்சியாக விளையாடு வதைப் பார்த்ததும், பேயாழ்வார் கற்பனை செய்து, பெண் குரங்கு ஆண் குரங்கிடம் நிலவைப் பிடித்துத் தா என்று கேட்பதாகக் கூறுகின்றார். இந்த வேங்கடமே பெருமான் வாழுமிடம் என்று உறுதிபடக் கூறுகிறார்.

யானையின் பக்தி

திருமலையிலுள்ள யானை தன் கபோலங்களிலிருந்து வாயிலே புகும் மதநீரால் தன் வாயைக் கொப்பளித்தது. மேலிருந்து கீழேவரை அருவியைப் போல வந்து பெருகுகிற மதநீரால் கால்களைக் கழுவியது. மிகுந்த மதத்தை உண்டு பண்ணும் தேன் மிக்க மலர்ந்த பூக்களைத் துதிக்கையால் பறித்துத் திருமலையப்பனைத் தொழுது வணங்குகின்றது.

"புகுமதத்தால் வாய்பூசிக், கீழ்தாழ்ந்து, அருவி
உகுமதத்தால் கால் கழுவிக், கையால் - மிகு மதத்தேன்
விண்டமலர் கொண்டு; விறல் வேங்கடவனையே,
கண்டு வணங்கும் களிறு" -2351

திருவேங்கடவனை வழிபடச் செல்வோர் வாய் முகம் கழுவி, கைகால் தூய்மை செய்து, மலர்களைக் கொண்டு செல்வார்கள். அதைப் பார்த்துப் பழகிய யானைகளும் அதைப் போல் செய்கின்றன என்று இவர் கூறுகின்றார்.

மதம் பிடித்த நிலையிலும் யானையின் பக்தி குறைய வில்லை. அப்போதும் வேங்கடவனை மலர்ந்த பூக்களால் தொழுது வணங்குகிறது என்று பேயாழ்வார் சுட்டிக் காட்டி, மனிதர்களுக்கு அறிவுறுத்துகின்றார்.

யானைகளும், யாளிகளும்

திருவேங்கட மலையில் யானை தன் துதிக்கையை உயரத் தூக்கிக் கொண்டு வேகமாக ஓடிக், கறுத்த யானை போன்ற மேகங்களைத் தன் எதிரியாகக் கருதி குத்தியது. இதைக் கண்ட யாளி யானையின் கொம்பை முறித்துத் தூக்கி எறிந்து கொன்றது. அலறி விழுந்த யானையைக் கண்டு யாளி பெருமுழக்கம் செய்தது. இந்தத் திருவேங் கடமே முன்பு இளங்கன்றை எறிதடியாகக் கொண்டு விளங்கனி மீது எறிந்த பெருமானின் இடமாகும்.

"களிறு முகில் குத்தக், கை எடுத்து ஓடி,
ஒளிறு மருப்பு ஒசி கையாளி - பிளிறி
விழக், கொன்று நின்று அதிரும் வேங்கடமே மேல் நாள்
குழக் கன்று கொண்டு எறிந்தான் குன்று" -2352

யானைகளும், யாளிகளும் வாழும் அடர்ந்த காடாக திருமலை அப்போது விளங்கினாலும், முதலாழ்வார்கள் அங்கு விரும்பிச் சென்று வேங்கடவனை வழிப்பட்டிருக் கிறார்கள். அங்குள்ள இயற்கை அழகை உளமாரச் சுவைத்து அவ்வழகில் பெருமானைக் கண்டு பேருவகைக் கொண்டிருக்கிறார்கள்.

கழையும் குழலும்

குறவர் குலத்தினரின் இயல்பான வாழ்க்கையை அடுத்துக் கூறுகிறார் பேயாழ்வார்.

காட்டுப் பன்றிகள் செருக்கோடு மரங்களின் வேர்களைப் பறித்து மரங்கள் கீழே விழுமாறு செய்தன. காட்டுப் பன்றிகள் படிந்து உழுத சால்களில் முதிய குறவர்கள் தினை விதைகளை விதைத்தனர். அறுத்துப் போட்ட பின்பும் நில வளத்தினால் ஓங்கி வளர்ந்த மூங்கில் கழைகள் மேலே சென்று வானை அளாவுகின்றன. இத்திருவேங்கட மலையே, முன்பு ஒரு நாள் இனிமையான புல்லாங் குழலை வாயில் வைத்து ஊதிய கண்ணனுடைய திருமலையாகும். இப்படி இவர் உறுதிபடக் கூறுகின்றார்.

"முடிந்த பொழுதில் குறவாணர், ஏனம்
படிந்து உழுசால் பைந்திணைகள் வித்த - தடிந்து எழுந்த
வேய்ங்கழை போய் விண் திறக்கும் வேங்கடமே
மேல் ஒரு நாள்
தீம்குழல் வாய்வைத்தான் சிலம்பு" -2370

குறமகளிர் செயல்

திருவேங்கட மலையைத் தவிர வேறு ஓரிடமும் அறியாதவர் குறவர் குல மகளிர். அழகிய வளையல் அணிந்த தம் கைகளால் நீண்ட மூங்கில்களை நன்கு வளைத்து, பின் வேகமாக விட்டு விளையாடுகிறார்கள். அம்மூங்கில்கள் வானில் ஓங்கி, இராகுவை விலக்கிச் சந்திரனை விடுவிக்கின்றன. இத்திருமலையே வானவர் தலைவனான பெருமானின் மலையாகும்.

"குன்று ஒன்றின் ஆய குற மகளிர் கோல்வளைக்கை,
சென்று விளையாடும் தீம் கழை போய் - வென்று
விளங்கு மதிகோள் விடுக்கும் வேங்கடமே மேலை
இளங்குமரர் கோமான் இடம்" -2353

வேங்கட மலையை விட்டுக் கீழே இறங்காமல் வாழும் குறக்குல மகளிர் மூங்கில்களை வளைத்தும், பின் வேகமாக விட்டும் மகிழ்வோடு விளையாடிக் களிக்கிறார்கள். அந்த நீண்ட மூங்கில்கள் நிலவைக் கவ்விய இராகுவை விரட்டி அடித்தன என்று இவர் கற்பனை செய்கிறார்.

திருமலையில் வாழும் குறவர் குலத்தினரின் இயல்பான வாழ்க்கையை இவர் காட்டுகிறார். கோமான் வாழும் மலையாதலால், அவனது ஆளுகைக்கு உட்பட்டவர்கள் மனநிறைவோடு வாழ்கிறார்கள் என்பதைக் காட்ட இவர் இக்காட்சிகளை அமைத்துள்ளார் எனக் கருதலாம்.

பேயாழ்வார் பல திவ்ய தேசங்களுக்கும் சென்று, பரமனின் புகழைப் பாடிப்பாடிப் பரப்பினார். இவர் அங்கெல்லாம் சென்று பெருமானை வழிபட வற்புறுத்து கின்றார்;. அங்குள்ள இயற்கை அழகுகளை இவர் சுவையாகக் கூறிச், செல்லும் ஆர்வத்தைத் தூண்டுகின்றார்.

இவரை ஈர்த்தத் திருவேங்கடவனை அதிகமான பாடல்கள் வழி மங்களாசாசனம் செய்துள்ளார். திவ்ய தேசங்களுக்குச் செல்லும் சக்தியும் வாய்ப்பும் வசதியும் இல்லாதவர்களைக் கருத்தில் கொண்டு, கவலைப் படாதீர்கள் பெருமான் "உள்ளத்தின் உள்ளே உளன்" என்று இவர் ஆறுதலும் கூறுகின்றார்.

உள்ளம்

இறைவன் எங்கே இருக்கிறான்? எங்கே போய் அவனைத் தேடுவது? எப்படி அவனைக் கண்டறிவது? இத்தகைய கேள்விகள் எப்போதும் உள்ளன. இவற்றிற்கு ஆழ்வார்கள் அழகாக விடை கூறுகின்றனர். பெருமான் உன் உள்ளத்தின் உள்ளே உள்ளான், உள்ளத்தைத் தூய்மை யாக வைத்துக் கொண்டு, அவனை இடைவிடாது தியா னித்தால், அவன் வலிய வந்து தங்கிவிடுவான் என்பதுதான் இவர்கள் வற்புறுத்தும் கருத்தாக அமைகின்றது.

அரவு அணையில் அறிதுயில் கொள்ளும் அழகன் அங்கிருந்து புறப்பட்டு வந்து, அடியேனுடைய மனமாகிய படுக்கையில் இப்போது திருக்கண் வளர்கிறான்.

> **"அனந்தன் அணைக் கிடக்கும் அம்மான் அடியேன்**
> **மனம் தன் அணைக் கிடக்கும் வந்து"** -2296

என்று பேயாழ்வார் உறுதியாகக் கூறுகின்றார். பெருமான் தன் உள்ளத்தில் திருக்கண் வளர்வதாகப் பெருமிதம் கொள்கிறார் இவர்.

அடுத்து, இவரின் சீடராகிய திருமழிசையாழ்வார் கூறுவதைக் காண்போம்.

> **"இடம் ஆவது என் நெஞ்சம் இன்றெல்லாம், பண்டு**
> **பட நாகணை நெடிய மாற்கு"** -2447

பரமன் என்னை ஆட்கொள்வதற்கு முன் பாம் பணையில் பள்ளி கொண்டிருந்தான். இப்போதும், இனிமேலுள்ள காலமெல்லாம் அவனது இருப்பிடம் எனது நெஞ்சமாகும் என்று திருமழிசையார் மனமகிழ் வோடு கூறுவதும் இதே கருத்தைத்தான்.

பெருமானுக்கு ஆட்பட்டேன், எம்பிரான் என் உள்ளத்திலும், வெளியிலும் வேறுபாடில்லாமல் கலந்து விளங்குகின்றான் என்றும் பேயாழ்வார் கூறுகின்றார்.

"அவற்கு அடிமைப் பட்டேன்,
அகத்தான், புறத்தான்," -2318

நித்தியவாசம் செய்யும் இடங்கள்

பெருமான் நித்தியவாசம் செய்யும் இடங்கள் சிலவற்றை இவர் குறிப்பிட்டுக் காட்டுகின்றார். அவற்றைக் காண்போம்.

'சிறந்த என் சிந்தை', சிவந்த கண்களை உடைய பாம் பணை, பெரிய காஞ்சிபுரம், திருவேங்கடம், திருவெஃகா, திருவேளுக்கை ஆகிய திருப்பதிகள் எம்பெருமான் ஒருநாளும் நீங்காதவனாய் நித்தியவாசம் செய்யும் இடங்களாகும்.

"சிறந்த என் சிந்தையும், செங்கண் அரவும்
நிறைந்த சீர் நீள் கச்சியுள்ளும் - உறைந்ததுவும்
வேங்கடமும், வெஃகாவும், வேளுக்கைப் பாடியுமே,
தாம் கடவார் தண்துழாயார்." -2307

பெருமான் எப்போதும் தங்கும் இடங்களாக ஆறு இடங்களைக் குறிப்பிடும் இவர், "சிறந்த என் சிந்தை" என்று தன் உள்ளத்திற்குத்தான் முதலிடம் தருகின்றார். அதன் பிறகுதான் சிவந்த கண்களை உடைய ஆதிசேட னாகிய பாம்பணை, பெரிய காஞ்சிபுரம், திருவேங்கடம், திருவெஃகா, திருவேளுக்கை முதலிய திவ்ய தேசங்களை இவர் வரிசையாகச் சுட்டிக் கூறுகின்றார். அடியவனின் உள்ளம்தான் ஆரா அமுதன் விரும்பித் தங்கும் இடம் என்பதுதான் இவரின் கொள்கையாகும்.

மற்றொரு பாடலில், திருப்பாற்கடல், திருக்குடந்தை, திருவேங்கடம், "நேர்ந்த என் சிந்தை" (நேர்ப்பட்ட என் மனம்), பரமபதம், வேதங்கள், திருப்பாடகம், ஆதிசேடன் ஆகிய இவை எல்லாம் துளசி மாலையணிந்த எம் பெருமான் நித்தியவாசம் செய்யும் இடங்களாகும் என்று இவர் சொல்கின்றார். (நா.தி - 2311)

பக்தனின் உள்ளம் நல்லதாக இருந்தால்தான் இறைவன் வந்து நித்திய வாசம் செய்வான் என்பதை உணர்த்த “சிறந்த என் சிந்தை”, “நேர்ந்த என் சிந்தை” என இவர் குறிப்பிடுவதைக் கவனத்தில் கொள்வோம்.

உள்ளத்தில் உள்ளான்

பக்தனின் உள்ளத்தில் பரமன் குடியிருந்து அருள் செய்கின்றான் என்பதை இவர் பல பாசுரங்களில் கூறுகின்றார்.

இறைவனாய், நிலமாய், எட்டுத் திசைகளிலும் இருப்பவனாய், வேதங்களாய், வேதங்களின் பொருளாய், வானமாய் விளங்குபவன் பெருமான். சந்திர மண்டலத்தை நெருங்கி உயர்ந்து வளர்ந்துள்ள மலைகளிலிருந்து ஒலிமிக்க அருவிகள் பாயும் திருவேங்கட மலையில் வாழ்பவனான திருமால் இப்போது என் நெஞ்சினுள்ளே இருக்கின்றான்.

“வெள்ளத்து அருவி விளங்கு ஒலிநீர் வேங்கடத்தான்,
உள்ளத்தின் உள்ளே உளன்.” -2320

பெருமான் வேறு எங்கும் இல்லை உள்ளத்தின் உள்ளேதான் உள்ளான் என்று உறுதியான நம்பிக்கை யோடு பேயாழ்வார் கூறுகின்றார்.

ஆழ்வார்களில் முதல்வரான பொய்கையாழ்வார் முதல் திருவந்தாதியில் கூறுவதை அடுத்துக் காண்போம்.

“வெள்ளத்தின் உள்ளானும், வேங்கடத்து மேயானும்,
உள்ளத்தின் உள்ளான் என்று ஓர்” -2180

திருப்பாற்கடலில் கண்வளர்ந்திருப்பவனும், திருவேங்கட மலையில் நின்றருளுபவனுமான பெருமான் இப்போது நம் உள்ளத்தின் உள்ளே புகுந்து வாழ்கின்றான் என்று தெரிந்துகொள் என்று பொய்கையார் உலகோருக்கு ஓங்கிக் கூறுகின்றார். இருவரது கருத்துக்களும், வரிகளும் ஒன்றுபோல் அமைந்துள்ளன.

மாவலி மன்னனிடம் சென்று, கள்ளத்தனத்தால் நிலத்தைத் தானம் பெற்று வானம் முதலிய மேல் உலகங்

களையும் தனதாக்கிய திருவடிகளை உடைய பெருமான், என் உள்ளத்தின் உள்ளே நிலைத்து நிற்கின்றான்

"கள்ளத்தால் மண்கொண்டு விண் கடந்த பைங்கழலான்,
உள்ளத்தின் உள்ளே உளன்." -2364

பேயாழ்வார் இப்படிப் பெருமிதத்தோடு குறிப்பிடு கின்றார். இந்தப் பெரும்பேறே தனக்குப் போதும் வேறு ஒன்றும் தேவை இல்லை என்பதுதான் இவர் உணர்த்தும் கருத்தாக அமைகின்றது.

நல்ல நெஞ்சமே! மேகங்கள் எல்லாம் ஒரு மூலையில் ஒதுங்கும்படி சிகரங்கள் உயர்ந்தோங்கி விளங்குவதும், நிறைந்த அருவிகளை உடையதுமான திருவேங்கட மலையில் பெருமான் எழுந்தருளியுள்ளான். பூமிப்பரப் பெல்லாம் அவன் திருவடியின் ஒரு பக்கத்திலே ஒடுங்கிப் போகும்படி உலகளந்த பெருமைக்குரியவன் அவன். அவன் நிரந்தரமானவன், நல்லவன். அப்பெருமான் எக்காலத்திலும் நம்மைப் பாதுகாப்பதில் விருப்பம் கொண்டு விளங்கு கின்றான். அவன் நினைப்பவர்களின் உள்ளங்களில் என்றும் எழுந்தருளியுள்ளான்.

"உளன் கண்டாய், நல்நெஞ்சே! உத்தமன் என்றும்
உளன் கண்டாய் உள்ளுவார் உள்ளத்து - உளன் கண்டாய்
விண் ஒடுங்கக் கோடு உயரும் வீங்கு அருவி வேங்கடத்தான்,
மண் ஒடுங்கத் தான் அளந்த மன்" -2321

பேயாழ்வார் இப்பாசுரத்தைத் தன் நெஞ்சை நோக்கிக் கூறுவது போல் நமக்குக் கூறுகின்றார். இறைவன் எங்கே இருக்கின்றான்? என்ற வினாவுக்கு இங்கு இவர் விடை யளிக்கின்றார். இறைவன் அடியவர்களின் உள்ளத்தில் இருக்கின்றான் என்பதுதான் இவர் அறிவுறுத்தும் முடிந்த முடிவாக அமைகின்றது.

இப்பாசுரம் ஆழமான கருத்துக்களைக் கருக்கொண்டு விளங்குகின்றது. அவற்றைக் காண்போம்.

1. கடவுள் ஒருவன் இருக்கின்றான்.
2. நல்ல உள்ளத்தோடு அவனை எப்போதும் வழிப் பட்டுக் கொண்டே இருக்க வேண்டும்.

3. அவன் நல்லவன்.

4. அவன் உத்தமன். ஆகையினால் நமக்கு நன்மைகளையே செய்வான்.

5. அவன் எக்காலத்தும், எப்பொழுதும் நிலைபெற்று விளங்குகின்றான்.

6. அவனை நினைப்பவர்களின் உள்ளங்களில் நிரந்தர மாக வந்து தங்கி விடுவான்.

7. அவன் எங்கும் இருக்கின்றான்.

8. உலகளந்த அவன் திருவேங்கடத்தில் இருப்பதாக அடியவர்கள் கருதுகின்றனர். ஆனால் அவனோ அடியவர்களின் உள்ளத்தையே இருப்பிடமாகக் கொண்டு வாழ்கின்றான்.

9. அவனைத் தேடி எங்கும் செல்ல வேண்டாம். அவனை மனதாரத் தியானித்தால் உள்ளத்தின் உள்ளேயே அவனைக் கண்ணாரக் காணமுடியும். பேயாழ்வாரின் இக்கருத்துக்கள் என்றும் நினைவில் கொள்ளத் தக்கவைகளாகும்.

முதல் ஆழ்வாரான பொய்கை ஆழ்வாரின் பாசுரத்தை அடுத்துப் பார்ப்போம்.

“உளன் கண்டாய், நல்நெஞ்சே! உத்தமன்; என்றும்
உளன் கண்டாய், உள்ளுவார் உள்ளத்து, உளன் கண்டாய்,
வெள்ளத்தின் உள்ளானும், வேங்கடத்து மேயானும்,
உள்ளத்தின் உள்ளான் என்று ஓர்” -2180

இப்பாசுரத்தின் சிறப்புக் கருதி பேயாழ்வார் முதல் இரண்டு அடிகளைத் தன் மூன்றாம் திருவந்தாதியில் அப்படியே பயன்படுத்தி உள்ளார் எனலாம்.

பொய்கையாரின் முதல் இரண்டடிகளைத் தன் குரு பேயாழ்வார் பயன்படுத்தியதைப் போலவே, நான்முகன் திருவந்தாதியில் திருமழிசையாரும் பயன்படுத்தி உள்ளார். *(2467)*

பெருமான் அவனை எண்ணி உருகும் பக்தர்களின் உள்ளங்களின் உள்ளேதான் இருக்கிறான் என்பதுதான் இப்பெரியோர்கள் உணர்த்தும் உயர்ந்த கருத்து ஆகும்.

பெருமான் இருக்கிறான் என்ற அறிவொளி மயமான விளக்கை ஏற்றி வைத்துப் பெருமானைத் தேடிப்பிடித்து, என் வசமாக்கிக் கொண்டேன் (உரியவனாக்கிக் கொண் டேன்). பரமன் என் உள்ளத்திலே வந்து சேர்ந்து மெதுவாக முதலில் நின்றான், பின் வீற்றிருந்தான், அதன்பின் பள்ளிகொண்டருளினான்.

"உய்த்து, உணர்வு என்னும் ஒளி கொள் விளக்கு ஏற்றி
வைத்து, அவனை நாடி வலைப்படுத்தேன்; - மெத்தெனவே
நின்றான், இருந்தான், கிடந்தான் என் நெஞ்சத்து,
பொன்றாமை மாயன் புகுந்து" -2375

வீட்டிற்குப் புதிதாக வருபவர் முதலில் நின்று கொண் டிருப்பார். நாம் நல்லபடி பழகினால் அவருக்கு நம்பிக்கை ஏற்பட்டுப் பைய உட்காருவார். உட்கார்ந்தவரிடம் மேலும் பாசமாகப் பழகினால் அவருக்கு முழு நம்பிக்கை ஏற்படும். அதன்பின் மெல்ல படுப்பார். அதைப் போல இறைவன் உள்ளத்திற்கு வந்து முதலில் நின்றான். அடுத்து இருந்தான். இப்போது படுத்துக் கிடக்கின்றான் என்று மகிழ்வோடு பேயாழ்வார் கூறுகின்றார்.

திருமழிசையாழ்வார் திருச்சந்த விருத்தத்தில்

"அற்புதன், அனந்த சயனன், ஆதிபூதன், மாதவன்
நிற்பதும், இருப்பதும், கிடப்பதும், என் நெஞ்சுளே" -0816

என்று பாடுகிறார். அற்புதமானவன், அரவணையில் பள்ளி கொள்பவன், ஆதிமூலன், நாராயணன் ஆகிய எம்பெருமான் இப்போது என் நெஞ்சிலே நிற்கின்றான், இருக்கின்றான், கண்வளர்கிறான். இது நான் பெற்ற பெரும்பேறு. இவ்வாறு திருமழிசையார் குறிப்பிடுகின்றார்.

பொய்கையாழ்வார், பேயாழ்வார், திருமழிசையாழ்வார் ஆகிய மூவருமே பெருமான் தங்கள் உள்ளங்களில் நிலை பெற்று விளங்குவதைப் பதிவு செய்து வைத்துள்ளனர். அடியவர்கள் தங்களின் உள்ளங்களைத் தூயதாக மாற்றி,

எப்போதும் அவனைத் தியானித்தால் அவன் ஓடிவந்து தங்கிவிடுவான் என்பதுதான் இவர்கள் அறிவுறுத்தும் சிறந்த கருத்தாகத் திகழ்கிறது.

பெருமானே பேசு

பேயாழ்வார் பெருமானைப் பார்த்துக் கேள்வி கேட்கிறார். பெருமான் அமைதியாக இருந்தான். அதனால் நீ பேசு என்று கண்டிப்போடு அடுத்துக் கூறுகின்றார்.

முன்னொரு காலத்தில் உலகங்களை எல்லாம் திருவயிற்றில் வைத்திருந்து, அதன் பிறகு உலகங்களை வெளிப்படுத்திய உனக்கு, அந்த உலகங்களைப் பின்னொரு காலத்தில் திருவடிகளால் அளந்து கொள்வது என்பது பெரிதொரு செயலாகுமோ? திருமகள் நாதனே! நீ இதை எனக்குத் தெளிவாகச் சொல்ல வேண்டும்.

"முன் உலகம் உண்டு உமிழ்ந்தாய்க்கு, அவ்வுலகம் ஈரடியால்
பின் அளந்து கோடல் பெரிதொன்றே? என்னே
திருமாலே! செங்கண் நெடியானே! எங்கள்
பெருமானே! நீ இதனைப் பேசு!" -2301

உலகங்களை எல்லாம் உண்டு, பின் வெளிப்படுத்தியவனுக்கு, அந்த உலகங்களைத் திருவடிகளால் அளப்பது என்பது பெரியதொரு காரியமாகுமா? என்று இவர் பெருமானிடம் கேட்கிறார். அவன் பதில் ஒன்றும் சொல்லாமல் அமைதியாக இருந்தான். அதனால் இவர் குரலை உயர்த்தி, "நீ இதனைப் பேசு" (பதில் சொல்) என்கிறார். கேட்டக் கேள்விக்குப் பதில் சொல்லாமல் ஒன்றுமே தெரியாதது போல் அமைதியாக இருக்கும் மகனைப் பார்த்துத் தந்தை சத்தம் போட்டுப் பதில் சொல்லு என்பது போல ஆழ்வார் ஆண்டவனிடம் கேட்கின்றார். அடியவன் தன் ஆண்டவனிடம் எடுத்துக் கொள்ளும் உரிமையை வெளிக்காட்டும் பாடலாக இப்பாசுரம் உள்ளது. மேலும் அன்புமிக்க ஓர் அடியவனின் ஆதங்கத்தையும், அன்பையும் தெளிவாக உணர்த்தும் பாடலாகவும் இது திகழ்கிறது.

திருமழிசை ஆழ்வாரும் இவரைப் போல பெருமானிடம் பேசுவதை அடுத்துக் காண்போம். கும்பகோணத்துக்கு வந்த திருமழிசையாரைக் கண்டதும் ஆரா அமுதன் வா என்று அன்பொழுகக் கூப்பிடுவான், அணைத்துக் கொள்வான், அன்பாகப் பேசுவான் என்றெல்லாம் அவர் எதிர்பார்த்தார். அப்படி ஒன்றும் நிகழாததால் அவர் ஏமாற்றம் அடைந்தார்.

"நடந்த கால்கள் நொந்தவோ? நடுங்க ஞாலம் ஏனமாய்
இடந்தமெய் குலுங்கவோ? இலங்கு மால் வலைச் சுரம்
கடந்து கால் பரந்த காவிரிக்கரை குடந்தையுள்
கிடந்தவாறு எழுந்திருந்து பேசு; வாழி, கேசனே!" -0812

என்று இவர் பாடுகின்றார்.

பேயாழ்வார்தான் முதன்முதலாகப் பெருமானைப் பார்த்துப் 'பேசு' என்றவரராவார். அவரின் சீடர் திருமழிசையாழ்வார் அதற்கும் ஒரு படி மேலே சென்று "எழுந்திருந்து பேசு" என்கின்றார். அவனும் அவருக்கு இரங்கி எழும்ப முயன்றான். அவர் வேண்டாமப்பா, வேண்டாமப்பா என்று மன்றாடியதால் அவன் அப்படியே நிமிர்ந்தெழும் நிலையில் நிறுத்திக் கொண்டான். அந்தத் திருக்கோலத்திலேயே பெருமான் கும்பகோணம் சாரங்கபாணிக் கோவிலில் இப்போது காட்சி தருகின்றான்.

இப்பாசுரங்கள் இவ்விரு ஆழ்வார்களின் ஆழமான பக்தியைக் காட்டுவனவாக அமைந்து விளங்குகின்றன.

களைப்போ?

திருக்கோவில்களில் பெருமான் நின்றோ இருந்தோ கிடந்தோ சேவை சாதிக்கின்றான். இதைப் பார்த்த பேயாழ்வார், பரமன் களைத்துப் போய் ஆயாசத்துடன் கிடக்கின்றான் என்று பரிவுடன் கூறுகின்றார்.

நெஞ்சமே! முன்னொரு காலத்தில் பெருமான் நின்றுகொண்டே உலகங்களை அளந்த களைப்பால் - சிரமத்தால் திருவேளுக்கையில் வீற்றிருந்தும், திருவெஃகா என்ற சிறந்த திருப்பதியில் பள்ளிகொண்டும் அருள்

கின்றான். அவன் அழிவில்லாத திருக்குணங்களை உடையவன். கம்சனை அழித்து ஒழித்தவன் அவன். நெஞ்சமே! அவனை எப்போதும் நினைத்து வணங்கு.

"அன்று இவ் உலகம் அளந்த அசைவே கொல்?
நின்று இருந்து வேளுக்கை, நீள்நகர் வாய் - அன்று
கிடந்தானைக் கேடில் சீரானை, முன் கஞ்சைக்
கடந்தானை, நெஞ்சமே! காண்" -2315

திருமாலைத் திருவேளுக்கை, திருவெஃகா முதலிய திருப்பதிகளுக்குச் சென்று களைப்புடன் திருக்கண்வளரும் பரமனைக் கண்ணாரக் கண்டு, அமைதியாக வழிபட இவர் அறிவுறுத்துகின்றார்.

மற்றொரு பாசுரத்தில் இவர் கூறுவதை அடுத்துக் காண்போம். பெருமான் கடைக்கயிறாக வாசுகி பாம்பையும், மத்தாக மந்தர மலையையும், தாழியாகக் கடலையும் கொண்டு, அந்தக் கடலிலே அமுதம் உண்டாகுமாறு அலைச்சல் பட்டுக் கடைந்ததால் ஏற்பட்டக் களைப்பினாலோ காஞ்சிபுரத்திலுள்ள திருவெஃகாவில் கிடந்தும், திருப்பாடகத்தில் வீற்றிருந்தும், திருவூரகத்தில் நின்றும் அருள் செய்வது?

"இசைந்த அரவமும், வெற்பும் கடலும்
பசைந்து, அங்கு அமுது படுப்ப - அசைந்து
கடைந்த வருத்தமோ கச்சி வெஃகாவில்
கிடந்து, இருந்து, நின்றதுவும், அங்கு?" -2345

பெருமான் கடலைக் கடைந்த நிகழ்வை இப்போது இவர் கற்பனை செய்து பார்க்கிறார். அந்தக் களைப்பினால்தான் அவன் திருவெஃகாவில் கிடந்த நிலையிலும், திருப்பாடகத்தில் வீற்றிருந்த நிலையிலும், திருவூரகத்தில் நின்ற நிலையிலும் அருட்காட்சித் தருவதாகக் காரணம் கண்டுபிடித்துக் கூறுகின்றார்.

அக்களைப்பின் மிகுதியால்தான் பெருமான் ஓரிடத்தில் கிடக்கின்றான், மற்றொரு இடத்தில் வீற்றிருக்கின்றான், இன்னொரு திவ்ய தேசத்தில் நின்று கொண்டும் அருள் செய்கின்றான். இத்திவ்ய தேசங்களுக்குச் சென்று அவனை வணங்கி, நின்றும், இருந்தும், கிடந்தும் நாம் படுகின்ற

துன்பங்களை எல்லாம் போக்கிக்கொள்ள இவர் வழிகாட்டுகின்றார்.

திருமழிசையார் இவரை அடியொற்றிப் பேசுவதை (நான்முகன் திருவந்தாதி) அடுத்துக் காண்போம்.

"தாளால் உலகம் அளந்த அசைவே கொல்?
வாளா கிடந்தருளும், வாய் திறவான் - நீள் ஓதம்
வந்து அலைக்கும் மாமயிலை மா அல்லிக் கேணியான்
ஐந்தலை வாய் நாகத்து அணை?" -2416

திருமழிசையார் பெருமான் உலகளந்த களைப்பால் திருவல்லிக்கேணியில் பேசாமல் அறிதுயில் கொள்வதாக இப்பாசுரத்தில் கூறுகின்றார். பேயாழ்வார், பெருமான் உலகளந்த களைப்பாலோ, கடல் கடைந்த ஆயாசத் தாலோதான் கிடந்தும் இருந்தும் நின்றும் அருள்காட்சி தருவதாகப் பேசுகின்றார். பரமனிடம் பாசமும் பரிவும் மிகுந்த இவ்விருவரது பாசுரங்களும் இதனால்தான் இன்றும் புகழுடன் விளங்குகின்றன.

வழிபடும் முறை

பேயாழ்வார் பெருமானை அனுபவித்து அறிந்தவர். அவர் இறைவனை வழிபடும் முறை பற்றிக் கூறும் எளிய கருத்துக்கள் இன்றைய சமுதாயத்தினருக்கு மிகவும் பயன்படும் வகையில் அமைந்துள்ளன.

ஒளிவீசும் அணிகலன்களையும் மாலைகளையும் திருமார்பிலே உடைய எம்பெருமானின் அழகிய திருமேனியைக் காண வேண்டும், காண வேண்டும் என்று என் கண்கள் ஆசைப்படுகின்றன. வண்டுகள் இசை பாடும் மாலைகளை உடைய பெருமானின் பெருமைகளைப் பண் அமைத்துப் பாடி, கைகளால் பொன் போல் சிவந்த அவன் திருவடிகளை வணங்குவோம்.

"காண், காண் என விரும்பும் கண்கள் கதிர் இலகு
பூண் தார் அகலத்தான் பொன்மேனி; - பாண் கண்
தொழில் பாடி வண்டு அறையும் தொங்கலான், செம்பொன்
கழல் பாடி யாம் தொழுதும், கை." -2316

பெருமானின் திருமேனியைக் காணக் கண்கள் மெய் யாகவே ஆசைப்பட வேண்டும். அவன் பெருமைகளை இசை அமைத்து வாயால் பாட வேண்டும். கைகளால் அவன் திருவடிகளை வணங்க வேண்டும் என்று இவர் கூறுகின்றார்.

நெஞ்சமே! நாராயணன் முதலாகவுள்ள அவனின் பல திருப்பெயர்களையும் சொல்லி, கைகளால் நாம் அவனைத் தொழுவோம். உலகங்களை எல்லாம் உள்ளே ஒடுக்கி வைத்துப் பின் வெளிப்படுத்திய பெருமைக்குரியவன் அவன். அந்தக் கண்ணனையே நம் கண்கள் கண்டு களிக்க வேண்டும்.

“நாமம் பல சொல்லி நாராயணா என்று,
நாம் அங்கையால் தொழுதும் நல்நெஞ்சே! - வா மருவி;
மண் உலகம் உண்டு உமிழ்ந்த, வண்டு அறையும் தண்துழாய்
கண்ணனையே காண்க நம் கண்.” -2289

நாராயணனின் பல்வேறு திருப்பெயர்களையும் வாயால் சொல்லி மகிழ வேண்டும். கைகளால் அவனைத் தொழ வேண்டும். மனத்தை ஒருமுகப்படுத்திக் கண்ணனை மட்டுமே கண்கள் காண வேண்டும். இவ்வண்ணம் இவர் கூறுகின்றார்.

நெஞ்சை விட்டுப் பெயராமல் நிலைத்து நிற்கின்ற பெருமானை நமது நெஞ்சானது நினைக்காமல் - வழிபடாமல் சும்மா இருப்பது ஏனோ?

“பேராது நிற்கும் பெருமானை என்கொலோ
ஓராது நிற்பது உணர்வு?” -2362

பெருமானை எப்போதும் நினைக்க வேண்டும் அவன் புகழை எங்கும் பேச வேண்டும். இப்படிச் செய்யாமல் வாழும் வாழ்க்கை பயனற்றது ஆகும். இவ்வாறு இவர் பரமனை வழிபடும் முறை பற்றிய தன் கருத்துக்களைப் பதிவு செய்துள்ளார்.

கடவுளைக் காண

இறைவனைக் காண இவர் வழி கூறுகின்றார். வேதங்களை இடைவிடாமல் ஓத வேண்டும். அறிவு ஆகிய தாழ்ப்பாளை இட்டு, ஐம்புலன்களையும் வெளிச் செல்லாமல் உள்ளே அடக்கி வைப்பதாகிற திடமான கதவை அடைத்து, நன்றாகத் தியானிப்பவர்களே, கடல்நிற வண்ணனான பெருமானின் தன்மைகளைத் தினந்தோறும் கண்டு உணர முடியும்.

"அறிவு என்னும் தாள் கொளுவி, ஐம்புலனும் தம்மில்,
செறிவு என்னும் திண் கதவம் செம்மி, - மறை என்றும்
நன்கு ஓதி, நன்கு உணர்வார், காண்பரே நாள்தோறும்
பைங்கோத வண்ணன் படி." -2293

மறைகளை ஓத வேண்டும். ஐம்புலன்களையும் அடக்கி வைக்க வேண்டும்;. பெருமானை நினைத்து உருக வேண்டும். இவ்வண்ணம் செயல்படுபவர்கள் கடல் வண்ணனைக் கண்ணால் காண முடியும். இறைவனைக் காண இதுவே வழி என்பது இவரின் சிந்தனையாகும்.

பெருமானைப் பற்றிப் பிடித்தவர்கள்.

பெருமானைப் பற்றிப் பிடித்து வாழ்பவர்கள் துயரங்கள் உறுவதில்லை என்று இவர் உறுதியளிக் கின்றார். பெருமான் மேகங்கள் நிறைந்த பெரிய கடலைத் தானே முன்னின்று கடைந்தான். உலகங்கள் தோன்ற காரணமானவன் அவன். பாற்கடலில் பாம்பணையில் பள்ளி கொண்டிருப்பவன் பரமன். அப்பெருமானை நாள்தோறும் பணிந்து, பற்றிப் பிடித்து வாழ்பவர்களில் துயரங்களை அனுபவித்தவர்கள் யார்? துன்புற்றவர்கள் எவர்? அப்படிப்பட்டவர்கள் எங்கு இருக்கிறார்கள்?

"ஆரே துயர் உழந்தார், துன்பு உற்றார் ஆண்டையார்
காரே மலிந்த கருங்கடலை - நேரே
கடைந்தானைக் காரணனை, நீர் அணை மேல் பள்ளி
அடைந்தானை, நாளும் அடைந்து?" -2308

பரமனைப் பற்றிப் பிடித்து வாழ்பவர்கள் துக்கங் களுக்கு அடிப்படையான பாவங்களை ஒருபோதும் செய்ய

மாட்டார்கள். அப்படிச் செய்தாலும் அவர்களில் ஒருவர் கூடத் துயரங்களை அனுபவித்தது இல்லை. அப்படித் துன்பப்பட்டவர்கள் உலகில் எங்குமே இல்லை. பெருமானை அடைந்தவர்கள் ஒருபோதும் துயரங்கள் உறுவதில்லை என்பது பேயாழ்வாரின் ஆணித்தரமான முடிவாகும்.

பாதுகாப்பு

பெருமான்தான் உண்மையான பாதுகாப்பாளன். அவனை இறுக்கமாகப் பற்றிக் கொள்ள அடுத்து இவர் கூறுகின்றார்.

ஆழிச் சக்கரத்தை வலத்திருக்கையில் உடையவனும், முரன் என்னும் அசுரனின் ஆயுளையும் வலிமையையும் போக்கிய மிடுக்கை உடையவனுமான பெருமான் பாதுகாப்பாக அமைந்தான் என்றால் நம் அறிவு, ஒழுக்கம் பிறப்பு முதலியவற்றின் தாழ்வுகளைப் பார்த்து இகழாமல் நமக்கு எல்லாக் காலத்திலும் பாதுகாப்பாளனாக இருப்பான். மனமே! இதை நீ நன்கு அறிந்துகொண்டு, அந்த மாயவனையே உறுதியாகப் பற்றிக் கொண்டிரு.

“அரணாம் நமக்கு என்றும் ஆழிவலவன்
முரன் நாள் வலம் சுழிந்த மொய்ம்பன் - சரண் ஆமேல்
ஏது கதி? ஏது நிலை? ஏது பிறப்பு? என்னாதே;
ஓது கதி மாயனையே, ஓர்த்து” -2359

பெருமான்தான் மெய்யான பாதுகாப்பாளன். அவனைச் சரணடைந்தால் நம் தாழ்வுகளைப் பார்த்து அவன் இகழமாட்டான். எல்லாக் காலத்திலும் எல்லா நிலையிலும் அவன் துணையாக விளங்குவான். அதனால் மாயவனை உறுதியாகப் பற்றிப் பிடித்துக்கொள் என்று தனக்குக் கூறுவது போல், ஆழ்வார் நமக்கு அறிவுறுத்துகின்றார்.

பெற்றவர்களால் வளர்க்கப்படாமல் பல்வேறு இன்னல்களையும், அனுபவித்து வளர்ந்தவர் இவர். பெருமானின் அரவணைப்புத்தான் இவரை ஆளாக்கியது.

அதனால் உண்மையான பாதுகாப்பாளன் பெருமான்தான் என்று பட்டறிந்து இவர் கூறுகின்றார். வாழ்க்கைப் பாடம் இவருக்குச் சொல்லித் தந்ததை இங்கு சொல்கிறார்.

நரகம் தீர்க்கும் மருந்து

நரகத்தைப் பற்றிய அச்சம் எல்லாக் காலத்து மக்களிடையேயும் நிலவுகின்றது. அது பற்றிய இவரின் கருத்துக்களை அடுத்துக் காண்போம்.

பெருமான் திருப்பாற்கடலில் உள்ளான். மலர்மகளின் கொங்கைத் தடத்திலே அடங்கி உள்ளான். குளிர்ந்த துளசி மாலை அணிந்துள்ளான். பகைவர்கள் அழியும்படிச் சீற்றத்தால் அவர்களை அழித்து மகிழ்ந்தவன் அவன். கடல் போன்ற வடிவை உடைய அவன் வரும் நரகத்தைப் போக்கவல்ல நல்ல மருந்து ஆவான். அப்பெருமான் இப்போது என் நெஞ்சிலும் உள்ளான்.

"மனத்து உள்ளான், மாக்கடல் நீர் உள்ளான், மலராள்
தனத்து உள்ளான், தண்துழாய் மார்பன், - சினத்துச்
செருநர் உகச்செற்று, உகந்த தேங்கு ஓத வண்ணன்,
வருநரகம் தீர்க்கும் மருந்து" -2284

திருமாலை 'வருநரகம் தீர்க்கும் மருந்து' என்று வாயார இவர் புகழ்கின்றார்.

மாவலியிடம் கொடை நீர் ஏற்று நின்ற பெருமானே! உலகளந்த ஒப்பற்ற பெருமானே! செந்தாமரைக் கண்ணனே! முன் குதிரை வடிவில் வந்து கேசி என்னும் அசுரனின் வாயைக் கிழித்தவனே! திருத்துழாய் அணிந்த திருமுடி உடையவனே! எங்களின் நரகவழியை அழித்த வனும் நீயே அன்றோ?

"துரக வாய் கீண்ட துழாய் முடியாய்! நங்கள்
நரக வாய் கீண்டாயும் நீ" -2328

திருமால்தான் நரகத்தின் வழியை அடைப்பவன் ஆவான் என்று இவர் உறுதியாகக் கூறுகிறார். பெருமான் குதிரைவடிவில் வந்த கேசி என்னும் அசுரனைத் தன்

திருக்கையால் பற்றி, அவனது வாயைக் கிழித்துக் கொன்றவன் ஆவான். அவன் எமனைத் தலைவனாகக் கொண்ட நரகத்திலே நம்மைப் புகவொட்டாமல் பாதுகாத்து அருள்வான்.

“நரகத்து நம்மை நணுகாமல் காப்பான்
துரகத்தை வாய் பிளந்தான், தொட்டு.” -2379

பெருமான் ‘நரகத்து நம்மை நணுகாமல் காப்பான்’ என்று இவர் மீண்டும் உறுதியோடு கூறுகிறார். அவனே நரகவழியை அடைப்பவன் ஆவான் என்ற உறுதியோடு வாழ இவர் அறிவுறுத்துகின்றார்.

பிறப்புக்களைத் தவிர்க்க

பிறவாமை வேண்டும் என்றுதான் அடியவர்கள் அத்தனைபேரும் ஆண்டவனிடம் இறைஞ்சுகின்றனர். பிறவாமைக்கு இவர் வழி கூறுகின்றார்.

பெருமான் மணமிக்க திருத்துளசி மாலை அணிந்தவன். கடல் போன்ற திருமேனியை உடையவன் அவன். ஒழுங்கான ஆரங்கள் அணிந்த திருமார்பை உடையவன் பரமன். அவனிடம் நெஞ்சு நிலைத்து நின்று, அவனை வழிபடுகின்ற மனம் உடையவராய் இருக்க வேண்டும். ஐம்பொறிகளையும் வென்று, பொய்வாழ்வின் தீமைகளை - இழிவுகளை ஆராய்ந்து நெஞ்சை அதிலிருந்து திருப்பிக் கொண்டால் அடுத்தடுத்து வரும் பிறவி ஏழையும் போக்கி விடலாம்.

“ஓர்த்த மனத்தராய், ஐந்து அடக்கி, ஆராய்ந்து
பேர்த்தால், பிறப்பு ஏழும் பேர்க்கலாம் - கார்த்த
விரையார் நறுந்துழாய், வீங்கு ஓத மேனி
நிரை ஆர மார்வனையே, நின்று” -2360

பெருமானிடம் நெஞ்சை நிலை நிறுத்தி, அவனை வழிபட்டு, ஐம்பொறிகளையும் அடக்கி, பொய் வாழ்வில் ஈடுபாடு கொள்ளாமல் இருந்தால் வரும் பிறப்புக்களைத் தவிர்த்துவிடலாம் என்று ஆழ்வார் வழி கூறுகின்றார்.

உலகளந்த ஒப்பற்ற செயல்

மாவலிச் சக்கரவர்த்தி மூன்று உலகங்களையும் ஆண்டு வந்தான். இவன் வேள்விகள் நிறைய செய்தான். வாரிவாரியும் வழங்கினான். திருமாலின் பக்தனாக இருந்தும் அவன் உள்ளத்தில் பெரியதொரு அகந்தை இருந்தது. தானே எல்லாம் என்ற கர்வத்தோடு வாழ்ந்தான். பெருமானுக்குரிய இந்த மண்ணையும், விண்ணையும் தனக்குரியது என்றச் செருக்குடன் அவன் விளங்கினான். திருமால் குள்ள உருவில் அவனிடம் வந்துத் தவஞ்செய்ய மூன்றடி மண் யாசகமாகக் கேட்டான். ஒத்துக்கொண்ட மாவலி நீரைத் தாரை வார்த்துக் கொடுத்தான். விசித்திரக் குள்ளன் நெடுநெடுவென வளர்ந்தான். தன் திருவடியின் ஓரடியால் மண்ணுலகத்தையும், மற்றோர் அடியால் விண்ணுலகத்தையும் பெருமான் அளந்து முடித்தான். மூன்றாவது அடி வைக்க இடமில்லாததால் பெருமான் மாவலியின் தலையில் வைத்து அவன் செருக்கை அழித்து, அவனுக்கு அருள் செய்தான். இந்தக் கதையை ஆழ்வார்கள் எல்லோரும் அனுபவித்துப் பாடுகின்றார்கள்.

முதல் ஆழ்வாரான பொய்கை ஆழ்வார்,

“அடியும் படி கடப்பத், தோள் திசைமேல் செல்ல,
முடியும் விசும்பு அளந்தது என்பர்” -2098

“ஏழ் உலகும் தாயினவும், எண்திசையும் போயினவும்
சூழ் அரவப் பொங்கு அணையான் தோள்” -2143

என உலகளந்த செயலை மகிழ்வுடன் கூறுகின்றார்.

பேயாழ்வார் இந்நிகழ்ச்சியைப் பற்றிக் கூறுவதைக் காண்போம். பெருமான் என்றோ உலகளந்த அற்புதத்தை, மனக்கண்ணால் கண்டு அனுபவித்து இவர் பாடுகின்றார்.

பெருமான் வாமன வடிவில் மாவலியிடம் சென்று, தன் வடிவழகைக் காட்டி, மழலைச் சொற்கள் பேசிப் பூமியைக் கைப்பற்றினான்.

“......................சென்று குறள் உருவாய்
முன் நிலம் கைக்கொண்டான் முயன்று” -2333

பெருமானே! கொடை நீர் ஏற்று உலகங்களை எல்லாம் திருவடியால் அளந்த பெருமை மிக்கவன் நீயன்றோ?

“நீ அன்றே நீர் ஏற்று உலகம் அடி அளந்தாய்” -2329

பெருமான் தாமரையைப் போல வட்டவடிவமாய் இருக்கின்ற பூமியை மாவலியிடம் தானம் வாங்கினான். தன் திருவடியினால் அளப்பதற்காகப் பெரிய உருவமாய் திருமால் வளர்ந்து நின்றான். பெருமானின் நீண்டத் திருமுடியானது மேலுலகங்களின் வழியாகச் சென்று அண்டத்தின் முகடுவரையில் வளர்ந்ததே! இது என்ன ஆச்சரியம்.

“படிவட்டத் தாமரை, பண்டு உலகம் நீர் ஏற்று,
அடி வட்டத்தால் அளப்ப, நீண்ட - முடிவட்டம்,
ஆகாயம் ஊடறுத்து அண்டம் போய் நீண்டதே,
மா காயமாய் நின்ற மாற்கு” -2294

இப்படி இவர் வியந்து பாடுகின்றார்.

கோவர்த்தன கிரியைக் குடையாகக் கொண்டு பசுக்களைக் காப்பாற்றியவன் பெருமான். அவன் உலகளந்தபோது பெருமானின் இரத்தினங்கள் பொருந்திய திருமுடி ஓங்கி வளர்ந்து, அண்டப் பித்தியை - அண்டச் சுவரைச் சென்று நெருக்கியது. மின்னலைப் பொன்னா டையாக உடுத்த பரமன் திசைகள் எட்டும் உடைய பூவுலகம் முழுவதும் பரவிய தன் திருவடியினால், உலகங்களை எல்லாம் அளந்தான்.

“மன்னு மணிமுடி நீண்டு, அண்டம் போய் எண் திசையும்,
துன்னு பொழில் அனைத்தும் சூழ் கழலே - மின்னை
உடையாகக் கொண்டு, அன்று உலகளந்தான் குன்றும்
குடையாக ஆ காத்த கோ” -2322

பெருமான் உலகளந்தபோது அவன் திருவடிகளில் உள்ள சிலம்புகளும், வீரத் தண்டையும் எங்கும் ஒலித்தன. ஆகாயக் கங்கையால் கழுவப்பட்ட அவன் திருவடி அண்டச்சுவரளவும் நீண்டு உயர்ந்தது. அப்போது அவனின் துதிக்கத்தக்க அழகிய திருத்தோள்கள் எட்டுத் திசைகளி லும் பரவுவதற்கு இடம் போதவில்லை. அழகிய திருத்

துழாய் மாலையை அணிந்த எம்பெருமான் அளந்து கொண்ட பூமியானது அப்படி என்ன பெரியதா? சிறியதே போலும்!

“சிலம்பும் செறிகழலும் சென்று இசைப்ப, விண் ஆறு
அலம்பிய சேவடிபோய் அண்டம் - புலம்பிய தோள்
எண்திசையும் சூழ, இடம் போதாது என்கொலோ
வண் துழாய் மால் அளந்த மண்?” -2371

பெருமான் வாமனனாகி மாவலியிடம் சென்று இனிய சில சொற்களைப் பேசி, மூவடி நிலத்தை அவனிடம் பெற்று உலகை அளந்தான். உலகங்களை எல்லாம் தாவிய பெருமானின் அத்திருவடிக்கே எல்லாப் பிறவிகளிலும் நான் ஆட்பட்டவனாகி, அச்சம் அற்றவனாக வாழ, பெருமானே அருள் செய்ய வேண்டும் என்று இவர் வேண்டுகின்றார்.

“வாய்மொழிந்து வாமனனாய் மாவலிபால், மூவடி மண்
நீ அளந்து கொண்ட நெடுமாலே! - தாவிய நின்
எஞ்சா இணை அடிக்கே ஏழ்பிறப்பும் ஆளாகி
அஞ்சாது இருக்க அருள்” -2299

மனிதர்களில் பலர் பல்வேறு பிரச்சினைகளால் எப்போதும் கவலைகளுடனும், அச்சத்துடனும் வாழ்ந்து கொண்டிருக்கிறார்கள். பயப்படாமல் வாழ ஆண்டவனின் அருள்தான் தேவை. அவனின் உலகளந்த திருவடிகளை வணங்கினால் அச்சம் இன்றி வாழலாம் என்று இவர் கூறுகின்றார். எவ்வித அச்சமும் அற்றவனாக வாழ பெருமான் மட்டுமே அருள் செய்யமுடியும் என்பதே பேயாழ்வார் அறிவுறுத்தும் கருத்தாகும்.

இறைவனின் மண்ணைத் தன் உடைமையாகக் கருதி வாழ்ந்த மாவலியின் செருக்கடக்கி, அவனுக்கு அருள் செய்த கதைதான் உலகளந்த கதை. பெருமானின் திருவடிகளின் சிறப்பை உணர்த்துவதே இக்கதையின் நோக்கமாக விளங்கக் காணலாம். இதனால் பத்துப் பாசுரங்களில் இதனை இவர் பேசுகின்றார். வைணவத்தைத் தமிழ் மண்ணில் நிலைநிறுத்த இவர் பெருமான் உலகளந் தமையைச் சுவைகூட்டிக் கூறுகின்றார் எனலாம்.

நாராயண நாமம்

பேயாழ்வார் நாராயண நாமத்தின் பெருமைகளையும், பெருஞ்சிறப்புக்களையும் அடுக்கிக் கூறுகின்றார். மந்திரங்களைச் சொல்ல சில கட்டுப்பாடுகள் உள்ளன. ஆனால் பெருமானின் திருப்பெயர்களைச் சொல்ல எந்தக் கட்டுப்பாடும் கிடையாது. யார் வேண்டுமானாலும் திருப் பெயர்களைச் சொல்லலாம். எங்கிருந்தும் சொல்லலாம். எப்போது வேண்டுமானாலும் சொல்லலாம். இப்படிச் சொல்லிக்கொண்டே இருந்தால் மனம் பண்படும் என்பதில் ஐயமில்லை. மேலும் உள்ளம் ஒருமுகப்படும். அதனால் கண்ணுக்குள் கண்ணனைக் கண்டுக் களிக்கலாம்.

நல்ல நெஞ்சே! நாராயணன் முதலாக உள்ள பெருமானின் பல திருப்பெயர்களையும் சொல்லி, கைகளால் நாம் அவனைத் தொழுவோம். உலகங்களை எல்லாம் உள்ளே ஒடுக்கி வைத்துப் பின் வெளிப்படுத்திய பெருமைக் குரியவன் அவன். வண்டுகள் இசைக்கும் குளிர்ந்த திருத்துழாய் மாலையை அணிந்தவன் அவன். அந்தக் கண்ணனையே நம் கண்கள் கண்டு களிக்க வேண்டும்.

“நாமம் பல சொல்லி நாராயணா என்று
நம் அங்கையால் தொழுதும் நல் நெஞ்சே! வா, மருவி;
மண் உலகம் உண்டு உமிழ்ந்த,வண்டு அறையும் தண்துழாய்,
கண்ணனையே காண்க, நம் கண்” -2289

நாராயணனின் பல்வேறு திருப்பெயர்களையும் வாயால் சொல்லி மகிழ வேண்டும். கைகளால் அவனைத் தொழ வேண்டும். மனத்தை ஒருமுகப்படுத்திக் கண்ணனை மட்டுமே கண்கள் காணவேண்டும். இவ்வாறு இவர் கூறுகின்றார்.

வலம்புரிச் சங்கை ஏந்தியுள்ள பெருமானின் திருநாமங் களை இடைவிடாது ஓத வேண்டும். அப்படிச் செய்தால் உடலில் ஒளியும், திறமையும், செல்வமும், மாசற்ற குடிப் பிறப்பும், மற்றுமுள்ள நன்மைகளும் தாமே ஆசைப்பட்டு வந்து சேர்ந்துவிடும்.

"தேசும், திறலும், திருவும், உருவமும்,
மாசில் குடிப்பிறப்பும், மற்றவையும் - பேசில்
வலம் புரிந்த வான்சங்கம் கொண்டான் பேர் ஓத,
நலம் புரிந்து சென்று அடையும், நன்கு." -2291

நாம சங்கீர்த்தனம் செய்பவர்கள் பெறும் நன்மைகளை ஆழ்வார் கூறுகின்றார். அழகனைக் கண்ணாரக் கண்டு, அவனின் நாமங்களைச் சொல்லிக் கொண்டிருப்பவர்களுக்குப் பெருமானின் அழகு வந்து சேர்ந்துவிடும். திறமைகள் பல தாமே வந்து குவியும் வடிவழகு கூடும் என்று இவர் கூறுகின்றார். பக்தர்கள் ஒன்று சேர்வதால் அமையும் தொண்டர் குலத்தை 'மாசில்குடி' என்று இவர் குறிப்பிடுகின்றார். இவ்வளவு நன்மைகளைத் தரும் பெருமானின் நாமங்களைச் சொல்லாமல் ஏன் சிலர் வாழ்கின்றார்கள் என்பதுதான் இவரது ஆதங்கமாகும்.

பூதத்தாழ்வாரும் இவரைப் போலவே கூறுகின்றார்.

"நாமமே ஏந்துமின்கள், ஏத்தினால் தாம் வேண்டும்
காமமே காட்டும் கடிது" -2273

பெருமானின் திருநாமங்களைச் சொல்லிச் சொல்லித் தியானம் செய்யுங்கள். அப்படிச் செய்தால் விரும்பும் பயன்களை அத்திருநாமம் விரைவாகப் பெறச்செய்யும் என்று பூதத்தாழ்வார் உறுதி செய்கின்றார்.

பெருமானின் திருப்பெயர்களை எப்போதும் ஓதிக் கொண்டே இருக்க வேண்டும். இவ்வண்ணம் வாழ்க்கை முறையை மாற்றி அமைத்துக் கொண்டால் நன்மைகள் பல வந்து சேரும் என்று ஆழ்வார்கள் ஆய்ந்தறிந்து கூறுகின்றனர்.

அகப்பொருள்

நாலாயிர திவ்யப் பிரபந்தத்தில் முதல் அகப்பொருள் துறை சார்ந்தப் பாடலைப் பாடியவர் பேயாழ்வார் ஆவார். ஆழ்வார்களில் இவர்தான் முதன்முதலாக அகப்பொருள் அமைந்த பாடலைப் பாடுகின்றார். இவரின் 100 பாசுரங்களில் ஒன்றுதான் அகப்பொருள் பற்றியதாக உள்ளது.

இறைபக்தியைப் பக்திக் காதலாக இவர் மடைமாற்றம் செய்து முதல் முயற்சி செய்கின்றார்.

பேயாழ்வார் ஒரு தாயாக மாறித், தன் மகளின் நிலையைச் சொல்வதாகப் பாசுரத்தை அமைத்துள்ளார்.

"வெற்பு என்று வேங்கடம் பாடும்; வியன் துழாய்க்
கற்பு என்று சூடும் கருங்குழல் மேல் - மல் பொன்ற
நீண்ட தோள் மால் கிடந்த நீள் கடல் நீர் ஆடுவான்,
பூண்ட நாள் எல்லாம் புகும்" -2350

என் மகள் ஏதேனும் ஒரு மலையைப் பற்றிப் பேச நினைத்தால் திருவேங்கட மலையைப் பாடுகின்றாள். குல மரியாதைக்கு உரியது - உகந்தது என்று சிறந்த திருத் துழாயைத் தன் கறுத்த கூந்தலில் சூடிக் கொள்கின்றாள். மள்ளர்களை அழித்த நீண்ட திருத்தோள்களை உடைய பெருமான் கிடந்தருளும் பரந்த திருப்பாற்கடலிலே நீராடு வதற்காக விடிந்த விடியல்கள்தோறும் புறப்படுகின்றாள்.

தன் மகளுக்கு மாலிடத்து ஏற்பட்ட காதலை ஒரு தாய் இப்படிக் கூறுகின்றாள்.

ஆழ்வார்களில் முதன்முதலாக அகப்பொருள் சிந்தனையைப் பேசியவர் - பாடியவர் என்றச் சிறப்பு இவருக்குத்தான் அமைகின்றது. இந்தப் பக்திக் காதலை இவருக்குப் பின்வந்த திருமங்கையாழ்வார், நம்மாழ்வார், ஆண்டாள் முதலியவர்கள் அதிகம் பயன்படுத்தியுள்ளனர்.

பரந்த மனப்பான்மை

பேயாழ்வார் பரந்த மனப்பான்மையுடன் நாராயண னையும், சிவனையும் ஒருவராகவே உள்ளத்தில் கொண்டு பாடுகின்றார். பிற சமயக்காழ்ப்பு இவரிடம் இல்லை.

தாழ்ந்த சடையும், அழகிய மழு என்னும் ஆயுதமும், சுற்றி அணிந்துள்ள பாம்பணியும் சேர்ந்த வடிவமும், நீண்டத் திருமுடியும், திருவாழிப் படையும், பொன்னரை ஞாணும், வாய்த்த வடிவமும் ஒன்றுக்கொன்று சேராச் சேர்த்தியாக இருக்கிற இரண்டு வடிவங்களும், அருவிகள்

பாயும் திருவேங்கட மலையிலுள்ள எம்பெருமானுக்கு ஒரு வடிவமாய் அமைந்து, பொருந்திப் பொலிகின்றது.

"தாழ் சடையும் நீள்முடியும் ஒண் மழுவும் சக்கரமும்,
சூழ் அரவும் பொன்நாணும் தோன்றுமால் - சூழும்
திரண்டு அருவி பாயும் திருமலை மேல் எந்தைக்கு,
இரண்டு உருவும் ஒன்றாய் இசைந்து!" -2344

பேயாழ்வார் முதலில் சிவனை வருணிக்கின்றார். அடுத்து திருமாலைக் குறிப்பிடுகின்றார். அதன்பின் இரண்டு உருவங்களும் ஒன்றாய்ச் சேர்ந்து திருமலையப் பனாகக் காட்சி அளிப்பதாக மகிழ்வோடும், பரந்த நோக்கோடும் இவர் பாடுகின்றார்.

பெருமான் ஆதிசேடனைப் படுக்கையாக உடையவன், நான்கு வேதங்களுக்குள் இருப்பவன். தேன் போன்ற கங்கையையும், ஏற்றையும் உடைய சிவனைத் தன் திருமேனியின் ஒருபாதியில் உடையவன். அவன் திருப்பாற் கடலில் பள்ளிகொண்டுள்ளான்.

"நாகத்தான், நால்வேதத்து உள்ளான், நறவு ஏற்றான்
பாகத்தான், பாற்கடல் உளான்." -2312

இவ்வாறு பரந்த நோக்குடன் இவர் அடுத்துப் பேசுகின்றார்.

இவர் காலத்தில் வாழ்ந்த பொய்கை ஆழ்வாருக்கும் இதே சிந்தனைதான். அதை அடுத்துக் காண்போம்.

"பொன் திகழும் மேனிப் புரிசடை அம் புண்ணியனும்,
நின்று உலகம் தாய நெடுமாலும் - என்றும்
இருவர் அங்கத்தால் திரிவரேலும், ஒருவன்
ஒருவன் அங்கத்து என்றும் உளன்" -2179

பின்னிய சடைமுடியை உடைய அழகிய புண்ணிய மூர்த்தியான சிவனும், உலகங்களை எல்லாம் தாவி அளந்த திருமாலும் இருவேறு வடிவங்களைக் கொண்டு திரிவார் களேயானாலும் ஒருவனின் அங்கத்தில் மற்றோருவன் எப்போதும் இருக்கின்றான் என்று பொய்கையார் பாடுகின்றார்.

பேயாழ்வார், பொய்கை ஆழ்வார் காலகட்டத்தில் சைவ வைணவச் சண்டையோ, வேறுபாடுகளோ இல்லை என்ற உண்மையை இவ்விருவரின் பாசுரங்களின் வழி அறியமுடிகின்றது.

முதலையை அழித்தமை

பெருமான் முதலையை அழித்த கதையைப் பேயாழ்வார் இரு பாடல்களில் பாடியுள்ளார்.

பெருமான் திருமேனி முழுவதும் திருத்துழாய் மாலையைப் புனைந்தவன். ஒளிமிக்க மணிகள் அழுத்திய பொன்முடி உடையவன். அழகிய கருநீல நிறத்தவன். பூமியளவும் தாழ்ந்து பெருகுகின்ற அருவிகளையுடைய பெரிய மலைகளின் இடையே ஆழமான பொய்கையில் வளர்ந்துகொண்டிருந்த பெரிய முதலையை அவன் முடித்து ஒழித்தான்.

"சூழ்ந்த துழாய் அலங்கல் சோதி மணிமுடி மால்,
தாழ்ந்த அருவித் தடவரை வாய் - ஆழ்ந்த
மணிநீர்ச் சுனை வளர்ந்த மா முதலை கொன்றான்
அணி நீல வண்ணத்தவன்" -2331

இவரின் மற்றொரு பாசுரத்தை அடுத்துக் காண்போம். வெற்றிகளைக் குவிக்கும் எட்டுப் போர்ப்படைக்கலங்களை ஏந்திய தோல்வியே அடையாத வெற்றிமிக்கவன் பெருமான். கச்சி திருவட்டபுயகரத் திருப்பதியில் உள்ளான் அவன். முன்னொரு காலத்தில் நீர்ப்பொய்கையில் உள்ள கொடிய வலிய முதலை அழியும்படி இலக்குத்தப்பாமல் எறிந்த திருவாழியை உடைய அப்பெருமானின் திருவடிகளே நமக்கு என்றும் சார்வாகும்.

"தொட்ட படை எட்டும் தோலாத வென்றியான்,
அட்ட புயகரத்தான் அஞ்ஞான்று - குட்டத்துக்
கோள் முதலை துஞ்ச, குறித்து எறிந்த சக்கரத்தான்
தாள் முதலே நங்கட்குச் சார்வு" -2380

தன்னை வழிபடுவதற்காகப் பூப்பறிக்க வந்த கஜேந்திரன் யானையைக் கொல்லவந்த கொடிய முதலையைப் பெருமான் சக்கராயுதத்தால் அழித்தான்.

அவன் தன் அடியவனுக்கு எங்கிருந்து இன்னல்கள் வந்தாலும் பொறுத்துக்கொள்ள மாட்டான். அவன் தீயவர்களை அழித்து அடியவனைப் பாதுகாத்து அருள்வான். அதனால் அவனின் திருவடிகளே மக்களுக்குச் சார்வு - புகலிடம் ஆகும் என்று இவர் அறிவுறுத்துகின்றார்.

இவ்விரு பாசுரங்களிலும் காப்பாற்றப்பட்ட கஜேந்திரன் யானையைப் பற்றி இவர் குறிப்பிடவில்லை. மாறாக அவன் அழித்த முதலையைப் பற்றி மட்டுமே பேசுகின்றார். தீயவர்களை - தீமையை அழிக்கப் பெருமான் ஓடி வருவான் என்ற கருத்துக்கு அழுத்தம் கொடுத்து இவர் கூறுகின்றார்.

கஜேந்திரன் யானைக்குப் பிரச்சினை ஏற்பட்டு, பெருமானைக் கூப்பிட்டதும் அவன் ஓடி வந்தான். பக்தனுக்கு நெருக்கடி ஏற்பட்டுக் கூப்பிட்டால் பகவான் ஓடிவரும் எளிமையன் என்ற கருத்துக்கு அழுத்தம் கொடுத்துப் பொய்கையாழ்வார் (2110), பூதத்தாழ்வார் (2194, 2203, 2254) ஆகியோர் பாடியுள்ளனர். அதற்காக இவர்கள் வழிபட வந்த பாதிக்கப்பட்ட யானை பற்றிய பல தகவல்களைக் கூறினார்கள். நிகழ்ச்சி ஒன்றுதான்; பார்க்கின்ற கோணம்தான் இவர்களிடையே மாறுபடுகின்றது என்பதை இக்கதை பற்றிய இவர்களின் சிந்தனைகளில் காண முடிகின்றது.

கண்ணன் கதை

ஆழ்வார்களை அதிகம் கவர்ந்தவன் கண்ணன்தான். அதனால் அவனைப் பற்றிய பல செய்திகளை இவர்கள் முயன்று தெரிந்துகொண்டனர். அவற்றை இவர்கள் பாசுரங்களின் வழித் தமிழக மக்களிடையே பெரிய அளவில் பரப்பினார்கள். இதனால்தான் பேயாழ்வார் கண்ணனின் கதையை 18 - பாசுரங்களில் பாடி உள்ளார் எனக் கருதலாம்.

தொழுதால் பழுது உண்டே?

கண்ணன் தூய கடல் சூழ்ந்த உலகங்களை எல்லாம் உண்டவன். அழகிய கூந்தலை உடைய யசோதை கடைந்த

வெண்ணெயை அமுது செய்த திருவாயை உடையவன். அவன் கொழுத்த ஏழு எருதுகளை நப்பின்னைக்காக முடித்தவன். தேவர்களுக்கும் எட்டாத பெருமை மிக்கவன் அவன். நெஞ்சே! அப்பெருமானைச் சிறப்புற வணங்கினால் குறைகள் ஏதேனும் ஏற்படுமோ? ஒருநாளும் ஏற்படாது.

"தொழுதால் பழுதுண்டே? தூநீர் உலகம்,
முழுது, உண்டு மொய்குழலாள் ஆய்ச்சி - விழுது உண்ட
வாயானை, மால் விடை ஏழ் செற்றானை, வானவர்க்கும்
சேயானை, நெஞ்சே! சிறந்து" -2306

கண்ணனை வணங்கினால் குறைகள் ஏதும் வாழ்வில் ஏற்படாது என்று ஆழ்வார் கூறுகின்றார்.

அஞ்சியது ஆய்ச்சியின் மத்துக்கே

கண்ணன் வாள் போன்ற பற்களை உடைய பூதனையின் முலைப்பாலை உண்டு அவளை முடித்தான். பெருமான் பள்ளிகொண்டது பாம்பணையின் மேலாகும். பஞ்ச பாண்டவர்களுக்காக நெருங்க நடத்தியது கடுமையான பாரதப் போராகும். அவன் அஞ்சி நடுங்கியதும் ஆய்ச்சி யசோதையின் பால் மத்துக்கேயாகும்.

"அடைந்தது அரவு அணைமேல்; ஐவர்க்கு ஆய் அன்றும்
இடைந்தது பாரத வெம்போர்; - உடைந்ததுவும்
ஆய்ச்சி பால் மத்துக்கே அம்மனே! வாள் எயிற்றுப்
பேய்ச்சி பால் உண்ட பிரான்" -2309

பெரிய போரை நடத்திய கண்ணன் அஞ்சி நடுங்கியது தாய் யசோதையின் சின்ன பால் மத்துக்காகும் என்று இவர் கூறிக் கண்ணன் அன்புக்குக் கட்டுப்பட்டவன் என்று உணர்த்துகின்றார்.

அஞ்சாத ஆய்ச்சி

கண்ணன் இருள் போன்ற இனிய திருமேனியை உடையவன். அழகிய பவளம் போன்ற சிவந்த அதரங்களை உடையவனவன். உருத்தெரியாத மழலைச் சொற்களைப் பேசும் சின்னக் குழந்தை கண்ணன். பேய்மகள் பூதனையின் முலைப்பாலை அமுதுசெய்த அந்தக் கண்ணனைத் தாய்

யசோதை வாரி அணைத்து எடுத்துக் கொஞ்சம் கூடப் பயப்படாமல் தன் முலையை உண்ணக் கொடுத்தாள்.

"பேய்ச்சி பால் உண்ட பெருமானைப் பேர்ந்து எடுத்து,
ஆய்ச்சி முலை கொடுத்தாள், அஞ்சாதே - வாய்த்த
இருள் ஆர் திருமேனி இன் பவளச் செவ்வாய்த்
தெருளா மொழியானைச் சேர்ந்து" -2310

பால் கொடுத்த பூதனை சரிந்து விழுந்ததைக் கண்ட பின்பும் யசோதை கண்ணனை வாரி எடுத்து, கொஞ்சமும் பயப்படாமல் பால் கொடுத்தாள். அந்தப் பெருந்தன் மையைப் பேயாழ்வார் குறிப்பிட்டுப் பாராட்டுகின்றார்.

பூதத்தாழ்வார் இவரைப் போலவே,

"அன்று அது கண்டு, அஞ்சாத ஆய்ச்சி உனக்கு இரங்கி,
நின்று முலை தந்த இந்நீர்மைக்கு - அன்று
வரன் முறையால் நீ அளந்த மா கடல் சூழ் ஞாலம்
பெரு முறையால் எய்துமோ பேர்த்து?" -2190

என்கிறார். அஞ்சாது பால் கொடுத்த ஆய்ச்சியைப் பூதத்தார் வியந்து போற்றுகின்றார்.

வெற்றிச் சங்கை ஊதியவன்

கண்ணன் பசுக்களைத் தப்பாமல் காத்தான். இரட்டை மருத மரங்களினிடையே தவழ்ந்தான். பூதனையின் முலையை உண்டான். பெரிய சகடத்தை உதைத்து ஒழித்தான். கன்றாகிய குறுந்தடியை விளாம்பழத்தின் மீது வீசி எறிந்தான். பெருமான் முன்னொரு காலத்தில் வெற்றிக்கு அறிகுறியான சங்கை வாயிலே வைத்து ஊதி மகிழ்ந்தான்.

"பெற்றம், பிணை மருதம், பேய்முலை, மாச்சகடம்,
முற்றக் காத்து, ஊடுபோய், உண்டு, உதைத்து, - கற்றுக்
குணிலை விளங்கனிக்குக் கொண்டு எறிந்தான், வெற்றிப்
பணிலம் வாய் வைத்து உகந்தான் பண்டு." -2341

கண்ணன் பசுக் கூட்டங்களைப் பாதுகாத்தான். இரட்டை மருத மரங்களின் இடையே உரலோடு அவன் சென்று இரு அசுரர்களையும் அழித்தான். கஞ்சனின்

வஞ்சனையால் வந்த பூதனையின் பாலைக் குடிப்பது போல் அவளின் உயிரை உண்டான். கள்ளச் சகடாசுரனை ஒழித்தான். விளாமரமாகி நின்ற கபித்தாசுரனையும், கன்றாகி வந்த வத்சாசுரனையும் கண்ணன் அழித்தான். பாஞ்ச சன்னியச் சங்கை ஊதி மகிழ்ந்தான் என்றெல்லாம் கண்ணன் பற்றிய பல செய்திகளைக் கூறி, அவனைப் பற்றி மேலும் தெரிந்து கொள்ளும் ஆர்வத்தை இவர் ஏற்படுத்துகின்றார்.

"குருந்து ஒசிந்த கோபாலகன்" (2313) என்றும், "குன்று குடையாக ஆ காத்த கோ" (2322) என்றும் அன்பொழுகக் கண்ணனை இவர் குறிப்பிடுகின்றார்.

கண்ணனைப் பற்றி மேலும் தெரிந்து கொள்ளும் ஆர்வத்தை இவர் தன் பாசுரங்களின் வழி தமிழக மக்களி டையே தூண்டிவிடுகின்றார். வைணவத்தை வளர்க்கக் கண்ணனின் கதைகளை இவர் பயன்படுத்துகிறார் எனலாம்.

இராமன் கதை

இராமனைப் பற்றி இவர் குறைவாகவே பேசுகின்றார்.

பெருமான் இராமனாக அவதரித்து ஏழு மராமரங் களையும் அம்பெய்தித் துளைத்தான். அழகிய ஆபரணம் அணிந்த சீதைக்காக வஞ்சக மாயமானைத் தொடர்ந்து சென்று அம்பெய்தான். தென் இலங்கை அரசன் இராவணன் முடியும்படி அம்பைச் செலுத்தினான். அவனே முன்னொரு காலத்தில் வாமனனாய் மாவலியிடம் சென்று பூமியைக் கைப்பற்றினான்.

"எய்தான் மராமரம் ஏழும் இராமனாய்;
எய்தான் அம் மான் மறியை ஏந்திழைக்கு ஆய் - எய்ததுவும்
தென் இலங்கைக் கோன் வீழ, சென்று குறள் உருவாய்
முன் நிலம் கைக்கொண்டான், முயன்று" -2333

கண்ணன் அசைக்க முடியாத கோவர்த்தன மலை யினால் பசுக்கூட்டங்களைக் காத்தான். அவனே இரட்டை மருத மரங்களை முறித்துத் தள்ளினான். அவனே இராம னாக அவதரித்து அம்புகளைச் செலுத்தி இலங்கையை

எரித்தான். அப்பெருமானே ஒருவகைக் கலக்கமும் இல்லாத பொன்னுலகை - பரமபதத்தைக் காட்டித் தருவான்.

"அவனே அருவரையால் ஆநிரைகள் காத்தான்,
அவனே அணி மருதம் சாய்த்தான் - அவனே
கலங்காப் பெருநகரம் காட்டுவான் கண்டீர்
இலங்கா புரம் எரித்தான், எய்து." -2332

இராமன் பரமபதத்தை அருள்வான் என்ற கருத்தை இவர் இப்பாசுரத்தில் வற்புறுத்துகின்றார்.

கண்ணனும், இராமனும் திருமால்தான் என்ற கருத்தை இவர் உறுதிபடக் கூறுகின்றார். இராமன், சீதை, இராவணன் பற்றி சில செய்திகளை மட்டும் சொல்லி இவர் விட்டுவிடுகின்றார். இராமனைப் பற்றிய மற்றைய செய்திகளைத் தெரிந்துகொள்ளும் ஆர்வத்தைத் தூண்டும் வகையில் இவர் செய்கின்றார்.

சிறப்புக்கள்

1. பேயாழ்வார் 1400 ஆண்டுகளுக்கு முன் வாழ்ந்த ஞானி ஆவார்.
2. பொய்கையாழ்வார், பூதத்தாழ்வார், பேயாழ்வார் ஆகிய மூவரையும் முதலாழ்வார் என்று பெருமையுடன் குறிப்பிடுகின்றனர். இவர்கள் பின்னால் வந்த ஆழ்வார்களுக்கும், வைணவ அடியவர்களுக்கும் வழிகாட்டியாக விளங்கியமையால் இப்படி இவர்களைக் குறிப்பிடுகின்றனர்.
3. முதலாழ்வார்கள் மூவரும் சமகாலத்தவராயினும், பொய்கையாழ்வாரை மூத்தவராகவும், பேயாழ்வாரை இளையவராகவும் வைணவர்கள் கருதுகின்றனர்.
4. இவர்கள் மூவரையும் வைணவ பக்தி இலக்கிய முன்னோடிகள் என்று இலக்கிய வரலாற்று ஆசிரியர்கள் புகழ்கின்றனர்.
5. பேயாழ்வார் செவ்வல்லி மலரிலும், பொய்கையாழ்வார் தாமரைப் பூவிலும், பூதத்தாழ்வார் குருக்கத்தி மலரிலும் அவதரித்ததாகக் கூறப்படுகின்றது. இவர்கள்

மூவரும் தாங்கள் மலர்களில் பிறந்ததாகத் தம் பாசுரங்களில் கூறவில்லை. இவர்களைப் பெருமைப் படுத்துவதற்காகவும், மேன்மையை உலகறிய உணர்த்து வதற்காகவும் பெரியவர்கள் இப்படிக் கூறியிருப் பார்கள்.

6. இவர்கள் மூவரும் பெற்றவர்களால் வளர்க்கப்படாத வர்கள். இவர்கள் பல்வேறு இன்னல்களையும், நெருக்கடிகளையும் அனுபவித்துத்தான் வளர்ந்திருக்க முடியும். பெருமானின் பேரருளால் இவர்கள் ஞானம் பெற்று வைணவத்தைத் தமிழகத்தில் நிலைநிறுத்தி னார்கள்.

7. இவரைப் பெருமானின் நந்தகம் என்னும் வாளின் அம்சமாகக் கருதுகின்றனர். இவர் வாள் போல் விளங்கி வைணவத்தைப் பாதுகாத்து வளர்த்தமையால் இப்படிப் பெரியோர்கள் கூறியிருக்கலாம் என்று கருதலாம்.

8. தனித்தனியாகப் பெருமானின் புகழைப் பாடிப் பரப்பி வாழ்ந்த பேயாழ்வார் முதலிய மூவரும் பரமனின் அருளால் திருக்கோவலூரில் ஒரு வீட்டின் இடை கழிக்கு மழை இரவில் வந்து சேர்ந்தனர். அங்குதான் மூவருக்கும் பெருமான் காட்சி தந்தது. மூவரும் இறைவனைக் கண்டு பாசுரங்கள் பாடினார்கள். நாலாயிர திவ்யப் பிரபந்தம் இங்குதான் பிறந்தது.

9. இவர் சைவ சமயத்தைச் சேர்ந்த சிவவாக்கியார் என்பவருக்கு முழு முதல் பரம்பொருள் திருமால்தான் என்பதை உணர்த்தி அவரை வைணவத்திற்குக் கொண்டுவந்தார். அவர்தான் பின் திருமழிசை ஆழ்வாராகப் புகழ் பெற்றார். பன்னிரு ஆழ்வார்களுள் அவரும் ஒருவரானார். பேயாழ்வாரின் கருத்துக்களின் பாதிப்பைத் திருமழிசையாரின் பாசுரங்களில் காண முடிகின்றது. இப்படி ஒரு நல்ல சீடரை உருவாக்கித் தந்த பெருமை பேயாழ்வாருக்கு உண்டு. பின் தோன்றிய நம்மாழ்வாரும் மதுரகவி ஆழ்வார் என்ற ஒரு சீடரை உருவாக்கினார். நல்லதொரு சீடரை உருவாக்கிய பெருமை நம்மாழ்வாருக்கும் உண்டு.

10. முதலாழ்வார்களில் இவர்தான் முதன்முதலாகத் திருமாலைத் திருமகளோடு சேர்த்தும், அவளை முழுமையாகக் குறிப்பிட்டும் பாடுகின்றார். வைணவத்தில் சிறப்பாகக் கொண்டாடப்படும் தாயார் வழிபாட்டை (புருஷகாரம்) இவர்தான் தொடங்கி வைக்கிறார்.

11. இவர் தன் முதல் பாசுரத்தில் "திருக்கண்டேன்" (2282) என்று பெரிய பிராட்டியை வணங்கி, தன் திருவந் தாதியைத் தொடங்குகின்றார். 100 ஆம் பாசுரத்தில் "பூ மேல் திரு சார்வு நமக்கு என்றும்" (2381) என்று பாடி திருமகளே நமக்கு எப்போதும் துணை ஆவாள் என்று திருவந்தாதியை நிறைவு செய்கின்றார். முதலாழ்வார் களில் இவர்தான் திருமகளுக்கு அதிகம் சிறப்புச் செய்தவராவார்.

12. திருமால் மிகச் சிறந்த அழகன். அவன் அழகை இவர் பல பாசுரங்களில் பாடுகின்றார். அந்தப் பேரழகை யாராலும் முழுமையாக வருணித்து விடமுடியாது. கலைகளின் அரசியான நாமங்கையாலும் கூட பெருமானின் பொலிவைச் சொல்லிவிட முடியாது என்று இவர் அழகனின் பேரழகைச் சுவையுடன் கூறுகின்றார். (2337)

    செந்தாமரைப் பூக்கள், நீலநிறக் கடல், செங்கதிரவன், மரகதம், மின்னல், கார்கால வானம், நீர் கொண்ட மேகம் முதலியவற்றைப் பார்க்கும் போதெல்லாம் அவை கண்ணுக்குத் தெரியாமல் திருமாலின் திருவழகு மட்டுமே படிப்போர் நெஞ்சில் தோன்ற வேண்டும் என்று இவர் எண்ணியிருக்க வேண்டும். இந்த உயர்ந்த இலட்சியத்தோடு இவர் பாடல்களை இயற்றியுள்ளார். இந்த நோக்கத்தில் இவர் பெருமளவு வெற்றியும் பெற்று விடுகின்றார்.

13. திருமாலின் திருவருளுக்கும் அன்புக்கும் அவனுடைய திருவடிகளே அடையாளமும், அறிகுறியுமாகும். திருவடிச் சிறப்புக் குறித்து 22 பாசுரங்கள் பாடி உள்ளார். பெருமானின் திருவடிகளைத் தினமும்

வழிபட்டால், பிறப்புக்களை ஒழித்து விடலாம், எல்லா நாளும் நல்ல நாளாகவும் அமையும், தீவினைகள் அழியும், வாழ்க்கைக்கு முழுப் பாதுகாப்புக் கிடைக்கும் என இவர் வரிசைப்படுத்துகின்றார்.

14. பல திருப்பதிகளுக்கும் சென்று பரமனின் புகழைப் பரப்பிய இவர் 15 திவ்ய தேசங்களை மங்களாசாசனம் செய்துள்ளார். இவர் தன்னை அதிகம் ஈர்த்தத் திருவேங்கடவனை 19 பாசுரங்களால் பாடி மகிழ் கின்றார். கொடிய காட்டையும், பெரிய மலைகளையும் தாண்டிச் சென்றுதான் இவர் வேங்கடவனை வழிபட்டிருக்க வேண்டும்.

15. முதலாழ்வார்கள் மூவரில் இவர்தான் திருவேங்கட வனை அதிகமான பாசுரங்களால் மங்களாசாசனம் செய்துள்ளார். இவர் 19 பாசுரங்களாலும், பொய்கை யார் 10 பாசுரங்களாலும், பூதத்தார் 9 பாசுரங்களாலும் வேங்கடவனைப் பாடி உள்ளனர்.

16. இவர் தான் பிறந்த மயிலாப்பூரை அடுத்துள்ள திருவல்லிக்கேணி பெருமானைத்தான் முதலில் மங்களாசாசனம் செய்கின்றார். இருப்பினும் அவனை ஒரே ஒரு பாடலில் மட்டுமே பாடி உள்ளார்.

17. பின்னர் வந்த ஆழ்வார்களால் அதிகம் பாடப்பெற்ற திருவரங்கத்தையும், திருக்குடந்தையையும் பற்றி இவர் மிகமிகக் குறைவாகவே பாடியுள்ளார்.

18. திவ்ய தேசங்களுக்குச் செல்லும் சக்தியும், வசதி வாய்ப்புக்களும் இல்லாதவர்களைக் கருத்தில் கொண்டு, கவலைகொள்ள வேண்டாம், பெருமான் "உள்ளத்தின் உள்ளே உளன்" (2320) என்று இவர் கூறி, வணங்க வழிகாட்டுகின்றார்.

19. பக்தனின் உள்ளம் நல்லதாக இருந்தால் இறைவன் தாமாகவே அங்கு வந்து நித்தியவாசம் செய்வான் என்று இவர் உறுதிபடக் கூறுகிறார். இதனைச் "சிறந்த சிந்தை" (2307), "நேர்ந்த .. சிந்தை" (2311) ஆகிய சொற்றொடர்களால் இவர் உணர்த்துகின்றார்.

20. **"உளன் கண்டாய், நல் நெஞ்சே! உத்தமன்; என்றும்**
உளன் கண்டாய், உள்ளுவார் உள்ளத்து, உளன் கண்டாய்."
-2180

பொய்கையாழ்வாரின் இவ்விரு வரிகளையும் இவர் அப்படியே பயன்படுத்துகின்றார் (2321). இவரின் சீடரான திருமழிசையாழ்வார் இவரைப் போல இந்த இரு வரிகளையும் அப்படியே பயன்படுத்துகின்றார் (2467). முன்னோர் மொழியை இவர் பொன்னே போல் போற்றியச் சிறப்பையும், இவரின் சீடர் குருவைப் பின்பற்றிய பண்பையும் இதில் காண்கிறோம்.

21. பெருமானைத் தேடிபிடித்து உரியவனாக்கிக் கொண் டால், அவன் பக்தனின் உள்ளத்திற்கு வந்து சேர்ந்து விடுவான். அப்படி வந்த பரமன் அடியவனின் உள்ளத்தில் முதலில் நிற்பான், பின் வீற்றிருப்பான், அதன்பின் பள்ளிகொண்டருளுவான் என்று இவர் ஆய்ந்தறிந்துத் தெளிவாகக் கூறுகின்றார்.

22. ஆழ்வார்களில் இவர்தான் பெருமானைப் பார்த்து முதன்முதலில் "நீ பேசு" (2301) என்றவர் ஆவார். இவரின் சீடர் திருமழிசையாழ்வார் இன்னும் ஒரு படி மேலே சென்று "எழுந்திருந்து பேசு" (0812) என்று பெருமானிடம் உரிமையுடன் சொல்கின்றார்.

23. பேயாழ்வார், பெருமான் உலகளந்த களைப்பாலோ, கடல் கடந்த ஆயாசத்தாலோதான் திருக்கோவில்களில் கிடந்தும், இருந்தும், நின்றும் அருள்காட்சி தருவதாகக் காரணம் கூறுகின்றார் (2315, 2345).

24. பெருமானின் திருமேனியைக் காணக் கண்கள் மெய்யாகவே ஆசைப்பட வேண்டும். அவன் பெருமை களை இசையமைத்து வாயால் பாட வேண்டும். கைகளால் அவன் திருவடிகளை எப்போதும் வணங்க வேண்டும். பரமனின் பல்வேறு திருப்பெயர்களையும் வாயால் சொல்லிச் சொல்லி மகிழ வேண்டும். மனத்தை ஒருமுகப்படுத்திக் கண்கள் கண்ணனை மட்டுமே காணவேண்டும். இவ்வாறு பரமனை வழிபடும்முறை பற்றி இவர் கூறுகின்றார்.

25. மறைகள் ஓத வேண்டும். ஐம்புலன்களையும் அடக்கி வைக்க வேண்டும். பெருமானை நினைந்து நினைந்து உருக வேண்டும். இப்படிச் செய்தால் கடவுளைக் கட்டாயம் காண முடியும் என்பது இவர்தம் சிந்தனையாகும்.

26. பெருமானைப் பற்றிப் பிடித்து வாழ்பவர்கள் துயரங்கள் உறுவதில்லை. அவன்தான் மெய்யான பாதுகாப்பாளன். நரகத்திற்குச் செல்லவிடாமல் அவனே காப்பான். அவனிடம் நெஞ்சை நிலை நிறுத்தினால் வரும் பிறப்புக்களைத் தவிர்த்து விடலாம் என்று இவர் கூறுகின்றார்.

27. இறைவனின் மண்ணைத் தன் உடைமையாக எண்ணி வாழ்ந்த மாவலியின் செருக்கடக்கி அவனுக்கு அருள் செய்த கதைதான் உலகளந்த கதை. வைணவத்தைத் தமிழ் மண்ணில் பரப்பவும், நிலை நிறுத்தவும் இக்கதையை இவர் சிறப்பாகப் பயன்படுத்துகின்றார்.

28. பெருமானின் திருப்பெயர்களை எப்போதும் சொல்லிக் கொண்டே இருக்க வேண்டும். இவ்வாறு ஓத எவ்விதக் கட்டுப்பாடுகளோ, விதிமுறைகளோ கிடையாது. நாராயண நாமம் நன்மைகளை அள்ளித்தரும் என்று இவர் அறிவுறுத்துகின்றார்.

29. அகப்பொருள் துறை சார்ந்த பாடலை நாலாயிர திவ்யப் பிரபந்தத்தில் முதன்முதலாகப் பாடியவர் என்ற சிறப்புப் பெற்றவர் பேயாழ்வார்தான். இறைபக்தியைப் பக்திக் காதலாக இவர்தான் முதன்முதலில் மடை மாற்றம் செய்கின்றார் (2350). இவருக்குப் பின்னால் வந்த திருமங்கையாழ்வார், நம்மாழ்வார், ஆண்டாள் முதலியவர்கள் இத்துறையை அதிகம் பயன்படுத்தி வெற்றியும், புகழும் பெற்றனர்.

30. பெருமான் முதலையை அழித்த கதையை இரு பாடல்களில் (2280, 2331) இவர் பாடியுள்ளார். தீமையை - தீயவர்களை அழிக்கப் பெருமான் ஓடி வருவான் என்ற கருத்துக்கு அழுத்தம் கொடுக்க இக்கதையை இவர் பயன்படுத்துகின்றார். ஆனால்

பொய்கையாரும், பூதத்தாரும் பக்தன் கூப்பிட்ட குரலுக்கு ஓடிவரும் எளிமையன் பெருமான் என்ற கருத்தை வற்புறுத்த கஜேந்திரன் யானையைக் காத்த இக்கதையைப் பயன்படுத்துகின்றனர்.

31. ஆழ்வார்களை அதிகம் கவர்ந்தவன் கண்ணன்தான். இவர் கண்ணனின் கதையை 18 பாசுரங்களில் கூறுகின்றார். கண்ணனைப் பற்றிய பல்வேறு செய்திகளை இவர் சேகரித்துத் தமிழ் மக்களிடையே பரப்புகின்றார். அவனைப் பற்றி மேலும் அறிந்து கொள்ளும் ஆர்வத்தைத் தமிழரிடையே இவர் ஏற்படுத்தி விடுகின்றார்.

32. இராமனைப் பற்றி இவர் குறைவாகவே பேசுகின்றார், இருப்பினும் அவனைப் பற்றிய முக்கியமான செய்தி களைக் கோடிட்டுக் காட்டி விடுகின்றார்.

33. கண்ணனும், இராமனும் திருமால்தான் என்ற கருத்தையும் சேர்த்தே இவர் பரப்புகின்றார்.

34. பெருமான், பிரமனின் மடியில் சின்னக் குழந்தையாக உட்கார்ந்திருந்தான். அப்போது நான்முகனை வணங்க வந்த இராவணனின் மாலைகள் பொருந்திய தலைகளைப் பெருமான் தன் திருவடிகளால் பத்து என்று எண்ணிக் காட்டினான் என்று பேயாழ்வார் பாடுகின்றார் (2358). இச்செய்தியை நாலாயிரத்தில் முதலில் பதிவு செய்தவர் பொய்கையாழ்வார்தான் (2126). பேயாழ்வாரின் சீடர் திருமழிசையாழ்வாரும் இதனை அடுத்துப் பேசுகின்றார் (2425). இந்நிகழ்ச்சி வால்மீகி ராமாயணத்தில் இல்லாததாகும். மூன்று ஆழ்வார்கள் குறிப்பிட்டுப் பேசிய இந்த நிகழ்ச்சியைக் கம்பர் ஏனோ பயன்படுத்தாமல் விட்டுவிட்டார்.

35. சிவன், திருமால் ஆகிய இரண்டு வடிவங்களும் திருவேங்கடமலை மேலுள்ள திருமலையப்பனுக்கு ஒரு வடிவமாய் அமைந்து பொருந்திப் பொலிகின்றது என்று பிறசமயக் காழ்ப்பு இல்லாமல் சமயப் பொதுமையுடன் இவர் பாடுகின்றார் (2344).

36. ஏழு பிறப்பும் பெருமானுக்கே ஆட்பட்டவனாகி தொண்டு செய்யும் பேற்றினையே இவர் திருமாலிடம் வேண்டுகின்றார். பொன்னையோ, பொருளையோ இவர் பரமனிடம் வேண்டவில்லை. பக்தர்களுக்கு இவ்வண்ணம் இவர் வழி சொல்லித் தருகின்றார்.

37. எழுதியவரின் பெயர், நூலின் பெயர், நூலைப் படிப்போர் பெறும் பயன் முதலியவற்றைச் சொல்லும் பயன்கூறும் பாசுரத்தை (பல சுருதிப் பாடல்) இவர் பாடவில்லை. இதனால் இவரைப் பற்றிய வேறு தகவல்கள் ஒன்றும் தெரியாமல் போய்விட்டது. இவர் காலத்தில் வாழ்ந்த பொய்கையாரும், பூதத்தாரும் இவரைப் போலவே பயன்கூறும் பாசுரத்தைப் பாடவில்லை.

38. பொய்கையாழ்வார் பரமாத்மாவைக் காண்பதாகிய பரபக்தியையும், பூதத்தாழ்வார் பரபக்தியின் முற்றிய நிலையாய் அவனோடு கூடி அனுபவிப்பதாகிய பரஞானத்தையும், பேயாழ்வார் அதன் முற்றிய நிலையாய் அவனைப் பிரியில் தரித்துக்கொள்ள இயலாத பரமபக்தியையும் விளக்குகின்றனர் என்று பெரியோர்கள் கருதுகின்றனர்.

39. பல இடங்களுக்கும் சென்று பெருமானின் புகழைப் பரப்பிய இவர் தன் இறுதிக் காலத்தில் பொய்கையார், பூதத்தாரோடு சேர்ந்துத் திருக்கோவலூரில் தங்கி இறைப்பணி செய்தார் என்றும், அங்கேயே மூவரும் திருநாட்டுக்கு எழுந்தருளினர் என்றும் கூறுகின்றனர்.

40. பெருமழையும், சூறாவளிக் காற்றும், மையிருட்டுமாக விளங்கும் வாழ்க்கை நெருக்கடிகளின் இடையேயும் இறைவனது ஒளியையும், அருளையும், அழகினையும் கண்டுகொள்ள முயற்சி செய்ய வேண்டும் என்பதுதான் இவர் உலகோருக்கு உணர்த்தும் ஒப்பற்ற கருத்தாகும்.

பேயாழ்வாரின் உயர்ந்த சிந்தனைகளை ஏற்று வாழ்ந்து, மாலனின் அருளைப் பெறுவோம்.

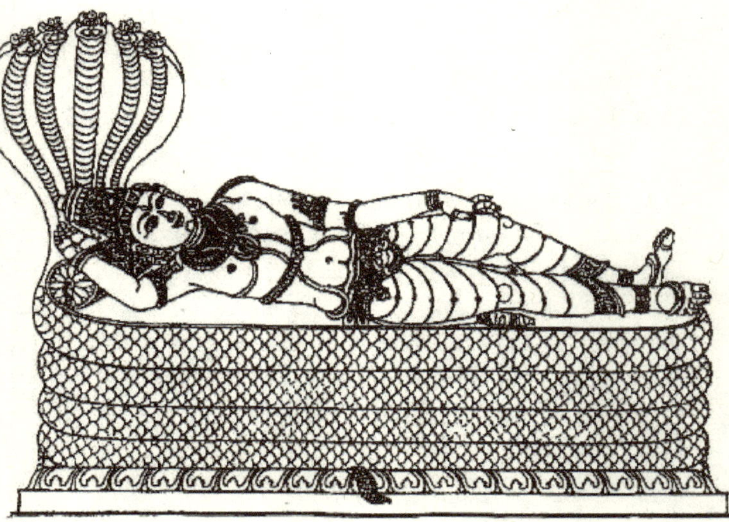

4. திருமழிசையாழ்வார்

திருமழிசையாழ்வார் 1300 ஆண்டுகளுக்கு முன் வாழ்ந்த ஒரு ஞானியாவார்.

" நிற்கின்றது எல்லாம் நெடுமால் என்று ஓராதார்
கற்கின்றது எல்லாம் கடை"

என்று கூறிய இவரது வாழ்வும், வாக்கும் எல்லோருக்கும் வழிகாட்டும் வகையில் அமைந்துள்ளன.

வரலாறு

திருமழிசையாழ்வார் சென்னை மயிலையை அடுத்துள்ள மழிசை என்ற ஊரில் பார்க்கவ முனிவருக்கும், கனகாங்கி என்ற தேவ மகளுக்கும் ஒரு பிண்டமாகப் பிறந்தார். தைத் திங்கள், மகம் நட்சத்திரத்தில் ஞாயிற்றுக் கிழமை இவர் பிறந்தார் என்கின்றனர். இவரைச் சக்கரத் தாழ்வாரின் அம்சமாகக் கூறுவர். கை, கால்கள் இல்லாது பிண்டமாக இவர் இருந்ததால் பெற்றோர் அக்

குழந்தையைப் பிரம்புப் புதரில் போட்டுவிட்டுப் போய் விட்டனர். இறையருளால் குழந்தை சிறிது நேரத்தில் கைகால்கள் தோன்றி அழ ஆரம்பித்தது.

அவ்வூரில் பிரம்பு அறுத்துத் தொழில் செய்யும் குறவர் குலத்தவனான திருவாளன் என்பவன் அங்கு வந்தான். அவன் குழந்தையின் அழுகுரல் கேட்டு அள்ளி எடுத்தான். அவன் பிள்ளை இல்லாத தனக்கு இறைவன் தந்த செல்வமாக மலர்ச்சியுடன் குழந்தையை வீட்டிற்குக் கொண்டு சென்றான். அவன் நிகழ்ந்ததைக் கூறி மனைவி பங்கயச் செல்வியிடம் குழந்தையை ஒப்படைத்தான்.

குழந்தை பாலுண்ணல் முதலிய செயல்கள் ஒன்றும் செய்யாமல் இருந்தும், முகத்தில் மலர்ச்சியுடன் விளங் கியது. பலரும் வியந்து குழந்தையைப் பார்த்துச் சென்றனர்.

அந்த ஊரிலுள்ள குழந்தைப் பேறு இல்லாத ஒரு பெரியவர் மனைவியோடு வந்து காய்ச்சியப் பாலை குழந்தைக்கு ஊட்டினார். இதுவரை எதையும் குடிக்காத குழந்தை பாலைக் குடித்தது. மகிழ்ந்த பெரியவர் தினமும் காய்ச்சியப் பாலைக் கொண்டு வந்து இப்பிள்ளைக்குக் கொடுத்து வந்தார். ஒருநாள் குழந்தை தான் சிறிது குடித்த பாலைக் குடிக்கும்படி பெரியவருக்குக் கண் குறிப்பால் உணர்த்த அவரும், அவர் மனைவியும் குடித்தனர். இப்போது அவர்கள் இளமையானவர்களாக மாறினர். குழந்தைப் பேறு இல்லாத அவர்கள், சிறிது காலம் கழித்து ஆண் குழந்தை ஒன்றைப் பெற்றெடுத்தனர். அவனுக்குக் கணிக்கண்ணன் என்று பெயரிட்டு வளர்த்து வந்தனர். அவன் வளர்ந்து திருமழிசையாரின் சீடனானான்.

திருமழிசையார் ஏழு வயதிலேயே புலன்களை அடக்கி அஷ்டாங்கயோகம் செய்ய ஆரம்பித்து விட்டார். இவர் பல சமய நூற்களையும் கற்றுப் பரம்பொருளை அறிய முற்பட் டார். புத்தம், சமணம், சைவம் முதலிய மதநூற்களைக் கற்றுத் தெளிந்து, இறுதியில் சைவமே சிறந்தது என்று முடிவு செய்து, சைவத் துறவியானார். அப்போது இவரின் பெயர் சிவவாக்கியார் என்கின்றனர்.

இவர் திருமயிலைக்கு வந்தார். அங்கு மௌன விரதம் மேற்கொண்டு சில நாள்கள் இருந்தார். அங்கு வந்த முதலாழ்வார்கள் மூவரில் ஒருவராகிய பேயாழ்வார் இவரைப் பற்றிக் கேள்விப்பட்டார். இவரது தோற்றத் தையும், முகப்பொலிவையும் கண்ட பேயாழ்வார், இவரைச் சைவத்திலிருந்து, வைணவத்திற்கு மாற்ற முடிவு செய்து, இவரோடு பேச முயன்றார். இவர் மௌன விரதத்தில் இருந்ததால் பேசவில்லை. இதனால் திருமழிசையாரின் பார்வையில் படும்படி, பேயாழ்வார் செடிகளைப் பிடுங்கி எடுத்து வந்து, ஒவ்வொன்றையும் தலைகீழாக நட்டு வைத்தார். துண்டு துண்டாக அறுபட்ட கயிற்றால் கட்டப்பட்ட ஓட்டைக் குடத்தில் நீர் முகந்து செடிகளுக்கு ஊற்ற முற்பட்டார். பார்த்துக் கொண்டிருந்த திருமழிசை யார் எள்ளி ஏளனத்துடன் சிரித்தார்.

பேயாழ்வார் காரணம் கேட்டபோது, நீர் செய்யும் பைத்தியக்காரத்தனமான செயல்களைப் பார்த்தால் எவராக இருந்தாலும் சிரிக்கத்தான் செய்வார்கள் என்று திருமழி சையார் கூறினார். அவரிடம் பேயாழ்வார் உம்முடைய பித்து நிலையை உமக்கு உணர்த்தத்தான் இச்செயலைச் செய்தேன். உம் மனம் கொஞ்சநாள் ஒரு மதத்தைப் பற்றிப் பிடித்துக்கொண்டு அதுவே சிறந்த மதம் எனப் பேசுகின்றது - வாதிடுகின்றது. பின் அதை விட்டுவிட்டு வேறு ஒரு மதத்தைச் சிறந்தது என நீர் பற்றிக் கொள்கிறீர். இதைத்தான் துண்டு துண்டாக அறுந்து, கட்டப்பட்டக் கயிறு குறிக்கின்றது. இந்த ஓட்டைக் குடத்தில் எடுக்கப்படும் தண்ணீரெல்லாம் ஒழுகிப் போவது போல உம் மதக் கொள்கையும், தத்துவ ஞானமும் உம்முள் தங்காமல் ஒழுகி ஓடுவதை உணர்த்துகின்றன. உலகின் முதல் பொருளை அறியாமல் பரம்பொருளை அறிந்து விட்டதாகத் தப்பாக நீர் எண்ணிக் கொண்டிருப்பதை உணர்த்தத்தான் நான் செடிகளைத் தலைகீழாக நட்டது என்றார். இருவருக்கும் வாக்குவாதம் நிகழ்ந்தது. இறுதியில் திருமால்தான் முழு முதல் கடவுள் என இவருக்குப் பேயாழ்வார் அறிவுறுத் தினார்.

நாராயணனைக் காண வேண்டும் என்று திருமழிசை யார் அவரிடம் ஆசையுடன் கேட்டார். குருவான பேயாழ்வார், நாராயணனின் அருளைப் பெற்றால்தான், நாராயணனைக் காணமுடியும். அதற்கு முதலில் மனத்தை ஒருமுகப்படுத்தித் தியானம் செய்யவேண்டும். அப்போது உம்முள் இருக்கும் அந்த நாராயணனைக் கண்ணாரக் காண முடியும் என்று அவர் வழிகாட்டினார். திருமழிசையார் தெளிவுப் பெற்றுப் பேயாழ்வாரைக் குருவாக ஏற்றார். அவர் வழி திருமாலை இவர் உணர்ந்தார். சைவத்தைத் துறந்து இவர் வைணவராக மாறினார். திருமால் இவருக்குக் காட்சி தந்து அருளினான். இவர் சிறந்த ஞானியானார். பேயாழ்வார் இவருக்குப் பக்திசாரர் என்ற புதிய பெயரைச் சூட்டினார்.

அதன் பின் திருவல்லிக்கேணியை வந்தடைந்த இவர், ஒரு குகையில் யோகநிஷ்டையில் அமர்ந்தார். முதலாழ் வார்கள் மூவரும் அங்கு வந்து இவரைச் சந்தித்தனர். பொய்கையாழ்வார், பூதத்தாழ்வார், பேயாழ்வார் ஆகிய முதலாழ்வார்கள் மூவரையும் சந்திக்கும் பேறு பெற்றவர் திருமழிசையாழ்வார் ஒருவரே ஆவார். திருமாலின் மேன்மைகளை நால்வரும் பேசி மகிழ்ந்தனர். அவர்கள் மூவரும் அங்கிருந்து தங்கள் பயணத்தைத் தொடர, இவர் மழிசை வந்தார்.

அங்கு இவர் திருநாமம் இட்டுக்கொள்ள திருமண் கிடைக்காமல் ஏங்கித் தவித்தார். எம்பெருமான் இவரின் கனவில் தோன்றி காஞ்சிபுரத்துத் திருவெஃகாவை அடுத்த பொற்றாமரைப் பொய்கையில் திருமண் கிடைக்கும் எனச் சொல்லி மறைந்தார். கண்விழித்த இவர் அங்கு சென்று திருமண் எடுத்து, பன்னிரண்டு திருநாமங்கள் அணிந்து மகிழ்ந்தார்.

காஞ்சிபுரத்துத் திருவெஃகா சென்று அங்குள்ள திருமாலை (புஜங்க சயனப் பெருமான்) வணங்கி அங்கேயே இவர் தங்கி இறைவனை மனமாரத் தியானித்து வாழ்ந்து வந்தார். அங்கு கணிக்கண்ணன் வந்து சேர்ந்தான். அவருடன் அவன் தங்கிச் சீடனாகப் பணிவிடை செய்தான்.

இவரின் பெருமைகளைப் பற்றிக் கேள்விப்பட்டு ஒரு வயது முதிர்ந்த கிழவி வந்து இவருக்குப் பணிவிடை செய்து வந்தாள். அவள் இவர் இருக்கும் இடத்தைத் தூய்மை செய்து, கோலமிட்டு அழகு செய்தாள். அவளின் பணிவிடை கண்டு திருமழிசையார் உளம் மகிழ்ந்து, அவள் வேண்டியபடி வரம் தந்து அவளை இளமையாக்கினார்.

அவளின் அழகில் மயங்கிய காஞ்சி மன்னன் அவளைத் திருமணம் செய்து வாழ்ந்து வந்தான். ஆண்டுகள் கழிந்தன. மன்னனுக்கு வயது கூடியது. அவள் இன்னும் இளமை குன்றாமல், இளங்குமரியாக மேலும் மேலும் ஆவதைக் கண்டு மன்னன் வியந்தான். அதுபற்றி வினவ, அவள் குரு திருமழிசையார் பற்றியும், சீடன் கணிக்கண்ணன் பற்றியும் கூறினாள்.

மன்னன் மறுநாள் கணிக்கண்ணனை அழைத்து வரச்செய்து, உம் குரு மூலம் என்னையும், இளைஞனாக ஆக்க வேண்டும் என்றான். அவன் திருமழிசையார் எந்த அரண்மனைக்கும் வரவும் மாட்டார், திருமாலைத் தவிர வேறு எவரையும் பாடவும் மாட்டார் என்றான். சினமுற்ற மன்னன் நாட்டைவிட்டு வெளியேறும்படி கணிக்கண்ணனுக்கு உத்தரவிட்டான். அவன் தன் குருவிடம் நடந்ததைக் கூற, திருமழிசையார் திருவெஃகா கோவிலுக்குள் சென்றார். கணிக்கண்ணன் இந்த ஊரைவிட்டுப் போகின்றான். அவனோடு நானும் செல்கிறேன். நீயும் உன் பாம்புப் படுக்கையைச் சுருட்டிக்கொண்டு எங்களோடு வந்துவிடு என்றார்.

“கணிக்கண்ணன் போகின்றான் காமரு பூங்கச்சி
மணிவண்ணா! நீகிடக்க வேண்டா - துணிவுடைய
செந்நாப் புலவனும் போகின்றேன், நீயும் உன்றன்
பைந்நாகப் பாய் சுருட்டிக் கொள்”

இப்படித் திருமழிசையார் வேண்டியதும், திருமால் இவர்களோடு இறங்கிவிட்டான். பெருமான் சென்றதால், பிற கோவில் தெய்வங்களும் கோவில்களை விட்டு வெளியேறி விட்டனர். இதனால் திருவெஃகா ஒளியிழந்து,

அழகிழந்து வெறுமையானது. அஞ்சிய காஞ்சி மன்னன் விசாரித்தான். கணிக்கண்ணனை நாட்டைவிட்டுப் போகச் சொன்னதால், பெருமானும் அவர்களோடு போய்விட்டார், அதனால்தான் இருள் சூழ்ந்துவிட்டது என்ற உண்மை அவனுக்குத் தெரிய வந்தது. மன்னன் பதைபதைத்தான்.

பெருமானும் இவர்களும் காஞ்சியைவிட்டு வெளி யேறி, இரவு தங்கிய இடத்தை "ஓரிரவிருக்கை" என்கின்றனர். இப்போது அந்த ஊர் "ஓரிக்கை" என்று வழங்கப்படுகிறது.

மன்னன் கணிக்கண்ணனையும், திருமழிசையாரையும் தேடித் தன் அமைச்சர்களோடு வந்தான். ஒரு சோலையில் கணிக்கண்ணனைச் சந்தித்துத் தன் தவறுக்கு மன்னிப்புக் கேட்டான். ஊருக்குத் திரும்பி வர மன்னன் வேண்டினான். கணிக்கண்ணன், திருமழிசையாரை வேண்ட, அவர் "கணிக் கண்ணன், இவ்வூரைவிட்டுப் போவதை நிறுத்திவிட்டான். நானும் போகவில்லை. நாங்கள் ஊருக்குத் திரும்புகிறோம். கச்சி மணிவண்ணா! நீயும் எங்களோடு நகருக்குத் திரும்பிவந்து, உன் கோவிலில் நாகப் பாயை விரித்துப் படுத்துக்கொள்" என்று வேண்டிப் பாடினார்.

"கணிக்கண்ணன் போக்கொழிந்தான், காமரு பூங்கச்சி
மணிவண்ணா நீ கிடக்க வேண்டும் - துணிவுடைய
செந்நாப் புலவனும் போக்கொழிந்தான், நீயும் உன்தன்
பைந்நாகப் பாய் படுத்துக்கொள் "

இவ்வண்ணம் திருமழிசையார் வேண்டியதும் இறைவன் ஏற்று அவர்களோடு மீண்டும் திருவெஃகா கோவிலுக்கு வந்து படுத்துக் கொண்டான். அடியவனின் சொல்லுக்குக் கட்டுப்பட்டு, அடியவன் சொன்னது போல் செய்ததால், அவ்விறைவனுக்குச் "சொன்னவண்ணம் செய்த பெருமாள்" (யதோக்தகாரி) என்ற திருப்பெயர் ஏற்பட்டு விட்டது.

கும்பகோணம் செல்ல இவர் தீர்மானித்தார். திருவெஃகா இறைவனை வழிபட்டுவிட்டுக், கணிக்கண்ண னோடு பயணமானார். வழியில் பெரும்புலியூர் என்ற ஊருக்கு இவர்கள் வந்து சேர்ந்தார்கள். நடந்த களைப்பால்

ஒரு வீட்டுத் திண்ணையில் இவர்கள் இருவரும் அமர்ந்தனர். அங்கு வேதம் ஓதிக்கொண்டிருந்த அந்தணர்கள், தாழ்ந்த குலத்தைச் சேர்ந்தவன் வேதத்தைக் கேட்கக் கூடாது எனக் கருதி வேதம் ஓதுவதை உடனே நிறுத்தி விட்டனர். புரிந்துகொண்ட இவர் அங்கிருந்து உடனே கிளம்பினார். தாங்கள் விட்ட இடத்திலிருந்து வேதத்தைத் தொடர அவர்கள் முயன்றபோது, விட்ட இடம் நினைவுக்கு வராமல் தவித்தனர். புரிந்துகொண்ட இவர் கருப்பு நெல்லைக் கீழே இருந்து எடுத்து, ஒரு நகத்தால் கீறி, அவர்கள் நிறுத்திய இடத்தைக் குறிப்பாக உணர்த்தினார். (அந்த வாக்கியம் "க்ருணாநாம் வ்ரீஹீணாம் நக நிர்ப்பிந்நம்") திகைத்த மறையவர்கள், திருமழிசையாரின் மேன்மையை உணர்ந்து தங்களின் தவற்றைப் பொறுத்தருள வேண்டினர்.

பெரும்புலியூரில், பிச்சை பெறுவதற்காக இவர் பல வீதிகளுக்கும் சென்று கொண்டிருந்தார். அவ்வூர் கோவிலிலுள்ள பெருமான் விக்கிரகத்தின் முகம் அவர் செல்லும் திசையெல்லாம் திரும்பிக் கொண்டிருந்ததைப் பார்த்துத் திகைத்த அர்ச்சகர், அங்குள்ள அந்தணர்களிடம் கூறினார். அவர்களும் அந்த அற்புதத்தைப் பார்த்தனர். காரணம் அறியாமல் அவர்கள் குழம்பினர். அவர்கள் யாகசாலைக்குச் சென்று, வேள்வித் தலைவராக விளங்கும் பெரும்புலியூர் அடிகளிடம் நிகழ்ந்த அற்புதத்தைக் கூறினார்கள்.

பெரும்புலியூரடிகள் இறையருளால் காரணத்தை அறிந்து, திருமழிசையாரை வேண்டி வழிபட்டு, யாக சாலைக்கு அழைத்து வந்து அவருக்கு முதல் மரியாதை செய்தார். இதை மற்ற மறையவர்கள் ஏற்றுக் கொள்ளாமல், பெரும்புலியூரடிகளைப் பழித்துப் பேசினார்கள்.

வேள்வி தொடங்கியது. பெரும்புலியூரடிகள் முதல் பூசையைத் திருமழிசையாருக்குச் செய்தார். முற்காலத்தில் தருமர் நடத்திய ராஜசூய யாகத்தில் கண்ணனுக்கு அக்கிர பூஜை செய்தபோது சிசுபாலன் முதலானோர் எள்ளி நகைத்து, கண்ணனை இகழ்ந்து பேசினர். அதைப்போல

வேள்வி நடத்த வந்த வேதியர்கள், நான்காவது சாதிக் காரனுக்கு அக்கிரபூஜை செய்வது ஒரு வகையிலும் சரியில்லை என எதிர்ப்பைத் தெரிவித்தனர். திருமழிசை யாரை எல்லோரும் இகழ்ந்தனர். அதைக்கண்டு பெரும்புலி யூரடிகள் மனம் வருந்தினார். புரிந்துகொண்ட திருமழிசை யார் சக்கரத்தைக் கையிலேந்திய திருமாலே! இக்குறும்பை நீக்கி என்னையும் உன்னைப்போல் ஓர் ஈஸ்வரனாக்கி, இந்த வேள்விச் சடங்கர் வாய் அடங்கிட என் உள்ளத்தினுள்ளே நீ கிடக்கும் அழகிய வண்ணத்தை என் உடம்பிற்கு வெளியிலும் காட்டியருள்க என வேண்டினார்.

இவரின் வேண்டுகோளுக்கு இரங்கிய பெருமான் திருமழிசையாரின் திருமேனியில் அறிதுயில் கொள்ளும் அழகிய கோலத்தில் சேவை சாதித்தார். அந்த அற்புதத்தை வேதியர் அனைவரும் கண்டனர். அவர்கள் தங்களின் தவறுணர்ந்து மன்னிப்பு வேண்டினர்.

திருக்குடந்தைக்கு (கும்பகோணம்) வந்த திருமழிசை யார் ஆரா அமுதனைத் தரிசித்தார். இவர் அங்கிருந்து காவிரியாற்றங்கரைக்கு வந்தார். தாம் பாடிய பாசுரங்கள் எழுதப்பட்ட ஏடுகளை எல்லாம் பெரிய கட்டாகக் கட்டிக் காவிரி நீரில் அள்ளிப்போட்டார். ஆற்றின் நீரோட்டத்தில் பல பாசுரங்கள் போய்விட்டன. திருச்சந்த விருத்தம், நான்முகன் திருவந்தாதி என்னும் இரண்டு பிரபந்தங்கள் மட்டும் நீரின் போக்கில் போகாமல் மிதந்து கரையில் ஒதுங்கின. அவற்றை மட்டும் எடுத்துக்கொண்டு ஆரா அமுதனிடம் இவர் வந்து சேர்ந்தார். இதனால்தான் இவரை

"முழுப் பெருக்கில் பொன்னி யெதிர்
மிதந்த சொல்லோன் வாழியே!"

என்று வைணவர் கொண்டாடுகின்றனர். கும்பகோணத்தி லேயே இவர் வாழ்ந்து வாழ்க்கையை நிறைவு செய்தார். இவ்வாறு திருமழிசையாரின் வரலாறு கூறப்படுகிறது.

பொய்கையாழ்வார், பேயாழ்வார் ஆகிய இரு ஆழ்வார் களின் பாசுரங்களிலும் சைவ, வைணவ சமரச உணர்ச்சி மேலோங்கி விளங்குவதைக் காண முடிகின்றது. ஆனால்

இவரின் பாசுரங்கள் அதற்கு மாறாக உள்ளன. இவர் சிவனைப் பல இடங்களில் பழிக்கின்றார். நான்முகன் திருவந்தாதியில் 14 பாசுரங்களிலும், திருச்சந்த விருத்தத்தில் 2 பாசுரங்களிலும் இவர் சிவனை நிந்திக்கின்றார். நான்முகன் திருவந்தாதியின் முதல் பாசுரத்தில் நாராயணன் பிரமனைப் படைத்தான். பிரமன் சிவனைப் படைத்தான் என்று ஆழ்வார் ஆரம்பிக்கின்றார்.

"நான்முகனை நாராயணன் படைத்தான்; நான்முகனும்
தான் முகமாய்ச் சங்கரனைத் தான் படைத்தான்" -2382

சமண, புத்த மதங்களையும் இவர் பழிக்கின்றார்.

"அறியார் சமணர், அயர்த்தார் பவுத்தர்;
சிறியார் சிவப்பட்டார் " -2387

இதற்கு அடிப்படையான அக்கால வரலாற்றைச் சிறிது காண்போம்.

சைவ சமயத்து அப்பர் முதலாம் மகேந்திர வர்ம பல்லவனையும், திருஞானசம்பந்தர் நின்றசீர் நெடுமாறன் என்ற பாண்டிய மன்னனையும் சமண சமயத்திலிருந்து சைவ சமயத்திற்கு மாற்றிக் கொண்டு வந்தனர். அதனால் ஆளுவோரின் பெரும் ஆதரவோடு சைவம் கிளர்த் தெழுந்தது. நில உடைமையாளரான வேளாளர்கள் சைவ சமய வளர்ச்சிக்குப் பெரும்பாடுபட்டனர். இதனால் சைவ சமயம் சமண, புத்த மதத்தை எளிதாக எதிர்த்து வெற்றி கண்டது. சைவ சமயம் பெருமளவுக்குப் பரவியது. இந்தக் காலகட்டத்தில் வைணவ சமயத்திற்குப் பெருமன்னர்களின் துணையோ, பெருஞ்செல்வந்தர்களின் உதவியோ கிடைக்கவில்லை. ஏழை ஆயர் குலத்தாரும், சாதாரண குடிமக்களும், கலைஞர்களும் மட்டுமே வைணவராக விளங்கினர். இவர்களால் சைவத்தை எதிர்த்து நிற்க முடியவில்லை. அவர்களும் சிவனே ஒப்பற்ற மேலான தெய்வம் என்றும், திருமால், பிரமன் முதலிய கடவுளர்கள் அவனுக்குக் கட்டுப்பட்ட சிறுதெய்வங்கள் என்றும் கருத்துக்களைப் பரப்பினர். இதனால் திருமழிசையார் வெகுண்டெழுந்துத், சிவனைப் பழித்துத், திருமாலை மேலான தெய்வமாகக் காட்ட முற்பட்டார்.

வைணவத்தின் தனித்தன்மையையும், திருமாலின் பரத்துவத்தையும், நிலைநாட்ட வேண்டிய கட்டாயம் திருமழிசையாருக்கு ஏற்பட்டதாலேயே சிவனை அதிகம் பழிக்கின்றார் என்று முனைவர் இரா.வ. கமலக்கண்ணன் (நாலாயிர திவ்யப் பிரபந்தம் மூலமும் தெளிவுரையும் - பக் -26) கூறுவது பொருத்தமாக உள்ளது.

இவற்றால் இவர் திருமாலுக்கு மட்டுமே ஏற்றம் தந்து போற்றுகின்றார். அதனால்தான் இவரை மறந்தும் புறந் தொழாத வீர வைஷ்ணவர் என வைணவர் புகழ்கின்றனர்.

பன்னிரு ஆழ்வார்களில் பொய்கையாழ்வார், பூதத் தாழ்வார், பேயாழ்வார், திருமழிசையாழ்வார், திருப்பா ணாழ்வார், ஆண்டாள் ஆகிய அறுவரும் பெற்றவர்களால் வளர்க்கப்படாதவர் ஆவர். ஆண்டாள் பெற்றவர்களால் வளர்க்கப்படவில்லை என்றாலும், பெரியாழ்வார் என்ற நல்ல வளர்ப்புத் தந்தை அவளுக்கு அமைந்ததால், பெற்றோரிடம் வளர்வது போலவே வளரும் பேறு பெற்று விட்டாள். அதனால் அவளை விட்டுவிடலாம். பிற ஐந்து ஆழ்வார்களையும் கருவில் இருக்கும்போதே இறைவன் இவர்களிடம் பரிவு கொண்டு வளர்த்திருக்கிறான். பெருமான் அருளால் மண்ணில் பிறந்த பின்பும், இவர்கள் யார் யாரோ வளர்க்க வளர்ந்திருக்கிறார்கள். எப்படியெல் லாமோ இவர்கள் ஞானமும் பெற்றிருக்கிறார்கள். பொய்கையாழ்வார், பூதத்தாழ்வார், திருமழிசையாழ்வார் ஆகிய மூவர் மட்டும், தாங்கள் கருவில் இருக்கும்போதே பெருமான் கருணை கொண்டு தங்களைப் பரிவுடன் வளர்த்ததாக மறக்காமல் நினைவு கூர்கின்றனர். பொய்கை யாழ்வார்,

> **“கரு அரங்கத்துள் கிடந்து கைதொழுதேன், கண்டேன்**
> **திருவரங்கம் மேயான் திசை”** -2087

என்றும்; பூதத்தாழ்வார்,

> **“கருக்கோட்டியுள் கிடந்து கை தொழுதேன் கண்டேன்**
> **திருக்கோட்டி எந்தை திறம்”** -2268

என்றும் குறிப்பிடுகின்றனர்.

திருமழிசையாழ்வார், நான் கருப்பத்தில் இருந்த நாள் முதலாகப் பெருமானாலே பாதுகாப்புப் பெற்றவன். ஆகையினால் பிராட்டி நித்திய வாசம் செய்யும் திருமார்பை உடைய திருமாலுக்கு ஆட்பட்டவனாய் இருக்கிறேன் என்கிறார்.

“திரு இருந்த மார்பன் சிரீதரனுக்கு ஆளாய்
கரு இருந்த நாள் முதலாக் காப்பு” -2473

மேலும், இவர் எனக்கு உற்றார், உறவினர் என யாருமே இல்லை. மாயனே! உன்னை விட்டு என்னைப் பிரித்து விடாதே எனக் கதறுகிறார்.

“கலந்த சுற்றம் மற்று இலேன், எண் இலாத மாய!
நின்னை என்னுள் நீக்கல் என்றுமே” -0842

அடுத்து, நான்கு குலத்தில் ஒன்றிலுமே நான் பிறக்க வில்லை என இவர் இரங்கிப் பேசுகின்றார்.

“குலங்களாய ஈரிரண்டில்
ஒன்றிலும் பிறந்திலேன்” -0841

ஆக, திருமழிசையாரின் வாழ்வு வலிகளும், காயங்களும் கொண்டதாகவே அமைந்திருக்கின்றது. இதனால்தான் தன் படைப்புக்களைக் காவிரியாற்றில் இவர் வீசி எறிந்திருக்க வேண்டும் எனக் கருதலாம்.

இப்பகுதியில் காட்டப்பட்ட “கணிக்கண்ணன் போகின்றான்”, “கணிக்கண்ணன் போக்கொழிந்தான்” ஆகிய இரண்டு பாடல்களுமே திருமழிசையாரின் இரு பிரபந்தங்களிலும் இல்லாதவை ஆகும். ஆனால் இவரைப் பற்றிப் பேசும் எல்லா இலக்கிய வரலாற்று நூற்களிலும் இவ்விரு பாடல்களும் தவறாமல் வருவதால், எல்லோரும் இவற்றை இவரின் பாடல்களாகத் தவறுதலாகக் கருதி, மனப்பாடமும் செய்துவிடுகின்றனர். இதனால் இவரின் ஒரு பாசுரம் கூடத் தமிழ் இலக்கிய மாணவர்களிடம் சென்று சேரவில்லை என்பது வருத்தத்திற்குரிய உண்மையாகும். ஒவ்வொரு ஆழ்வாரின் ஒரு பாசுரத்தையாவது மனப்பாடம் செய்து வைக்கும் தமிழ் மாணவர்கள் இவ்விரு பாடல்களையும் படித்துவிட்டுத் திருமழிசையார் பற்றி

எழுதும்போது இவற்றைத் தம் கட்டுரையில் எழுதிவிடும் போக்கும் உள்ளது. இந்நிலை மாற வேண்டும்.

திருமழிசையாரோடு எம்பெருமான் இறங்கிச் சென்ற நிகழ்ச்சியைச் சைவ சமயச் சான்றோரும் பிற்காலத்தில் குறிப்பிட்டுப் பேசுகின்றனர். குமரகுருபரர் மீனாட்சி அம்மைப் பிள்ளைத் தமிழில்

“பழமறைகள் முறையிடப் பைந்தமிழ்ப் பின் சென்ற
பச்சைப் பசுங் கொண்டலே”

எனப் பாடுகின்றார். அருணகிரிநாதர் திருப்புகழில் இந்நிகழ்ச்சியை நினைவு கூர்ந்து

“வண்டமிழ் பயில்வோர் பின் திரிகின்றவன்”

எனக் குறிப்பிடுகின்றார். அந்த அளவுக்குத் திருமழிசை யாரின் இந்த நிகழ்ச்சி தமிழகம் முழுக்கப் பரவியுள்ளமையை இவற்றால் உணர முடிகின்றது.

காலம்

திருமழிசையாரின் காலம் கி.பி. ஏழாம் நூற்றாண்டின் முற்பகுதி ஆகும். இவரின் குருவான பேயாழ்வார் கி.பி.ஆறாம் நூற்றாண்டின் இறுதிப் பகுதி அல்லது ஏழாம் நூற்றாண்டின் முற்பகுதியில் வாழ்ந்தவர். ஆதலால் இவரின் காலம் ஏழாம் நூற்றாண்டு என்று கொள்ளலாம்.

இவரின் காலத்தைப் பற்றிப் பல்வேறு கருத்துக்கள் உள்ளன. அவற்றை அடுத்துக் காண்போம்.

இவர் கி.பி.ஏழாம் நூற்றாண்டின் முற்பகுதியில் வாழ்ந்தவர் என்று டாக்டர் அ.அ.மணவாளன் (தமிழ்ப் பக்தி இலக்கியம், பக்கம்-281) கூறுகின்றார்.

அறிஞர் பி.ஸ்ரீ “இவர் எட்டாம் நூற்றாண்டில் வாழ்ந்தவர் என்றே சொல்லலாம்” (திருமழிசையாழ்வார், பக்கம்-99) என்கிறார்.

டாக்டர் மா. இராசமாணிக்கனார் இவர் கி.பி.எட்டாம் நூற்றாண்டில் வாழ்ந்தவர் என்கிறார். இக்கருத்தையே

டாக்டர் தமிழண்ணலும் ஏற்றுக் கூறுகிறார். (இலக்கிய வரலாற்றில் புதிய நோக்கு, பக் - 295)

இவரின் வரலாற்றையும், படைப்புக்களையும் பார்க்கும்போது இவர் ஏழாம் நூற்றாண்டில் வாழ்ந்திருக்க வேண்டும் என்ற முடிவுக்கு வரலாம் என்றே தோன்றுகிறது.

படைப்புகள்

திருமழிசையார், நான்முகன் திருவந்தாதி, திருச்சந்த விருத்தம் என இரு பிரபந்தங்கள் படைத்துள்ளார்.

நான்முகன் திருவந்தாதி 96 வெண்பாக்களால் ஆன நூல். அந்தாதித் தொடையில் பல ஆழ்வார்கள் பாடல் களைப் படைத்துள்ளனர். அந்தாதியில் பாடல்களை முதலில் பாடியவர்கள் பொய்கையாழ்வார், பூதத்தாழ்வார், பேயாழ்வார் ஆகிய மூவரும் ஆவர். அவர்களை அடுத்து வந்தத் திருமழிசையார் இப்பிரபந்தத்திலுள்ள 96 பாடல் களையுமே, அவர்களைப் போல அந்தாதியாகப் பாடி உள்ளார்.

முதல் ஆழ்வாராகிய பொய்கையாழ்வாரின் படைப்பு முதல் திருவந்தாதி என்றும், அடுத்த பூதத்தாழ்வாரின் படைப்பு இரண்டாம் திருவந்தாதி என்றும், அடுத்த பேயாழ்வாரின் படைப்பு மூன்றாம் திருவந்தாதி என்றும் பெயர் பெற்று அழைக்கப்படுவது போல, அடுத்து வந்தத் திருமழிசையாரின் படைப்பு நான்காம் திருவந்தாதி என்றே பெயர் அமையப் பெற்று அழைக்கப்பட்டிருக்க வேண்டும். முதல் மூவரைப் போல இவரும் வெண்பா யாப்பில், அந்தாதித் தொடையில்தான் இப்பிரபந்தத்தைப் படைத் துள்ளார். அதனால் இந்நூலுக்கு நான்காம் திருவந்தாதி என்றே பெயர் இருந்திருக்க வேண்டும். மேலும் நான்முகன் திருவந்தாதி என்று பிரமனின் பெயரோடு நூல் பெயர் அமைவது நாலாயிர திவ்யப் பிரபந்த அமைப்பில் இல்லாததும், வித்தியாசமானதுமாகும். அதனால் இந் நூலின் பெயர் நான்காம் திருவந்தாதிதான். இந்தப் பிரபந்தத்தை அறிஞர் பி.ஸ்ரீ.நான்காம் திருவந்தாதி

என்றுதான் குறிப்பிடுகின்றார். இதனை நான்முகன் திருவந்தாதி என்றும் கூறுவதுண்டு என்றும் அவர் கூறுகின்றார். (திருமழிசையார், பக் - 90). டாக்டர் தமிழண்ணல் தன் இலக்கிய வரலாற்று நூலில் நான்காம் திருவந்தாதி என்றே எழுதுகின்றார். (இலக்கிய வரலாற்றில் புதிய நோக்கு, பக் - 295). இருப்பினும், இப்போது நாலாயிரத்தில் இப்பிரபந்தம் நான்முகன் திருவந்தாதி என்ற பெயரில்தான் உள்ளது.

திருச்சந்த விருத்தம் 120 விருத்தப் பாக்களால் ஆனது. இப்பிரபந்தத்தை "வாசுதேவனார் சிந்தம்" என்று யாப்பருங்கல விருத்தி நூல் குறிப்பிடுகின்றது. இதற்கு வாசுதேவனாகிய திருமாலைக் குறித்துப் பாடப்பட்ட சந்தம் அமைந்த நூல் என்று பொருள். மேலும் திருமழிசை யாரைக் "குடமூக்கிற் பகவர்" என்றும் அந்த நூலில் குறிப்பிடப்படுகின்றது. இதற்குக் கும்பகோணத்துப் பக்தர் என்றும் பொருள் கொள்ள வேண்டும்.

"சொல்லினால் சொல்லப்படாது தோன்றுகின்ற ஜோதியை, ஓசை நிறைந்த கம்பீரமான சொற்களால், சொல்லும் முயற்சியே திருச்சந்த விருத்தம் என்பர்" என்று அறிஞர் பி.ஸ்ரீ (திருமழிசையாழ்வார், பக் - 112) தன் காலத்துக் கருத்தைப் பதிவு செய்து வைத்துள்ளார்.

திருச்சந்த விருத்தம், மிகச் சிறந்த பாசுரங்கள் பலவற்றைக் கொண்டு விளங்குகிறது.

பக்தி அனுபவம்

ஆழ்வார்கள் எம்பெருமானிடம் ஆழமான பக்தி கொண்டவர்கள். அவனை எண்ணி எண்ணிக் கொண் டாடியவர்கள். அவனது அழகைப் பார்த்துப் பார்த்துப் பூரித்தவர்கள் - உருகியவர்கள் இவர்கள்.

நம்மாழ்வார்,

"பால் ஆழி நீகிடக்கும் பண்பை யாம் கேட்டேயும்,
கால் ஆழும்; நெஞ்சு அழியும்; கண் சுழலும்" -2618

என்கிறார். பெருமான் பாற்கடலில் பள்ளி கொண்டுள்ள அழகைக் காதால் கேட்டளவில் கால்கள் தடுமாறுகின்றன. நெஞ்சு நீர்ப்பண்டமாகக் கரைந்து அழிகின்றது. கண்கள் ஒரு பொருளையும் காண முடியாமல் சுழல்கின்றன. இங்ஙனம் நம்மாழ்வார் பெருமானிடம் தான் கொண்ட பக்தியை வெளிப்படுத்துகின்றார்.

உலகத்தை அளந்த ஆயாசமோ

திருமழிசையாரின் பெயர் பக்திசாரர் என்பதாகும். பெயருக்கு ஏற்ப இவர் பக்தி மிக்கவராக விளங்கினார். அவரின் பாசுரங்கள் மிகச் சிறப்பாக அமையப் பெருமானிடம் அவர் கொண்ட அளவற்ற பக்தியே முக்கிய காரணமாகின்றது. இவர் பெரிய அலைகள் அடிக்கும் மயிலையை அடுத்தத் திருவல்லிக்கேணிக்கு வருகிறார். தன்னைக் கண்டதும் எம்பெருமான் வா வா என்று அழைப்பான் என்று எதிர்பார்த்தார். அவன் அப்படிக் கூப்பிடாமல், ஆதிசேடனாகிய அரவணையின் மேல் “மந்நாதன்” என்ற திருப்பெயருடன் அறிதுயில் கொண்டிருந்தான். அவருக்குப் பெரிய ஏமாற்றம். காடும் மேடும், கல்லும் முள்ளும், செறிந்த இந்த மண்ணை அடியிட்டு அளந்த களைப்பாலே கண்வளர்கிறானோ? அதனால்தான் வாய்திறந்து ஒன்றும் பேசாமல் கிடக்கிறானோ? மலரடிகள் நொந்து கிடக்கின்றானோ? உலகளந்த ஆயாசம் - களைப்பு அவனுக்குத் தீரவில்லையோ? அதனால்தான் பேசாமல் அருள்பார்வை மட்டும் அருளுகின்றானோ? இப்படி அவனுக்காக இவர் இரங்குகின்றார்.

> **“தாளால் உலகம் அளந்த அசைவேகொல்?**
> **வாளா கிடந்தருளும்; வாய்திறவான் - நீளோதம்**
> **வந்தலைக்கும் மாமயிலை மா அல்லிக் கேணியான்**
> **ஐந்தலைவாய் நாகத்து அணை”** -2416

இவர் பக்தி மிகுதியாலும், பெருமானிடத்துள்ள பாச மிகுதியாலும், பரிவுணர்ச்சியோடு இங்ஙனம் பாடுகின்றார்.

இவரும் பல மதங்களிலும் ஈடுபாடு கொண்டு, உண்மையைத் தேடி அலைந்து திரிந்து அலுத்துப்போய்,

இறுதியில் நாராயணனே முழுமுதற் கடவுள் என உணர்ந்து இப்போது திருவல்லிக்கேணிக்கு வருகிறார். பெருமானும் உலகமெங்கும் அலைந்து திரிந்து அலுத்துப்போய் சிரமப் பரிகாரத்திற்காகத் திருவல்லிக்கேணி கடற்கரையில் வாய் திறவாமல் படுத்துக் கிடக்கிறான் என இவர் கற்பனை செய்கிறார்.

எழுந்திருந்து பேசு

இவர் அடுத்துக் கும்பகோணத்திற்கு வருகின்றார். ஆரா அமுதன் தன்னைக் கண்டதும் வா என்று கூப்பிடுவான், அணைத்துக் கொள்வான், அன்பாகப் பேசுவான் என்றெல் லாம் இவர் எதிர்பார்த்தார். அப்படி ஒன்றும் நிகழவில்லை. இவர் ஏமாற்றம் அடைந்தார். உலகங்களை எல்லாம் அளக்க நடந்ததாலும், கானகத்தில் நடந்ததாலும் கால்கள் நொந்தனவோ? வராக மூர்த்தியாகி இரணியாட்சனை வதைத்துப் பூமியை மீட்டுக் கொண்டு வந்ததால் உடம்பு நொந்ததோ? இப்படி ஆடாமல் அசையாமல் அப்படியே கிடக்கின்றாயே, எழுந்திருந்து பேசு என்று பெற்ற பிள்ளையிடம் உரிமையோடு சொல்வது போல இவர் பேசுகின்றார்.

படுத்திருக்கும் காரணத்தைப் படுத்துக்கொண்டே அவன் சொன்னால் போதாதாம், எழுந்திருந்து பேச வேண்டுமாம். எத்தனை பெரிய ஆசை இவருக்கு.

“நடந்தகால்கள் நொந்தவோ?
நடுங்க ஞாலம் ஏனமாய்
இடந்த மெய் குலுங்கவோ?
இலங்கு மால் வரைச்சுரம்
கடந்து கால் பரந்த காவிரிக்
கரைக் குடந்தையுள்
கிடந்தவாறு எழுந்திருந்து பேசு,
வாழி கேசனே!” -0812

ஆசைப்பட்ட அடியவனின் ஆசையை நிறைவு செய்ய பெருமான் எழுந்திருக்க முயன்றான். ஆழ்வார் பார்த்ததும் துடித்தார். ஐயோ, கால் நொந்து உடல் நொந்து அசந்து

தூங்குகிறவனை எழுப்பி விட்டோமே என்ற பரிவு. பாசம், பதற்றம் அவருக்குத் தோன்றுகிறது. உடனே ஆழ்வார் வேண்டாமப்பா, வேண்டாமப்பா, அப்படியே படுத்துக் கொள், வாழி கேசவனே என்கிறார்.

எழுந்திருந்து பேசு என்று இத்தகைய உரிமையோடு எந்த ஆழ்வாரும் எம்பெருமானிடம் பேசியதில்லை. அதனால்தான் இப்பாசுரம் புகழ் பெற்றுத் திகழ்கிறது.

ஆரா அமுதனும் திருமழிசையாரின் வேண்டு கோளுக்கு இரங்கி எழுந்திருக்க முயன்றிருக்கிறான். அவரே வேண்டாம், வேண்டாம் அப்படியே படுத்துக்கொள் என்றதால் அவன் அப்படியே நிறுத்திக் கொண்டான். அதனால்தான் அதே நிலையில் - நிமிர்ந்தெழுகின்ற நிலை யில் ஆரா அமுதன் கும்பகோணத்தில் (சாரங்கபாணிக் கோவிலில்) இப்போதும் காட்சி தருகின்றான். இக் கோலத்தை உத்தான சயனம் என்கின்றனர்.

ஆரா அமுதனை இவர் உட்பட ஏழு ஆழ்வார்கள் மங்களாசாசனம் செய்துள்ளார்கள். இருந்தபோதும், இப் பாசுரம் வைணவர் உள்ளங்களிலும், தமிழ் நெஞ்சங்களி லும் நிலைபெற்று விளங்குகிறது.

திருமழிசையார் கும்பகோணத்தில் தங்கி, ஆரா அமுதனுக்குப் பணி செய்து தன் வாழ்நாளின் பிற்பகுதியை இங்கு கழித்தார். அதனால்தான் ஆரா அமுதனைக்,

“குடந்தையுள் கிடந்த புண்டரீகனே” -0808

“குடந்தையுள் கிடந்த மாலும் அல்லையே” -0809

“குடந்தை மேய கோவலா” -0810

என்றெல்லாம் வாய் மணக்க இவர் குறிப்பிடுகின்றார்.

இவற்றால்தான், இவரைக் “குட மூக்கிற் பகவர்” என்றும், “கும்பகோணத்துப் பாகவதர்” என்றும் குறிப்பிடுகின்றனர். மேலும் இந்நகரைத் “திருமழிசைபிரான் உகந்த இடம்” என்றும் சிறப்பித்துப் பேசுகின்றனர்.

நின்றதும், இருந்ததும், கிடந்ததும் நெஞ்சுளே

ஆழ்வார்கள் திருமாலைத் தங்களின் நெஞ்சில் கொண்டு வாழ்ந்தார்கள். அதனால் அவன் தங்களின் நெஞ்சங்களில் தங்கியிருப்பதாகக் கூறி மகிழ்கிறார்கள்.

நம்மாழ்வார்,

"அற்புதன், நாராயணன், அரி, வாமனன்,
நிற்பது மேவி இருப்பது என் நெஞ்சகம் " (8:6:10) -3511

என்கிறார். அற்புதனும், நாராயணனும், அரியும், வாமனனும் ஆன திருமால் பொருந்தி வீற்றிருப்பது தன் நெஞ்சகம் ஆகும் என்று நம்மாழ்வார் உறுதியாகக் கூறுகிறார்.

பெரியாழ்வார்,

"பனிக்கடலில் பள்ளி கோளைப்
பழகவிட்டு ஓடிவந்து, என்
மனக்கடலில் வாழவல்ல,
மாய மணாள நம்பீ!
தனிக்கடலே! தனிச்சுடரே!
தனி உலகே! என்று என்று
உனக்கிடமாய் இருக்க என்னை
உனக்கு உரித்து ஆக்கினையே!" -0471

என்கிறார். குளிர்ந்த பாற்கடலில் பள்ளி கொள்வதைப் பழகிப்போன ஒன்றாகக் கருதி, அங்கிருந்து ஓடிவந்து என் மனக்கடலில் வாழவல்ல பேராற்றல் மிக்கவனே! ஒப்பற்ற திருப்பாற் கடலும், கதிரவனும், வானும் நீ வாழும் இடங்களாய் இருக்க அவற்றை எல்லாம் விட்டுவிட்டு அடியேனை உனக்குரிய வாழ்விடமாகக் கொண்டருளி னாயே என்கிறார் பெரியாழ்வார்.

நம்மாழ்வாரும், பெரியாழ்வாரும் எம்பெருமான் தங்களின் நெஞ்சங்களிலும், உடல்களிலும் வாழ்வதாகக் கூறி மகிழ்வதைப் போல, இவர்கள் இருவருக்கும் முன் வாழ்ந்த திருமழிசையாழ்வாரும் நாராயணன் தன் நெஞ்சில் நிலைபெற்று வாழ்வதாகக் கூறுகிறார்.

"நின்றது எந்தை ஊரகத்து,
இருந்தது எந்தை பாடகத்து,
அன்று வெஃகணைக் கிடந்தது,
என் இலாத முன்னெலாம்
அன்று நான் பிறந்திலேன்;
பிறந்தபின் மறந்திலேன்;
நின்றதும் இருந்ததும்
கிடந்ததும் என் நெஞ்சுளே" -0815

நான் பிறப்பதற்கு முன் எம்பெருமான் திரு ஊரகத்தில் நின்றவாறு அருள் செய்தான். திருப்பாடகத்தில் வீற்றிருந்து அருள் செய்தான். திருவெஃகாவில் திருக்கண் வளர்ந்து அருள் செய்தான். நான் பிறந்தபின் அவனை மறக்கவில்லை. எப்போதும் அவன் நினைவில் வாழ்கிறேன். அதனால் எம்பெருமான் ஊரகம் முதலிய திருப்பதிகளில் செய்யும் நிற்றல், இருத்தல், கிடத்தல் ஆகிய செயல்களை எல்லாம் இப்போது என் நெஞ்சுக்குள் செய்கிறான் என்று இவர் கூறி ஆனந்தக் கூத்தாடுகின்றார்.

இவருக்கு அவனிடம் ஆசை பிறந்ததும், பெருமான் இவர் உள்ளத்துக்கே குடி வந்து தங்கிவிடுகின்றான். இதனை,

"நிற்பதும் ஓர் வெற்பகத்து; இருப்பும் விண்,கிடப்பதும்
நற் பெருந்திரைக் கடலுள், நான் இலாத முன்னெலாம்
அற்புதன் அனந்த சயனன் ஆதிபூதன் மாதவன்
நிற்பதும், இருப்பதும், கிடப்பதும் என்நெஞ்சுளே" -0816

நான் அறியாதவனாய் இருந்தபோது எம்பெருமான் திருமலையில் நின்று அருள் செய்தான். வானில் இருந்து அருள் செய்தான். பாற்கடலில் கிடந்து அருள் செய்தான். அந்த அற்புதன், அனந்த சயனன், மாதவன் இப்போது என் நெஞ்சிலே நிற்கிறான், இருக்கிறான், கண்வளர்கிறான் என இவர் பெருமகிழ்ச்சி கொள்கிறார்.

"..............................அவன் என்னது
உள்ளத்து நின்றான், இருந்தான், கிடக்குமே,
வெள்ளத்து அரவு அணையின் மேல்?" -2411

திருமால் என் உள்ளத்திலே நின்றான், இருந்தான். அதனால் இனி அவன் பாற்கடலில் பாம்பணையின் மேல் பள்ளி கொள்வானோ? மாட்டான் என்று நம்பிக்கையோடு ஆழ்வார் கூறுகின்றார். இது ஓர் உயர்ந்த நெஞ்சு நிறைந்த அனுபவமாகும்.

"இடம் ஆவது என் நெஞ்சம் இன்றெல்லாம் பண்டு
படநாகணை நெடிய மாற்கு" -2447

நெடிய மாலின் பழைய முகவரிதான் படங்களை உடைய ஆதிசேடனாகிய படுக்கை - அரவணை - சேஷசயனம். ஆனால் நாராயணனின் இப்போதைய புதிய முகவரி என் நெஞ்சம்தான் என்று உறுதியாக இவர் கூறுகின்றார்.

பெருமானிடம் ஆசையும், அன்பும், சுவையும் பிறந்து விட்டால் அவன் அடியவனைத் தேடி வந்து அவன் உள்ளத்தில் தங்கிவிடுவான் என்ற உண்மையைத்தான் இவற்றின் வழி திருமழிசையார் அறிவுறுத்துகின்றார்.

வழிபடும் முறை

இறைவனை எப்படி வழிபட வேண்டும்? அதற்குரிய வழிமுறைகள் என்ன? என்றெல்லாம் பல்வேறு கேள்விகள் பலருக்கும் தோன்றும். நாராயணனைப் பாடிப் பரவி அவனோடு சேர்ந்து வாழ்ந்து, அந்த அனுபவத்தில் தோய்ந்த ஆழ்வார்கள் தங்களின் சொந்த அனுபவங்களை நமக்கு விட்டுச் சென்றுள்ளார்கள். அவற்றை நாம் பின்பற்றி வாழ்ந்தால் அவன் அருளைப் பெற முடியும்.

கண்ணனை வழிபட முதலில் தூய்மையாகச் செல்ல வேண்டும். அடுத்து நல்ல மலர்களால் அவனை அர்ச்சனை செய்து வணங்கவேண்டும். பின் வாயால் அவன் புகழைப் பாட வேண்டும். மனத்தால் அவனைத் தியானிக்க வேண்டும். இப்படி வழிபாடு செய்தால் நாம் அறியாது செய்த பாவங்களும், இனிமேல் அறியாமல் செய்யும் பாவங்களும் நெருப்பிலிட்ட தூசியைப் போல அழிந்து விடும். இப்படி இறைவனை வழிபட ஆண்டாள் கூறுகின்றாள்.

"தூயோமாய் வந்து நாம் தூமலர் தூவித் தொழுது
வாயினால் பாடி, மனத்தினால் சிந்திக்க,
போய பிழையும், புகுதருவான் நின்றனவும்
தீயினில் தூசாகும்" -0478

நம்மாழ்வார் இதனை இன்னும் எளிமையாக்கிக் கூறுகிறார். பெருமானை வழிபட கொஞ்சம் பூக்கள், சிறிது தண்ணீர், சுடர் (தீபம்), தூபம் (ஏதேனும் புகை) போதும் என்கிறார் இவர். இவற்றைப் படைத்துத்தான் கண்ணனை வழிபட வேண்டும் என்ற கட்டாயம் கூட இல்லை. இவற்றால் வழிபடுவேன் என்று மனமார நினைத்தால் கூட போதும், அவனின் அருளைப் பெற்று விடலாம். இப்படி நம்மாழ்வார் மிக எளிய வழியைக் கூறுகின்றார். (3587)

இவ்விருவருக்கும் முன் வாழ்ந்த திருமழிசையாழ்வார் வழிபடும் முறை பற்றிக் கூறும் கருத்துக்களை இனி காண்போம். நாராயணனைப் புதிய மலர்களை இட்டு அர்ச்சனை செய்ய வேண்டும். மனத்தால் அவனை இறைஞ்சித் துதிக்க வேண்டும். வாயால் அவன் பெருமைகளை ஏற்றிப் போற்றிப் பாட வேண்டும்.

"போதான இட்டு, இறைஞ்சி,
ஏத்துமினோ பொன்மகரக்
காதானை, ஆதிப்பெருமானை,
நாதானை..............." -2445

மேலும், திருத்துழாய் மாலை விளங்கும் பெருமானை ஒரு நொடிப் பொழுதும் விடாமல் கைகூப்பித் தியானம் செய்ய வேண்டும். அவனைத் தலையால் வணங்க வேண்டும். மலர்களை இட்டுப் போற்ற வேண்டும். வாய், அவனை வாழ்த்திக் கொண்டிருக்க வேண்டும். கண்கள் அவனை மட்டுமே காண வேண்டும். காதுகள் அவனது புகழ்மிக்க வரலாற்றையே கேட்க வேண்டும்.

"வாழ்த்துக வாய்; காண்க கண்; கேட்க செவி; மகுடம்
தாழ்த்தி வணங்குமின்கள் தண்மலரால் - சூழ்த்த
துழாய் மன்னும் நீள்முடி என்தொல்லை மால் தன்னை
வழா, வண் கைகூப்பி, மதித்து" -2392

இப்படித் திருமழிசையார் கூறுகின்றார். இப்பாடல் நான்முகன் திருவந்தாதியின் 11 ஆம் பாசுரம் ஆகும். பொய்கையாழ்வார் முதல் திருவந்தாதியின் 11 ஆம் பாசுரத்தில் (நா.தி. - 2092) இதே கருத்துக்களை இவரைப் போலவே கூறுவது வியப்பாக உள்ளது.

நாராயணன் விண்மீன்களின் நிலையை உணர்த்தும் சோதிடக் கலையை உணர்த்தியவன். பகைவர்க்கு வெப்பம் தரும் ஆதிசேடனின் ஆன்மாவாகத் திகழ்பவன் பெருமான். அவனை வணங்கியும், அவனின் புகழ்களையும், பெயர்களையும், எழுதியும் படித்தும் கேட்டும், தொழுதும், உபசாரங்களைச் செய்தும், பூசித்தும் பொழுதைக் கழிக்க வேண்டும். இவ்வாறு தான் செய்வதாக இவர் அடுத்துக் கூறுகின்றார்.

"தரித்திருந்தேன், ஆகவே தாரா கணப்போர்
விரித்து உரைத்த வெம்நாகத்து உன்னைத் தெரிந்து, எழுதி
வாசித்தும், கேட்டும், வணங்கி வழிபட்டும்,
பூசித்தும், போக்கினேன் போது" -2444

இப்பாசுரத்தில் திருமழிசையார் ஒன்பது செயல்களை வரிசைப்படுத்திக் கூறுகின்றார்.

1. தெரிதல் - இறைவனை உணர்தல்.

2. எழுதுதல் - இறைவனின் புகழ்களையும், பெயர்களையும் எழுதுதல்.

3. வாசித்தல் - அவனைப் பற்றிய நூற்களைப் படித்தல்.

4. கேட்டல் - அவனைப் பற்றிய பெரியோர்களின் உரைகளைக் கேட்டல்.

5. வணங்குதல் - இறைவனைத் தரையில் விழுந்து வணங்குதல்.

6. வழிபடுதல் - உள்ளத்தால் அவனை வழிபடுதல்.

7. பூசித்தல் - பூக்களால் அர்ச்சனை செய்தல்.

8. போது போக்குதல் - இவற்றைக் கடமைக்காக ஒப்புக் காகச் செய்யாமல், பொழுது போக்காக உள மகிழ்வோடு செய்தல்.

9. தரித்திருத்தல் - அவன் அருளைப் பெறுவதற் காகப் பொறுமையுடன் காத் திருத்தல்.

இப்படி நாராயணனைத் தான் வழிபடுவதாக வரிசை யாகக் கூறி நாம் வழிபட வேண்டிய முறையை அவர் உணர்த்துகிறார்.

புதிய அனுபவம்

உள்ளத்தை ஒருமுகப்படுத்தி, எப்போதும் நாராய ணனைப் பற்றிய நினைவுகளோடு வாழ்ந்த இவருக்குப் புதிய இனிய அனுபவம் ஒன்று கிடைக்கின்றது. இதனைத் திருச்சந்த விருத்தத்தின் இறுதிப் பகுதியில் இவர் பதிவு செய்துள்ளார்.

"சொல்லினும், தொழிற்கணும், தொடக்கு அறாத அன்பினும்,
அல்லும், நன்பகலினோடும், ஆன மாலை காலையும்,
அல்லி நாள் மலர்க்கிழத்தி, நாத! பாத போதினைப்
புல்லி உள்ளம் விள்வு இலாது, பூண்டு மீண்டது இல்லையே"
-0869

தாமரை மலரை இருப்பிடமாகக் கொண்ட திருமகளின் நாதனை இவர் இடைவிடாது வழிபடுகின்றார். சொல்லாலும், செயலாலும், தொடர்ச்சி அறுபடாத பக்தியாலும், அல்லும் பகலும், காலையும் மாலையும் இவரின் உள்ளம் நாராயணனின் திருவடித் தாமரையைப் பற்றிப் பிடித்து விளங்குகின்றது. இதனால் இவரின் நெஞ்சம் பிரிவில்லாமல் அத்திருவடித் தாமரையை மட்டுமே நினைந்து நிறைகின்றது. சிந்தையில் வேறு நினை வின்றி அந்த இனிய அனுபவத்தில் தோய்ந்து அனுபவித்து மகிழ்கின்றார். இதனை,

“அல்லிநாள் மலர்க்கிழத்தி, நாத! பாத போதினைப்
புல்லி உள்ளம் விள்வு இலாது, பூண்டு மீண்டது இல்லையே”

என்று அகமகிழ்வோடு ஆழ்வார் கூறுகின்றார். பெருமானின் திருவடித் தாமரைகள் அவரின் நெஞ்சில் பதிந்து அவருக்குப் பேரின்பம் தருகின்றது. இந்த இனிய உயரிய நிலையைப் பெற அவர் எத்தனைத் தடைகளைத் தாண்டி வந்திருக்க வேண்டும்? என்ன பாடு பட்டிருக்க வேண்டும்?

இரு இறுதிப் பாசுரங்கள்

திருச்சந்த விருத்தத்தைத் திருமழிசையார் நிறைவு செய்யும்போது மற்றுமொரு சொந்த அனுபவத்தைக் கூறித் தலைக்கட்டுகிறார்.

பெருமான் வலிய வந்து தன் அழகிய ஒளிமிக்க உருவத்தை இவரின் இதயத்தில் பிரிக்க முடியாதபடி பொருத்தி விட்டான். இதனை,

“இயக்கு அறாத பல்பிறப்பில் என்னை மாற்றி இன்று வந்து
உயக்கொள் மேகவண்ணன் நண்ணி, என்னிலாய தன்னுளே
மயக்கினான் தன்மன்னுசோதி; ஆதலால் என் ஆவிதான்
இயக்கு எலாம் அறுத்து, அறாத இன்பவீடு பெற்றதே” -0871

மேகவண்ணன் தொடர்பு அறாத பல்வேறு பிறப்புக்களில் என்னைத் தள்ளி மீட்டு எடுத்து விட்டான். இப்போது நான் உய்யும்படி என்னை அணுகித் தன்னோடு ஒன்றியிருக்கும் என் நெஞ்சில் தன் பேரொளியால் கலந்து விட்டான். ஆகையால் என் ஆவி, அறியாமை, கர்மம் முதலியவற்றைப் போக்கிப் பேரின்ப வீட்டினைப் பெற்று விட்டது. இப்படி இவர் கூறி மகிழ்கின்றார். இப்பாசுரம் திருச்சந்த விருத்தத்தின் இறுதிப் (120 ஆம் பாடல்) பாசுரமாகும். தான் பெற்ற பெரிய பேற்றை இங்ஙனம் இவர் பதிவு செய்கிறார். இதனைப் பெறுவதற்குள் அவர் எத்தனை பாடுபட்டு விட்டார்? இவரின் பக்தி அனுபவத்தின் சிகரமாக இப்பாசுரத்தைக் கொள்வர்.

இவரின் மற்றுமொரு பிரபந்தமான நான்முகன் திருவந்தாதியின் இறுதிப் (96 ஆம் பாடல்) பாசுரத்தில்

தான் கண்டறிந்த ஓர் உண்மையை உலகுக்குப் பறை சாற்றுகிறார்.

திருமால்தான் ஆதிதேவன். அவன்தான் எல்லா பொருள்களுக்கும் காரணமானவன். எல்லாமே அவன்தான் என்கிறார் இவர். இதனை,

"இனி அறிந்தேன், ஈசற்கும் நான்முகற்கும் தெய்வம்;
இனி அறிந்தேன் எம்பெருமான்! உன்னை - இனி அறிந்தேன்
காரணன் நீ; கற்றவை நீ; கற்பவை நீ; நல்கிரிசை
நாரணன் நீ, நன்கு அறிந்தேன் நான்." -2477

திருமாலே! சிவனுக்கும், பிரமனுக்கும் நீயே தெய்வம். உன் மேன்மையை இப்போது நான் அறிந்தேன். இந்த உலகிற்கே காரணமானவன் நீ. நான் கற்ற - அறிந்த பொருள்கள் எல்லாம் நீ. இனி அறியும் பொருள்களும் நீ. நல்ல செயல்களைச் செய்யும் நாராயணன் நீ. இந்த உண்மைகள் அனைத்தையும் நான் இப்போது நன்றாகத் தெரிந்து கொண்டேன்.

'நன்கு அறிந்தேன்' என்பதன் மூலம் எவ்வித சந்தேகத்துக்கும் இடமின்றி நான் உணர்ந்து கொண்டேன் என்று இவர் உறுதியாக உலகோருக்கு அறிவிக்கின்றார்.

பிற ஆழ்வார்கள் பிரபந்தத்தின் இறுதிப் பாசுரத்தைப் பல்சுருதிப் பாசுரமாக - பயன்கூறும் பாசுரமாக (பாடியவர் பற்றிய விவரங்களோடு) பாடி உள்ளார்கள். ஆனால் பொய்கையாழ்வார், பூதத்தாழ்வார், பேயாழ்வார் ஆகிய முதல் மூன்று ஆழ்வார்களும் பயன்கூறும் பாசுரத்தைப் பாடவில்லை. இம்மூவரையும் போல திருமழிசையாழ் வாரும் பயன்கூறும் பாசுரத்தைத் தன் இரு பிரபந்தங்களின் இறுதியிலும் பாடவில்லை. இதனாலும் இவர் முதலாழ் வார்கள் மூவரின் காலத்தை அடுத்து வாழ்ந்தவர் என்ற உண்மையை அறிய முடிகின்றது.

சரமசுலோகம்

இறைவனைச் சரணாகதி அடைதலை அறிவுறுத்தும் சரமசுலோகம் பற்றி மூன்று பாசுரங்களில் திருமழிசையார் பேசுகின்றார்.

பகவத்கீதையில் கண்ணன் "எல்லா உபாயங்களையும் பற்றறவிட்டு, என் ஒருவனையே சரணமாகப் பற்றுவாய்; நான் உன்னை எல்லாப் பாவங்களினின்றும் விடுவிக் கிறேன்., வருந்தாதே" என்று கூறுகின்றான். இதுவே சரமசுலோகத்தின் பொருளாகும்.

"கூற்றமும் சாரர் கொடுவினையும் சாரா; தீ
மாற்றமும் சாரா வகை அறிந்தேன்; ஆற்றங்
கரைக் கிடக்கும் கண்ணன், கடல் கிடக்கும் மாயன்
உரைக் கிடக்கும் உள்ளத்து எனக்கு" -2431

திருப்பாற்கடலில் கண்வளர்ந்தருள்பவன் மாயன். காவேரிக் கரையிலுள்ள கபிஸ்தலத்தில் அறிதுயில் கொள் பவன் கண்ணன். அவன் அருளிய சரமசுலோகம் என் உள்ளத்தில் உள்ளதால் எனக்கு மரணபயம் இல்லை. கொடிய வினைகள் - பாவங்கள் ஒன்றும் என்னை அணு காது. கெட்டபெயரோ, பழிச்சொல்லோ என்னை அண் டாது. இவ்வாறு இவர் கூறுகின்றார். சரமசுலோகத்தால் தனக்குப் பேராற்றலும், பெருஞ்சக்தியும் கிடைத்து விட்ட தாக ஆழ்வார் அகம் மகிழ்கிறார். இந்தச் சரமசுலோகம் தன் நெஞ்சில் நிலைபெற்று விளங்குவதால் எந்த அச்சமும் இல்லை என்கிறார் இவர்.

இதன்மூலம், எம்பெருமானை நம்பிச் சரணடைந்தால், அவன் நம்மைக் காப்பான். அதனால், மரணபயம் இன்றி வாழலாம் என இவர் வழிகாட்டுகிறார். இப்பாசுரத்தில் "ஆற்றங்கரை கிடக்கும் கண்ணன்" என ஊரின் பெயரைக் குறிப்பிடாமல் இவர் கூறுகின்றார். காவிரிக் கரையிலுள்ள கபிஸ்தலம் என்ற திருப்பதியைத்தான் இவர் இதில் சுட்டுவதாகப் பெரியோர்கள் கருதுகிறார்கள்.

"சேயன், அணியன், சிறியன், மிகப்பெரியன்,
ஆயன், துவரைக் கோனாய் நின்ற மாயன் அன்று
ஓதியவாக்கு அதனைக் கல்லார், உலகத்தில்
ஏதிலர் ஆய், மெய்ஞ்ஞானம் இல்" -2452

நான்முகன் திருவந்தாதியின் இப்பாசுரத்தில் "சேயன்.... மாயன்" என இறைவனின் உருவத்தை முதலில் இவர் வருணிக்கின்றார்.

தொலைவிலுள்ளவன், அருகில் உள்ளவன், சிறியவன், மிகவும் பெரியவன், இடைச் சிறுவன், துவாரகைக்குத் தலைவன், வியக்கத்தக்க மாயங்கள் செய்பவன் என எம்பெருமானின் உருவத்தைத் திருமழிசையார் முதலில் கூறுகின்றார். இத்தகைய சிறப்புமிக்க கண்ணன் பாரதப் போரில் அர்ச்சுனனுக்கு அருளிய சரமசுலோகத்தைக் கல்லாதவர் மெய்யான ஞானம் பெறாதவர் ஆவர். மேலும் இறைவனைப் பகைப்பவரும் ஆவர். இவ்வாறு இவர் அடுத்துக் கூறுகின்றார்.

"இல்லறம் இல்லேல் துறவறம் இல் என்னும்
சொல் அறம் அல்லனவும் சொல் அல்ல - நல்லறம்
ஆவனவும் நால்வேத மாத்தவமும் நாரணனே
ஆவது; ஈது அன்று என்பார் ஆர்?" -2453

"நல்லறம் ஆவனவும், நால்வேத மாத்தவமும் நாரணனே ஆவது, ஈது அன்று என்பார் ஆர்? " என்று திருமழிசையார் உலகோரை நோக்கி வினா எழுப்புகிறார். நல் அறங்கள் ஆவனவும், நான்கு வேதங்களில் சொல்லப் படுகிற பெருந்தவ வடிவமான செயல்களும் நாராயணனு டைய அருளாலேதான் பலன் அளிப்பனவாகும். இந்த உண்மையை அப்படியன்று என்று மறுப்பவர் யாரேனும் உண்டோ? என்று இவர் கேள்வி கேட்கின்றார்.

இந்த இரண்டாம் பகுதியைப் படித்துவிட்டு - புரிந்து கொண்டு "இல்லறம்.... சொல் அல்ல" என்ற பாடலின் முதல் பகுதிக்குச் செல்ல வேண்டும்.

இல்லறம் என்னும் கர்மயோகம் தஞ்சம் என்ற சொல்லும், பிரமாணங்களும் பிரமாணமல்ல. அதுவன்றி ஞானயோகம் தஞ்சம் என்ற சொல்லும், பிரமாணங்களும் பிரமாணம் அல்ல. அங்ஙனமின்றி பக்தியோகம், திருநாம சங்கீர்த்தனம் முதலிய மற்ற உபாயங்கள் தஞ்சம் என்ற சொல்லும் பிரமாணங்களும் பிரமாணமல்ல. நல்ல தர்மங்களாகிய திருநாம சங்கீர்த்தனம் முதலியனவும், நான்கு வேதங்களிலும் கூறப்பெற்ற கர்மங்களும் எல்லாம் நாரா யணனுடைய அருளாலேதான் பயனளிப்பனவாகின்றன.

இந்த உண்மையை மறுப்பவர் எவரேனும் உண்டோ? இதுவே பாசுரத்தின் முழுமையான பொருளாகும்.

இல்லறம் என்னும் சொல்லும் சொல் அல்ல. பிரமாணம் அல்ல. துறவறம் என்னும் சொல்லும் சொல லல்ல. இல்லேல் அல்லன அறம் என்னும் சொல்லும் சொல் அல்ல. இப்படிக் கூறும் திருமழிசையார் வேதங் களில் விதித்திருக்கும் வேள்வி முதலான கர்மங்களையும் பிரமாணமாக ஏற்றுக் கொள்ளவில்லை. எம்பெருமானின் அருள் இல்லை என்றால் எந்த உபாயமும் - வழிமுறையும் பலன் அளிப்பதில்லை. பக்தியோகம், திவ்ய தேச வாழ்வு, நாமசங்கீர்த்தனம் ஆகிய எதுவாக இருந்தாலும் இறை வனின் அருள் இல்லாவிட்டால் பயன்படுவன அல்ல. ஆதலால் நாராயணனே சிறந்த உபாயம் ஆவான். இறைவனே பலனைத்தரும் வழிமுறையாகும்போது சரணாகதி அடைவதைத் தவிர வேறு வழிமுறைகள் ஒன்றும் தேவை இல்லை என்பதுதான் இவர் கண்டறிந்து அறிவுறுத்தும் விழுப்பொருளாகும்.

இறைவனை அடைய எளிய வழி அவன் பாதங்களில் சரணாகதி அடைவதுதான். கண்ணன் கீதையில் கூறிய இச் சரம சுலோகத்தின் சிறப்பை நான்முகன் திருவந்தாதியின் இம்மூன்று பாசுரங்கள் வழி இவர் கூறுகின்றார்.

தவம்

திருமழிசையார் காலத்தில் வாழ்ந்த சமண, புத்த மதத்தைச் சேர்ந்தவர்கள் தவத்தைத் தீவிரமாகப் பிரச்சாரம் செய்து வந்தார்கள். இவர்கள் இறைவனை அடைய தவநெறியே சிறந்த வழி என்ற கருத்தை எங்கும் பரப்பி னார்கள். எந்த உயிரையும் துன்புறுத்தக் கூடாது என்று ஊர் முழுக்கப் பிரச்சாரம் செய்து கொண்டு, தங்களைத் தாங்களே நாள்தோறும் வருத்திக் கொன்று கொண்டிருந் தார்கள். இச்செயலைக் கண்டு வருந்திய சைவ, வைணவப் பெரியவர்கள் அதனைக் கண்டிக்கின்றனர்.

சைவ சமயத்தைச் சேர்ந்தத் திருமூலர், எலும்பை விறகு ஆக்கித், தசைகளை அறுத்து நெருப்பில் இட்டுப் பொன்

போல் பொரியும் படியாக வறுத்தாலும், பயன் இல்லை. அன்போடு உருகி மனம் குழைவார்க்கு அல்லாமல் மற்றவர்களால் இறைவனை அடைய முடியாது என்கிறார். (திருமந்திரம், 272)

வைணவப் பெரியார் திருமங்கையாழ்வார், உடம்பு வற்றி உலரும்படி உண்ணா நோன்பிருந்து, உயிர் நீங்காத படி நீரையும் காற்றையும் மட்டுமே உண்டு, உயிரைக் காப்பாற்றி, உடலைவிட்டு நீங்காத ஐந்து இந்திரியங்களும் நோகும்படி வருந்தித் தவம் செய்ய வேண்டாம் என்கிறார்.

“ஊன் வாட உண்ணாது உயிர் காவல் இட்டு,
உடலில் பிரியாப் புலன் ஐந்தும் நொந்து
தாம் வாட வாடத் தவம் செய்ய வேண்டா” -1158

சமண, புத்த மதத்தினர் வீடுபேற்றைப் பெறும் வழியை அறியாது, உண்ணா நோன்பிருந்து உடலை ஒடுக்கி, வருத்தி எலும்புக் கூடாக்கி, உயிர் வாழப் பெயரளவிற்குச் சிறிது உண்டு, தவம் செய்து, தங்களை நாள்தோறும் கொன்று திரிந்து கொண்டிருக்கிறார்கள். வீடுபேற்றைத் தரும் மெய்ப்பொருளாகவும், வேத முதல் பொருளாகவும், திகழ்பவன் நாராயணன் என்ற தெளிவை அவர்கள் முதலில் பெறவேண்டும். இதனைத் திருமழிசையார்,

“வீடு ஆக்கும் பெற்றி அறியாது, மெய் வருத்திக்
கூடு ஆக்கிநின்று, உண்டு, கொன்று, உழல்வீர்! வீடு ஆக்கும்
மெய்ப் பொருள்தான், வேத முதல் பொருள்தான் விண்ணவர்க்கு
நற்பொருள் தான் நாராயணன்” -2394

என்கின்றார்.

இறைவனை அடைய எளிய வழிகள் இருக்கும்போது இந்தத் தவம் எதற்கு? இவ்வுலகின் ஒரே மெய்யான பொருள் நாராயணன் ஒருவனே. அவன்தான் வீடுபேற்றைத் தருவான். அவனை அடைய வழி என்ன? அன்புதான் அவனை அடைய எளிய வழி. மிகவும் எளிதான அன்புவழி இருக்கும் போது, இந்தக் கொடிய வழி எதற்கு எனத் திருமழிசையார் தன் கால மக்களுக்கு அறிவுறுத்துகின்றார்.

உடல் நெகிழ்ந்து, நெஞ்சம் உருகி, உள்ளம் பக்தியால் கனிந்து, அன்பால் தோய்ந்தால் ஆழியானை உடனே காணலாம். அவன் அந்த அளவுக்கு எளிமையானவன் - அன்பு மயமானவன். இதனை,

"என்பு இல் எள்கி, நெஞ்சு உருகி, உள்கனிந்து எழுந்ததோர்
அன்பில் அன்றி, ஆழியானை யாவர் காணவல்லரே?" -0827

என்று இவர் பேசுகின்றார்.

ஆண்டவனிடமும், அடியார்களிடமும் அன்பு காட்ட வேண்டும். இந்த அன்பு வழியால் ஆழியானைக் கண்ணாரக் காணலாம். இப்படி இருக்க ஏன் உடலை வருத்தித் துன்புறுகிறீர்கள் என இவர் கேட்கின்றார்.

திருமழிசையார் துறவியாக வாழ்ந்தவர் என்கின்றனர். ஆனால் அவர் துறவறத்தைப் பிரச்சாரம் செய்யவில்லை. மாறாக அன்பு வழியில் இறைவனை அடையலாம் என்ற கருத்தைத்தான் அவர் வற்புறுத்துகின்றார்.

பெருமானிடம் பற்று வைத்துப் பிற பற்றுகளை விட்டவர்களுக்கு இங்கும் (மண்ணுலகத்திலும்), அங்கும் (விண்ணுலகத்திலும்) எங்கும் இன்பம் கிடைக்கும். இதனை இவர்,

"பத்து உறுத்த சிந்தையோடு நின்று, பாசம் விட்டவர்க்கு
எத்திறத்தும் இன்பம் இங்கும் அங்கும் எங்கும் ஆகுமே"
-0833

என்கிறார்.

இறைவனிடம் பக்தி கொண்டு, பிற ஆசைகளைக் கொஞ்சம் கொஞ்சமாக விட்டு விடுபவர்களுக்கு எல்லாவித இன்பமும், நிரந்தர மகிழ்ச்சியும் கிடைக்கும். மேலும் பெருவாழ்வும் வாழலாம்.

இறைவன் ஒருவனே என்று பெரியோர்கள் நன்கு ஆராய்ந்து கூறுகிறார்கள். ஆனால் அந்த நாராயணனு டைய பெருமையை ஒருவரும் அறியாமல் இருக்கிறார்கள். கல்வி கேள்விகளால் ஆராயப்படும் பொருள்களின்

முடிவும் இவ்வளவே ஆகும். எப்படிப்பட்ட தவம் செய்பவர்களுக்கும், முடிவில் பலன் கிடைப்பது எம்பெருமானிடம் உண்டாகும் திருவருளாலேயாகும். அதனால் ஒரே தேவன் ஆதிதேவன் நாராயணன்தான் என்பதைப் புரிந்து, அவனை அன்பால் ஆராதிக்க வேண்டும்.

"தேருங்கால் தேவன் ஒருவனே என்று உரைப்பர்;
ஆரும் அறியார் அவன் பெருமை ஓரும்
பொருள் முடிவும் இத்தனையே; எத்தவம் செய்தார்க்கும்
அருள் முடிவது ஆழியான் பால்." -2383

எனச் சுருக்கமாக இவர் கூறுகின்றார்.

தவத்தை வற்புறுத்தும் சமண, புத்தமதக் கொள்கைகள் தமிழ்ப் பண்பாட்டிற்குப் பொருந்தாதவை. சங்க காலப் பாடல்கள், அகம் புறம் என இரண்டாகப் பிரிக்கப்பட்டிருந்தாலும் புறப்பாட்டுக்களை விட அகப்பாட்டுக்களே அதிகமாக உள்ளன. அந்த அளவுக்கு இல்லற வாழ்க்கையைப் போற்றியவர்கள் தமிழர்கள். இத்தமிழ்ச் சமுதாயத்திற்கு வடநாட்டிலிருந்து வந்த இவ்விரு சமயங்களும் துறவற வாழ்க்கையை வற்புறுத்தின. அதனால்தான் பக்திக்காலக் கவிஞர்கள் இறைவனை மனைவியோடு சேர்த்துப் பேசும் ஒரு மரபை உருவாக்கினார்கள்.

சைவ சமயத்தைச் சேர்ந்தத் திருஞானசம்பந்தர்,

"....................................... கழுமல வளநகர்
பெண்ணின் நல்லாளொடும் பெருந்தகை இருந்ததே"
- (தேவாரம் - மூன்றாம் திருமுறை -24, திருக்கழுமலம்)

எனப் பாடுகின்றார். பிற சைவ சமயக் குரவர்களும் சிவனை மாதொருபாகன் என்றும், அம்மை அப்பன் என்றும் பாடிப் பரவினர்.

பக்திகால வைணவர்களும் அதைப் போலவே நாராயணன் தேவியரோடு இருப்பதாகப் பாடி மகிழ்ந்தனர். திருமழிசையார் நாராயணனைப்

"பொன்பாவை கேள்வா"
(திருமகளின் நாதனே) -2440

என்றும்,

"திரு இருந்த மார்பில் சிரீதரன்"

(திருமகள் வாசம் செய்யும் மார்பை உடைய சிரீதரன்) -2443

என்றும் நான்முகன் திருவந்தாதியில் பாடுகின்றார். மேலும்,

"போதில் மங்கை, பூதலக் கிழத்தி தேவி"

(தாமரைப் பூவில் தோன்றிய திருமகளும், பூமா தேவியும் நாராயணனுக்குத் தேவியராக இருக்கின்றார்கள்) -0823

என்று திருச்சந்த விருத்தத்திலும் இவர் கூறுகின்றார். இப்போதும், தாயாரைச் சேவித்த பின்னரே பெருமானைச் சேவிக்க வேண்டும் என்ற வைணவ மரபு நிலைபெற்று விளங்குவதற்கு ஆழ்வார்களின் பாசுரங்கள்தாம் காரண மாகின்றன. ஆன்மாவிற்கும், நாராயணனுக்கும் இடையில் பாலமாகச் செயல்படுபவள் பெரிய பிராட்டியார் தான். இதனைப் "புருஷகாரம்" (சேர்ப்பிக்கும் தன்மை) என்பர். அதனால்தான் இத்திருமகளைத் தாயார் என்கின்றனர்.

தமிழ்க் கல்வி

திருமழிசையார், முதலாழ்வார்கள் மூவரின் காலத்தை அடுத்து வந்தவர். இக்காலகட்டத்தில் தமிழகத்தை வடபுலத்திலிருந்து வந்த களப்பிரர், பல்லவர் முதலியோர் ஆண்டு வந்தனர். பிராகிருதம் மொழி செல்வாக்குடன் விளங்கியது. தமிழ் மொழி புறக்கணிக்கப்பட்டது. இதனால் பக்திக் காலக் கவிஞர்கள் தமிழ்க் கல்வியை வற்புறுத்திப் பாடல்கள் பாடினார்கள்.

கல்வி மனிதனுக்குக் கிடைத்த மிகச்சிறந்த பேறு ஆகும். மனிதனைப் பண்படுத்துவதும், வழிநடத்துவதும் வழிகாட்டுவதும், இறைவனை வழிபடத் தூண்டுவதும் கல்வியின் சிறந்த பெருமைகளாகும். அதனால்தான் வள்ளுவர்,

"கற்றதனால் ஆய பயன்என் கொல் வாலறிவன்
நற்றாள் தொழாஅர் எனின்? "

(திருக்குறள் - 2)

என்கிறார்.

இறைவனுடைய திருவடிகளைத் தொழாமல் இருப்பாரானால், அவர் கற்ற கல்வியினால் ஆகிய பயன் என்ன என்று திருவள்ளுவர் வினவுகிறார். கற்ற கல்வியின் முழுப்பயன் இறைவனை வணங்குவதுதான் என்பது இவரின் தீர்க்கமான முடிவாகும்.

சைவ சமயக் குரவர் திருமூலர்,

"என்னை நன்றாக இறைவன் படைத்தனன்
தன்னை நன்றாகத் தமிழ் செய்யுமாறே "

-(திருமூலம் - பா-81)

எனப் பெருமிதமாகக் கூறுகிறார்.

திருமழிசையாழ்வார், பெருமான் விதையாக நல்ல தமிழை எனக்குள் விதைத்தான், நான் கற்ற தமிழ் மொழியாகிக் கலந்தான், என் உள்ளத்தை நன்கு விளைவித்தான் எனச் செம்மாந்து கூறுகின்றார்.

"நற்றமிழை வித்தி, என் உள்ளத்தை நீ விளைத்தாய்
கற்ற மொழியாகிக் கலந்து." -2462

இவர் கற்ற தமிழின் விளைவுதானே - விளைச்சல் தானே நான்முகன் திருவந்தாதியும், திருச்சந்தவிருத்தமும். இவ்விரு பிரபந்தங்களும் பெருமானின் புகழைத்தானே 1300 ஆண்டுகளாகப் பாடிப் பரப்பி வருகின்றன. எம்பெருமான் தன் பெருமையை இவர் மூலம் பெற்றுக் கொண்டான். இவர் தமிழால் வைணவப் பிரச்சாரம் செய்தார், தமிழால் புகழ் பெற்றார், தமிழால் இன்றும் வாழ்கிறார்.

பக்தி இலக்கியம் தமிழ் மறுமலர்ச்சிக்கான இயக்கமாகச் செயல்பட்டது. நாயன்மார்களும், ஆழ்வார்களும் பக்தி உணர்வால் தாங்கள் பாடும் பாடல்களைத் தமிழோடு இணைத்துப் பாடுவதை ஒரு குறிக்கோளாகவே கொண்டிருந்தனர் என்று டாக்டர் அ.அ.மணவாளன் கூறுவது (தமிழ்ப் பக்தி இலக்கியம், பக் - 19) பொருத்தமாக உள்ளது.

திருமழிசையாரைப் போலவே இவருக்குப் பின் வந்த நம்மாழ்வார்,

"என்னைத் தன்னாக்கி
என்னால் தன்னை
இன்தமிழ் பாடிய ஈசன்" (7:9:1) -3425

என்கிறார்.

இவ்வாறு பக்திக் காலக் கவிஞர்கள் தமிழோடு தங்களை இணைத்து அடையாளப்படுத்திக் கொள்வதை ஒரு மரபாகக் கொண்டிருந்தனர்.

திருமழிசைபிரான், எம்பெருமான் அருளிய இந்தச் சிறந்த தமிழால் சாமானிய மனிதரைப் பாடக் கூடாது என்று முடிவெடுக்கிறார். அதனால்,

"............................ மாமேனி மாயவனை
அல்லாது, ஒன்று ஏத்தாது என் நா" -2455

"நாக்கொண்டு மானிடம் பாடேன்" -2456

மாயவனைத் தவிர வேறொன்றைத் தன் நாக்குப் போற்றாது என்றும், கண்ணனின் திருவடிகளைப் புகழும் நாவினால் மனிதர்களைப் பாட மாட்டேன் என்றும் இவர் சபதம் செய்கிறார்.

இந்த உலகங்களுக்கே காரணமானவன் இறைவன். மக்கள் கற்ற - அறிந்த பொருள்களெல்லாம் இறைவன்தான். இனிமேல் கற்கும் - அறியும் பொருள்களும் பெருமான் தான்.

"காரணன் நீ; கற்றவை நீ; கற்பவை நீ;" -2477

என இவர் குறிப்பிடுகின்றார்.

நாமம்

திருமழிசையார் நாராயண நாமத்தை எப்போதும் ஓதியவாறே, அவனைக் கண்ணாரக் கண்டு இன்பம் பெற்றவர். அதனால் நாராயண நாமத்தின் பெருமைகளை இவர் கூறுகிறார்.

பெருமானின் மந்திரங்களைச் சொல்ல சில நியமங் களும், கட்டுப்பாடுகளும் உள்ளன. ஆனால் அவனின்

திருநாமத்தைச் சொல்ல எந்த விதிமுறையும், கட்டுப்பாடும் கிடையாது. அதனால் இந்த எளிய முறையில் அவன் திருநாமத்தைச் சொல்லி நற்கதி அடைய இவர் வழி காட்டுகின்றார்.

செந்தாமரைக் கண்ணனின் திருநாமம் செவிகளுக்கு இன்பம் தரும். உலகில் உள்ளோர் அனைவரும் நிழல்பெற ஒதுங்குவதற்கு இடமாவதும் அத்திருநாமமே. கவிதைக்கு நிறைந்த பொருளாய் விளங்குபவன் எம்பெருமான்தான். ஆராய்ந்து பார்த்தால் வேதங்களின் தேர்ந்தெடுத்த பொருளும் அவன் நாமமே ஆகும். இதனைச்,

"செவிக்கு இன்பம் ஆவதுவும் செங்கண்மால் நாமம்;
புவிக்கும் புவி அதுவே கண்டீர்; - கவிக்கு
நிறை பொருளாய் நின்றானை, நேர்பட்டேன்; பார்க்கில்
மறைப் பொருளும் அத்தனையே தான்" -2450

என்று ஆழ்வார் சொல்கின்றார்.

பக்தியோடு வணங்கி நின்று திருமாலின் "ஓம் நமோ நாராயணாய" என்ற எட்டெழுத்தை ஓதுபவர்கள், வானத்தை ஆளும் சிறப்புப் பெறுவார்கள். இதனை இவர்,

"................ இறைஞ்சி நின்று, அவன் பெயர்
எட்டு எழுத்தும் ஓதுவார்கள், வல்லர் வானம் ஆளவே" -0828

என்று அடுத்துக் கூறுகிறார்.

திருப்பாற்கடலில் பாம்பணையில் கண்வளரும் பரமனின் நன்மை தரும் திருவடிகளைச் சலிப்பில்லாத அன்போடும், சிந்தனை அறுபடாத உள்ளத்தோடும் நினைத்துக் கொண்டிருக்க வேண்டும். ஆழியானின் திருவெட்டெழுத்து நாமத்தை, இதுவே நமக்குத் தஞ்சம் என்று உரிமையோடு ஓத வேண்டும். இப்படி ஓதுபவர்கள் பரமபதத்தை ஆள்வதற்கு உரியவராவர்.

"சோர்வு இலாத காதலால் தொடக்கு அறா மனத்தராய்,
நீர் அராவணைக் கிடந்த நின்மலன் நலங்கழல்
ஆர்வமோடு இறைஞ்சி நின்று, அவன் பெயர் எட்டெழுத்தும்
வாரமாக ஓதுவார்கள் வல்லர் வானம் ஆளவே." -0829

இவ்வாறு விளக்கமாகக் கூறி நாராயண நாமத்தின் மேன்மைகளை இவர் பரப்பினார்.

பரம்பொருள் விளக்கம்

பரம்பொருள் பற்றித் திருமழிசையார் கூறும் விளக்கம் மிகவும் பொருத்தமாக உள்ளது.

திருமால்தான் உடல்களில் பொருந்தி விளங்கும் உயிர் ஆவான். உயிரினங்களின் உறக்கமும், உணர்ச்சியும் அவன் தான். பசுக்களின் பஞ்சகவ்யமும் அவற்றின் தூய்மையும் அவன்தான். விண்ணும் மண்ணும் அவன்தான். கடலும் அதன் பயனும் அவன்தான். நாமும் அவன்தான். அவனும் நாம்தான். நம் ஒப்பற்ற தலைவனும் அவன் ஒருவன்தான். இவற்றை,

"ஊனில் மேய ஆவி நீ; உறக்கமோடு உணர்ச்சி நீ;
ஆனில் மேய ஐந்தும் நீ; அவற்றுள் நின்ற தூய்மை நீ;
வானினோடு மண்ணும் நீ; வளங்கடல் பயனும் நீ;
யானும் நீ; அது அன்றி எம்பிரானும் நீ; இராமனே!" -0845

என்கிறார் இவர்.

அடுத்து அலைகடலைப் பார்க்கின்றார்.

"தன்னுளே திரைத்து எழும் தரங்க வெண் தடங்கடல்
தன்னுளே திரைத்து எழுந்து, அடங்குகின்ற தன்மைபோல்,
நின்னுளே பிறந்து இறந்து, நிற்பவும் திரிபவும்,
நின்னுளே அடங்குகின்ற, நீர்மை நின்கண் நின்றதே" -0761

தன்னுள் பொங்கியெழுகின்ற கடலலைகள் கடலுக் குள்ளேயே அடங்கி விடுகின்றன. அதைப்போல இறை வனிடத்தில் தோன்றிய இயங்கும் இயங்காப் பொருள் களும், உயிர்களும் அவனுக்குள்ளேயே ஒடுங்கி விடுகின்றன. இச்சிறப்பை என்னவென்று சொல்வது!

இங்ஙனம் மக்கள் மனதில் பதியும் வண்ணம் மிக எளிமையாக எம்பெருமானை இவர் விளக்கிவிடுகின்றார்.

இன்பம் பெற

திருமழிசையார் மக்கள் நிலைத்த இன்பம் பெற எளிய வழி ஒன்றைக் காட்டுகிறார்.

அறிந்தறிந்து வாமனனின் திருவடிகளை எப்போதும் வாழ்த்தி வணங்க வேண்டும். அப்படி வணங்கினால் மெய்யறிவு கூடும். செல்வம் பெருகும். பாற்கடலில் பள்ளி கொள்ளும் திருமாலை உள்ளம், உரை, செயல்களால் போற்றிப் பாடிப் பரவ வேண்டும். இப்படிச் செய்தால் தீவினைகள் அத்தனையும் தீய்ந்து போகும்.

"அறிந்து அறிந்து வாமனன் அடியிணை வணங்கினால்,
செறிந்து எழுந்த ஞானமோடு செல்வமும் சிறந்திடும்;
மறிந்து எழுந்த தெண்திரையுள் மன்னுமாலை வாழ்த்தினால்,
பறிந்து எழுந்து தீவினைகள் பற்று அறுதல் பான்மையே"

-0825

இவர் இன்பம் பெற இங்ஙனம் எளிய வழியைக் காட்டுகிறார்.

கவிதை நயம்

திருமழிசையார் கண்ணனை மனம் இனிக்க, வாய் மணக்கப் பாடி மகிழ்கிறார். இதனால் கவிதை நயம் மிக்க பல பாடல்களை இவர் பாடி வைத்துள்ளார். மக்கள் உள்ளத்தில் எம்பெருமானைப் பதிய வைப்பதற்காக சில இலக்கிய உத்திகளை இவர் கையாள்கிறார். ஒரு சில சொற்களை இவர் மீண்டும் மீண்டும் பயன்படுத்தி வெவ்வேறு பொருள்களை நுட்பமாக உணர்த்திப் படிப்போரது உள்ளங்களில் அவற்றைப் பதிய வைத்து விடுகின்றார்

"புள்ளது ஆகி வேதம் நான்கும் ஓதினாய், அது அன்றியும்
புள்ளின் வாய்பிளந்து புட்கொடிப் பிடித்த பின்னரும்,
புள்ளை ஊர்தி; ஆதலால் என்கொல் மின்கொள் நேமியாய்
புள்ளின் மெய்ப்பகைக் கடல் கிடத்தல் காதலித்ததே?"-0770

புள் (அன்னப் பறவை) வடிவில் வந்து நான்கு மறைகளையும் தந்தாய். புள் (பறவை) வடிவில் வந்த பகாசுரனுடைய வாயைப் பிளந்தாய். புள்ளைக் (கருடனை) கொடியாய் பிடித்திருக்கிறாய். புள்ளை (கருடனை) வாகனமாகக் கொண்டுள்ளாய். புள்ளின் (பறவையினத்தின்) மெய்யான பகைவனான ஆதிசேடன் பாம்பின் மேல் கண்வளர்கிறாய். மின்னி விளங்கும் ஆழிச் சக்கரத்தினை

உடைய எம்பெருமானே இது என்ன விளையாட்டு? இப்பாசுரத்தில் "புள்" என்ற சொல்லை வைத்துத் திருமழிசையார் சொல் விளையாட்டு விளையாடுகிறார்.

"ஆனைகாத்து ஓர் ஆனை கொன்று, அது அன்றி ஆயர் பிள்ளையாய்
ஆனை மேய்த்தி, ஆநெய் உண்டி; அன்று குன்றம் ஒன்றினால்,
ஆனை காத்து மை அரிக்கண் மாதரார் திறத்து முன்
ஆனை அன்று சென்று அடர்த்த மாயம் என்ன மாயமே? "

-0791

உயிரைக் காக்கக் கூப்பிட்ட ஆனையைக் (கஜேந்திரன் யானையை) காத்து அருளினாய். உன்னை அழிக்க வந்த ஆனையை (குவலயா பீடம் யானையை) அழித்தாய். ஆயர் குலத்துப் பிள்ளையாய் ஆனை (பசுக்களை) மேய்த்தாய். ஆநெய் (பசுக்களின் நெய்யை) உண்டாய். இந்திரன் கல்மழை பொழிந்த போது கோவர்த்தன மலையைத் தூக்கி ஆனைப் (பசுக்களை) பாதுகாத்தாய். மை தீட்டப்பெற்ற செவ்வரி படர்ந்த கண்களை உடைய நப்பின்னைப் பிராட்டிக்காக முன்பு ஒருநாள் ஆனை (யானை போன்ற ஏழு எருதுகளை) மாய்த்தாய். இது என்ன மாயம்! மாயனே!

இப்பாசுரத்தில் ஆனை என்ற சொல்லை எடுத்து இவர் சொற்சிலம்பம் ஆடுகிறார்.

இவ்விரு பாசுரங்களிலும் சொல்பின்வருநிலையணி விளங்குவதைக் காணலாம்.

உணர்த்தும் செய்திகள்

திருமழிசையாழ்வார் சிறந்த ஞானி ஆவார். ஆனால் இவர் மிகவும் எளிமையானவர். இவரைப் பற்றிய குறிப்புக்கள் சில இவரின் பாடல்களில் காணப்படுகின்றன. அடியவன் ஒருவன் எப்படியெல்லாம் வாழ வேண்டும் என்பதனை உணர்த்த, இவர் இவற்றைச் சுட்டிக் காட்டியுள்ளதாகக் கொள்ளலாம்.

பிறந்தவுடன் பெற்றோர் தூக்கிப் போட்டுவிட்டுச் சென்ற நிலையிலும், யார் யாரோ வளர்க்க, எப்படி

எல்லாமோ வளர்ந்தவர் இவர். கருவாக இருந்த போதும், பிறந்த போதும் பெற்றோர் இவரைப் பாதுகாக்காத நிலையில் திருமால்தானே பாதுகாத்தான். அதனால் இவர்,

“என்றும் மறந்தறியேன் என் நெஞ்சத்தே வைத்து,
நின்றும், இருந்தும், நெடுமாலை - என்றும்
திரு இருந்த மார்பன் சிரீதரனுக்கு ஆளாய்
கரு இருந்த நாள் முதலாக் காப்பு” -2473

என்கிறார். நான் கருவிலிருந்த காலம் முதல் எம்பெருமானால் காக்கப் பெற்றவன். ஆதலால் திருமகள் உறையும் திருமார்பை உடைய திருமாலுக்கு ஆட்பட்டு விளங்குகிறேன். அவனை என் நெஞ்சில் நிலை நிறுத்தி, நிற்கும்போதும், இருக்கும் போதும் மறக்காமல் அவனையே நினைத்துக் கொண்டிருக் கிறேன். இங்ஙனம் திருமழிசையார் உருகிப் பேசுகின்றார்.

கருவிலிருக்கும் நாள் முதல் எல்லோரையும் காப்பவன் இறைவன்தான். ஆகவே அவனை எப்போதும் நெஞ்சில் நிலை நிறுத்தி வாழ வேண்டும் என்பது இவர் வற்புறுத்தும் கருத்தாகும்.

இறைவன்தான் மக்களைக் காப்பவன். அதனால் எல்லாம் கண்ணனே என்று வாழ வேண்டும் என அடுத்துக் கூறுகிறார். இதனால், இவர்

“காப்பு மறந்தறியேன்
கண்ணனே என்று இருப்பன்” -2474

என்கிறார். எம்பெருமானே நீ செய்தருளும் காப்பை ஒரு நாளும் மறக்க மாட்டேன். அதனால் எல்லாம் கண்ணனே என்று உறுதியோடு இருக்கிறேன் என்று இவர் பேசுகின்றார்.

ஈசனே! நான்கு குலங்களுக்குள் ஒரு குலத்திலும் நான் பிறக்கவில்லை. நான்கு வேதங்களிலும் எனக்குப் பயிற்சி இல்லை. ஐம்புலன்களையும் நான் வெற்றிபெறவில்லை. அறிவில்லாதவன் நான். புனிதனே! உன் திருவடிகள் அன்றி வேறு பற்றிடம் எனக்கு இல்லை.

“குலங்களாய ஈரிரண்டில் ஒன்றிலும் பிறந்திலேன்;
நலங்களாய நற்கலைகள் நாவிலும் நவின்றிலேன்;

புலன்கள் ஐந்தும் வென்றிலேன், பொறியிலேன், புனித, நின்
இலங்குபாதம் அன்றி மற்று ஓர் பற்று இலேன், எம் ஈசனே"
-0841

இவ்வண்ணம் இவர் இரங்கிப் பேசுகின்றார்.

திருமழிசையாரின் குலம் பற்றி ஒன்றும் தெரியாது. இருப்பினும், வடமொழி வேதப் பயிற்சி மிக்கவர் என்று இவர் பற்றிய கதைகள் கூறுகின்றன. ஆனால் இவர் வேதங்களில் தனக்குப் பயிற்சி இல்லை என்றும், தான் ஐம்புலன்களையும் அடக்கி ஆளாதவன் என்றும், அறிவு பெறாதவன் என்றும் கூறுகிறார். இவற்றை இவரின் தன்னடக்கம் என்று கொள்ளலாம்.

பெருமான் வீடுபேற்றையும், வெற்றியையும் தருபவன். அவன் நம்முள் குடி கொண்டுள்ளான். எளிய மனமே, நீ ஏன் துயரக் கடலில் அழுந்திக் கிடக்கிறாய்?

"முத்தனார் முகுந்தனார் புகுந்து நம்முள் மேவினார்
எத்தினால் இடர்க்கடல் கிடத்தி? ஏழை நெஞ்சமே!" -0866

இறைவன் நம்மைக் காப்பவன். அந்த நம்பிக்கையோடு துன்பப்படாமல் வாழ வேண்டும். தேவையற்ற கவலைகளை நெஞ்சில் சுமக்கக் கூடாது என இதன்வழி இவர் அறிவுறுத்துவதாகக் கொள்ளலாம்.

பெருமான் தன் அடியவனின் நெஞ்சுக்குள்ளே புகுந்து, அவனைப் புகழ்பெறச் செய்வான். இதனைத்,

"............................ துளக்கமில் விளக்கமாய்
ஏன்று என் ஆவியுள் புகுந்தது என்கொலோ? எம் ஈசனே"
-0755

என்று கூறுகிறார் இவர். நாராயணனே! வாடாத விளக்காகி, என் செயல்களை எல்லாம் உன்னுடைய சுமையாக ஏற்றுக் கொண்டு. என் ஆவியுள்ளே புகுந்து, என்னை ஒளிபெறச் செய்த இச்செயல் (இது) என்ன நீர்மை? என இவர் வினவுகிறார். பெற்றோரால் புறக்கணிக்கப்பட்ட இவரை வளர்த்ததும், ஞானம் தந்ததும், புகழ்பெறச் செய்ததும் திருமால்தானே. அதனால் இவ்வண்ணம் இவர் பேசுகின்றார்.

திருமால்தான் கிடைத்தற்கரிய செல்வம். அவனைப் பெறத்தான் ஆசைப்பட வேண்டும். பிற செல்வங்கள் தேவையில்லை என்பதனை இவர்,

"மால்தான் புகுந்த மடநெஞ்சம் மற்றதுவும்
பேறாகக் கொள்வனோ, பேதைகாள்!" -2408

என்கிறார். பேதைகளே! திருமால் தானே வந்து புகும்படியான நெஞ்சம் எனக்கு வாய்த்துள்ளது. இதைக் காட்டிலும் வேறொன்றை நான் பேறாகக் கொள்வேனோ? எனப் பெருமிதத்துடன் இவர் வினவுகிறார்.

பொன்னையோ, பொருளையோ இவர் பேறாகக் கருதவில்லை. இறைவன் தனக்குக் கிடைத்ததையே பெரும் பேறாகக் கருதுகிறார்.

"கலந்தான் என் உள்ளத்துக் காமவேள் தாதை;
நலம்தானும் ஈது ஒப்பது உண்டே?" -2463

மன்மதனின் தந்தையான தேவாதிதேவன் என் நெஞ்சிலே புகுந்து கலந்துள்ளான். இந்த நன்மையை (சிறப்பை) ஒத்த வேறு நன்மை உலகில் இருக்க முடியுமோ?

கேசவனைச் சரணடைந்து இறுக்கமாகப் பற்றிப் பிடித்துக் கொள்ள வேண்டும். இதனை இவர்,

"அன்பு ஆவாய், ஆர் அமுதம் ஆவாய், அடியேனுக்கு
இன்பு ஆவாய், எல்லாமும் நீ ஆவாய் - பொன்பாவை
கேள்வா! கிளர் ஒளி என் கேசவனே! கேடு இன்றி
ஆள்வாய்க்கு அடியேன் நான் ஆள்" -2440

என்கிறார்.

அன்பே வடிவானவனே! ஆரா அமுதனே! அடியேனுக்கு இன்பம் அளிப்பவனே! எல்லாமுமாய் இருப்பவனே! திருமகள் நாதனே! பேரொளியை உடைய பெருமானே! ஒரு குறையும் இல்லாமல் என்னை ஆட்கொண்டு காப்பாற்றவல்ல உனக்கு நான் ஆட்படுகின்றேன். என்னை ஆண்டருள்க.

திருமழிசையாருக்கு அன்பு வேறு நாராயணன் வேறு அல்ல. நாராயணனே அன்பு. அவனே அமுதம். அவனே இன்பம். எல்லாமும் அவனே.

திருமகளின் சேர்த்தியால் திருமாலின் மரகத மேனியும், இவருக்குப் பொன் மேனியாகக் காட்சியளிக்கிறது. அவன் தன் அடியார்களைக் குறைவின்றி வாழ வைப்பான் என்றும், நல்லவகையில் ஆண்டருள்வான் என்றும், இவர் மக்களுக்கு வழி காட்டுகின்றார். இப்பாசுரம் தினந்தோறும் பாராயணம் செய்ய வேண்டிய சிறந்த பாடலாகும்.

சிறப்புக்கள்

திருமங்கையாழ்வாரின் வாழ்க்கை முழுக்க வலிகளும், துன்பங்களும் நிறைந்திருந்தன. இந்நிலையிலும் நாராயணனே பரம்பொருள் என்றும், அவனே எல்லோரும் வழிபடவேண்டிய ஒப்பற்ற தெய்வம் என்றும் எங்கும் அவர் பிரச்சாரம் செய்தார். வைணவத்தைத் தமிழகத்தில் நிலைநிறுத்த அவர் பெரும்பாடு பட்டார். அவரின் பாசுரங்களின் வழி அவரின் பெருமைகளையும், தனிப்பட்ட சிறப்புக்களையும் காண்போம்.

1. பன்னிரு ஆழ்வார்களில் திருமழிசையாழ்வார், திருமங்கையாழ்வார், திருப்பாணாழ்வார் ஆகிய மூவருக்கு மட்டுமே திரு என்ற அடைமொழி உள்ளது. இம்மூவரில் திருமழிசையாழ்வார், திருப்பாணாழ்வார் ஆகிய இருவரும் தாழ்ந்த குலத்தோராவர். இதைப் போல சைவ சமய அடியவர்கள் 63 பேரில் அந்தணர் அல்லாத மூவருக்கு மட்டுமே "ஐயர்" என்றச் சிறப்புப் பெயரைத் தந்துச் சேக்கிழார் பெரிய புராணத்தில் பாராட்டுகின்றார். வேடர் குலத்துக் கண்ணப்பர், புலையர் குலத்து நந்தனார், பாணர் குலத்துத் திருநீலகண்டத்துப் பெரும்பாணர் ஆகிய மூவரும்தான் அந்தப் பெருமைக்கு உரியவராகின்றனர். இவர்கள் மூவரும் தாழ்ந்த குலத்தோராவர். இவர்கள் சிவனை வழிப்பட்டுத் தங்கள் பக்திச் சிறப்பால் மேன்மை பெறுகின்றார்கள். பக்திக் காலப் பெரியவர்கள் ஆழ்வார்களையும், நாயன்மார்களையும் சாதி அடிப்படையில் வகைப்படுத்தாமல், அவர்களின் பக்தி அடிப்படையில் வகைமை செய்தமையை இவற்றால் உணர முடிகின்றது.

2. திருமழிசையார், சென்னை மயிலாப்பூரை அடுத்துள்ள திருமழிசை என்ற ஊரில் பிறந்தார். பெற்றவர்கள் இவரைப் புதரில் போட்டுவிட்டுச் சென்றவிட, பிரம்பு அறுத்துத் தொழில் செய்யும் திருவாளன் என்பவன் இவரை எடுத்து வந்து வளர்த்தான் என்கின்றனர்.

3. இவர் தைத்திங்கள், மகம் நட்சத்திரத்தில் ஞாயிற்றுக் கிழமையன்று பிறந்தார்.

4. இவரைச் சக்கரத்தாழ்வாரின் அம்சமாகக் கருது கின்றனர்.

5. இவர் ஏழு வயதிலேயே புலன்களை அடக்கி அஷ்டாங்க யோகம் செய்ய ஆரம்பித்தார். புத்தம், சமணம், சைவம் முதலிய மத நூற்களைக் கற்றுத் தெளிந்து, இறுதியில் இவர் சைவசமயத் துறவியானார். அப்போது இவரின் பெயர் சிவவாக்கியார் என்பர்.

6. பன்னிரு ஆழ்வார்களில் குருசீடர் என்ற நிலையில் ஆறுபேர் அமைகின்றனர். பேயாழ்வாரின் சீடர் திருமழிசையாழ்வார், பெரியாழ்வாரின் சீடர் ஆண்டாள், நம்மாழ்வாரின் சீடர் மதுரகவியாழ்வார் என விளங்குகின்றனர். இவர்களைத்தவிர வேறு யாருக்கும் இச்சிறப்பு அமையவில்லை.

7. பொய்கையாழ்வார், பூதத்தாழ்வார், பேயாழ்வார் ஆகிய முதலாழ்வார்கள் மூவரையும் சந்திக்கும் பேறுபெற்ற ஆழ்வார் இவர் ஒருவரே ஆவார்.

8. காஞ்சிபுரத்துத் திருவெஃகா சென்று, புஜங்கசயனப் பெருமானை வணங்கி அங்கேயே சிலகாலம் தங்கி இறைப்பணி செய்து ஆழ்வார் வாழ்ந்து வந்தார்.

9. கணிக்கண்ணன் இவரின் சீடனாகி உடன் இருந்தான்.

10. காஞ்சி மன்னன் கணிக்கண்ணனிடம், குரு திருமழிசை யார் மூலம் தன்னை இளைஞனாக்கச் சொன்னான். அவர் வரமாட்டார் என்றும், பெருமானைத் தவிர வேறு யாரையும் பாடமாட்டார் என்றும் கணிக் கண்ணன் கூறினான். சினங்கொண்ட மன்னன் அவனை நாட்டைவிட்டு வெளியேறும்படிக் கட்டளை

இட்டான். சீடன் குருவிடம் கூற, அவர் திருவெஃகா கோவிலுக்குச் சென்று, மாலனிடம் நாங்கள் காஞ்சியை விட்டுப் போகின்றோம் நீயும் எங்களோடு வந்துவிடு என்றார். பெருமானும் இவர்களோடு வந்துவிட காஞ்சியை விட்டு இவர்கள் வெளியேறினர். இவ்வாறு இவரின் வரலாற்றில் கூறப்படுகின்றது. இந்நிகழ்ச்சியை இவருக்குப்பின் வாழ்ந்த சைவசமயப் பெரியவர்கள் குமரகுருபரரும், அருணகிரிநாதரும் குறிப்பிட்டுப் பாடியுள்ளனர்.

11. இவரைத் "திருமழிசை பிரான்" என்றும், "திருமழிசை வந்த ஜோதி" என்றும் வைணவர் புகழ்கின்றனர்.

12. இவர் வடமொழிப் புலமை மிக்கவராக விளங்கி யுள்ளமையை இவரின் வாழ்க்கை வரலாற்றின் வழியும், பாசுரங்கள் வழியும் அறிய முடிகின்றது.

13. கும்பகோணம் வந்த திருமழிசையார், ஆரா அமுதனை வழிபட்டபின் காவிரியாற்றின் கரைக்கு வந்தார். பல நிலைகளிலும் பாதிக்கப்பட்ட இவர் தாம் பாடிய பாசுரங்கள் அடங்கிய ஏடுகளை எல்லாம் பெரிய கட்டாகக் கட்டிக், காவிரியில் அள்ளிப் போட்டார். ஆற்றின் நீரோட்டத்தில் பல ஏடுகள் போய்விட்டன. நீரின் போக்கில் போகாமல் கரை ஒதுங்கிய திருச்சந்த விருத்தம், நான்முகன் திருவந்தாதி ஆகிய இரண்டு நூற்களை எடுத்துக் கொண்டு ஆழ்வார் ஆரா அமுதனிடம் வந்து சேர்ந்தார். இதனால் இவரை,

> "முழுப் பெருக்கில் பொன்னி எதிர்
> மிதந்த சொல்லோன் வாழியே"

என்று வைணவர் போற்றுகின்றனர்.

14. இவரை ஏழாம் நூற்றாண்டில் வாழ்ந்தவராகக் கருதலாம்.

15. இவரின் நான்முகன் திருவந்தாதி, 96 வெண்பாக்களால், அந்தாதித் தொடையாக அமைந்துள்ளது. இப்பிர பந்தத்திற்கு நான்காம் திருவந்தாதி என்றே முதலில் பெயர் இருந்திருக்க வேண்டும். மேலும் நான்முகன்

திருவந்தாதி என்று பிரமனின் பெயரோடு நூல் பெயர் அமைவது நாலாயிர திவ்யப் பிரபந்த அமைப்பில் இல்லாததும், வித்தியாசமானதும் ஆகும். இந்நூலை அறிஞர் பி. ஸ்ரீ, டாக்டர் தமிழண்ணல் ஆகியோர் நான்காம் திருவந்தாதி என்றே குறிப்பிடுகின்றனர். இருப்பினும் இப்போது நாலாயிரத்தில் இப்பிரபந்தம் நான்முகன் திருவந்தாதி என்ற பெயரில்தான் உள்ளது.

16. இவரின் மற்றொரு பிரபந்தமான திருச்சந்த விருத்தம் 120 விருத்தப்பாக்களால் ஆனது. ஆழ்வார்களில் விருத்தப்பாவை முதன்முதலில் கையாண்டவர் என்ற பெருமைக்குரியவராக இவர் திகழ்கின்றார்.

17. யாப்பருங்கல விருத்தி நூல் திருச்சந்த விருத்தத்தை "வாசு தேவனார் சிந்தம்" என்றும், இவரைக் "குடமூக்கிற் பகவர்" என்றும் குறிப்பிடுகின்றது.

18. சொல்லினால் சொல்லப்படாது தோன்றுகின்ற ஜோதியை, ஓசை நிறைந்த கம்பீரமான சொற்களால் சொல்லும் முயற்சியே திருச்சந்த விருத்தம் என்று பாராட்டப்படுவதை அறிஞர் பி. ஸ்ரீ பதிவு செய் துள்ளார்.

19. திருமழிசையார் மொத்தம் 216 பாசுரங்கள் பாடி யுள்ளார்.

20. ஆழ்வார்களில் பலர் அகப்பொருள் துறை அமைந்த பாசுரங்கள் பாடியுள்ளனர். ஆனால் இவர் அகப் பொருள் துறை சார்ந்த பாசுரங்களைப் பாடவில்லை.

21. இவர், அடுத்துக் கும்பகோணத்திற்கு வந்தார். ஆரா அமுதன் தன்னைக் கண்டதும் வா வா என்று கூப்பிடுவான், அணைத்துக் கொள்வான், அன்பாகப் பேசுவான் என்றெல்லாம் இவர் எதிர்பார்க்கின்றார். அப்படி ஒன்றும் நிகழாததால் இவர் பெருத்த ஏமாற்றம் அடைந்தார். இப்படி ஆடாமல் அசையாமல் அப்படியே கிடக்கின்றாயே, எழுந்திருந்து பேசு என்று பெற்ற பிள்ளையிடம் உரிமையோடு சொல்வதுபோல் ஆழ்வார் பெருமானிடம் கேட்கின்றார். படுத்திருக்கும் காரணத்தை அவன் படுத்திருந்தே சொன்னால்

போதாதாம், எழுந்திருந்து பேசவேண்டுமாம். எத்தனை பெரிய ஆசை இவருக்கு?

ஆசைப்பட்ட பக்தனின் ஆசையை நிறைவு செய்யப் பெருமான் எழுந்திருக்க முயன்றான். ஆழ்வார் அதைப் பார்த்ததும் துடிதுடித்தார். ஐயோ! கால் நொந்து, அசந்து தூங்குகின்றவனை எழுப்பி விட்டோமே என்ற பரிவு, பாசம், பதற்றம் அவருக்கு ஏற்பட்டது. வேண் டாமப்பா, வேண்டாமப்பா, அப்படியே படுத்துக் கொள், வாழி கேசவனே என்கிறார் ஆழ்வார். (0812)

ஆரா அமுதன் அப்படியே நிறுத்திக் கொண்டான். அதனால்தான் அதே நிலையில் - நிமிர்ந்தெழுகின்ற நிலையில் - உத்தான சயனமாக ஆரா அமுதன் கும்பகோணத்தில் (சாரங்கபாணிக் கோவிலில்) காட்சி தருகின்றான்.

22. 'எழுந்திருந்து பேசு' என்று இத்தகைய உரிமையோடு எந்த ஆழ்வாரும் எம்பெருமானிடம் சொன்னதில்லை. அதனால்தான் இப்பாசுரம் காலங்காலமாகப் புகழ்பெற்று விளங்குகின்றது.

23. திருமழிசையில் பிறந்த ஆழ்வார், கும்பகோணத்தில் தங்கி, ஆரா அமுதனுக்குப் பணி செய்து, தன் வாழ் நாளின் பிற்பகுதியை இங்கு கழித்தார். அதனால்தான் இவரைக் "குடமூக்கிற் பகவர்" என்றும், "கும்ப கோணத்துப் பாகவதர்" என்றும் சிறப்பித்துப் பேசுகின்றனர். இந்நகரைத் "திருமழிசைபிரான் உகந்த இடம்" என்றும் போற்றுகின்றனர்.

24. திருமால் நான் பிறப்பதற்கு முன் திருஊரகத்தில் நின்ற வாறும், திருப்பாடகத்தில் வீற்றிருந்தும், திருவெஃகாவில் கிடந்தவாறும் அருள் செய்தான். இப்போது பெருமான் நிற்றல், இருத்தல், கிடத்தல் ஆகிய செயல்களை எல்லாம் என் நெஞ்சுக்குள் செய்கின்றான் என்று இவர் ஆனந்தக் கூத்தாடுகின்றார். (0816)

25. நெடிய மாலின் பழைய முகவரிதான் ஆதிசேடனாகிய படுக்கை. நாராயணனின் இப்போதைய முகவரி என்

நெஞ்சந்தான் என்று இவர் மகிழ்வுடன் கூறுகின்றார். (2447). பெருமானிடம் ஆசையும், அன்பும், ருசியும் பிறந்துவிட்டால், அவன் அடியவனின் உள்ளத்திற்கே ஓடிவந்து தங்கிவிடுவான் என்ற உயர்ந்த கருத்தை இங்கு இவர் அறிவுறுத்துகின்றார்.

26. பெருமானை வழிபடும் முறை பற்றிய இவரின் கருத்துக்கள் சிறப்பாக அமைந்துள்ளன. 1. தெரிதல், 2. எழுதுதல், 3. வாசித்தல், 4. கேட்டல், 5. வணங்குதல், 6. வழிபடுதல், 7. பூசித்தல், 8. போதுபோக்குதல், 9. தரிசித்தல் ஆகிய ஒன்பது செயல்களை இவர் வரிசைப் படுத்திக் கூறி, அடியவர்களுக்கு வழிகாட்டுகின்றார். (2444)

27. பெருமானின் திருவடித் தாமரைகள் ஆழ்வாரின் நெஞ்சுக்குள் பதிந்து அவருக்குப் பேரின்பம் தருகின்றது. சிந்தையில் வேறு நினைவுகளின்றி இந்த இனிய அனுபவத்தில் இவர் தோய்ந்து மகிழ்கின்றார்.

"அல்லிநாள் மலர்க்கிழத்தி, நாத! பாத போதினைப்
புல்லி உள்ளம் விள்வு இலாது, பூண்டு மீண்டது இல்லையே"
-0869

இந்த இனிய உயரிய நிலையைப் பெற அவர் எத்தனை எத்தனைத் தடைகளைத் தாண்டி வந்திருக்க வேண்டும் என்பதை நாம் எண்ணிப் பார்த்தால் ஆழ்வாரின் மேன்மையை உணர முடியும்.

28. பெருமான் வலிய வந்து தன் அழகிய ஒளிமிக்க உருவத்தை இவரின் இதயத்தில் பிரிக்க முடியாதபடி பொருத்தி விட்டதைத் திருச்சந்த விருத்தத்தின் இறுதிப் பாசுரத்தில் (0871) இவர் கூறுகின்றார். இவரது பக்தி அனுபவத்தின் சிகரமாக இப்பாசுரத்தைக் கொள் கின்றனர்.

29. திருமால்தான் ஆதிதேவன். இந்த உலகிற்கே காரண மானவன். மக்கள் கற்ற - அறிந்த பொருள்கள் எல்லாம் அவன்தான். இனி அறியும் பொருள்களும் அவனே ஆவான். நல்ல செயல்களைச் செய்யும் நாராயணன் அவன். இந்த உண்மைகளை எல்லாம்

இப்போது எந்தவிதமான சந்தேகத்திற்கும் இடமின்றி உணர்ந்து கொண்டேன் என்று மற்றொரு பிரபந்தமான நான்முகன் திருவந்தாதியின் இறுதிப் பாசுரத்தில் இவர் கூறி (2477) நிறைவு செய்கின்றார்.

“காரணன் நீ; கற்றவை நீ; கற்பவை நீ; நல் கிரிசை
நாரணன் நீ; நன்கு அறிந்தேன் நான்.”

30. *இவருக்குப் பின்னால் வந்த ஆழ்வார்கள் தங்கள் பிரபந்தங்களின் இறுதியில் பயன்கூறும் பாசுரத்தைப் (பல்சுருதிப் பாடல்) பாடி வைத்துள்ளனர். திருமழிசை யார், தன் முன்னோடி ஆழ்வார்களான பொய்கை யாழ்வார், பூதத்தாழ்வார், பேயாழ்வார் ஆகியோரைப் போலப் பயன்கூறும் பாசுரத்தைப் பாடாமல் விட்டுள்ளார்.*

31. *பகவத்கீதையில் கண்ணன் ‘எல்லா உபாயங்களையும் பற்றறவிட்டு, என் ஒருவனையே சரணமாகப் பற்று வாய்; நான் உன்னை எல்லாப் பாவங்களிலிருந்தும் விடுவிக்கின்றேன்; வருந்தாதே’ என்றான். இதனைச் சரமசுலோகம் என்பார்கள். இச்சரணாகதி அடைதலை அறிவுறுத்தும் சரமசுலோகம் பற்றி ஆழ்வார் நான்முகன் திருவந்தாதியில் மூன்று பாசுரங்கள் பாடியுள்ளார். (2431, 2452, 2453)*

32. *இவர் காலத்தில் வாழ்ந்த சமண, புத்த மதத்தினர் தவத்தைத் தீவிரமாகப் பிரச்சாரம் செய்தார்கள். அதனால் கொடிய தவத்திற்கு எதிராகத் தன் கருத்தை மக்களிடையே இவர் கொண்டு செல்கின்றார். (2394)*

33. *இறைவனை அடைய அன்புதான் எளியவழி. மிக எளிதான அன்புவழி இருக்கும்போது புறச்சமயத்தார் வற்புறுத்தும் கொடிய தவம் எதற்கு எனத் திருமழிசையார் வினவுகின்றார். உடல் நெகிழ்ந்து, நெஞ்சம் உருகி, உள்ளம் பக்தியால் கனிந்து, அன்பால் தோய்ந்தால் ஆழியானை உடனே கண்ணாரக் காணலாம் என்று இவர் கூறுகின்றார். (0827). இதனை,*

“என்பு இல் எள்கி, நெஞ்சு உருகி, உள்கனிந்து எழுந்ததோர்
அன்பில் அன்றி, ஆழியானை யாவர் காணவல்லரே?”

என்று ஆழ்வார் கேட்கின்றார். அன்புதான் அவனை அடைய சிறந்த வழி என்ற திருமழிசையாரின் கருத்து ஒப்பற்ற கருத்தாகத் திகழ்கின்றது.

34. பக்திக்காலக் கவிஞர்கள் துறவறத்திற்கு எதிராக, இறைவனை மனைவியோடு சேர்த்துப் பேசும் ஒரு மரபை உருவாக்கிக் கொண்டார்கள். அதனால் இவரும் நாராயணனைப்

"பொன்பாவை கேள்வா" -(2440)
"திரு இருந்த மார்பில் சிரீதரன்" -(2443)
"போதில் மங்கை, பூதலக் கிழத்தி தேவி" -(0823)

என்றெல்லாம் பாடுகின்றார்.

35. பெருமானிடம் பற்று வைத்துப் பிற பற்றுகளை விட்டவர்களுக்கு மண்ணுலகத்திலும், விண்ணுலகத்திலும், எங்கும் இன்பம் நிரம்பக் கிடைக்கும் என்று இவர் உறுதிபடக் கூறுகின்றார். (0833)

36. திருமழிசையார் காலத்தில் பிராகிருதம் மொழி செல்வாக்குடன் திகழ்ந்தது. ஆளுவோரின் துணையோடு தமிழ்மொழி புறந்தள்ளப்பட்டது. அதனால் இவர்,

"நற்றமிழை வித்தி, என் உள்ளத்தை நீ விளைத்தாய்
கற்ற மொழியாகிக் கலந்து" -2462

என்று மகிழ்வுடன் பேசுகின்றார். இவர் கற்ற தமிழின் விளைவுதானே - விளைச்சல்தானே நான்முகன் திருவந்தாதியும், திருச்சந்த விருத்தமும். பெருமான் தன் பெருமையை இவர் மூலம் பெற்றுக் கொண்டான். இவர் தமிழால் வைணவப் பிரச்சாரம் செய்தார், தமிழால் புகழ் பெற்றார், தமிழால் இன்றும் வாழ்கின்றார்.

37. திருமால் தனக்குத் தந்தத் தமிழால் மனிதர்களைப் பாடக்கூடாது என்ற தீர்க்கமான முடிவுடன் இவர் வாழ்ந்தார்.

"..................மாமேனி மாயவனை
அல்லாது, ஒன்று ஏத்தாது என் நா" -2455
"நாக்கொண்டு மானிடம் பாடேன்" -2456

என்று திருமழிசையார் அறிவிக்கின்றார்.

38. செந்தாமரைக் கண்ணனின் திருநாமம் செவிகளுக்கு இன்பம் தரும். உலகோர் அனைவரும் நிழல்பெற ஒதுங்குவதற்கு இடமாவதும் அத்திருநாமமே. ஆராய்ந்து பார்த்தால் வேதங்களின் தேர்ந்தெடுத்த பொருளும் நாராயணனின் நாமமே ஆகும். (2450). இவ்வாறு திருநாமத்தின் சிறப்பை மக்களிடையே இவர் கொண்டு செல்கின்றார்.

39. இவர் நாராயணனைப் பல்வேறு பெயர்களால் அழைத்து மகிழ்கின்றார். மாயன், இராமன், பத்மநாபன், கள்வன், கேள்வன், கொண்டல் வண்ணன், குமரன், அனந்த சயனன், அற்புதன், ஆயன் என்றெல்லாம் தொண்ணூறுக்கும் மேற்பட்ட பெயர்களால் பெருமானைத் திருமழிசையார் குறிப்பிடுகின்றார். இருப்பினும் "ஆதிதேவன்" என்ற ஆழமான பொருள் பொதிந்த பெயரைத்தான், இவர் அதிகமான இடங்களில் பயன்படுத்தி உள்ளார்.

40. பக்தியோடு பரமனை வணங்கி 'ஓம் நமோ நாராயணாய' என்ற எட்டெழுத்தை ஓதுபவர்கள் வானத்தை ஆளும் சிறப்பினைப் பெறுவார்கள்.

> **"எட்டு எழுத்தும் ஓதுவார்கள்**
> **வல்லர் வானம் ஆளவே."** -0828
>
> **"................அவன் பெயர் எட்டெழுத்தும்**
> **வாரமாகி ஓதுவார்கள் வல்லர் வானம் ஆளவே."** -0829

இவ்வாறு இவர் இரண்டு இடங்களில் கூறி நாராயண நாமத்தின் மேன்மைகளைத் தன்கால மக்களிடையே பரப்புகின்றார்.

41. பரம்பொருள் பற்றிய ஆழ்வாரின் இரு விளக்கங்கள் நினைவில் வைத்துப் போற்றத்தக்கனவாக உள்ளன.

(அ) திருமால்தான் உடல்களில் பொருந்தி விளங்கும் உயிராவான். உயிர்களின் உறக்கமும், உணர்ச்சியும் அவன்தான். பசுக்களின் பஞ்சகவ்யமும், அவற்றின் தூய்மையும் அவன்தான். விண்ணும், மண்ணும் அவனே. கடலும் அதன் பயனும் அவன்தான். அவனும்

நாம்தான். நம் ஒப்பற்ற தலைவனும் அவன் ஒருவன்தான்.

"வானினோடு மண்ணும் நீ; வளங்கடல் பயனும் நீ;
யானும் நீ; அது அன்றி எம்பிரானும் நீ; இராமனே!" -0845

(ஆ) தன்னுள் பொங்கி எழுகின்ற கடலலைகள், கடலுக்குள்ளேயே அடங்கி விடுகின்றன. அதைப் போல இறைவனிடத்தில் தோன்றிய இயங்கும் இயங்காப் பொருள்களும், உயிர்களும் அவனுக் குள்ளேயே ஒடுங்கி விடுகின்றன. (0761). இவ்வாறு மக்கள் மனதில் பளிச்சென்று பதியும் வண்ணம், திருமழிசையார் பரம்பொருளுக்கு அழகிய விளக்கங்கள் தருகின்றார்.

42. அறிந்தறிந்து வாமனனின் திருவடிகளை வணங்கினால் மெய்யறிவு கூடும், செல்வம் பெருகும். உள்ளம், உரை, செயல்களால் திருமாலைப் போற்றிப் பாடிப் பரவினால் தீவினைகள் அத்தனையும் தீய்ந்துபோகும்.

"பறிந்து எழுந்து தீவினைகள்
பற்று அறுதல் பான்மையே" -0825

இவ்வாறு இவர் கூறி இன்பம் பெறவும், தீவினைகள் அழியவும் எளிய வழிகளை அறிவுறுத்துகின்றார்.

43. வால்மீகி ராமாயணத்தில் இல்லாத இரண்டு நிகழ்ச்சிகளைத் திருமழிசையார் கூறுகின்றார்.

(அ) இராமன் கூனியின் முதுகில் மண் உருண்டையை எறிந்த செய்தியை இவர் குறிப்பிடுகின்றார்.

"கொண்டை கொண்ட கோதை மீது,
தேன் உலாவு கூனி கூன்
உண்டை கொண்டு அரங்க ஓட்டி
உள் மகிழ்ந்த நாதன்" -0800

கூந்தலில் வைத்துள்ள மாலையின் மேல் வண்டுகள் உலாவும் கூனியினுடைய முதுகின் கூனை, வில்லிலே உண்டையைக் கொண்டு உள்ளே புகும்படி எய்து மகிழ்ந்த இராமன் என்று திருச்சந்த விருத்தத்தில் இவர் கூறுகின்றார்.

வான்மீகத்தில் இல்லாத, இராமன் கூனியின் முதுகில் மண் உண்டையை அடித்த இவர் கூறும் இந்நிகழ்ச் சியைக், கம்பர் தன் இராமாயணத்தில் பொருத்தமாக எடுத்துப் பயன்படுத்துகின்றார்.

"தொண்டைவாய்க் கேகயன் தோகை கோயின் மேல்
மண்டினாள் வெகுளியின் மடித்த வாயினாள்
பண்டைநாள் இராகவன் பாணி வில்லுமிழ்
உண்டை உண்டதனைத் தன் உள்ளத்து உள்ளுவாள்"

(அயோத்தியா காண்டம், மந்தரை சூழ்ச்சிப் படலம், பா - 41)

இராமன் சிறுவனாக இருந்தபோது கையில் சிறு வில்லும், மண்ணுண்டையும் கொண்டு குளத்தினருகே விளையாடி மகிழ்வான். ஒருநாள் கூனி குடத்தில் நீர் மொண்டு நடந்து வருவதை இராமன் பார்த்தான். தன் கையிலுள்ள வில்லில் மண்ணுண்டையை வைத்து இராமன் அவள் மேல் ஏவ, கூனியின் கை நெகிழ்ந்து குடம் கீழே விழுந்தது. உடன் வந்த பெண்கள் எல்லோரும் எள்ளி நகைத்தனர். கூனி கடுங்கோபம் கொண்டாள். மன்னனின் மகனானதால் ஒன்றும் செய்ய இயலாது, அவள் வாய்ப்பை எதிர் நோக்கி யிருந்தாள். அதை இப்போது உள்ளத்தில் நினைத்துக் கோபத்தினால் மடிக்கப்பட்ட வாயை உடையவளாகி, அவள் கைகேயியின் மாளிகையைச் சென்றடைந்தாள். இவ்வாறு கம்பர், திருமழிசையார் கூறிய நிகழ்ச்சியைச் சுவைகூட்டி அழகுறக் காட்சி அமைக்கின்றார்.

(ஆ) திருமால் சிறு குழந்தையாகப் பிரமனின் மடியில் இருந்தவாறு இராவணனின் பத்துத் தலைகளையும் தன் கால்களினால் எண்ணிய நிகழ்ச்சியைத் திருமழி சையார் கூறுகின்றார்.

"கொண்டு குடங்கால் மேல்வைத்த குழவியாய்,
தண்ட அரக்கன் தலை தாளால் - பண்டு எண்ணிப்
போம் குமரன்"

-2425

எம்பெருமான், முன்பு ஒருமுறை பிரமனின் மடியிலே சிறு குழந்தை வடிவாகி வீற்றிருந்தான். அப்போது

நான்முகனை வணங்க வந்த, தண்டிக்கத் தகுந்தவனான இராவணனுடைய பத்துத் தலைகளையும் பெருமான் தன் திருவடிகளால் எண்ணிக் காட்டிவிட்டு மறைந் தான் என்று நான்முகன் திருவந்தாதியில் இவர் குறிப்பிடுகின்றார்.

பொய்கையாழ்வாரும் (2126), பேயாழ்வாரும் (2358) இதே நிகழ்ச்சியைக் கூறுகின்றனர்.

இந்த நிகழ்ச்சி வான்மீகத்தில் இல்லை. மூன்று ஆழ்வார்கள் கூறிய இச்செய்தியை நாலாயிரத்தில் தோய்ந்த கம்பர் என்ன காரணத்தினாலோ பயன் படுத்தாமல் விட்டுள்ளார்.

44. கண்ணனை மனமினிக்க, வாய்மணக்க ஆழ்வார் பாடுகின்றார். இதற்காக அழகிய கவிதை நயமிக்க பல பாசுரங்களை இவர் பாடி வைத்துள்ளார். மக்கள் நெஞ் சங்களில் அக்கருத்துக்களைப் பதிய வைப்பதற்காக இவர் சில இலக்கிய உத்திகளைக் கையாண்டுள்ளார். “புள்” (0770), “ஆனை” (0791) ஆகிய இரு சொற் களையும் பலமுறை, பலவேறு பொருள்கள் வரும்படிப் பயன்படுத்திக் கண்ணனின் பெருமைகளை மக்களிடம் இவர் கொண்டு செல்கின்றார்.

45. பிறந்தவுடன் பெற்றோர் தூக்கிப் போட்டுவிட்டுச் சென்ற நிலையில் யார் யாரோ வளர்க்க, எப்படி எல்லாமோ வளர்ந்தவர் திருமழிசையார். கருவாக இருந்தபோதே திருமாலின் முழுமையான அருள் தனக்குக் கிடைத்து விட்டமையைத்

“திரு இருந்த மார்பன் சிரீதரனுக்கு ஆளாய்
கரு இருந்த நாள் முதலாக் காப்பு” -2473

என்று நன்றி உணர்வுடன் இவர் கூறுகின்றார். பொய்கையார், பூதத்தார் நிலையும் இதைப் போன்றது தான். அவர்களும் இவரைப் போல் இதனைப் பதிவுசெய்து வைத்துள்ளனர். (2087, 2268)

46. **"குலங்களாய ஈரிரண்டில்**
ஒன்றிலும் பிறந்திலேன்
....
இலங்கு பாதம் அன்றி மற்று ஓர்
பற்று இலேன், எம் ஈசனே" -0841

இவ்வாறு திருமழிசையார் கதறுகின்றார்.

"முத்தனார், முகுந்தனார் புகுந்து நம்முள் மேவினார்,
எத்தினால் இடர்க்கடல் கிடத்தி? ஏழை நெஞ்சமே"
-0866

என்று தனக்குள் அமைதியடைந்து, நம்பிக்கையுடன் இவர் வாழ்கின்றார். பெருமானின் மேன்மையை உலகறியச் செய்யும் பெரும்பணியை இவர் செவ்வனே செய்கின்றார்.

47. ஆழ்வார்கள் யாரும் பயன்படுத்தாத இரண்டு பெயர்களால் இவர் நாராயணனைக் குறிப்பிடுகின்றார். "பக்தி உழவன்" (2404) என்றும், "குணப்பரன்" (2474) என்றும் இவர் எம்பெருமானை அழைக்கின்றார்.

(அ) வில்லேர் உழவன் என்று வீரனையும், சொல்லேர் உழவன் என்று புலவனையும் அழைக்கும் வழக்கம் தமிழகத்தில் உண்டு. இவர் "பக்தி உழவன்" என்ற புதிய சொற்றொடரை உருவாக்குகின்றார். அப் பெயரால் பரமனை இவர் அழைக்கின்றார். மக்கள் உள்ளத்தில் பக்தி என்ற விதையை விதைத்து, அதனைப் பாதுகாத்துப், பயிர் செய்து வளர்ப்பவன் எம்பெருமான் என்ற கருத்தில் பக்தி உழவன் என்ற புதிய சொற்றொடரை நாலாயிரத்தில் இவர் முதன்முதலில் கையாள்கிறார்.

(ஆ) "குணப்பரன்" என்றால் மிகச் சிறந்த, நல்ல பல குணங்களை, முழுமையாக உடையவன் என்று பொருள். குணப்பரன் என்ற பெயர் மகேந்திரவர்மப் பல்லவனுக்குரியது. இவனது ஆட்சிக்காலம் கி.பி.618-642 ஆகும். இவனைக் குணப்பரன் என்று பலரும் அழைத்தார்கள். இது இவருக்குப் பிடிக்கவில்லை.

இப்பெயரால் ஒரு மனிதனை அழைப்பதில் இவருக்கு உடன்பாடில்லை. இவர் குணப்பரன் என்ற பெயர் நாராயணனுக்கு மட்டும்தான் பொருந்தும், அரசனுக்குப் பொருந்தாது என்று கருதியிருப்பார். அதனால்தான் இவர் வேண்டுமென்றே இறைவனைக் குணப்பரன் என்ற சொல்லால் குறிப்பிட்டிருக்க வேண்டும் என்று கருதலாம்.

48. இவர் திருவரங்கம், திருக்குடந்தை, திருக்குறுங்குடி, திருஊரகம், திருவெஃகா, திருவேங்கடம், திரு எவ்வுள், திருப்பாடகம், கபிஸ்தம், திரு அன்பில், திருக்கோட்டி யூர் முதலிய 14 திருப்பதிகளை மங்களாசாசனம் செய்துள்ளார்.

49. நாலாயிரத்தில் ஒரு பாசுரம் மட்டும் எந்தவித மாற்ற மும் இன்றி இரு ஆழ்வார்களின் பிரபந்தங்களிலும் அப்படியே காணப்படுகின்றது. ஒன்று திருமழிசை யாரின் நான்முகன் திருவந்தாதியின் 55 ஆம் பாசுர மாகவும், மற்றொன்று பூதத்தாழ்வாரின் இரண்டாம் திருவந்தாதியின் 11 ஆம் பாசுரமாகவும் உள்ளது.

“கடைநின்று அமரர் கழல்தொழுது, நாளும்
இடைநின்ற இன்பத்தர் ஆவர் - புடைநின்ற
நீர் ஓதமேனி நெடுமாலே! நின் அடியை
யார் ஓதவல்லார் அவர்?” -2436, 2192

இப்பாடலின் முந்தையப் பாடலை இருவருமே ‘கடை’ என்றே முடித்திருக்கிறார்கள். அந்தாதி அடிப்படையில் இப்பாட்டுக் “கடை” என்று ஆரம்பமாகின்றது. ஆகவே, இப்பாசுரத்தைப் பாடியது இருவருள் எவர் என்று தெரியவில்லை. ஏடு பெயர்த்தெழுதுவோரின் கவனக்குறைவால் ஏற்பட்ட தவறுதலாக இதனைக் கருதலாம். என்ன காரணத்தாலோ பின்னால் வந்த பெரியவர்களும் இதனை அப்படியே விட்டுவைத் துள்ளனர்.

50. திருக்கச்சி நம்பி என்ற பெரியவர், இவரின் பெரு மையை வித்தியாசமான முறையில் சுட்டிக் காட்டு

கின்றார். மழிசை ஊரைத் துலாக்கோலின் ஒரு தட்டிலும், உலகின் பிற பகுதிகளை எல்லாம் மற்றொரு தட்டிலும் வைத்து நிறுத்துப் பார்த்தார்களாம். பல சிறப்புக்கள் பொருந்திய திருமழிசையார் பிறந்த மழிசை ஊர் உள்ள தட்டே தாழ்ந்து, இவ்வூரின் உயர்வை உலகுக்கு உணர்த்தியது என்று திருக்கச்சி நம்பி இவரின் சிறப்பைக் கூறுகின்றார்.

"உலகும் மழிசையும் உள்ளுணர்ந்து தம்மில்
புலவர் புகழ்க்கோலால் தூக்க உலகு தன்னை
வைத்து எடுத்த பக்கத்தும் மாநீர் மழிசையே
வைத்து எடுத்த பக்கம் வலிது"

(நாலாயிர திவ்யப் பிரபந்தம், தனியன்)

51. நிற்கின்ற எல்லாப் பொருள்களுமே திருமால்தான் என்று உணர வேண்டும். அப்படி உணராதவர்கள், கற்கின்ற கல்வி எல்லாம் வீண்தான் என்று இவர் ஓங்கிக் கூறுகின்றார்.

"நிற்கின்றது எல்லாம் நெடுமால் என்று ஓராதார்
கற்கின்றது எல்லாம் கடை" -2435

ஆழ்வார் உலகோருக்கு உரக்கக் கூறி, அறிவுறுத்தும் ஒப்பற்றக் கருத்தாக இதனைக் கொள்வோம்.

நிறைவுரை

திருமழிசையாரின் வாழ்க்கை முழுக்கப் புறக்கணிப்புக் களும், ஏளனங்களும் நிறைந்து இருந்தன. அவற்றை எல்லாம் புறந்தள்ளிவிட்டு, நாராயணனின் மேன்மையை உலகறியச் செய்யவும், வைணவத்தை நிலைபெறச் செய்யவும் அயராது அர்ப்பணிப்பு உணர்வுடன் இவர் செயல்பட்டார். இவற்றால் இவர் தமிழ் நெஞ்சங்களில் நிறைந்து வாழ்கின்றார்.

5. நம்மாழ்வார்

பன்னிரு ஆழ்வார்களில் மிகச் சிறந்தவராக நம்மாழ்வார் போற்றப்படுகின்றார். நாலாயிர திவ்யப் பிரபந்தத்திலுள்ள 24 பிரபந்தங்களில் மிகச் சிறந்ததாக இவரின் திருவாய்மொழி கொண்டாடப்படுகின்றது. முப்பத்தைந்து ஆண்டுகளே மண்ணில் வாழ்ந்த மகான் இவர். இவரையும், படைப்புக்களையும் சுவைத்தறிவோம்.

வரலாறு

திருவழுதி வளநாட்டின் மன்னர் காரியார். இவர் குருகூரில் வாழ்ந்து வந்தார். காரியாரின் முன்னோர் ஏழு தலைமுறைகளாக மன்னராக இருந்து சீரோடும் சிறப்போடும் ஆட்சி செய்து வந்தனர். இவர் பாண்டிய மன்னர்களுக்குக் கட்டுப்பட்ட குறுநில மன்னராவார்.

இவர் குமரி மாவட்டத்தின் நாஞ்சில் நாட்டுத் திருவண்பரிசாரம் என்ற ஊரில் வாழ்ந்த திருவாழ்மார்பர்

என்பவரின் மகளான உடையநங்கை என்பவளைத் திருமணம் செய்து வாழ்ந்து வந்தார். இப்போது இவ்வூர் திருப்பதிசாரம் என்று அழைக்கப்படுகின்றது.

நம்மாழ்வார் அவதரித்தார்

குழந்தைப் பேறு இல்லாமல் ஏங்கிய காரியாரும், மனைவியும் திருவண்பரிசாரத்திலிருந்து குருகூருக்குத் திரும்பிச் செல்லும் போதெல்லாம் திருக்குறுங்குடி நம்பி கோவிலுக்குச் சென்று வழிபட்டு, வேண்டுவது வழக்கம். பெருமான் நாமே வந்து பிறக்கின்றோம் என்று பெருங் கருணையுடன் அர்ச்சகர் வழி சொல்லி, தீர்த்தம், திருமாலை முதலியவற்றை அருளினான்.

நிம்மதியுடனும், நம்பிக்கையுடனும் இருவரும் குருகூருக்குச் சென்றனர். உடையநங்கை கருவுற்றாள். அவளின் திருவயிற்றிலிருந்து பெருமானது அம்சமும், ஸ்ரீகௌஸ்துபத்தினது அம்சமும், சேனை முதலியாரது அம்சமுமாக நம்மாழ்வார் அவதரித்தார்.

இவர் வைகாசி மாதம் 12 ஆம் நாள் பௌர்ணமி வெள்ளிக்கிழமையன்று, விசாக நட்சத்திரத்தில் கடக லக்னத்தில் வேளாளர் குலத்தில் பிறந்தார். திருநகரியைத் தலைநகராகக் கொண்டிருந்த இந்த வளநாடு தாமிரபரணி ஆற்றின் கரைகளுக்கு இடைப்பட்ட 50 சதுர மைல் பகுதியானதால் இயற்கை வளமிக்க நாடாக விளங்கியது.

இங்கு கோவில் கொண்டிருந்த குருகூர் ஆதிநாதப் பெருமாள் என்ற பொலிந்து நின்ற பிரான் சந்நிதியில், பிறந்து 12 நாளான தங்கள் குழந்தையைக் கிடத்தி, பெற்றோர் மாறன் என்ற பெயரைச் சூட்டி மகிழ்ந்தனர்.

திருக்குறுங்குடி நம்பி தந்தருளிய வரத்தின்படி பிறந்த குழந்தை உலகவழக்கம் ஒன்றும் இல்லாமல் இருக்கக் கண்ட பெற்றோர் திகைத்து வருந்தினர். பின், அங்கிருந்த புளியமரத்தின் அடியில் பொன்னாலான தொட்டிலில் குழந்தையைக் கிடத்தினார்கள். ஆதிசேடன்தான் அங்கே உறங்காப் புளியமரமாக வளர்ந்து நின்றது என்பர். ஆடா

மல் அசையாமல் அப்படியே கிடந்த குழந்தை திடீரென்று புளியமரப் பொந்திற்கு ஊர்ந்து சென்று தங்கியது.

எவ்வளவோ முயன்றும் குழந்தையைப் புளியமரப் பொந்திலிருந்து எடுக்க முடியாததால், பலத்தைப் பயன் படுத்தாமல் பெற்றோர் கவலையுடன் அரண்மனைக்குத் திரும்பிச் சென்றனர். காவலர்கள் பலர் குழந்தைக்குக் காவல் நின்றனர்.

மாறன் 16 வயதுவரை வாய் பேசாமல் புளியமரப் பொந்திலேயே இருந்தார். அவர் வேறு எங்கும் செல்லவும் இல்லை. திருமாலின் தீர்த்தத்தையும், துளசிப் பிரசாதத் தினையும் மட்டுமே உட்கொண்டு இறைப்பணிக்குத் தயாரானார்.

இப்படி இருந்தும், அவரின் முகம் பதினாறு கலை களும் பொருந்திய முழு நிலவைப் போல் காட்சியளித்தது. மரப்பொந்தில் கண்களை மூடி பதுமாசன நிலையில் இருந்த இவரைக் கண்டோர் வியந்தனர்.

பெயர்கள்

மாறனுக்குச் சடகோபன், நம்மாழ்வார், பராங்குசர், வேதம் தமிழ் செய்த மாறன் முதலியப் பெயர்களும் உள்ளன. ஆனால் குருகூர்ச் சடகோபன் என்ற பெயரே அவர் உகந்த பெயராகத் திகழ்கிறது.

தாயின் கருப்பையிலிருந்து குழந்தை வெளிவந்தவுடன் சடம் என்னும் அறியாமை நிலை இயல்பாகவே வந்து படரும் என்றும், அந்தச் சடத்தை இவர் கோபித்து விரட்டியதால் சடகோபன் என்ற பெயர் அவருக்குப் பொருத்தமாக அமைந்துவிட்டது என்பர்.

உலக நடைமுறைக்கு மாறாக இக்குழந்தை இருந்ததால் மாறன் என்ற பெயர் இவருக்கு ஏற்பட்டது என்பர்.

இவர் பிற மதத்தினரின் வாதங்களையும் தீமைகளையும் அடக்கியதால் - யானையை அடக்கும் அங்குசம் போல்

இவர் செயல்பட்டதால் பாராங்குசர் என்ற பெயர் இவருக்குப் பொருத்தமே என்கின்றனர்.

மகிழம்பூ மாலையைச் சூடியிருந்ததால் இவரை வகுளா பூஷணர் என்றும் குறிப்பிடுகின்றனர்.

நாராயணனே நம் ஆழ்வார் என்றதனால் நம்மாழ்வார் என்னும் பெயர் இவருக்கு நிலைத்துவிட்டது என்று வைணவர் கொண்டாடுகின்றனர்.

மதுரகவி சீடராதல்

திருக்கோளூரைச் சேர்ந்த மதுரகவி அயோத்திக்குச் சென்றார். இவருக்குப் பல சந்தேகங்கள் இருந்தன. இறைவனைக் கண்ணால் காண வேண்டும், மனதிலுள்ள பல்வேறு ஐயங்களைத் தீர்த்துவைக்கும் நல்லதொரு குருவைப் பெற வேண்டும் எனத் தவித்துக் கொண்டிருந்த இவர், வானில் ஒரு பேரொளியைக் கண்டு, அதைப் பின்பற்றிப் பல மாதங்கள் நடந்து குருகூர் வந்தார். அந்த ஒளி ஆதிநாதர் கோவிலின் புளியமரத்தில் இப்போது வந்து ஒடுங்கியது போல் இவருக்குத் தெரிந்தது.

அங்கு தங்கிய மதுரகவி விடிந்ததும், தாமிரபரணி ஆற்றில் நீராடி, அங்குள்ள பெரியவர்களிடம் இவ்வூரில் ஏதாவது அற்புதம் உள்ளதா என்று விசாரித்தார். தங்கள் மன்னன் காரியாரின் மகன் மாறன் பிறந்ததிலிருந்தே கோவிலின் புளியமரப் பொந்தில் இருந்து வருகின்றான். அவன் உணவு உண்பதில்லை, யாரோடும் பேசுவதுமில்லை. ஆனால் வாட்டமில்லாமல் இருக்கிறான். இதுதான் இவ்வூரின் அதிசயம் என்று வியப்புடன் கூறினார்கள்.

காரியாரின் அனுமதியைப் பெற்றுப் புளியமரப் பொந்தில் இருந்த மன்னரின் மகனை இவர் போய்ப் பார்த்தார். இளைஞரின் முகம் முழுநிலவு போல் இருந்தது. சிங்கக் குட்டியைப் போல் அவர் கம்பீரமாக இருந்தார். தன்னை அயோத்தியிலிருந்து இழுத்து வந்த பேரொளி இவர்தான் என்பதைத் தெளிவாக உணர்ந்த மதுரகவி மகிழ்ந்தார்.

மதுரகவி மெதுவாகத் தன் கைகளைத் தட்டினார். அவர் கண்களைத் திறக்காததால், ஓங்கி மீண்டும் தன் கைகளைத் தட்டிப் பார்த்தார். எந்த அசைவும் மாறனிடம் இல்லாததால், இவர் ஒரு கல்லை எடுத்து அவரின் முன் போட்டார். கண்களைப் பளிச்சென்று திறந்த இளைஞர், வயதில் மூத்த மதுரகவியைத் தீர்க்கமாகப் பார்த்தார். அந்தப் பார்வை அவரை அப்படியே அள்ளி, இளைஞரின் வயப்படுத்தியது.

அடுத்து இவர் அறிவுடையவரா, ஆற்றல் பெற்றவரா, பேசும் சக்தி உடையவரா என்றறிய விரும்பிய மதுரகவி,

"செத்ததின் வயிற்றில் சிறியது பிறந்தால்
எத்தைத் தின்று எங்கே கிடக்கும்?"

என்று கேட்டார்.

"அத்தைத் தின்று அங்கே கிடக்கும்"

என்று சடகோபர் கம்பீரமாக விடையளித்தார். அது சிங்கத்தின் முழக்கம் போல் இருந்ததைக் கண்டு அவர் வியந்தார். மாறனின் திருவாய் மொழிந்த முதல் சொற்கள் இவைதாம்.

செத்ததின் வயிற்றில் - உயிரற்ற பொருள்களால் உருவான உடம்பில்; சிறியது பிறந்தால் - அணுவடிவான ஜீவாத்மா பிறந்தால்; எத்தைத் தின்று - எதை அனுபவித்துக் கொண்டு; எங்கே கிடக்கும் - (இன்பம்) எங்கே உண் டென்று கிடக்கும். மதுரகவியார் மறைபொருளாகக் கேட்ட கேள்வி இதுதான்.

அத்தைத் தின்று - (மெய்ஞ்ஞான உணர்வு பெற்ற ஜீவாத்மாவாக இருந்தால்) பரமாத்மாவை அனுபவித்துக் கொண்டு; அங்கே கிடக்கும் - பரமாத்மாவிலேயே கிடக்கும்.

அத்தைத் தின்று - (மெய்ஞ்ஞான உணர்வு பெறாத ஆத்மாவாக இருந்தால்) உடலின் தொடர்பால் உருவாகும் ஐம்புலன் இச்சைகளின் நல்வினை, தீவினைகளை

அனுபவித்துக் கொண்டு; அங்கே கிடக்கும் - அப்பிறவிச் சுழலிலே கட்டுண்டு உழன்று கொண்டிருக்கும்.

மதுரகவியின் மறைபொருளாக அமைந்த வினாவுக்குச், சடகோபரின் விடை மறைபொருள் சுருக்கமாக அமைந்து வெளிவந்தது.

தன்னை இழுத்து வந்த ஒளி இவர்தான் என்றும், தான் தேடிக்கொண்டிருந்த ஞானகுரு இவரே என்றும், தன் ஐயங்களை எல்லாம் தீர்த்து வைக்கப்போகும் ஒப்பற்ற ஞானியும் இவர்தான் என்றும் மதுரகவி முடிவுக்கு வந்தார்.

முதிர்ந்த, பழுத்த அறிவு பெற்ற அந்தணர் மதுரகவி, பதினாறு வயது சடகோபரின் கால்களில் விழுந்து வணங்கினார்.

இவற்றைப் பார்த்துக் கொண்டிருந்த குருகூர் மக்கள் திகைப்படைந்தனர். பேசாதிருந்த தங்களின் மகனைப் பேசவைத்த புண்ணியர் என்று மதுரகவியாரைப் பெற்றோர் வணங்கினார்கள். பொன்னும் பொருளும் அவர்கள் அளித்தனர். மதுரகவி அவற்றைப் பெற மறுத்துவிட்டார்.

உங்களுக்குப் பிள்ளையாக வந்து அவதரித்த இவர் எம்பெருமானேயாவார், இவர் உலகை உய்விக்க வந்த ஞானியாவார், இவரைப் பற்றிக் கவலைப்படாதீர்கள் என மதுரகவி காரியாருக்கும் உடையநங்கைக்கும் நன்றியுடன் கூறினார்.

அதுமுதல் 19 ஆண்டுகள் நம்மாழ்வாரோடு தங்கி யிருந்து, தன் ஞானகுருவுக்குச் செய்யவேண்டிய பணிவிடை களை எல்லாம் முறையாகச் செய்து, இவர் கண்போல் அவரைப் பொத்திப் பொத்திப் பாதுகாத்து வந்தார்.

பழுத்த வாழ்க்கை அனுபவமும், வடமொழிப் புலமையும், தமிழறிவும் உடைய மதுரகவி நிறைய ஐயங்களைக் கொண்டிருந்தார். அத்தனைக்கும் நம்மாழ்வார் விடைகூறி, அவருக்குத் தெளிவை ஏற்படுத்தினார். அவர் மதுரகவியாழ்வாராக மலர்ந்தார்.

சைவ சமயத்தில் வேளாளரான திருநாவுக்கரசரைத் தன் குருவாகக் கொண்டு, தெய்வமாகப் போற்றி அவருக்குப் பணிவிடை செய்தவர் அந்தணர் அப்பூதி அடிகளார். அதைப்போல், வைணவ சமயத்தில் வேளாள ரான நம்மாழ்வாரைத் தன் குருவாகக் கொண்டு இறைவனாகப் போற்றி அந்தணர் மதுரகவியார் வாழ்ந்தார்.

ஞானத் தமிழ்

நம்மாழ்வாரின் வாய் மொழிந்த அமுத மொழிகளை எல்லாம் மதுரகவி பட்டோலைகளில் பதிவு செய்தார்.

பதினாறாம் வயதில் முதன்முதலாக வாய் திறந்து பேசவும் பாடவும் ஆரம்பித்த நம்மாழ்வார் 19 ஆண்டுகள் - தன் 35 வயது வரை ஞானத்தழிழை மழையாகப் பொழிந் தார். அவற்றை (1296 பாசுரங்கள்) இவர் முறைப்படுத்தித் திருவிருத்தம், பெரியதிருவந்தாதி, திருவாசிரியம், திருவாய் மொழி என வகைப்படுத்தினார்.

நம்மாழ்வாரின் திருவாய் மொழிந்த திருவாய்மொழி 1102 பாசுரங்களையும் முதன்முதலில் காதாரக் கேட்டு மகிழும் பேறு பெற்றவர் சீடர் மதுரகவியாழ்வார்தான். அவர்தான் திருவாய்மொழியை எங்கும் பாடிப் பரப்பினார். நாராயணனின் பெருமையை நாடறியச் செய்தார் இவர்.

நம்மாழ்வார் மொழிந்த திருவாய்மொழியைக் கேட்ட சீடர் மகிழ்ச்சியின் எல்லைக்கே சென்றார். இப்பிரபந்தம் வேதத்தின் பொருள் என்றும், பரம்பொருளை உணர்த்தும் ஒளிநெறி என்றும், இவர்தான் பெருமான் என்றும் ஐயமற உணர்ந்த சீடர் குருவின் பெருமையை எல்லோரும் அறியும்படிச் செய்தார்.

திருமாலின் பெருமைகளைப் பாடிவரும்போது நம்மாழ்வார் தம்மை மறந்து அடிக்கடி மயங்கிச், சரிந்து விடுவார். மூன்றுமுறை இவ்வண்ணம் நிகழ்ந்ததாகக் கூறுகின்றனர். அப்போதெல்லாம் அவரைவிட்டு நீங்காமல் உடனிருந்து தாயாகப் பேணிப் பாதுகாத்தவர் சீடர்தான்.

நம்மாழ்வாருக்கு வயது முப்பத்தைந்து ஆனது. மண்ணிற்குத் தான் வந்த பணி நிறைவு பெற்றுவிட்டது என்றும், இங்கிருந்து போய்விடலாம் என்றும் அவர் முடிவு செய்தார். மதுரகவியிடம் இதனைச் சொன்னதும் அவர் தன்னையும் கூட்டிச் செல்லுமாறு வேண்டினார். நம்மாழ்வார், திருவாய்மொழிக் கருத்துக்களை மண்ணில் பரப்புவதற்குப் பொருத்தமானவர் நீர்தான் என்றும், அப்பணியை இருந்து நிறைவு செய்யுமாறும் தன் சீடரிடம் கூறினார். மேலும் இப்பெரும்பணிக்குத் தான் உறுதுணை யாக இருப்பதாகவும் நம்மாழ்வார் கூறினார்.

நம்மாழ்வார் மறைந்ததும், குருகூரில் பொலிந்து நின்ற பிரான் கோவிலிலுள்ள அவர் தங்கியிருந்த புளியமரத்தின் அடியில் திருப்பள்ளிப்படுத்தி, அவருக்குச் செய்ய வேண்டிய சரம கைங்கரியங்களை எல்லாம் மதுரகவியாரே செய்து முடித்தார்.

மதுரகவி தன் ஞானதேசிகருக்கு அங்கேயே ஒரு கோவில் கட்டி, அவரின் சிலைக்கு நாள்தோறும் வழிபாடு முதலியன செய்து வந்தார்.

மதுரகவியார் திருவாய்மொழிப் பாசுரங்களை இசையோடும் தாளத்தோடும் எங்கும் பாடிப் பரப்பி, வைணவத்தை நிலைநிறுத்த அயராது உழைத்தார். இவரின் மறைவுக்குப் பின், இவரின் சீடர் பராங்குசதாசன் இப்பணியைத் தொடர்ந்தார்.

ஆழ்வார்களில் நம்மாழ்வாருக்குச் சீடர் அமைந்தது போல் வேறு எந்த ஆழ்வாருக்கும் அமையவில்லை.

பேராசிரியர் அ.சீனிவாசராகவன் இவரைப் பற்றிக் கூறுவதைக் காண்போம்.

“ஒரு தத்துவ வித்தகரைப் போல நம்மாழ்வார் மெய்ப்பொருளை அணுகவில்லை. அவரது அணுகுமுறை ஒரு சித்தரைப் போன்றது. இவரின் கவிதைகளிலே ஒரு அவசரம், வெறித்தனமான, சுரவேகத் தேடலும் சொற்களால் வெளியிட முடியாத ஒரு தடுமாற்றமும்,

சிந்தனையை மங்கச் செய்யும் உணர்ச்சியும் காணலாம். இவை யாவுமே கடவுள் பக்தியை வெளிப்படுத்தும் வேகங்களே.” இவ்வாறு பேராசிரியர் பொருத்தமாகக் கூறுகின்றார். (நம்மாழ்வார், பக் - 67)

நம்மாழ்வார் ஒரு பிறவிக் கவிஞன் ஆனபடியால் இவரின் கவிதைகள் கம்பீரமாகவும், அழகாகவும், ஆழமான பொருள்களைக் கொண்டதாகவும் பொலிந்து விளங்குகின்றன.

நாலாயிரம் கிடைத்த வரலாறு

நம்மாழ்வார் முதலிய ஆழ்வார்களின் காலத்துக்குப் பின் பிறந்தவர் நாதமுனி. இவரின் காலம் 825 - 918 என்பர். இவர், ஆயிரம் ஆண்டுகளுக்கு முன் இராமனும் கண்ணனும் வாழ்ந்த புண்ணிய தலங்களில் யாத்திரை முடித்துத் தமிழகம் வந்தார். தன் சொந்த ஊரான வீரநாராயண புரத்துக்கு (காட்டுமன்னார்கோவில்) வந்ததும், வீரநாராயணப் பெருமாள் கோவிலுக்குச் சென்று வழிபட்டார். அப்போது அங்கு வந்த வேற்று ஊர் வைணவ அடியார்கள்,

“ஆரா அமுதே! அடியேன் உடலம் நின்பால் அன்பாயே,
நீராய் அலைந்து கரைய உருக்குகின்ற நெடுமாலே!
சீரார் செந்நெல் கவரிவீசும் செழுநீர்த் திருக்குடந்தை
ஏரார் கோலம் திகழக் கிடந்தாய்! கண்டேன் எம்மானே!
(5:8:1) -3194

என்று பாட ஆரம்பித்து,

“உழலை என்பில் பேய்ச்சி, முலையூடு
அவளை உயிர் உண்டான்
கழல்கள் அவையே சரணாகக்
கொண்ட குருகூர்ச் சடகோபன்,
குழலின் மலியச் சொன்ன ஓர்
ஆயிரத்துள் இப்பத்தும்
மழலை தீரவல்லார் காமர்
மான் ஏய் நோக்கியார்க்கே.” (5:8:11) -3204

என்று பாடி முடித்தனர். குருகூர்ச் சடகோபனின் பாசுரங்களைக் கேட்டு உருகிய நாதமுனிகள் 'ஓராயிரத்துள் இப்பத்தும்' என்று வருவதால், மீதமுள்ள பாடல்களையும் பாடுமாறு அவர்களிடம் வேண்டினார். அந்தப் பக்தர்கள் தங்களுக்கு இப்பதினொன்று பாசுரங்கள் மட்டுமே தெரியும் என்றனர்.

நம்மாழ்வாரின் பாசுரங்களைத் தேடும் ஆசை நாதமுனிக்குத் தோன்றியது. ஆரா அமுதன் கோவில் கொண்டுள்ள கும்பகோணத்திற்கு நாதமுனி முதலில் சென்றார். கிடைக்காத அவர், அங்குள்ளவர்கள் சொன்ன படித் திருவரங்கத்திற்குச் சென்றார். அங்கும் கிடைக்காத தால், நம்மாழ்வார் அவதரித்த குருகூருக்குச் சென்றார். அங்கும் ஏமாற்றம். அவர்கள் சொன்னபடி, நம்மாழ்வாரின் சீடரான மதுரகவியாழ்வாரின் திருக்கோளூருக்குச் சென்றார். அங்கும் பாடல்கள் கிடைக்கவில்லை.

அவர்கள் வழிகாட்ட மதுரகவியாரின் சீடரான பராங்குசதாசரைச் சந்தித்துக் கேட்டார் இவர். அவர் தன் குருவான மதுரகவியாரின் பிரபந்தம் மட்டுமே தன்னிடம் உள்ளது என்றார். மேலும் அவர் குருகூர்ப் பொலிந்து நின்ற பிரான் கோவிலிலுள்ள நம்மாழ்வாரின் சந்நிதியில் நின்று, அவரை மனமார வேண்டியபடி, மதுரகவியாரின் 'கண்ணிநுண் சிறுத்தாம்பு' என்று தொடங்கும் பதினொன்று பாசுரங்களையும் 12000 முறை நெக்குருகிப் பாடினால், நம்மாழ்வாரின் பாசுரங்கள் கட்டாயம் கிடைக்கும் என்று உறுதியுடன் கூறினார்.

நாதமுனி அதன்படி குருகூரிலுள்ள நம்மாழ்வாரின் சந்நிதியில் நின்று, அவரைப் போற்றி மதுரகவியார் பாடிய 11 பாசுரங்களையும், 12000 முறை உருகிப் பாடினார். நம்மாழ்வார் அவரின் முன் தோன்றித் தன் பிரபந்தங்கள் உள்ளிட்ட நாலாயிர திவ்யப் பிரபந்தத்தை அவருக்கு அருளினார். அவற்றை நாதமுனி தொகுத்து 'நாலாயிர திவ்யப்பிரபந்தம்' என்ற ஒரே நூலாக்கினார். இவ்வாறு வைணவ வரலாறு கூறுகின்றது.

ஆக நமக்கும், நற்றமிழுக்கும், நாராயணனுக்கும் நாலாயிரம் கிடைக்க, நாதமுனிகள் காதால் கேட்ட நம்மாழ்வாரின் 11 பாசுரங்களே காரணமாக அமைந்தன.

பெருமகிழ்வு கொண்ட நாதமுனி நாலாயிர திவ்யப் பிரபந்தத்தில், மதுரகவியாரின் 'கண்ணிநுண் சிறுத்தாம்பு' பிரபந்தத்தின் தொடக்கத்தில்,

"வேறொன்றும் நான் அறியேன், வேதம் தமிழ் செய்த
மாறன் சடகோபன் வண் குருகூர் ஏறு எங்கள்
வாழ்வாம் என்று ஏத்தும் மதுரகவியார் எம்மை
ஆள்வார் அவரே அரண்."

என்று தனியன் பாடிப் பதிவு செய்து வைத்துள்ளார். நம்மாழ்வாரைத் தவிர வேறொன்றும் நான் அறிய மாட்டேன், வேதம் தமிழ் செய்த மாறன் சடகோபன் குருகூர்த் தலைவன் எங்களின் வாழ்வாவான் என்று வாழ்ந்த மதுரகவியாழ்வார், எங்களை ஆள்வார், அவரே எங்களைப் பாதுகாப்பார் என்று நாதமுனி நன்றியுடன் இருவரையும் நினைவு கூர்கின்றார்.

காலம்

நம்மாழ்வார் கி.பி. ஒன்பதாம் நூற்றாண்டில் வாழ்ந்த தாகக் கருதலாம்.

அறிஞர் பி. ஸ்ரீ, டாக்டர் தமிழண்ணல் ஆகியோரும் இவரின் காலத்தை ஒன்பதாம் நூற்றாண்டு என்றே கருதுகின்றனர்.

திவ்ய தேசங்கள்

திவ்ய தேசங்களில் திருமால் எழுந்தருளியுள்ள நிலையை அர்ச்சை என்பார்கள். இதனை அர்ச்சாவதாரம் என்றும் கூறுவார்கள். பெருமானின் இந்த நிலையானது சம்சாரிகள் கண்ணுக்குத் தோன்றும்படியான எளிமையும், அவர்கள் வேண்டுவன அனைத்தையும் தரவல்ல சிறப்பும் உடையதாகும். மேலும் அர்ச்சாவதாரம், சம்சார வெக்கையைத் தணிக்கும் தேனிளஞ் சோலையாகவும்

திகழ்கின்றது. அதனால் நம்மாழ்வார் அர்ச்சாவதாரப் பெருமான்களையும். அவன் ஆங்காங்குக் கோவில் கொண்டுள்ள திவ்ய தேசங்களின் பெருமையையும் பேசுகின்றார். அர்ச்சாவதாரத் திருமேனியோடு பெருமான் சேவை சாதிக்கும் திருப்பதிகளுள் ஆழ்வார்களால் மங்களாசாசனம் செய்யப்பெற்ற திருப்பதிகள் நூற்றெட்டாகும். இவற்றை இறைவன் 'உகந்தருளின நிலங்கள்' என்றும் கூறுவார்கள். இவற்றுள் 36 திவ்ய தேசங்களை இவர் மங்களாசாசனம் செய்துள்ளார்.

இவர் திருவரங்கம், திருப்பேர்நகர், கும்பகோணம், திருவிண்ணகரம், திருமாலிருஞ்சோலை, திருமோகூர், திருக்குருகூர், சீவரமங்கை, திருப்புளிங்குடி, வரகுணமங்கை, திருக்குறுங்குடி, திருக்கோவலூர், திருவனந்தபுரம், திருவண் பரிசாரம், திருமூழிக்களம், திருச்செங்குன்றூர், திருவல்ல வாழ், திருவண்வண்டூர், திருவட்டாறு, திருக்கடித்தானம், திருவாறன்விளை, திருவேங்கடம், திருவெஃகா முதலாய 36 திருப்பதிகளை மங்களாசாசனம் செய்துள்ளார்.

ஆழ்வார்களில் திருமங்கை ஆழ்வாருக்கு அடுத்தபடி, அதிக திருப்பதிகளைப் பாடியவர் இவர்தான்.

108 திருத்தலங்களில் இவர் பாடியவை 36 திருத்தலங்கள். ஆக மூன்றில் ஒரு பங்கு திருத்தலங்களை இவர் பாடியுள்ளார்.

இயற்கை வளம்

இவர் எந்தத் திருத்தலத்தைப் பாடும்போதும் இயற்கைக் காட்சிகளையும் சேர்த்தே வருணிக்கின்றார்.

திருக்குடந்தை

"சீரார் செந்நெல் கவரிவீசும் செழுநீர்த் திருக்குடந்தை"

-3194

திருவேங்கடம்

"தெழி குரல் அருவித் திருவேங்கடத்து" -2919

"தெள் நிறைச் சுனைநீர்த் திருவேங்கடத்து" -2921

திருக்கோளூர்

"............திருக்கோளூரில்
பூ இயல் பொழிலும், தடமும், அவன் கோயிலும் கண்டு"
-3297

திருமாலிருஞ்சோலை

"மாது உறு மயில்சேர் மாலிருஞ் சோலை
போது அவிழ் மலையே புகுவது பொருளே" -2895

திருவண் வண்டூர்

"செய்கொள் செந்நெல் உயர் திருவண் வண்டூர்" -3227

"சேற்றில் வாளை துள்ளும் திருவண் வண்டூர்" -3232

"செருந்தி, ஞாழல், மகிழ்புன்னை சூழ் தண் திருவண் வண்டூர்"
-3234

திருக்கண்ணபுரம்

"வேலை மோதும் மதில்சூழ் திருக்கண்ண புரம்" -3656

"நள்ளி சேரும் வயல்சூழ் கிடங்கின் புடை
வெள்ளி ஏய்ந்த மதில் சூழ் திருக்கண்ணபுரம்" -3657

திருவாறன் விளை

"வாய்க்கும் கரும்பும் பெரும் செந்நெலும்
வயல் சூழ் திருவாறன் விளை" -3439

திருப்புளிங்குடி

"தெண் திரைப் பொருநல் தண்
பணை சூழ்ந்த திருப் புளிங்குடி" -3568

திருவல்லவாழ்

"ஆடு உறு தீங்கரும்பும், விளை செந்நெலும் ஆகி எங்கும்
மாடு உறு பூந்தடஞ்சேர் வயல் சூழ் தண்திருவல்லவாழ்"
-3212

திருச்செங்குன்றூர் திருச்சிற்றாறு

"செறிகுலை வாழை, கமுகு, தெங்கு அணிசூழ்
திருச் செங்குன்றூர்த் திருச்சிற்றாறு" -3483

நம்மாழ்வாருக்கு இயற்கையின் மீது ஈடுபாடு அதிகம். எந்தத் திவ்ய தேசத்தை வருணிக்கும் போதும் இயற்கைக் காட்சிகளையும் சேர்த்தே இவர் பாடுகின்றார். இயற்கை அழகில் இறைவனைக் காணும் ஆழ்வார் இவர்.

பயணம் செய்தாரா?

நம்மாழ்வார் எந்த ஊருக்கும் செல்லவில்லை. குருகூர்ப் புளியமரத்தின் அடியிலேயே இருந்தார். ஒவ்வொரு திவ்யதேசப் பெருமானும் இவருக்கு இங்கு வந்து காட்சி தந்தருளினர். அதைத்தான் இவர் பாடினார். இவ்வாறு குருபரம்பரை வரலாறுகள் தெரிவிக்கின்றன. இவரைப் பெருமைப் படுத்துவதற்காக இவ்வாறு கூறியிருப்பார்கள் எனக் கருதலாம்.

இவரின் பாடல்களைப் படிக்கும்போது, பல திருத்தலங்களுக்கும் இவர் சென்று, பெருமானைக் கண்களால் கண்டு, மனமுருகிப் பாடியிருக்க வேண்டும் என்று எண்ணத் தோன்றுகிறது.

இதுபற்றி அறிஞர் பி.ஸ்ரீ கூறும் கருத்துக்களை அடுத்துக் காண்போம்.

"இவர்கள் (திருமங்கையாழ்வார், நம்மாழ்வார்) இருவரும் சிற்றரசர்களாக இருந்ததால் பிரயாணம் மிகவும் கஷ்டமாயிருந்த அந்தக் காலத்திலே யாத்திரை செய்ய வசதி பெற்றிருந்தார்கள் என்று கருதலாம்."

"நம்மாழ்வார் தாம் போய்ப் பார்த்த ஊர்களை அங்காங்கே போனபோது பாடவில்லை என்பது உண்மை. இவர் பிரபந்தங்கள் அந்தாதி ரூபமாயிருப்பதால், இவை ஒரே இடத்தில் ஒரே காலத்தில் இயற்றப்பட்டிருக்கலாம். அப்படிப் பாடும்போது அந்தப் பாடல்களின் போக்கிற்கு இசைந்தபடி ஸ்தலங்களை மறுபடியும் மனக்கண்ணால்

கண்டு, ஒரு முறையில்லாமல் குறிப்பிட்டிருக்க வேண்டும். இவர் பாடியிருக்கும் ஸ்தலங்களைத் தொகுத்துப் பார்த்தால், இவர் தம்முடைய நாட்டிலும், தாயார் பிறந்த நாட்டிலுமுள்ள ஸ்தலங்களைப் பாடினார் என்பதும், மதுரை, திருமாலிருஞ்சோலை, ஸ்ரீரங்கம், கும்பகோணம் வழியாகத் திருப்பதிக்குப் போனார் என்பதும், வழியிலுள்ள சில ஸ்தலங்களையும் பாடினார் என்பதும் ஒருவாறு விளங்கும். 'உலகெங்கும் பகவத் ஸந்நிதிதான்' என்றும், தம்முடைய நெஞ்சமே மேலான திருப்பதி என்றும் முடிவு செய்து கொண்டவர் திருப்பதிகளை எல்லாம், மூர்த்திகளை எல்லாம், ஒரே இடத்தில் கண்டவர் தாம் என்று கதை தோன்றியதில் ஆச்சரியமில்லை. உண்மையில், ஆழ்வார் பாடிய திருப்பதிகளில் அவர் கண்ட தமிழ்நாடே பிரதிபலிக்கின்றதென்று சொல்ல வேண்டும்." (திவ்யப் பிரபந்த ஸாரம், பக் 245-246)

இவற்றால் நம்மாழ்வார் குருகூரை விட்டு வெளியே வந்தார் என்றும், பல திருத்தலங்களுக்கும் யாத்திரை செய்து பெருமானை வழிபட்டார் என்றும், இயற்கை வளங்களை எல்லாம் கண்டு களித்தார் என்றும், அதன்பின் குருகூரி லிருந்து திருமாலைப் பாடினார் என்றும் முடிவுக்கு வரலாம்.

படைப்புகள்

நம்மாழ்வார் நான்கு பிரபந்தங்கள் அருளியுள்ளார்.

திருவிருத்தம்

இப்பிரபந்தம் நான்கு அடிகளால் ஆன 100 பாசுரங் களைக் கொண்ட நூல். அடிதோறும் 5 சீர்கள் உடைய விருத்தப்பாவில் இது அமைந்துள்ளது. இப்பிரபந்தம் சங்க கால அகப்பொருள் அமைப்புடன் விளங்குகின்றது. பாடல்கள் தனிப்பாடல்கள் போல உள்ளன. ஆனால் அந்தாதி என்ற அமைப்பு முறையால் பாடல்கள் ஒன்றுகொன்று தொடர்புள்ளவை போல் விளங்குகின்றன.

இறைவனிடம் காதல் கொண்டு அவனைக் காண விரும்பும் பெண்ணாக மனித ஆன்மா தன்னைக் கருதிக் கொள்கிறது. இறைவனிடம் கொண்டுள்ள தணியாத ஆசையால், ஒரு காதல் வயப்பட்ட பெண் பேசுவது போல் நம்மாழ்வார் இதில் பேசுகின்றார்.

இந்தத் தலைவி நம்மாழ்வார்தான். அதனால் அவரைப் பராங்குச நாயகி என்கின்றனர். இவருக்குப் பராங்குசன் என்ற பெயரும் உள்ளது.

திருவிருத்தத்தை ரிக் வேதத்தின் சாரம் என்கின்றனர்.

திருவாசிரியம்

திருவாசிரியம் 7 ஆசிரியப் பாக்களால் ஆன அந்தாதிப் பிரபந்தமாகும். சரணாகதி வழியை இப்பிரபந்தம் வற்புறுத்துகின்றது.

இப்பிரபந்தத்தை 71 அடிகளைக் கொண்ட ஒரே செய்யுள் என்றும் சிலர் கூறுகின்றனர்.

இது அளவில் சிறியதாக இருந்தாலும் கற்பனைச் செல்வம் மிகுந்துள்ளது. ஆழ்வாரின் அளவற்ற பக்தியை வெளிப்படுத்தும் நூலாக இது திகழ்கின்றது.

இப்பிரபந்தத்தை யசுர் வேதத்தின் சாரம் என்கின்றனர்.

பெரிய திருவந்தாதி

இந்நூல் 87 வெண்பாக்களாலான அந்தாதிப் பிரபந்தமாகும்.

இதன் ஒவ்வொரு பாடலும் ஒரு தனிப்பாடலாகவும், சிறப்புமிக்க பாசுரமாகவும் உள்ளது.

இதில் இறைவனிடம் கொண்ட காதல் பயணத்தில் நேரும் சோதனைகளும், தோல்விகளும், வெற்றிகளுமே கவிதையின் கருப்பொருளாக அமைகின்றன. இதில் பக்தி, பிரபத்தி (சரணாகதி) வழிகளை ஆங்காங்கே ஆழ்வார் கூறுகின்றார்.

பெரிய திருவந்தாதியை அதர்வண வேதத்தின் சாரம் என்று குறிப்பிடுகின்றனர்.

திருவாய்மொழி

நம்மாழ்வாரின் மிகச் சிறந்த படைப்புத் திருவாய் மொழியாகும்.

1102 பாசுரங்களைக் (பாடல்களை) கொண்ட இந்நூல் அந்தாதித் தொடையில் அமைந்துள்ளது. இப்பிரபந்தம் நான்கு அடிகளைக் கொண்ட விருத்தப்பாக்களால் ஆக்கப் பட்டுள்ளது.

11 பாடல்களைக் கொண்ட ஒரு பகுதி (பதிகம்) ஒரு திருவாய்மொழியாகும். இப்படி 10 திருவாய்மொழிகளைக் கொண்டது ஒரு 'பத்து' ஆகும். இவ்வாறு திருவாய்மொழிப் பிரபந்தத்தில் பத்துப் பத்துக்கள் உள்ளன. திருமாலின் பன்னிரு திருநாமங்களைச் சொல்லும் ஒரு திருவாய் மொழிப் பகுதியில் மட்டும் 2 பாடல்கள் அதிகமாகி 13 பாடல்கள் (2:7) உள்ளன. அதனால் 1102 பாக்களாக அமைந்துவிட்டது இப்பிரபந்தம்.

இந்நூலை "யாழின் இசை வேதம்" (யாழில் இசை யமைத்துப் பாடத்தக்க வேதம்) என்று சிறப்புச் செய்கின்றனர்.

திருவாய்மொழியைச் சாம வேதத்தின் சாரம் என்று புகழ்ந்து பேசுகின்றனர்.

இசை, காமத்தைத் தூண்டுவது என்ற சமண புத்த சமயத்தினரது கருத்துக்கு எதிராக, இவர் யாழின் இசை வேதமாகவே தன் படைப்புக்களைப் படைத்துள்ளார் எனலாம்.

இப்பிரபந்தத்தில் இறைவன் தனக்குச் சுவையைப் பிறப்பித்த தன்மையையும், அது பரம பக்தியாகிப் பக்குவமான தன்மையையும், பின்னர் உடல்தொடர்பு முற்றும் அறப்பெற்று, பேற்றோடு தலைக்கட்டிய நிலை யினையும் இவர் பேசுகின்றார் என்கின்றனர்.

பன்னிரு ஆழ்வார்களில் அதிகமான பாடல்களைப் பாடியவர் இவர்தான். இவர் 1296 பாசுரங்கள் பாடியுள்ளார்.

ஆக, நான்கு பிரபந்தங்களிலும் முறையே உடல் வெறுப்பு, ஆற்றியிருத்தல், ஆசை வளர்ச்சி, பேற்றின் மகிழ்ச்சி என்ற நான்கு மனநிலைகளை ஆழ்வார் வெளிப் படுத்துகின்றார் என்பர்.

அந்தாதி

நம்மாழ்வார் தன் படைப்புக்களை அந்தாதித் தொடையில் பாடியுள்ளார்.

ஆதியும் அந்தமும் இல்லாதவன் திருமால். அப்பரம் பொருளை ஆழ்வார் அந்தாதித் தொடையில் அழகாகப் பாடுகின்றார்.

ஒரு பாடலின் இறுதியை, அடுத்தப் பாடலின் ஆரம்பமாகக் கொண்டு பாடுவது அந்தாதியாகும். "அந்தம் முதலாத் தொடுப்பது அந்தாதி" அந்தாதியில் பாடல் பாடினால் 10 அல்லது 100 பாடல்கள்தான் பாடுவார்கள். இவர்தான் திருவாய்மொழியில் 1102 பாடல்களையுமே அந்தாதித் தொடையில் பாடிப் புதுமை படைத்தவராவார். இதைத் தமிழ் இலக்கிய வரலாற்றில் யாருமே செய்ய வில்லை. 1. நினைவில் வைக்கவும், 2. திரும்பச் சொல்லவும், 3. எந்த வரிசை முறைப்படிக் கவிஞர் படிப்போருக்குத் தர நினைத்தாரோ அந்த முறைப்படிப் பெறவும், 4. இடைச்செருகல்கள் இடையில் சேராமல் தவிர்க்கவும், 5. கவிஞரின் மனவளர்ச்சி நிலையைப் படிப்படியாக உணர்ந்து சுவைக்கவும் அந்தாதியில் அமைந்த பாடல்கள் பொருத்தமானவையாக அமையும். இக்காரணங்களால்தான் இவர் அந்தாதித் தொடையைப் பயன்படுத்தியுள்ளார் எனக் கருதலாம்.

பயன்கூறும் பாசுரம்

பாடல்களின் இறுதியில், பாடியவரின் பெயர், முகவரி, படிப்பதால் கிடைக்கும் பயன் முதலியவற்றைப் பதிவு

செய்வது அக்கால வழக்கம். இப்பாடலைப் பயன்கூறும் பாசுரம் (பலசுருதிப் பாடல்) என்பர். எழுதியவர் முடிவில் பெயரெழுதி கையொப்பம் இடுவது போன்றது இது.

திருவாய்மொழியிலுள்ள 100 பயன்கூறும் பாசுரங் களில், 88 பாடல்களில் தன்னைக் "குருகூர்ச் சடகோபன்" என்று இவர் குறிப்பிடுகின்றார். 10 பாடல்களில் தன்னைச் "சடகோபன்" என்றும், 2 பாடல்களில் தன் பெயரைக் குறிப்பிடாமல் "வழுதி வளநாடன்" என்றும் இவர் கூறுகின்றார்.

திருவிருத்தத்தின் பயன்கூறும் பாசுரத்தில் "குருகூர் நகரான் மாறன்" (2577) என்று இவர் தன்னைச் சுட்டிக் கூறுகின்றார்.

திருவாசிரியம், பெரிய திருவந்தாதி ஆகிய இரு பிரபந்தங்களிலும் ஆழ்வார் பயன்கூறும் பாசுரத்தைப் பாடவில்லை.

ஆக, நம்மாழ்வார் தன்னைக் குருகூர்க்காரன் (ஆழ்வார் திருநகரி) என்று இவ்வண்ணம் பதிவு செய்து வைத்துள்ளார்.

அகத்துறை அழகனின் அழகு

நம்மாழ்வார் தன் உள்ளத்தில் உறையும் பெருமானின் அழகை மனமாரக் கண்டு களித்துப் பாடுகின்றார்.

எண்ணற்கு அரியவன்

பெருமானின் திருக்கண்கள், திருக்கரங்கள், திருவடிகள் ஆகியவை அழகிய செந்தாமரை மலரை ஒத்துள்ளன. அவன் திருமேனி கரிய பெரிய மலை போன்றுள்ளது. அவன் இயல்புகளை என்னால் அறுதியிட்டுக் கூற இயலாது. அவனின் அழகிய நிறம் விண்ணைக் கடந்து, தேவருலகிலும், அதற்கு அப்பால் வைகுந்தத்திலும் பரவி நிற்கின்றது. அப்பேரெழில் எவராலும் இப்படிப்பட்டது என்று எண்ணற்கு அரியதாகும்.

"கண்ணும் செந்தாமரை; கையும் அவை;
அடியோ அவையே;
வண்ணம் கரியது ஓர் மால்வரை
போன்று, மதிவிகற்பால்
விண்ணும் கடந்து, உம்பர் அப்பால்
மிக்கு மற்று எப்பால் எவர்க்கும்
எண்ணும் இடத்ததுவோ, எம்பிரானது
எழில் நிறமே?" -2520

தலைவி தலைவனுடைய திருமேனி அழகில் ஈடுபட்டு வியந்து பேசுவதாக அமைந்த இப்பாசுரம் "திருவிருத்தம்" பிரபந்தத்தில் உள்ளது.

நம்மாழ்வார் ஒரு பெண்ணாக மாறி, அழகனின் அழகை அள்ளித் தருகின்றார்.

பெருமானின் திருக்கண்கள், திருக்கைகள், திருவடிகள் ஆகிய எல்லாமே செந்தாமரைப் பூக்களைப் போல் உள்ளன. அவனது பேரெழிலை எத்தகையவராலும் வருணித்துவிட முடியாது என்று இயலாமையைக் கூறி, இவர் நிறைவு செய்கின்றார்.

எல்லாம் பிரான் உருவே

பூவைப் பூ, காயாம் பூ, கருநெய்தல் பூ, செங்கழுநீர்ப் பூ ஆகிய பூக்களைப் பார்க்கும் போதெல்லாம் அவை பெருமானின் திருவுருவத்தை நினைவு படுத்துகின்றன. அவற்றை அவன் வடிவாகவே எண்ணி நான் மகிழ்கின் றேன். அடியேனின் உயிரும், உடம்பும் இந்த மகிழ்ச்சியால் பூரித்துப் போகின்றன.

"பூவையும், காயாவும், நீலமும் பூக்கின்ற
காவிமலர் என்றும் காண்தோறும் - பாவியேன்
மெல் ஆவி, மெய் மிகவே பூரிக்கும் அவ் அவை
எல்லாம் பிரான் உருவே என்று." -2657

பெரிய திருவந்தாதியில் அமைந்த அழகான பாசுரம் இது. பார்க்கும் பூக்களிலெல்லாம், பரமனைத் தரிசிக்கிறார் ஆழ்வார். அடியவன் இத்தகைய மெல்லிய - மென்மையான

மனத்தவனாக மாறினால் திருமாலை உணரலாம் என்பது இவரின் கருத்தாக அமைகின்றது.

வண்ண வண்ணப் பூக்கள் நீலமேக வண்ணனை நினைவூட்டுகின்றன. பூக்கள் இப்போது பூக்களாகத் தெரியவில்லை, பூமகள் கேள்வனாகத் தோன்றுகின்றன. அதனால் பக்தனின் உயிரும், உடம்பும் பூரிக்கின்றன.

அறிவு இவை வெறும் மலர்கள் என்று சொன்னாலும், ஆசை அதை ஏற்றுக் கொள்வதாயில்லை. அவற்றை அழகுமிக்க பிரானாகக் கண்டு ஆழ்வாரின் உள்ளம் துள்ளிக் குதிக்கின்றது.

அண்ணலின் தோற்றம்

பெருமானின் தோற்றத்தை யாராலும் வருணிக்க முடியாது. பெருமானை உணர்ந்த - கண்ணாரக் கண்ட ஆழ்வார், தான் கண்ட இறைவனின் உருவத்தை நமக்குக் காட்டுகிறார்.

எங்களுக்காக வந்து மண்ணில் அவதரித்த கண்ணன் கருநிற மேனியன். செந்தாமரைப் போன்ற அழகிய திருக் கண்களை உடையவன். வானவர்க்குத் தலைவன். சுருண்ட கறுத்த மயிர்முடியையும், ஒளி பொருந்திய பொன் திருமுடியையும் உடையவன். திரிகின்ற காற்றிலும், அகன்ற வானிலும் அவன் தோற்றத்தைக் காணலாம். திண்ணிய தான இந்த நிலத்திலும், சூழ்ந்து கிடக்கும் கடலிலும், எரிகின்ற நெருப்பிலும், சூரிய சந்திரர்களிலும் அவன் காட்சி தருகின்றான். தெய்வங்களும், மனிதர்களும், விலங்கு களும், தாவரங்களுமாகி அவனே காட்சி தருகின்றான்.

“திரியும் காற்றோடு அகல் விசும்பு,
திணிந்த மண், கிடந்த கடல்,
எரியும் தீயோடு இருசுடர், தெய்வம் மற்றும்
மற்றும் முற்றும் ஆய்
கரிய மேனியன், செய்ய தாமரைக் கண்ணன்,
கண்ணன், விண்ணோர் இறை,
சுரியும் பல் கருங்குஞ்சி எங்கள்
சுடர்முடி அண்ணல் தோற்றமே” (3:6:5) -2956

காற்று, வான், நிலம் கடல், நெருப்பு, இருசுடர்கள், தெய்வங்கள், மனிதர்கள், விலங்குகள், தாவரங்கள் முதலிய எல்லாமே பெருமான்தான் என்றும், அவற்றில் அவனைக் காணலாம் என்றும் இவர் உறுதியாகக் கூறுகின்றார்.

எப்படி அழைப்பேன்?

எம்பெருமான் கண்ணனை, மறைகளால் புகழப்பட்ட ஒப்பற்றவன் என்பேனோ? உவமை இல்லா பொறுமைக் குணமுடைய நிலம் என்பேனோ? ஒளியும் குளிர்ச்சியும் உடைய கடல் என்பேனோ? நெருப்பு என்பேனோ? காற்று என்பேனோ? விளங்கும் விண் என்பேனோ? மிக்க ஒளியை உடைய சந்திர சூரியர்கள் என்பேனோ? ஒன்று ஒழியாமல் இப்பொருள்கள் எல்லாம் அவன் என்பேனோ? எப்படித்தான் அவனை அழைப்பேன்?

"புகழும் நல் ஒருவன் என்கோ?
பொருவில் சீர்ப் பூமி என்கோ?
திகழும் தண்பரவை என்கோ?
தீ என்கோ? வாயு என்கோ?
நிகழும் ஆகாசம் என்கோ?
நீள் சுடர் இரண்டும் என்கோ?
இகழ்வு இல் இவ் அனைத்தும் என்கோ?
கண்ணனைக் கூவும் ஆறே." (3:4:1) -2930

நிலம், கடல், நெருப்பு, காற்று, ஆகாயம், இருசுடர்கள் ஆகிய இயற்கைப் பொருள்களில் - ஐம்பூதங்களில் தான் விரும்பும் திருமாலை இவர் காண்கின்றார்.

இவர் முதலில் நிலம், கடல் முதலியவற்றில் தனித் தனியாகக் கண்ணனைக் காண்கிறார். பின் இவை எல்லாவற்றிலுமே அவன்தான் நிறைந்துள்ளான் என்று உறுதியுடன் இவர் சொல்கின்றார். பெருமானை எப்படி அழைப்பது என்று தெரியாமல் தான் திகைத்து நிற்பதாக ஆழ்வார் கூறுகின்றார்.

அடியேன் உள் உள்ளான்

ஒப்பற்ற பெருமான் சிவந்த பெரிய கண்களையும், சிவந்த வாயினையும் உடையவன். பரமனின் ஒளிமிக்க

வெண்பற்கள் விளங்குகின்றன. மகரக் குண்டலங்கள் ஒளிவீசுகின்றன. நீலமேக வண்ணனாகத் திகழ்கின்றான். அவன் ஒளிமிக்க திருமுடி சூடியுள்ளான். நான்கு தோள்களுடன் அற்புதமாக அவன் விளங்குகின்றான். வளைந்த சார்ங்கம் வில்லும், ஒளிமிக்க சங்கு, சக்கரம், கதை, வாள் ஆகிய படைக்கருவிகளைத் தாங்கிய பெருமான் அடியேன் உள்ளத்தில் வாழ்கின்றான்.

"கண்கள் சிவந்து பெரியவாய்,
வாயும் சிவந்து கனிந்து, உள்ளே
வெண்பல் இலகுசுடர், இலகு
விலகு மகரக் குண்டலத்தன்,
கொண்டல் வண்ணன், சுடர்முடியன்,
நான்கு தோளன், குனி சார்ங்கன்,
ஒண்சங்கு, கதை, வாள், ஆழியான்,
ஒருவன், அடியேன் உள்ளானே" (8:8:1) -3524

பெருமான் இவருக்கு இவ்வண்ணம் காட்சி தருகின்றான். தான் உணர்ந்த பரமனின் ஒப்பற்ற திருக்கோலத்தை இவர் இப்படிப் பதிவு செய்கின்றார்.

ஆணல்லன் பெண்ணல்லன்

எம்பெருமான் ஆணும் அல்லன், பெண்ணும் அல்லன், அலியும் அல்லன். கண்களால் காண்பதற்கும் அரியவன். உண்டென்பார்க்கும், இல்லை என்பார்க்கும் இசைவானவன். அடியவர்கள் விரும்பும் காலத்தில் விரும்பும் வடிவில் வருவான். அப்படி அல்லாதவனாகவும் இருப்பான். பெருமானின் உருவினைச் சொற்களால் விளக்கிச் சொல்வது என்பது இயலாததாகும்.

"ஆணல்லன்; பெண்ணல்லன்; அல்லா
அலியும் அல்லன்;
காணலும் ஆகான்; உளன் அல்லன்;
இல்லை அல்லன்
பேணுங்கால் பேணும் உரு ஆகும்;
அல்லனும் ஆம்;
கோணை பெரிது உடைத்து
எம் பெம்மானைக் கூறுதலே" (2:5:10) -2838

அடியவன் பெருமானை எந்த உருவத்தில் நினைக்கின் றானோ அந்த உருவத்தில் இறைவன் அவனுக்குக் காட்சி தருவான் என்பது இவரின் முடிவாகும்.

'உளன் அல்லன், இல்லை அல்லன்' - முரண்படக் கூறுவது போல் இவர் கூறுகின்றார். தன்னை வழிபடா தவருக்கு இறைவன் உள்ளவனாகான், தன்னை வழிபடும் அன்பனுக்கு இல்லாதவன் ஆகான் என்று இதற்குப் பொருள் கொள்ள வேண்டும்.

பெருமானின் உருவத்தைச் சொற்களால் வருணிப்பது என்பது இயலாததும், கடினமானதுமாகும் என்பதனைக் 'கோணை பெரிதுடைத்து' என்பதன் மூலம் இவர் உணர்த்துகின்றார்.

சங்கு சக்கரத்தன் என்பேனோ?

உயர்ந்த மாணிக்கம் போன்ற வடிவழகையுடைய எம்பெருமானைக் கண்ணன் என்றழைக்கவா? பவளம் போன்ற சிவந்த வாயை உடையவன் என்பேனோ? அழகிய ஒளி பொருந்திய திருவடிகளை உடையவன் என்பேனோ? திருமகளும், மறுவும் பொருந்திய மார்பை உடையவன் என்பேனோ? சங்கையும் சக்கரத்தையும் ஏந்தியவன் என்பேனோ?

"பங்கயக் கண்ணன் என்கோ?
பவளச் செவ்வாயன் என்கோ?
அம்கதிர் அடியன் என்கோ?
அஞ்சன வண்ணன் என்கோ?
செங்கதிர் முடியன் என்கோ?
திருமறு மார்வன் என்கோ?
சங்கு சக்கரத்தன் என்கோ?
சாதி மாணிக்கத்தையே." (3:4:3) -2932

திருவாய்மொழியிலுள்ள அழகிய பாசுரங்களில் இதுவும் ஒன்று. பெருமானின் திருமேனி அழகை மனக்கண்ணால் கண்டு, அந்த நிறைந்த அழகைச் சேவித்து, இன்ப வெள்ளத்தில் அமிழ்ந்து ஆனந்தத்தோடு இவர் பாடுகின்றார்.

பங்கயக்கண்ணன், பவளச் செவ்வாயன், அம்கதிர் அடியன், அஞ்சன வண்ணன், செங்கதிர் முடியன், திருமறு மார்வன், சங்குசக்கரத்தன், சாதிமாணிக்கம் என்றெல்லாம் தன் உள்ளங்கவர்ந்த கண்ணனைப் பாடி, ஆழ்வார் நம் நெஞ்சங்களில் அவன் உருவத்தைப் பதிய வைக்கின்றார்.

வார்த்தைகளால் வருணிக்க முடியாத ஒப்பற்றவனைச் சொற்களால் பிடிக்க இவர் இங்கு முயற்சி செய்கின்றார் எனலாம்.

உடல்மிசை உயிரென

திடமான வானம், நெருப்பு, காற்று, நீர், நிலம் ஆகிய இவற்றைக் காரணமாகக் கொண்டு அமைந்த எல்லாப் பொருள்களும், தானே ஆகி இறைவன் திகழ்கின்றான். மேலும், பெருமான் அப்பொருள்களில் உடலுக்குள் இருக்கிற உயிரைப் போன்று மறைந்து எங்கும் பரந்துள் ளான். ஒளிமிக்க வேதங்களும் அவனே, உலகை உண்டவனும் அவனே ஆவான்.

"திட விசும்பு, எரி, வளி, நீர் நிலம் இவைமிசைப்
படர்பொருள் முழுவதும் ஆய், அவை அவை தொறும்
உடல்மிசை உயிர் எனக்கரந்து எங்கும் பரந்துளன்,
சுடர் மிகு சுருதியுள் இவை உண்ட சுரனே" (1:1:7) -2681

நம்மாழ்வாரைப் பற்றிப் பேசும்போதெல்லாம் இப்பாசுரத்தைக் குறிப்பிடுவது வழக்கம். "உடல்மிசை உயிர் எனக் கரந்து எங்கும் பரந்துளன்" - இறைவன் உடலுக்குள் உயிரைப் போல எல்லாப் பொருள்களிலும் மறைந்து இருக்கின்றான் என்று இவர் கூறுகின்றார். எல்லாமே இறைவன்தான் என்பதை உணர்ந்து அடியவன் வாழ வேண்டும். பிறருக்கும் பிறவற்றிற்கும் தீங்கு செய்யாமல் பக்தன் வாழ்வை அமைத்துக் கொள்ள வேண்டும். இக்கருத்துக்களை இவர் இதன்மூலம் அறிவுறுத்துகின்றார்.

"உடலில் உள்ள உயிர் போல் பரமாத்மா எங்கும் வியாபித்திருக்கிறான் என்பதும், உலகங்களுக்கெல்லாம் வித்தாக, முதற் காரணமாக உள்ள பரம்பொருள் எல்லாப்

பொருள்களிலும் வேறாகி அவற்றுள் மறைந்து கிடக்கிறது என்றும், இந்தப் பரம்பொருள் அல்லது பரமாத்மா பரம கருணையுடன் உதவி செய்துகொண்டே இருக்கிறது என்பதும் நம்மாழ்வாரின் மூலாதாரக் கொள்கைகள். உடலில் உள்ள ஒவ்வோர் உறுப்பும் அன்புடன் ஒத்துழைத்து உயிருக்குப் பணிசெய்து வருகிறதல்லவா? இப்படி இறைவனுக்குப் பணிபுரிவது ஜீவாத்மாக்களின் கடமையாகும்." - இவ்வாறு அறிஞர் பி. ஸ்ரீ இப்பாசுரத்திற்கு அழகான விளக்கம் தருகின்றார். (நம்மாழ்வார் - பக்கம் 148, 149)

இறைவன் எல்லாப் பொருள்களிலும் மறைந்து உறையும் நிலை அந்தர்மியாத்துவம் எனப்படும். இதனை இப்பாசுரத்தில் ஆழ்வார் கூறுகின்றார்.

மேகங்களின் யோகங்கள்

மேகங்களே! திருமாலின் திருமேனியை ஒக்கும்படியான பேற்றை நீங்கள் எந்த வகையால் பெற்றீர்கள்? உலக உயிர்களைப் பாதுகாப்பதற்காக நீங்கள் நல்ல நீரைச் சுமந்தவாறு விண் முழுவதும் திரிந்து உங்கள் உடம்பு நோகும்படி வருந்தித் தவம் செய்ததன் பயனாய் அவன் அருளைப் பெற்றீரோ?

"மேகங்களோ! உரையீர் திருமால் திருமேனி ஒக்கும்
யோகங்கள் உங்களுக்கு எவ்வாறு பெற்றீர்? உயிர் அளிப்பான்
மாகங்கள் எல்லாம் திரிந்து, நல்நீர்கள் சுமந்து, நும்தம்
ஆகங்கள் நோவ வருந்தும் தவமாம் அருள் பெற்றதே?"

-2509

இப்பாடல் திருவிருத்தம் பிரபந்தத்தில் உள்ள அழகிய பாசுரங்களில் ஒன்றாகும்.

திருமாலின் திருமேனியைப் போல விளங்கும் பேற்றை மேகங்கள் எப்படிப் பெற்றன? மேகங்கள், உயிர்களைப் பாதுகாக்கும் நோக்கத்தோடு, நல்ல நீரைச் சுமந்து கொண்டு, விண்முழுதும் அலைந்து சுற்றித்திரிந்து, உடம்பு நோகும்படி வருந்தித் தவம் செய்தன. அதனால்தான்

மேகங்களுக்குத் திருமாலின் திருமேனியைப் போல் விளங்கும் யோகம் - பேறு கிடைத்துள்ளது என்று நம்மாழ்வார் விளக்கம் தருகின்றார்.

அடியவர்களும், மேகங்களைப் போல் பிறருக்குப் பயன்படும் வகையில் பணி செய்ய வேண்டும் என்றும், வாழ்க்கையைப் பயனள்ளதாக ஆக்கவேண்டும் என்றும், அதுவே பெருமானுக்குச் செய்யும் தொண்டாகும் என்றும் இவர் இதன்மூலம் கூறுவதாகக் கொள்ளலாம்.

நம்மாழ்வார், தான் சுவைத்த அழகனின் அழகை பல பாசுரங்களின் வழி நமக்குக் காட்டுகின்றார். படிப்போர் பெருமானின் அழகை உணரும் வகையில் இவர் செய்துவிடுகின்றார்.

பக்தி அனுபவம்

பெருமானை எவ்வாறு வழிபட வேண்டும்? எப்படி யெல்லாம் வணங்க வேண்டும்? நம்மாழ்வாருக்குக் காட்சி தந்த பெருமானை நாமும் அடைய என்ன செய்ய வேண்டும்? தொடர் வினாக்கள் இப்படி நம்மிடையே தோன்றுகின்றன. ஆழ்வாரின் பக்தி அனுபவச் சிந்தனை களைக் காண்போம். நல்ல வழிகள் புலப்படும்.

நெஞ்சு அழியும் கண் சுழலும்

> **“பால் ஆழி நீ கிடக்கும் பண்பை; யாம் கேட்டேயும்,**
> **கால் ஆழும்; நெஞ்சு அழியும்; கண் சுழலும் - நீல் ஆழிச்**
> **சோதியாய்! ஆழியாய்! தொல்வினை எம்பால் கடியும்**
> **நீதியாய்! நின் சார்ந்து நின்று”** -2618

நீலக்கடல் போன்ற நிறத்தை உடையவனே! முழுமுதல் இறைவனே! எங்களின் பழைய பாவங்களை எல்லாம் தொலைக்கும் பண்புடையவனே! நாங்கள் உன் அடியவர் களாய்ச் சேர்ந்து வந்தோம். பெருமானே! நீ திருப்பாற் கடலில் பள்ளி கொண்டுள்ள அழகைக் காதால் கேட்டோம். உடனேயே எங்கள் கால்கள் தடுமாறுகின்றன. நெஞ்சு, நீர்ப்பண்டமாகக் கரைந்து போகின்றது. கண்கள் உன் பேரழகைப் பருகிச் சுழல்கின்றன. இப்படி ஆழ்வார்

உருகுகின்றார். இப்பாசுரம் பெரிய திருவந்தாதியில் உள்ளது.

பெருமானின் சிறப்புக்களைக் கேட்டவுடனேயே உருக வேண்டும். இதனைக் கால் ஆழும், நெஞ்சு அழியும், கண் சுழலும் என இவர் வரிசைப்படுத்துகின்றார். இப்படிப் பக்தியுடன் உருகினால் அடியவன் பரமனைக் கண்ணாரக் காணமுடியும்.

பக்தர் என்பதற்கு வைணவ உரைகாரர்கள் "கால் ஆழும், நெஞ்சு அழியும், கண் சுழலும்" என்று இருப்பவர் களே என்று இப்பாசுர வரிகளைச் சுட்டிக்காட்டிக் கூறுகின்றனர்.

உண்ணுஞ்சோறு, பருகுநீர்

சேதனன் உண்ணுஞ்சோறு, பருகும் நீர், தின்னும் வெற்றிலை எல்லாமே கண்ணன்தான் என்று வாழ வேண்டும். இப்படி அடியவன் வாழும்போது நெஞ்சு ஒரு முகப்படும். அவன் ஒருவருக்கும் தீமை நினைக்கமாட்டான். நல்லபடியே வாழ்க்கையை அமைத்துக்கொள்வான்.

"உண்ணுஞ் சோறு, பருகும் நீர், தின்னும்
வெற்றிலையும் எல்லாம்
கண்ணன், எம்பெருமான் என்று என்றே,
கண்கள் நீர் மல்கி,
மண்ணினுள் அவன் சீர் வளம் மிக்கவன் ஊர் வினவி,
திண்ணம் என் இளமான் புகும் ஊர் திருக்கோளூரே"

(6:7:1) -3293

இளமானைப் போன்ற என் மகள் சாப்பிடுகிற சோறும், குடிக்கின்ற தண்ணீரும், மெல்லுகின்ற வெற்றிலை யும் ஆகிய எல்லாம் கண்ணனே என்று மீண்டும் மீண்டும் கூறுகின்றாள். அவள் கண்ணீர்விட்டு உருகுகின்றாள். அவனது நற்குணங்களையும், அவனையே ஒப்பற்ற செல்வமாகப் பெற்ற ஊரையும் பற்றிக் கேட்டுக்கொண்டே செல்கின்றாள். என் மகள் உறுதியாய் திருக்கோளூர் புகுந்து விடுவாள்.

ஒரு தாய் தன் மகள் பற்றிப் பேசுவது போல் நம்மாழ்வார் கூறுகின்றார்.

புகழ் பெற்று விளங்கும் இப்பாசுரத்தில் ஆழ்வார் எல்லாமே கண்ணன் என்று உருக அறிவுறுத்துகின்றார்.

அழுவன் தொழுவன்

அடியவன் அழ வேண்டும், தொழ வேண்டும், ஆட வேண்டும், பாட வேண்டும், அலற்ற வேண்டும், பெருமானின் வருகையை எதிர்நோக்கிக் காத்திருக்க வேண்டும் என்று ஆழ்வார் அடுத்துக் கூறுகின்றார்.

"அழுவன், தொழுவன், ஆடிக்காண்பன்;
பாடி அலற்றுவன்;
தழுவல் வினையால் பக்கம் நோக்கி
நாணிக் கவிழ்ந்து இருப்பன்;
செழு ஒண் பழனக் குடந்தைக்
கிடந்தாய்! செந்தாமரைக் கண்ணா,
தொழுவனேனை உன் தாள்
சேரும் வகையே சூழ் கண்டாய்" (5:8:5) -3198

ஆரா அமுதனே! கலக்கத்தால் அழுவேன். பின் தெளிவு பெற்றுத் தொழுவேன். உன்னை அடைய வேண்டி ஆடுவேன். மகிழ்ந்து பாடுவேன். துன்பத்தால் அலற்றுவேன். நீ வருகின்ற திசை எதுவோ என்று நாணத்துடன் உன் வரவை எதிர்பார்த்திருப்பேன். செழித்த வயல்கள் சூழ்ந்த திருக்குடந்தை நகரில் திருக்கண்வளரும் திருக்கோலத்துடன் கிடந்தருள்பவனே! செந்தாமரைக் கண்ணனே! தொழுகின்ற என்னை உன் திருவடிகளில் சேர்த்துக்கொள்ளும் வகையை நீயேதான் காட்ட வேண்டும்.

நாலாயிர திவ்யப் பிரபந்தம் கிடைப்பதற்குக் காரணமான பதிகத்திலுள்ள பாசுரம் இது. நாதமுனிகள் இப்பாசுரம் உள்ளிட்ட பதிகத்தைக் கேட்டு உருகித்தான் நாலாயிரத்தைத் தேடத் தொடங்கினார். இறுதியில் அவர் கண்டுபிடித்து வெற்றியும் பெற்றார். நற்றமிழுக்கும், நாராயணனுக்கும் நாலாயிர திவ்யப் பிரபந்தம் என்ற ஒப்பற்ற செல்வம் கிடைத்தது.

சரணாகதி அடைவதுதான் முதன்மையானது என்பதை ஆழ்வார் இப்பாசுரத்தில் காட்டுகின்றார்.

எரிவாய் மெழுகு

மாயவனின் பெருமைகளைக் கேட்குந்தோறும், நினைக்குந்தோறும் உருக வேண்டும் என்று இவர் அடுத்துக் கூறுகின்றார்.

"மண்ணை முன் படைத்து உண்டு, உமிழ்ந்து,
கடந்து, இடந்து, மணந்த மாயங்கள்,
எண்ணும் தோறும் என் நெஞ்சு
எரிவாய் மெழுகு ஒக்கும் நின்றே" (5:10:5) -3220

பெருமான் உலகை முன்னே உண்டாக்கினான். பிரளய காலத்தில் அதனைப் புசித்தான். மீண்டும் உலகை உமிழ்ந்தான். திரிவிக்கிரமனாகி உலகை அளந்தான். இம்மாயச் செயல்களை எண்ணும் போதெல்லாம் என் மனம் இவற்றிலே நிலைபெற்று நெருப்பில் அகப்பட்ட மெழுகினைப் போன்று உருகுகின்றதே.

இப்படியெல்லாம் மாயவனை எண்ணி எண்ணி முழுமையாக உருக இவர் கூறுகின்றார்.

நீர், புகை, பூவே

பெருமானை வழிபடும் முறை பற்றி ஆழ்வார் கூறும் கருத்துக்களை அடுத்துக் காண்போம்.

"பரிவது இல் ஈசனைப் பாடி
விரிவது மேவல் உறுவீர்!
பிரிவகை இன்றி நல் நீர் தூய்,
புரிவதுவும் புகை பூவே." (1:6:1) -2730

துக்கங்கள் சிறிதும் இல்லாதவன் இறைவன். அவனை வாயினால் பாடி, மலர்ச்சிபெற விரும்புபவர்களே நீங்கள் எப்போதும் குறைவில்லாமல் செய்ய வேண்டியது எல்லாம் நல்ல நீரைத் தெளித்து, புகையைப் புகைத்து, பூக்களை அவன் திருவடிகளில் உளமார இடுதலேயாகும்.

திருமாலின் திருவடிகளில் தூய்மையான நீரைத் தெளிக்க வேண்டும். மணமிக்கப் புகையைப் புகைக்க வேண்டும். மனமார அவனை நினைத்துப் பூக்களைத் திருவடிகளில் இட வேண்டும். இப்படி வழிபடும் முறையை இவர் கூறுகின்றார்.

அமரர் ஆவார்

மேலும், தூய்மையான நீரையும், மணமிக்க மலர்களையும், திருவடிகளில் தூவி, அவன் திருநாமங்களை இடையறாது சொல்லி வழிபடவேண்டும்.

"புண்ணியம் செய்து, நல்ல புனலொடு மலர்கள் தூவி,
எண்ணுமின் எந்தை நாமம்; இப்பிறப்பு அறுக்கும்,அப்பால்,
திண்ணம் நாம் அறியச் சொன்னோம் செறிபொழில்
அனந்தபுரத்து
அண்ணலார் கமலபாதம் அணுகுவார் அமரர் ஆவார்"
(10:2:5) -3682

பக்தியுடன் தூய நீரையும், மலர்களையும் கொண்டு அர்ச்சனை செய்து பெருமானின் திருப்பெயரை நினைக்க வேண்டும். இவ்வண்ணம் அவனை நினைத்தால் அந்த நினைப்பே இப்பிறப்பினை நீக்கிவிடும். மேலும் சோலைகள் சூழ்ந்த திருவனந்தபுரத்தில் எழுந்தருளியுள்ள அனந்த பத்மநாபனின் தாமரைத் திருவடிகளைச் சேர்பவர்கள் வானவர் ஆவார்கள். இதனை எல்லோரும் அறியும்படியாக நாம் அறுதியிட்டு உறுதியாகச் சொன்னோம்.

பத்மநாபனை இவ்வண்ணம் வழிபட்டால் தேவர்கள் ஆகலாம் என்று ஆழ்வார் உறுதியளிக்கின்றார்.

இது மிகை

மலர், நீர், தீபம், தூபம் இவற்றைக் கொண்டு வழிபாடு செய்தால்தான் பரமனின் அருள் கிடைக்கும் என்பது தவறான கருத்து. இப்படி எல்லாம் வழிபட வேண்டும் என்று அடியவனின் நெஞ்சு நிறைய ஆசை உள்ளது. ஆனால் அவனிடம் அதற்குரிய வசதி இல்லை. பக்தன்

தவிக்கின்றான். வருத்தப்பட வேண்டாம். இந்த நினைப்பே போதும், பரமனின் அருள் கிடைத்துவிடும் என்று இவர் அடுத்துக் கூறுகின்றார்.

"தொழுது மாமலர் நீர் சுடர்தூபம் கொண்டு
எழுதும் என்னும் இதுமிகை; ஆதலின்
பழுதில் தொல்புகழ்ப் பாம்பு அணைப்பள்ளியாய்,
தழுவுமாறு அறியேன் உன் தாள்களே" (9:3:9) -3587

பெருமானே உன்னைத் தொழ அழகியப் பூக்களையும், தண்ணீரையும் தூப தீபங்களையும் கொண்டு வந்து வழிபடுவேன். இருந்தாலும் இது உன்னுடைய திரு உள்ளப்படி மிகையே ஆகும் என்பதையும் உணர்வேன். குற்றமற்ற புகழுடையப் பாம்பைப் படுக்கையாகக் கொண்டு கண்வளர்கின்ற எம்பெருமானே! உன் திருவடிகளைத் தழுவி அவற்றின் கீழ்த் தொண்டு செய்கின்ற வழியை நான் அறியேன். என் தகுதி அவ்வளவு கீழானது.

இறைவனை வழிபட மனமார நினைத்தாலே போதுமானது என்றும், வேறு பொருள்கள் ஒன்றும் தேவையில்லை என்றும் இவர் எளிய வழி ஒன்றையும் இங்கு காட்டுகின்றார்.

மாயம் செய்யேல்

அடியவன் வாயார இறைவனைத் துதிக்க வேண்டும். அவன் உறுதியாக வந்துவிடுவான். மெய்யான பக்தியினால் வந்து சேர்ந்த பெருமானைப் போகவிடாமல் தடுத்துத் தக்க வைத்துக் கொள்ள வேண்டியது மட்டுமே அடியவனின் பொறுப்பாகும்.

"முனியே! நான்முகனே! முக்கண் அப்பா!
என் பொல்லாக்
கனிவாய்த் தாமரைக் கண்
கருமாணிக்கமே! என் கள்வா!
தனியேன் ஆர் உயிரே!
என் தலைமிசையாய் வந்திட்டு,
இனிநான் போகல் ஒட்டேன் ஒன்றும்
மாயம் செய்யேல் என்னையே" (10:10:1) -3766

நினைவினால் உலகைப் படைப்பவனே! நான்முக னுக்கும், முக்கண் சிவனுக்கும் உயிராய் இருப்பவனே! கனி போன்ற வாயினையும், தாமரை போன்ற கண்களையும் உடையவனே! துளை இல்லாத கருமாணிக்கம் போன்ற வனே! என்னைக் கவரும் கள்வனே! என் உயிரே! உன் திருவடிகள் என் தலைமீது பட்டபிறகு, இனி நீ பிரிந்து போவதற்கு நான் இசையவே மாட்டேன். துன்பம் மிகுந்த என்னை வஞ்சிக்காதே. நீ என்னை அகன்று போக ஒருநாளும் உடன்படேன்.

பெருமான் தன்னிடம் வந்து சேர்ந்ததை உணர்ந்ததும், பக்தன் அவனைச் சிக்கெனப் பிடித்துக்கொள்ள வேண்டும் என்பதை ஆழ்வார் அழுத்தமாகக் கூறுகின்றார்.

தொழுங்கள் துயரங்கள் வராது

பரமனைத் தூய மனத்துடன் தொழுதால் துயரங்களே வராது. எனவே அவனை முழுமையாக நம்பித் தொழ நம்மாழ்வார் அறிவுறுத்துகின்றார்.

சுடர் அடி தொழுது எழு

"உயர்வு அற உயர் நலம் உடையவன் யவன்? அவன்,
மயர்வு அற மதிநலம் அருளினன் யவன்? அவன்,
அயர்வு அறும் அமரர்கள் அதிபதி யவன்? அவன்,
துயர் அறு சுடர்அடி தொழுது எழு, என் மனனே!"

(1:1:1) -2675

திருவாய்மொழியின் முதல் பாசுரம் என்ற சிறப்புப் பெற்ற அழகான ஆழமிக்க பாடல் இது. 'யாவன்' என்ற சொல்லின் விகாரம் 'யவன்' என்பதாகும்.

மனமே! பெருமான் மற்றையோர் உயர்வு முழுவதும் இல்லை என்று சொல்லும்படி மேலே மேலே உயர்ந்து கொண்டே செல்லும் நற்குணங்கள் பொருந்தியவன். என்னிடமுள்ள அறிவின்மை யாவும் நீங்கும்படி ஞானத்தையும், பக்தியையும், அடியேனுக்கு அருளியவன். மறதி என்பது சிறிதும் இல்லாத வானவர் தலைவன் அவன். எல்லாத் துயரங்களையும் நீக்குகின்ற அவனுடைய

ஒளிபொருந்திய திருவடிகளைத் தொழுது, பிறவிப் பெருங்கடலினின்றும் கரை ஏறுவாயாக.

பெருமானை வழிபடுங்கள் அறிவின்மை நீங்கும். ஞானமும், பக்தியும் பெருகும். மறதி இல்லாமல் ஆகும். அவன் திருவடிகளைத் தொழுதால் பிறவிப் பெருங்கடலி லிருந்தும் கரை ஏறிவிடலாம். இவ்வாறு இவர் அடியவர் களுக்குக் கூறுகின்றார்.

நில்லா துயரங்களே

மணிவண்ணனைத் தூய மனதுடன் தொழுதால் துயரங்கள் பறந்து ஓடிவிடும்.

> **“எழுமைக்கும் எனது ஆவிக்கு இன்**
> **அமுதத்தினை, எனது ஆருயிர்,**
> **கெழுமிய கதிர்ச்சோதியை, மணி**
> **வண்ணனை, குடக்கூத்தனை,**
> **விழுமிய அமரர் முனிவர்**
> **விழுங்கும் கன்னல் கனியினைத்**
> **தொழுமின் தூயமனத்தர் ஆய்**
> **இறையும் நில்லா துயரங்களே”** (3:6:7) -2958

பெருமான் என் உயிருக்கு எக்காலத்திலும் இனிய அமுதம் போன்றவன். ஒளிக்கதிர் போன்ற உருவினன். நீலமணி போன்ற நிறத்தை உடையவன். குடக்கூத்தாடிய வன். வானவர்களாலும், முனிவர்களாலும் சுவைக்கப்படும் கரும்பு போன்றவன். அவனைத் தூயமனத்துடன் தொழுதால், துயரங்கள் அத்தனையும் தொலையும்.

இவர் கண்ணனைக் ‘கன்னல் கனி’ என்று நாவினிக்கப் பாடுகின்றார். தூய மனத்தராய் அவனைத் தொழுதால் துன்பங்கள் அனைத்தும் ஒடிவிடும் என்று ஆழ்வார் கூறுகின்றார்.

வன்துயரைக் காணோம்

திருமாலின் திருவடிகளை வணங்கினால் துயரங்கள் - கொடிய வினைகள் அத்தனையும் அழிந்துவிடும் என்று பெரிய திருவந்தாதியில் ஆழ்வார் கூறுகின்றார்.

"வானோ, மறிகடலோ, மாருதமோ, தீயகமோ,
கானோ ஒருங்கிற்று? கண்டிலமால், ஆன் ஈன்ற
கன்று உயரத் தாம் எறிந்து, காய் உதிர்த்தார் தாள்
பணிந்தோம்,
வன்துயரை, ஆ ஆ! மருங்கு" -2638

கண்ணன் கன்று உருவில் வந்த வத்சாசுரனை எடுத்து, விளா மரத்தின் மேலே எறிந்து, அதன் காய்களை உதிர்த்து இரு அசுரர்களையும் அழித்தான். அப்பெருமானின் திருவடிகளை அணுகி வணங்கப்பெற்றோம். அதனால் நம் கொடிய பாவங்கள் ஓடிப் போய்விட்டன. அக்கொடிய வினைகள் ஓடி மறைந்த இடம் வானமோ? அலைகடலோ? காற்றுள்ளோ? நெருப்பினுள்ளோ? காட்டினுள்ளோ? அவை இன்ன இடத்தில் மறைந்து போயின என்று தெரியவில்லையே. ஐயோ பாவம்!

பறந்து ஓடிய துயரங்கள் எங்கே சென்று மறைந்தன. வானத்திற்குப் பறந்து சென்று ஒளிந்திருக்குமோ? இல்லை. இல்லை. கடலில் சென்று கரைந்திருக்குமோ? இல்லை காற்றில் சென்று கலந்திருக்குமோ? இல்லை நெருப்பினுள் நின்று எரிந்திருக்குமோ? தெரியவில்லையே ஐயோ பாவம்! என்று நம்மாழ்வார் கவிநயத்தோடு கூறுகின்றார்.

ஓயும் மூப்பு, பிறப்பு, இறப்பு

அழகனின் திருவடிகளை வணங்கினால் என்றைக்கும் இளமையாக இருக்கலாம்.

"ஓயும் மூப்புப், பிறப்பு, இறப்பு; பிணி
வீயுமாறு செய்வான் திருவேங்கடத்து
ஆயன், நாள் மலர் ஆம் அடித்தாமரை,
வாயுள்ளும் மனத்துள்ளும் வைப்பார்கட்கே" (3:3:9) -2927

திருவேங்கடநாதனான கண்ணன் நம் நோய்களைத் தீர்ப்பவன் ஆவான். அவனது செந்தாமரைத் திருவடிகளை உள்ளத்தில் வைத்து, வாயால் போற்றி வணங்கினால், அவன் நம் மூப்பு, பிறப்பு, இறப்புக்களைப் போக்கி நாம் உய்வடையும்படிச் செய்துவிடுவான் என்று ஆழ்வார் கூறுகின்றார்.

எம்பிரானின் திருவடிகளை வணங்கினால், மூப்பு, பிறப்பு, இறப்பு ஆகியன நீங்கிவிடும் என்பது இவர் வற்புறுத்தும் கருத்தாகும்.

பெருமானை நினைத்துத் தோத்திரம் செய்வதை 'வாயுள்ளும்' என்றும், தியானம் செய்வதை 'மனத்துள்ளும்' என்றும் இவர் குறிப்பிடுகின்றார்.

பிறவி கெடுத்து ஆளும்

பெருமானை நாளும் வணங்கினால் நோய்கள் வராது, பிறப்புக்கள் இல்லாமல் ஆகும்.

> **"பணி நெஞ்சே! நாளும் பரம பரம்பரனை;**
> **பிணி ஒன்றும் சாரா; பிறவி கெடுத்து ஆளும்**
> **மணி நின்ற சோதி, மதுசூதனன், என் அம்மான்,**
> **அணி நின்ற செம்பொன் அடல் ஆழியானே."**
>
> (10:4:7) -3706

எம்பெருமான் நீலமணி போன்ற ஒளியை உடையவன். மது என்னும் அரக்கனை அழித்தவன். போர் ஆற்றல் மிக்க பொன் போன்ற திருச்சக்கரத்தை ஏந்திய அப்பெருமான், பிறவித் துன்பத்தைப் போக்கி நம்மை அடிமை கொண்டு காப்பான். பரமனை நாளும் தொழுதால் நோய் ஒன்றும் வராது. அதனால் நெஞ்சே! அப்பெருமானை நாளும் வணங்குவாய்.

பிறவித் துன்பத்தை இல்லாமல் ஆக்க, பரமனைப் பற்றுவதே ஒரே வழி என்று இவர் கூறுகின்றார்.

அடைந்தார்க்கு அல்லல் இல்லை

பரமனின் திருவடிகளின் பெருமையை ஆழ்வார் கூறுகின்றார்.

> **"பாதம் நாளும் பணிய, தணியும் பிணி,**
> **ஏதம் சாரா; எனக்கேல் இனி என்குறை?**
> **வேத நாவர் விரும்பும் திருக்கண்ணபுரத்து**
> **ஆதியானை, அடைந்தார்க்கு அல்லல் இல்லையே."**
>
> (9:10:9) -3664

வேதவல்லவர்கள் விரும்பி வாழும் திருக்கண்ணபுரத்து நீலமேகப் பெருமானை (சௌரிராஜப் பெருமான்) அடைந்தவர்களுக்கு ஒரு துன்பமும் வராது. அப்பெருமானின் திருவடிகளை நாள்தோறும் பணிபவர்களின் நோய்கள் நீங்கும். அப்பெருமானை அடைந்த பிறகு எனக்கு இனி என்ன குறையுள்ளது?

பெருமானை நம்பி வழிபடுகின்றவர்களுக்குத் துன்பங்கள் வராது, நோய்கள் நீங்கும், அவனை அடைந்தவர்களுக்குக் குறைகள் ஏதும் இல்லை என்றெல்லாம் மகிழ்வுடன் கூறிவிட்டு, ஆழ்வார் அவனை வழிபடும் தனக்கு என்ன குறை உள்ளது என்பதனை "எனக்கேல் இனி என் குறை?" என்று பெருமிதத்துடன் கேட்கின்றார்.

வினை ஓயுமே

திருமலையப்பனை மட்டும் வணங்கினாலே, வினைகள் அத்தனையும் அழிந்துபோகும் என்று இவர் திருவேங்கடவனை மங்களாசாசனம் செய்கின்றார்.

"குன்றம் ஏந்திக் குளிர்மழை காத்தவன்,
அன்று ஞாலம் அளந்த பிரான்,பரன்
சென்று சேர் திருவேங்கட மாமலை
ஒன்றுமே தொழ நம் வினை ஓயுமே." (3:3:8) -2926

எம்பெருமான் கோவர்த்தனம் என்னும் மலையைத் தூக்கிக் குளிர்ந்த மழையிலிருந்து ஆயர்களையும் ஆநிரைகளையும் பாதுகாத்தான். அவனே உலகத்தை அளந்தவன். அவன் எல்லோருக்கும் மேலானவன். அப்பெருமான் எழுந்தருளியிருக்கும் திருவேங்கடம் என்னும் திருமலையை வணங்கினாலே நம் வினைகள் எல்லாம் அழிந்து போகும்.

கண்ணன் கோவர்த்தன கிரியைத் தூக்கி ஆயர்களையும், ஆநிரைகளையும் பாதுகாத்த செயலையும், உலகளந்த செயலையும் இவர் கூறுகின்றார். அப்பரமன் திருமலையில்தான் உள்ளான். அவனை வழிப்பட்டு வினைகளை அழித்துக் கொள்ளுங்கள் என்று இவர் அறிவுறுத்துகின்றார்.

வேண்டுதல்

நம்மாழ்வார் திருமாலிடம் வேண்டியவற்றை அடுத்துக் காண்போம். அவை நமக்கு வழிகாட்டும்.

கொடிய உலகைக் காட்டாதே

நோய், மூப்பு, பிறப்பு, இறப்பு முதலியவற்றில் மக்கள் சிக்கித் தவிக்கும் அன்றாட நிகழ்வுகளைப் பார்த்த ஆழ்வார் அவற்றைப் பற்றி அடுத்துப் பேசுகின்றார்.

"ஆயே! இவ் உலகத்து நிற்பனவும் திரிவனவும்
நீயே; மற்று ஒரு பொருளும் இன்றி நீ நின்றமையால்,
நோயே, மூப்பு, இறப்பு, பிறப்பு, பிணியே என்று இவை ஒழியக்
கூயே கொள் அடியேனை, கொடு உலகம் காட்டேலே."
(4:9:7) -3101

பெருமானே! இவ்வுலகத்தில் நிற்கின்ற பொருள் களிலும், திரிகின்ற பொருள்களிலும் நீயே உள்ளாய். நீயே அனைத்திற்கும் தலைவனாய் இருக்கின்றாய். ஆதலால் நோய், மூப்பு, இறப்பு, பிறப்பு ஆகியவை நீங்கும்படி அடியேனைக் கூவிக் கூட்டிக்கொள். இந்த கொடிய உலகத்தை எனக்குக் காட்டாதே.

கொடுமைகளற்ற உலகைப் படைக்க இவர் இறை வனிடம் வேண்டுகின்றார்.

உய்யுமாறு அருளாய்

ஆழ்வார் அடுத்துச் சிரீவரமங்கை பெருமானிடம் உய்யுமாறு அருள்செய்ய வேண்டுகின்றார். அந்த அழகிய பாசுரம் இதுதான்.

"புள்ளின் வாய் பிளந்தாய்! மருது இடை
போயினாய்! எருது ஏழ் அடர்த்த, என்
கள்ள மாயவனே! கருமாணிக்கச் சுடரே!
தெள்ளியார் திருநான்மறைகள் வல்லார்
மலிதண் சிரீவர மங்கை,
உள் இருந்த எந்தாய்! அருளாய்
உய்யுமாறு எனக்கே." (5:7:9) -3191

பறவை உரு பகாசுரனின் வாயைப் பிளந்தவனே! மருத மரங்களின் நடுவே சென்று அசுரர்களை அழித்தவனே! ஏழு காளைகளையும் கொன்று முடித்த கண்ணனே! என் கள்ள மாயவனே! கரிய மாணிக்கம் போன்ற ஒளியை உடையவனே! தெளிந்த அறிவுடைய வைணவர்கள் வாழ்கின்ற சிரீவர மங்கை திருத்தலத்தின் எந்தையே! எனக்கு நீ உய்யும் வகையை அருள வேண்டும்.

சிரீவரமங்கை என்ற தலம் இப்போது நாங்குநேரி என்றழைக்கப்படுகின்றது. இவ்வூர் திருநெல்வேலி மாவட்டத்தில் உள்ளது. மூலவர் தோத்தாத்திரி நாதன். இவரை வானமாமலை என்றும் குறிப்பிடுவார்கள். நம்மாழ்வார் இப்பெருமானைப் பதினோரு பாசுரங்களால் மங்களாசாசனம் செய்துள்ளார்.

வீடுபேறு பெற

ஆழ்வார் வீடுபேற்றைப் பெறுவதற்குரிய வழிகளைக் கூறுகின்றார்.

அற்றது பற்றெனில்

மனிதர்கள் பற்றுக்களைக் கூடுதல் ஆக்கிக்கொண்டே இருக்கிறார்கள். அதனால் துன்பப்படுகிறார்கள். இதனைக் கருத்தில் கொண்டு இவர் பாடுகின்றார்.

"அற்றது பற்று எனில்,
உற்றது வீடு உயிர்
செற்று அது, மன் உறில்
அற்று இறை பற்றே." (1:2:5) -2690

பற்றுக்கள் - வெளியிலுள்ள ஆசைகள் அற்ற அளவிலே உயிர் வீடு உற்றது. அதனையும் வெறுத்து, பற்று அற்றானையே பற்றினால் பரமபதம் கிட்டும்.

வீடுபேற்றினை அடைவதற்குரிய வழிகளை இங்கு இவர் குறிப்பிடுகின்றார். மக்கள் தங்கள் தேவைகளையும், ஆசைகளையும் அதிகமாக்கிக் கொண்டே வாழ்கிறார்கள். இவ்வுலக வாழ்க்கையை நரகமாக்கிக் கொள்வதற்கும், மறுமையில் நரகம் புகுவதற்கும் இவை காரணிகளாகி

விடுகின்றன. எனவே பற்றுக்களை விட்டுவிடுங்கள், முக்தியினைப் பெற்று விடலாம் என்று ஆழ்வார் அறிவுறுத்துகின்றார். இதனை எளிமையாக "அற்றது பற்றெனில் உற்றது வீடு" என்று செறிவோடு இவர் கூறுகின்றார்.

திருக்குறளின் 349 ஆம் குறளுக்கு உரை எழுதும்போது பரிமேலழகர் இப்பாசுரத்தை மேற்கோள் காட்டி விளக்குகின்றார்.

இறை உள்ளில் ஒடுங்கு

பிறபொருள்களின் மீதுள்ள ஆசையை நீக்கி, இறைவனிடத்தில் உள்ளத்தைச் செலுத்த அடுத்து இவர் கூறுகின்றார்.

"உள்ளம், உரை, செயல்
உள்ள இம்மூன்றையும்,
உள்ளிக் கெடுத்து, இறை
உள்ளில் ஒடுங்கே" (1:2:8) -2693

மனம், பேச்சு, செயல் ஆகிய இம்மூன்றையும் ஆராய்ந்து, பற்றைக் கெடுத்து (ஆசையைப் பிற பொருள்களிலிருந்து மீட்டு) இறைவனிடத்திலே சேர்ப்பாய்.

தம் உள்ளம், உரை, செயல் ஆகிய மூன்றையும் மனிதர்கள் ஆராய வேண்டும். மனதால் பக்குவப்பட்டு, இறைவனிடத்தில் உள்ளத்தைக் கொண்டு சேர்க்க வேண்டும். இப்படிச் செய்தால் நற்கதி பெறலாம் என்று ஆழ்வார் கூறுகின்றார்.

யானே நீ, என் உடைமையும் நீயே

நான் என்ற செருக்கோடும், என் உடைமைகள் என்ற கர்வத்தோடும் வாழும் மனிதர்களுக்கு ஆழ்வார் அறிவுரை கூறுகின்றார்.

"யானே என்னை, அறியகிலாதே
யானே என்தனதே, என்றிருந்தேன்;
யானே நீ; என் உடைமையும் நீயே;
வானே ஏத்தும் எம் வானவர் ஏறே!" (2:9:9) -2883

பெருமானே! என்னை அறியாமல் கேட்டினை விளைவித்துக் கொண்டவன் நான். "நீயும் உன் உடைமையும்" என்று இருக்காமல், 'நானும் என் உடைமையும்' என்று வகுத்துக்கொண்டு இருந்துவிட்டேன். 'நானும் நீயே ஆவாய்', 'என்னுடைமையும் நீயே ஆவாய்' என்பதை இப்போது உணர்ந்து கொண்டேன். வானவர் போற்றும் எங்கள் தலைவன் நீ அல்லவா?

எல்லாம் இறைவனே. அத்தனையும் அவன் உடைமைகளே. நாமும் அவன் உடைமைதான். இந்த அடிப்படையை நம்மாழ்வார் உணர்த்துகின்றார். நல்ல பேற்றைப் பெற அவர் வழிகாட்டுகின்றார்.

திருநாமச் சிறப்பு

திருமாலைவிட அவரின் திருநாமங்களுக்கு ஏற்றம் அதிகம். பெருமானைக் "கட்டிப் பொன்" என்றும், அவனின் திருப்பெயர்களைப் "பணிப் பொன்" (ஆபரணம்) என்றும் கூறுவது மரபு. கட்டிப் பொன்னை விட, அதனால் செய்யப்பெற்ற ஆபரணங்களுக்குச் சிறப்பு அதிகம். அதனால் இவ்வாறு கூறுகின்றனர்.

பெருமானுக்கு ஆயிரம் நாமங்கள் இருந்தாலும் 12 நாமங்களுக்குச் சிறப்பு அதிகம் என்பர். நம்மாழ்வார் இரண்டாம் பத்து ஏழாம் திருவாய்மொழியில் இப்பன்னிரண்டு திருநாமங்களையும் வரிசையாகக் கூறுகின்றார்.

கேசவன், நாரணன் (நாராயணன்), மாதவன், கோவிந்தன், விட்டு (விஷ்ணு), மதுசூதனன், திரிவிக்கிரமன், வாமனன், சிரீதரன், இருடிகேசன், பற்பநாபன் (பத்மநாபன்), தாமோதரன் ஆகிய இத்திருப்பெயர்களைக் ஆழ்வார் கூறுகின்றார்.

"................. இவை பன்னிரண்டும்
பண்ணில் பன்னிரு நாமப்பாட்டு
அண்ணல் தாள் அணைவிக்குமே" (2:7:13) -2863

இப்பன்னிரு திருநாமங்களும், சொல்ல வல்லவர்களைத் திருமாலின் திருவடிகளில் கொண்டு சேர்ப்பிக்கும் என்று இவர் உறுதிப்படக் கூறுகின்றார்.

பதிகத்திற்கு (ஒரு திருவாய்மொழி) 11 பாட்டுக்கள் வீதம் பாடிய ஆழ்வார், 12 திருநாமங்களையும் சொல்வதற் காகவே, வழக்கத்திற்கு மாறாக இப்பதிகத்தில் மட்டும் (2:7) 13 பாட்டுக்கள் பாடியுள்ளார். இதன்மூலம் திருநாமத்தின் மேன்மையை நமக்கு ஆழ்வார் உணர்த்துகின்றார்.

அடியவர்கள்

ஆழ்வார்களின் தொடர் முயற்சியால் வைணவம் தமிழகத்தில் பெருமளவுக்குப் பரவியது. பக்தர்கள் கூட்டங்கூட்டமாகத் திருக்கோவில்களுக்குச் சென்று, பெருமானைப் பாடி வைணவத்தை நிலைநிறுத்தினார்கள். அடியவர் கூட்டத்தைக் கண்டு மகிழ்ந்த நம்மாழ்வார்,

“கண்டோம், கண்டோம், கண்டோம்
கண்ணுக்கு இனியன கண்டோம்” (5:2:2) -3129

என்று ஆர்ப்பரிக்கின்றார். அடியவர்கள் பற்றிய அவர் கருத்துக்களைக் காண்போம்.

அடியார் தம் அடியார் எம் அடிகளே

மணிவண்ணனின் அடியார்கள் எந்தக் குலத்தைச் சார்ந்தவர்களாக இருந்தாலும், அவர்களின் அடியாருக்கு அடியார், எம் தலைவராவார் என்று ஆழ்வார் கூறுகின்றார்.

“குலம் தாங்கு சாதிகள், நாலிலும்
கீழ் இழிந்து, எத்தனை
நலம் தான் இலாத சண்டாள
சண்டாளர்கள் ஆகிலும்,
வலம் தாங்கு சக்கரத்து அண்ணல்,
மணிவண்ணற்கு ஆள் என்று உள்
கலந்தார், அடியார்தம் அடியார்
எம் அடிகளே” (3:7:9) -2971

வகுக்கப்பட்ட குலங்கள் கொண்ட நான்கு சாதி களிலும் மிகத் தாழ்ந்த சண்டாளர்கள் ஆயினும் (புலை யருக்குள்ளே புலையராயினும்) அவர்கள் எம்பெருமானது அடியார்கள் என்றால் அவர்களே எம் தலைவர்கள்

ஆவார்கள். அவர்கள், சிறிய நன்மைகூட இல்லாதவர்களாயினும், சக்கரம் ஏந்தும் மணிவண்ணனுக்கு அடியார்களாய் இருப்பின், அவரது அடியார்க்கு அடியார் எமக்குத் தலைவராவார்.

பரமனின் பக்தர்கள், நான்கு குலங்களுக்கும் மேற்பட்ட புதியதொரு குலத்தைச் சேர்ந்தவர்கள் என்பது இவரது கருத்தாக உள்ளது. பக்தர்களுக்கு இடையே உயர்வு தாழ்வு இல்லை என்றும், அடியவர்களின் சாதியைக் குறிப்பிட்டுப் பேசுவது தவறு என்றும் இங்கு இவர் வற்புறுத்துகின்றார்.

எந்த உயர்குலத்தைச் சார்ந்தவர்களாக இருந்தாலும், பெருமானின் பக்தர்கள் அல்லாதவர்கள், சண்டாளர்கள் என்பதும் உட்கருத்தாக அமைகின்றது.

பொலிக பொலிக பொலிக!

பெருமான் தனக்கு அடிமை செய்வதை விட, தன் அடியவர்க்குத் தொண்டு செய்வதைத்தான் விரும்பி அருள்வார் என்று இவர் கூறுகின்றார்.

"பொலிக! பொலிக! பொலிக!
போயிற்று வல் உயிர்ச் சாபம்,
நலியும் நரகமும் நைந்த;
நமனுக்கு இங்கு யாது ஒன்றும் இல்லை;
கலியும் கெடும்; கண்டு கொள்மின்;
கடல் வண்ணன் பூதங்கள் மண்மேல்
மலியப் புகுந்து இசைபாடி,
ஆடி, உழிதரக் கண்டோம்" (5:2:1) -3128

கடல்நிற வண்ணனான பெருமானின் அடியவர்கள் இந்த மண்ணில் கூட்டம் கூட்டமாக நிறைந்து இசைபாடி ஆடியவாறு உலாவுவதைக் கண்டோம். அதனால் உயிர்களை நலியச் செய்யும் வலிய சாபங்கள் - தீவினைகள் நீங்கின. எல்லோரையும் வருத்துகின்ற நரக உலகமும் கட்டு அழிந்தது. எமனுக்கு இவ்வுலகில் இனி ஒரு வேலையும் இல்லை. கலிகாலமும் கெடும். நீங்களே பார்த்துக் கொள்ளுங்கள். பொலிக! பொலிக! பொலிக!

அடியவர்களைக் கடல்வண்ணன் பூதங்கள் என்று இவர் குறிப்பிடுகின்றார். இவர்கள் அலைஅலையாக ஆடிப்பாடிப் பரமனின் புகழைப் பரப்புகின்றனர். அவர்களின் வருகையால் கலியுகம் கெட்டழிந்தது என்றும், புதுயுகம் பூத்தது என்றும் இவர் ஆரவாரம் செய்கின்றார்.

'பொலிக பொலிக' எனத் தொடங்கும் இந்த ஐந்தாம் பத்து, இரண்டாம் திருவாய்மொழி, திருமாலின் அடியவர் களுக்கு இவர் பாடிய பல்லாண்டாகக் கருதப்படுகின்றது.

நேமிப் பிரான் தமர்

பெருமானின் பக்தர்களைப் பாகவதர்கள் என்று குறிப்பிடுவார்கள். பகவானின் தொடர்புடையவர்கள் ஆனபடியால் இவர்கள் பாகவதர்கள். இவர்களின் பெருக்கத்தால் உலகில் தீமைகள், துன்பங்கள் குறையும், அழியும். வைணவம் செழிப்புற்று வளரும். இந்தப் பாகவதர்களுக்குச் சிறப்புக்கள் செய்து பெருமைபெற ஆழ்வார் வற்புறுத்துகின்றார்.

"கொன்று உயிர் உண்ணும் விசாதி
பகை, பசி, தீயன, எல்லாம்,
நின்று இவ் உலகில் கடிவான்,
நேமிப் பிரான் தமர் போந்தார்;
நன்று இசைபாடியும், துள்ளி
ஆடியும், ஞாலம் பரந்தார்;
சென்று, தொழுது, உய்ம்மின்; தொண்டீர்!
சிந்தையைச் செந்நிறுத்தியே" (5:2:6) -3133

ஆழிச்சக்கரத்தை ஏந்திய பெருமானின் அடியவர்கள் எங்கும் வந்துள்ளார்கள். அதனால் உலகிலுள்ள துன்பங்கள் எல்லாம் நீங்கும் உயிரைக் கொன்று தின்னும் நோய், பகை, பசி முதலிய தீயவைகள் எல்லாம் இந்த அடியவர்கள் வருகையால் அழிந்து மறைந்துவிடும். இந்தப் பக்தர்கள் இறைவனின் புகழை இசையில் பாடியும், துள்ளி ஆடியும் உலகு எங்கும் பெரிதும் பரந்துள்ளார்கள். தொண்டர்களே உள்ளத்தைச் செம்மையான வழிகளில் நிலைநிறுத்தி, பெருமானைத் தொழுது உய்தி பெறுங்கள்.

சமணபுத்த மதத்தினர் புறக்கணித்த இசையை அடியவர்கள் உயிர்ப்பித்தனர். ஆடியும், பாடியும் பெருமானின் புகழைப் பரப்பினார்கள். இவர்களை அடைந்து நன்மைபெற இவர் கூறுகின்றார்.

பக்தர்கள், உள்ளத்தைச் செம்மையான வழியில் நிலைநிறுத்தி, அடியவர்களைத் தொடர்ந்து சென்று, இறைப்பணி செய்ய ஆழ்வார் அறிவுறுத்துகின்றார்.

அடியார் அடியோங்களே

பரமனின் பக்தர்களுக்குக் காலங்காலமும் தொண்டு செய்ய வேண்டும் என்றும், அவர்களைப் பெருமைப்படுத்த வேண்டும் என்றும் ஆழ்வார் அடுத்து வற்புறுத்துகின்றார்.

"அடி ஆர்ந்த வையம் உண்டு,
ஆலிலை அன்னவசம் செய்யும்,
படி யாதும் இல் குழவிப்படி,
எந்தை பிரான் தனக்கு,
அடியார் அடியார், தம்
அடியார் அடியார், தமக்கு
அடியார் அடியார்தம்
அடியார் அடியோங்களே" (3:7:10) -2972

பெருமான் உலகளந்தபோது தன் திருவடிகளுக்கு அளவான இவ்வுலகத்தைத் தன் திருவயிற்றில் வைத்துக் காப்பாற்ற அதை உண்டான். அதற்கு ஈடான அளவிலே ஓர் ஆலிலையில் பள்ளி கொண்டான். பெருமானின் ஒப்பில்லாத குழந்தை வடிவை என்னென்று சொல்வேன்? எந்தைக்கு ஆட்பட்ட ஏழேழு தலைமுறையாக வரும் அடியார்களுக்கு நாம் அடிமைப்பட்டுள்ளோம் என்று ஆழ்வார் பெருமிதமாகக் கூறுகின்றார்.

அடியாரின், அடியார்களின் அடியார்களுக்கும், தாம் அடியார் என்று பணிவுடன் கூறி, ஆழ்வார் மகிழ்கின்றார். இந்தப் பண்பு வளர்ந்தால் குலத்தாழ்ச்சி உயர்ச்சி ஒழியும், சமரசம் பெருகும், அகிலம் செழிக்கும் என்பது நம்மாழ்வாரின் கருத்தாகும்.

வைணவத்தில் ஆண்டவனைக் காட்டிலும், அவன் அடியவர்க்கே அதிக மேன்மை தரப்படுகின்றது. இதனை "அடியார்க்கு அடிமை செய்தல்" என்பார்கள். இதனைப் 'பாகவத சேஷத்துவம்' என்று குறிப்பிடுவார்கள். நம்மாழ்வார் 'பயிலும் சுடரொளி' (3:7), 'நெடுமாற்கு அடிமை' (8:10) ஆகிய திருவாய்மொழிகளில் அடியார்க்கு அடிமை செய்தல் பற்றி நிறைய கூறுகின்றார். அடியார்க்கு அடியனாதல் வைணவம் வற்புறுத்தும் நெறியாகும்.

புலவர்களுக்கு

எங்கு போனாலும் எங்களுக்குச் சோறு கிடைக்கும் என்றும், குரங்கை ஏற்றுக்கொள்ள மாட்டேன் என்று எந்த மரக்கிளையும் சொல்லாது. என்றும் சங்ககாலப் புலவர்கள் வாழ்ந்தார்கள்.

"எத்திசைச் செலினும்
அத்திசைச் சோறே"

"குரங்கேற்றுக் கொள்ளாத
கொப்பும் உண்டோ?"

மன்னரைப் பாடுவதும், பரிசில் பெற்று வாழ்வதும் சிறந்த வாழ்க்கைதான் என்ற கொள்கையே பழங்காலத்தில் நிலவி வந்தது. இந்தக் கருத்தைக் கடுமையாக மறுத்துப் பேசியவர் நம்மாழ்வார்தான்.

பரிசில் வாழ்க்கை உயரிய வாழ்க்கை அல்ல என்றும், ஏதாவது வேலை செய்து வாழ வேண்டும் என்றும் புலவர் களுக்கு இவர் அறிவுரை கூறுகின்றார். பணக்காரர்களைப் பாடி வாழும் வாழ்க்கை இழிந்தது என்றக் கருத்தை இவர் தமிழகத்தில் பரப்புகின்றார்.

மனிதரைப் பாடாதீர்கள்

அழியும் மனிதர்களைப் பாடிப் பெறும் நிலையில்லா செல்வம் எத்தனை நாளைக்கு உடன்வரும்? பெருமானைப் பாடிப் பிறவிகளைப் போக்கிக் கொள்ளுங்கள் என்று இவர் புலவர்களுக்குக் கூறுகின்றார்.

"என் ஆவது எத்தனை நாளைக்குப்
போதும் புலவீர்காள்,
மன்னா மனிசரைப் பாடிப் படைக்கும்
பெரும்பொருள்?
மின்னார் மணிமுடி விண்ணவர்
தாதையைப் பாடினால்,
தன்னாகவே கொண்டு, சன்மம்
செய்யாமையும் கொள்ளுமே." (3:9:4) -2988

புலவர்களே! அழிந்து போகின்ற மனிதர்களைப் பாடிப் பெறும் பெரிய பரிசில் பொருள் எத்தனை நாளைக்குப் போதும்? ஒளிபொருந்திய மணிமுடியைச் சூடிய வானவர் தலைவனாகிய எம்பெருமானைப் பாடுங்கள். அவன் உங்களைத் தனக்குரியவனாக ஏற்று, உங்களின் பிறவிகள் அறும்படிச் செய்வான்.

மணிவண்ணனைப் பாட இவர் அறிவுறுத்துகின்றார்.

இன்கவி ஒருவர்க்கும் கொடுக்கிலேன்

உண்மையைச் சொன்னால் யாருக்கும் பிடிக்காது. அதற்காகச் சொல்லாமல் இருக்க முடியாது, சொல்வேன் என்று ஆழ்வார் பேச ஆரம்பிக்கின்றார்.

"சொன்னால் விரோதம் இது, ஆகிலும்
சொல்லுவன்; கேண்மினோ!,
என் நாவில் இன் கவி; யான்
ஒருவர்க்கும் கொடுக்கிலேன்,
தென்னா தெனா என்று, வண்டு
முரல் திருவேங்கடத்து,
என் ஆனை, என் அப்பன்,
எம்பெருமான் உளனாகவே" (3:9:1) -2985

நான் இந்த நன்மையைச் சொன்னால் உங்களுக்குப் பகையாகத் தோன்றலாம். ஆனாலும் சொல்வேன். கேளுங்கள். வண்டுகள் தென்னா தென்னா என்று ஒலி எழுப்பும் திருவேங்கடத்தில் எழுந்தருளிய பெருமான் எனக்கு யானை போன்றவன். என் அப்பன் அவன். என் நாவிலிருந்து வருகின்ற இனிய கவிதைகளை எம்பெரு

மானைத் தவிர வேறு ஒருவருக்கும் நான் கொடுக்க மாட்டேன்.

நிலைபெற்று வாழும் ஆண்டவன் இருக்கும்போது, நோயுற்று அழியும் இந்த மனிதர்களை ஏன் பாட வேண்டும்? வேங்கடவனைப் பாடிப் புண்ணியம் தேட வேண்டும் என்று இவர் வழிகாட்டுகின்றார்.

என் இனிய கவிதைகளை எம்பெருமானைத் தவிர வேறு யாருக்கும் தரமாட்டேன் என்று இவர் பெருமிதமாக அறிவிக்கின்றார்.

மெய் வருத்திக் கைசெய்து வாழுங்கள்

வேலை செய்து பிழைக்க வேண்டும். வேலை கிடைக்கவில்லையா? சொந்தமாக ஏதாவது கைத்தொழில் செய்து மானமாக வாழவேண்டும். ஏன் செல்வர்களைப் பாடி இரந்துண்டு வாழவேண்டும்? இதனை இவர்,

"வம்மின் புலவீர்! நும் மெய் வருத்திக்
கை செய்து உய்ம்மினோ!;
இம் மன் உலகில் செல்வர் இப்போது
இல்லை, நோக்கினோம்;
நும் இன்கவி கொண்டு, நும் நும்
இட்டா தெய்வம் ஏத்தினால்,
செம் மின்சுடர் முடி, என் திருமாலுக்குச்
சேருமே" (3:9:6) -2990

என்று பாடுகின்றார்.

புலவர்களே! வாருங்கள். உங்கள் உடலை வருத்தி வியர்வை சிந்தி ஏதாவது கைத்தொழில் செய்து பிழை யுங்கள். நிலைபெற்ற இந்த உலகில் செல்வமுடையவர்கள் என்று யாருமே இல்லை. இப்போது நோக்கினோம். உங்களின் இனிய கவிதைகளைக் கொண்டு உங்களுக்கு விருப்பமான தெய்வத்தைப் பாடுங்கள். அக்கவிதைகள் எல்லாம் ஒளிபொருந்திய பொன்முடி சூடிய திருமாலுக்கே போய்ச் சேர்ந்துவிடும்.

கவிபாடும் ஆற்றல் கடவுள் தந்த கொடையாகும். அதனைப் பெற்ற நீங்கள் கடவுளைப் பாடுங்கள். உங்களுக்கு எந்தக் கடவுளைப் பிடிக்குமோ அந்தக் கடவுளைப் பாடுங்கள். அது போதும். அப்பாடல்கள் அத்தனையும் தெய்வங்களுக்கெல்லாம் தெய்வமான திருமாலை வந்து சேர்ந்துவிடும். இவ்வாறு ஆழ்வார் கூறுகின்றார்.

"உலகில் செல்வர் இப்போது இல்லை நோக்கினோம்" என்று சொல்லும் நம்மாழ்வார், ஒரு குறுநில மன்னரின் மகன் என்பதையும் நினைவில் கொள்ளவேண்டும். உண்மையான செல்வந்தர் யார் என்ற உண்மை அவருக்குத் தெரியும். அதனால்தான் செல்வந்தர் யாரும் இல்லை என்று உறுதியாகக் கூறுகிறார் எனக் கருதலாம்.

மானிடம் பாடவந்த கவிஞன் அல்லேன்

மனிதர்களைப் பாட வந்த சாதாரணக் கவிஞன் அல்லன் நான். தெய்வத்தைப் பாடவந்தக் கவிஞன். மனிதர்களைப் பாடினால் சோறு கிடைக்கும், பெருமானைப் பாடினால் வீடுபேறு கிடைக்கும். எது வேண்டும் முடிவெடுத்துக் கொள்ளுங்கள். இவ்வாறு ஆழ்வார் கூறுகின்றார்.

"வாய் கொண்டு மானிடம் பாடவந்த,
கவியேன் அல்லேன்;
ஆய் கொண்ட சீர் வள்ளல்,
ஆழிப்பிரான் எனக்கே உளன்,
சாய் கொண்ட இம்மையும் சாதித்து,
வானவர் நாட்டையும்,
நீகண்டு கொள் என்று வீடும்
தரும், நின்றே" **(3:9:9) -2993**

வாயால் மனிதர்களைப் பாடவந்த புலவன் நான் அல்லேன். திருக்குணங்களை உடைய வள்ளலாகிய, ஆழிச்சக்கரத்தை ஏந்திய பெருமான் எனக்கு இருக்கின்றான். அப்பெருமான் இவ்வுலகில் இன்பத்தையும் கொடுத்து, வீடுபேற்றையும் நீ கண்டு கொள்வாய் என்று அருள்வான். அப்பெருமானை மட்டுமே பாடுவேன்.

பக்தி இயக்கக்காலக் கவிஞர்களுக்கே உரிய கம்பீரத்துடன் 'மானிடம் பாடவந்த கவியேன் அல்லன்' என்று ஓங்கி இவர் அறிவிக்கின்றார்.

அகத்துறை

நம்மாழ்வார் அகப்பொருள் துறையைத் தேர்ந் தெடுத்து, அதன்வழி அரும்பெரும் கருத்துக்களைக் கூறுகின்றார்.

அகப்பொருள் துறையைப் பக்தித் துறைக்கு இவர் மடைமாற்றம் செய்து வெற்றியும் பெற்றுவிடுகின்றார்.

தலைவியின் பேச்சாக அமைந்துள்ள பாசுரங்களில், இவர் பெருமானிடம் தான் கொண்டுள்ள ஆழமான பக்தியை - காதலை அருமையாக வெளியிடுகின்றார்.

மகளின் நிலை கண்டு வருந்தும் தாயின் பேச்சாகவும் இவர் பாடல்கள் பாடியுள்ளார்.

உருகும் காதலியும் இவரே, வருந்தும் தாயால் வருணிக்கப்படும் மகளும் இவரே ஆவார்.

தலைவியின் கூற்று

தலைவியின் பேச்சாக 17 பதிகங்களைப் பாடியுள்ள ஆழ்வார், மாலனிடம் தான் கொண்டுள்ள மையலை ஆழமாகப் பதிவு செய்து வைத்துள்ளார்.

திருமாலே காதல் நாயகன். பக்தன்தான் - ஆன்மாதான் இறைவனின் அன்பைப் பெறத் தவிக்கும் காதலி. இவ்வண்ணம் உருவகமாகப் பாடல்கள் அமைந்துள்ளன.

கோகுலத்தில் பெண்கள் பலர் கண்ணனின் காதலைப் பெறத் துடித்தார்கள். இதைக் கருத்தில் கொண்டு நம்மாழ்வார் ஓர் ஆயர்குலப் பெண்ணாகித், தன் உணர்வுகளைச் செம்மையாக வெளியிடுகின்றார்.

வல்வினையேன் ஆவி காப்பவர் யார்?

இரவு நீண்டு கொண்டே செல்கிறது. ஊரார் எல்லோரும் தூங்கிவிட்டனர். தலைவன் வரவில்லை. என் உயிரைக் காப்பவர் யார்? என்று தலைவி தவிக்கின்றாள்.

"ஊர் எல்லாம் துஞ்சி, உலகு எல்லாம் நள் இருளாய்,
நீர் எல்லாம் தேறி, ஓர் நீள் இரவு ஆய் நீண்டதால்,
பார் எல்லாம் உண்ட நம்பாம்பு அணையான் வாரானால்,
ஆர் எல்லே! வல்வினையேன் ஆவிகாப்பார் இனியே?"

(5:4:1) -3150

பேச்சுத் துணைக்கு இருந்தோரும் தூங்கிவிட்டனர். எல்லோரும் ஒக்க உறங்கிவிட்ட நீண்ட இரவாகிவிட்டது. இப்போது உலகமெல்லாம் இருள் நிறைந்து பரவியுள்ளது. நீர் நிலைகளிலும், உயிரினங்கள் ஆழ அமிழ்ந்து உறங்கிவிட்டதால் அங்குள்ள ஒலிகளும் அடங்கிவிட்டன. பிரளயகாலத்தில் உலகத்தை எல்லாம் உண்டு காப்பாற்றிய பெருமான், என்னைக் காப்பாற்ற இப்போது வரவில்லை. பாம்பணையான் இந்த இரவில் வராமல் என்னைத் தவிக்க விடுகின்றான். வலிய வினைகளைச் செய்த என்னை இனி காப்பவர் யார்? இனி பிழைத்திருக்க முடியுமோ?

இரவு நீண்டுகொண்டே இருந்ததால் தலைவி வருந்தி இவ்வாறு கூறுகின்றாள்.

இவளின் பேச்சுத் துணைக்கும் யாரும் இல்லை. எதையாவது பார்த்து மனதைத் திசைதிருப்பலாம் என்றால் அதுவும் முடியாத அளவுக்கு எங்கும் இருள் சூழ்ந்துள்ளது.

இது காதல் கொண்ட பெண்ணின் ஏக்கமல்ல, பரமனைத் தேடித் தவிக்கும் ஆழ்வாரின் ஏக்கமாகும்.

இப்பாசுரத்தில் பரமனைக் காணமுடியாமல் தவிக்கும் பக்தனின் சோகத்தையும், தாபத்தையும், தாகத்தையும் இவர் உணர்த்துகின்றார்.

மாயும் வகை அறியேன்

நெஞ்சு என் வசம் இல்லை, இரவு நீண்டுகொண்டே போகின்றது, தலைவன் வரவில்லை, பெண்ணாகப் பிறந்ததால் உயிரை மாய்த்துக் கொள்ளும் வகையும் தெரியவில்லை எனத் தலைவி புலம்புகின்றாள்.

"நீயும் பாங்கு அல்லை காண், நெஞ்சமே! நீள் இரவும்,
ஓயும் பொழுது இன்றி ஊழியாய் நீண்டதால்;
காயும் கடுஞ்சிலை என் காகுந்தன் வாரானால்,
மாயும் வகை அறியேன், வல் வினையேன் பெண் பிறந்தே"
(5:4:3) -3152

நெஞ்சமே! நீயும் எனக்கு அனுகூலமாய் இல்லை. நீண்டு பரந்த இரவு, முடிவு காணமுடியாதபடி ஊழிக்காலம் போல் வளர்கிறதே! பகைவர்களை வருத்தும் கொடிய வில்லையுடைய என் காகுந்தன் (இராமன்) வரவில்லை. பெருந்தீவினை செய்த நான் பெண்ணாகப் பிறந்ததனால், இறப்பதற்குரிய வகையை அறியேனே!

இரவு நீண்டுகொண்டே இருந்ததால் தலைவி வருந்தி இவ்வண்ணம் கூறுகின்றாள்.

சீதையிடம் இரக்கம் கொண்ட இராமன், என்னிடம் இரங்கவில்லையே என்பதை உணர்த்த காகுந்தன் என்று தலைவனை இவள் குறிப்பிடுகின்றாள்.

பெருமானை அடையும் வகை தெரியாமல் தவிக்கும் பக்தனின் ஏக்கத்தை இப்பாசுரம் உணர்த்துகின்றது.

பெண் பிறந்தார் எய்தும் பெருந்துயரம்

பெண் பிள்ளைகள் படும் பாட்டைக் காணப் பொறுக்காமல் கதிரவனும் வராமல் ஒளித்துக் கொண்டான்.

"பெண் பிறந்தார் எய்தும்,
பெருந்துயர் காண்கிலேன் என்று,
ஒண் சுடரோன், வாராது ஒளித்தான்;
இம்மண் அளந்த
கண் பெரிய செவ்வாய், எம் கார்
ஏறு வாரானால்,
எண் பெரிய சிந்தை நோய்,
தீர்ப்பார் ஆர் என்னையே?" (5:4:4) -3153

பெண்ணாகப் பிறந்தவர்கள் அடையும் துன்பத்தை நான் காணமாட்டேன் என்று கதிரவனும் வராமல்

மறைந்து கொண்டான். இவ்வுலகத்தைத் திருவடிகளால் அளந்த வாமனமூர்த்தியும் என்னைக் காப்பாற்ற வரவில்லை. பெரிய கண்களையும், சிவந்த வாயினையும் கொண்ட அந்த மேகம் போன்ற காளை வரவில்லை. என் மனதில் உண்டான இப்பெரிய துன்பத்தைப் போக்குபவர் யார்?

இரவு முடியாமல் போய்க்கொண்டே இருந்ததால் தலைவி ஏங்கி இவ்வண்ணம் பேசுகின்றாள்.

எல்லோாரையும் சுடும் சுடரோனே - கதிரவனே என்னிடம் இரக்கம் காட்டுகின்றான். எம்பெருமானுக்கு இரக்கம் வரவில்லையே என்கிறாள் தலைவி.

"பெண் பிறந்தார் எய்தும் பெருந்துயர் காண்கிலேன் என்று,
ஒண் சுடரோன் வாராது ஒளித்தான்;"

இவ்விரு அடிகளும் இப்பெண்ணின் ஏக்கத்தை ஆழமாக உணர்த்துகின்றன. ஆழ்வார் அழகாக இப் பாசுரத்தைப் பாடியுள்ளார்.

பெருமான்தான் எனக்குக் கதி, அவன் துயரத்தைப் போக்காவிட்டாலும் - புறக்கணித்தாலும் நான் அவனை விட்டுப் போகமாட்டேன் என்ற அடியவனின் மன உறுதியை இதில் காண்கிறோம்.

குருகினங்களே! காதலைச் சொல்லுங்களேன்

காதல் வயப்பட்ட பெண் காதலனிடம், கண்ணில்படும் பறவைகளையோ, வண்டையோ, மேகத்தையோ தூது அனுப்புவது வழக்கம். அவற்றிடம் தன் ஏக்கத்தை அவனுக்குச் சொல்ல வேண்டுவாள். அதுபோல் தலைவி இப்போது ஒரு குருகை - நாரையைத் தலைவனிடம் தூது அனுப்புகின்றாள். இது சங்க இலக்கிய மரபு ஆகும்.

"வைகல் பூங்கழிவாய், வந்து மேயும் குருகினங்காள்!
செய்கொள் செந்நெல் உயர், திருவண் வண்டூர் உறையும்,
கைகொள் சக்கரத்து, என் கனிவாய் பெருமானைக் கண்டு,
கைகள் கூப்பி, சொல்லீர், வினையாட்டியேன் காதன்மையே"
(6:1:1) -3227

அழகிய உப்பங்கழிகளில் நாள்தோறும் வந்து மேய்கின்ற குருகுக் கூட்டங்களே! வயல்களில் செந்நெல் பயிர்கள் செழித்து ஓங்கி வளர்ந்திருக்கும் திருவண் வண்டூரில் எழுந்தருளியுள்ள எம்பெருமானிடம் நீங்கள் சென்று என் காதலைத் தெரிவிக்கவேண்டும். அவன் தன் திருக்கரத்தில் சக்கரப்படை ஏந்தியவனாய், சிவந்தகனி வாயுடன் அங்கு விளங்குகின்றான். அவனைக் கண்டு பிரிவை விளைவிக்கும் பாவங்களே செய்த அடியேனுடைய காதலைக் கைகள் கூப்பியவாறு வணக்கமுடன் சொல்லுங்கள்.

வண்டூர் பெருமானிடம் தலைவி இவ்வாறு தூது அனுப்புகின்றாள்.

திருவண்வண்டூர், கேரளத்தில் கொட்டாரக்கரா என்ற ஊரின் அருகில் உள்ள அழகான ஊராகும். மூலவரின் பெயர் பாம்பணையப்பன். இவரைக் கமலநாதன் என்றும் குறிப்பிடுகின்றனர். 108 திருத்தலங்களுள் வண் என்ற அடைமொழியுடன் திருவண்பரிசாரம், திருவண்புருடோத்தமம், திருவண்வண்டூர் ஆகிய மூன்று தலங்களே உள்ளன. அச்சிறப்பும் இவ்வூருக்கு உள்ளது.

தலைவனின் அடையாளங்களையும், இருப்பிடத்தையும் முதலில் கூறும் தலைவி, தன் காதலை வணக்கத்துடன் அவனிடம் சொல்லக் குருகிடம் வேண்டுகின்றாள்.

மாலை வந்தது, மாயன் வரவில்லை

மாலைப் பொழுது கண்டு தலைவி ஆற்றாமையால் இரங்கிக் கூறுகின்றாள்.

“மாலையும் வந்தது; மாயன் வாரான்;
 மாமணி புலம்ப வல் ஏறு அணைந்த,
கோலநல் நாகுகள் உகளும், ஆலோ!
 கொடியன குழல்களும் குழறும், ஆலோ!
வால் ஒளி வளர்முல்லைக், கருமுகைகள்,
 மல்லிகை அலம்பி, வண்டு ஆலும், ஆலோ!
வேலையும் விசும்பில் விண்டு அலறும் ஆலோ!
 என் சொல்லி உய்வன் இங்கு அவனை விட்டே?”
(9:9:10) -3654

மாலைப் பொழுதும் வந்து விட்டதே! ஆயினும் மாயோன் வரவில்லையே! கழுத்தில் கட்டிய பெரிய மணிகள் ஒலிக்கும்படியாக வலிய எருதுகளோடு அழகிய பசுக்கள் கூடிக் களித்து இன்பத்தால் குதித்து ஓடுகின்றன. குழல் இசை என் காதில் பட்டுக் கொடுமைப்படுத்து கின்றது. வெண்மையான ஒளியை உடைய முல்லை, கருமுகை, மல்லிகை ஆகிய மலர்களில் வண்டுகள் மூழ்கிக் குடைந்து, மகிழ்வுடன் ஒலி எழுப்புகின்றன. கடலும் வான்வரை எம்பி எழுந்து வாய்விட்டு அலறுகின்றது. அந்தோ! அவனைப் பிரிந்த நான் யாரிடம் எதனைச் சொல்லிப் பிழைப்பேன்?

சரியான நேரத்திற்கு மாலைப்பொழுது வந்து விடுகின்றது, மாயவன்தான் வருவதில்லை என்கிறாள் தலைவி.

பசுக்கள், மலர்கள், கடல் முதலியவை இன்ப நுகர்ச்சி பெற்று மகிழ்வுடன் இருப்பதைச் சுட்டிக்காட்டி, காதல் நோயுற்ற தலைவி ஏங்குகிறாள்.

இப்பாடல் ஓசை நயமிக்கப் பாடலாகும். மாலை வந்தது, மாயன் வாரான் என்ற தொடரில் ஆழமான ஏக்கம் புதைந்துள்ளது. இது தலைவியின் ஏக்கமல்ல, பக்தனின் ஏக்கமாகும்.

தாயின் கூற்று

அடுத்துத் தாயின் பேச்சாக அமைந்துள்ள பாசுரங்களைக் காண்போம். தாயின் கூற்றாக அமைந்த பதிகங்கள் ஏழு உள்ளன. காதலால் உருகும் தன் மகளின் நிலையைக் கண்டு பொறுக்கமாட்டாத ஒரு தாய் உரைப்பது போல் பாடல்கள் அமைக்கப்பட்டுள்ளன.

வாமனன் மண்

தலைவியின் நிலையைக் கண்டு வருந்தும் தாய், பிற பெண்களிடம் சொல்வதுபோல் ஆழ்வார் பாடலைப் பாடியுள்ளார்.

"மண்ணை இருந்து துழாவி, 'வாமனன் மண் இது'
என்னும்;
விண்ணைத் தொழுது, 'அவன் மேவு வைகுந்தம்'
என்று கை காட்டும்;
கண்ணை உள் நீர் மல்க நின்று,
'கடல் வண்ணன்' என்னும்; அன்னே என்!
பெண்ணைப் பெருமயல் செய்தாற்கு
என் செய்கேன், பெய் வளையீரே?" (4:4:1) -3040

வளையல்கள் அணிந்த பெண்களே! என் மகள் அமர்ந்திருந்தவாறே நிலத்தைத் தடவிக்கொண்டே "இது வாமனனாக வந்தவனின் மண்" என்று காதல் வெளிப்படக் கூறுகின்றாள். வானத்தைப் பார்த்துத் தொழுது "அவன் வாழும் பொன்னுலகம்" என்று கையால் காட்டுகின்றாள். கண்களில் நீர் மல்க நின்று "கடல் போன்ற நிறத்தை உடையவனே" என்கிறாள். ஐயோ! என்னுடையப் பெண்ணைப் பெரும்பித்து அடையச் செய்தவருக்கு நான் எதனைச் செய்வேன்?

வாமனன் மண் - நம்மாழ்வாரைக் குறிப்பிடும் போது, இச்சொற்களைக் குறிப்பிடும் அளவுக்குப் புகழ்பெற்ற தொடர் இது. இந்த மண் திருமாலின் பூமி, அவனின் நிலம், இங்கு அவன்தான் எல்லாம் என்பனவற்றை இதன்மூலம் ஆழ்வார் அழுத்தமாகச் சுட்டிக் கூறுகின்றார்.

தலைவிக்கு மண்ணைப் பார்த்தாலும் மாலன் நினைவு தான். விண்ணைக் கண்டாலும் அவனின் எண்ணந்தான். இப்படித் தவிக்கும் தலைவி நம்ம ஆழ்வார்தான் என்பதைக் கருத்தில் கொள்வோம்.

திரு உடை மன்னரைக் கண்டால்

தலைவியின் தற்போதைய நிலைகண்டு தாய் உரைக்கின்றாள்.

"திரு உடை மன்னரைக் காணில்,
'திருமாலைக் கண்டேனே' என்னும்;
உரு உடை வண்ணங்கள் காணில்,
'உலகளந்தான்' என்று துள்ளும்;

கரு உடைத் தேவு இல்கள் எல்லாம்,
'கடல் வண்ணன் கோயிலே' என்னும்;
வெருவிலும் வீழ்விலும் ஓவாள்;
கண்ணன் கழல்கள் விரும்புமே." (4:4:8) -3047

செல்வமுடைய அரசர்களைக் கண்டால் 'திருமாலைக் கண்டேன்' என்கிறாள். அழகிய வண்ணங்களைக் கண்டால் 'உலகளந்த திரிவிக்கிரமன்' என்று துள்ளுவாள். சிற்பங்கள் விளங்கும் கோவில்களைக் கண்டால் 'கடல் வண்ணன் கோவில் இது' என்று சொல்கின்றாள். இவள் உறவினருக்கு அஞ்சின நேரத்திலும், மயங்கிய வேளையிலும் இடைவிடாமல் கண்ணனுடைய திருவடிகளையே காதலிக்கின்றாள்.

யாரைப் பார்த்தாலும், எதைப் பார்த்தாலும் மையலுற்றத் தலைவிக்குக் காதலன் நினைவே தோன்றுகின்றது. மெய்யான பக்தனுக்கும் இப்படித்தான் தோன்றும். காதலுற்றவர்களின் உள்ளத்தைச் செம்மையாகப் படம்பிடித்துக் காட்டும் அழகான பாடல் இது.

"திரு உடை மன்னரைக் காணில் திருமாலைக் கண்டேனே" - இப்பாடல் வரியைப் பரிமேலழகர் திருக்குறள் இறைமாட்சி அதிகாரத்தின் உரையில் பயன்படுத்துகின்றார். மேலும் நம்மாழ்வாரைப் 'பெரியார்' என்றும் இப்பகுதியில் பரிமேலழகர் குறிப்பிட்டுச் சிறப்புச் செய்கின்றார்.

இத்தொடர் ஒரு பழமொழி போல் இப்போதும் பயன்பாட்டில் உள்ளது. மேலும் இலக்கியப் பேச்சாளர்கள் பலர் இத்தொடரை மேடைகளில் பயன்படுத்துகின்றனர்.

திருவரங்கா! என்ன சிந்தித்தாய்?

தலைவி திருவரங்கனிடம் மோகித்திருப்பதை உணர்ந்த தாய், அரங்கனைப் பார்த்து இப்படி வினவுகிறாள்.

"இட்டகால் இட்டகையளாய் இருக்கும்;
எழுந்து உலாய் மயங்கும்; கை கூப்பும்;
கட்டமே காதல் என்று மூர்ச்சிக்கும்;
கடல் வண்ணா! கடியை காண் என்னும்;

வட்டவாய் நேமி வலங்கையா! என்னும்;
வந்திடாய் என்று என்றே மயங்கும்;
சிட்டனே! செழுநீர்த் திருவரங்கத்தாய்!
இவள் திறத்து என் சிந்தித்தாயே?" (7:2:4) -3351

என் மகள் தன் கால்களும் கைகளும் கிடந்தபடியே உணர்வின்றிக் கிடக்கின்றாள். உன் நினைவால் காரணமின்றி எழுந்து நடக்கிறாள். மயங்கிக் கை கூப்புவாள். 'காதல் கொண்டது துன்பத்தைக் கொடுத்து விட்டது' என்று கூறி மூர்ச்சையடைகின்றாள். 'கடல் வண்ணனே! நீ மிகுந்த கொடுமைக்காரன் என்று கூறி ஏங்குகிறாள். 'வட்டமான ஆழியை வலக்கையில் கொண்ட வனே நீ வரமாட்டாயா' என்று கூறி மயங்குகிறாள். திருவரங்கனே! நீர் வளம் பொருந்திய பெரிய கோவிலில் துயில்பவனே! இப்பெண் பிள்ளையின் விஷயமாக நீ நினைத்திருப்பதுதான் என்ன?

தாயின் கூற்றாக அமைந்துள்ள இப்பாசுரத்தில், அவள் திருவரங்கனிடம் என் பெண்ணை என்ன செய்து விட்டாய், இனி என்ன செய்யப் போகிறாய் என்று வேதனையுடன் வினவுகின்றாள்.

காதல் வயப்பட்ட ஒரு பெண்ணின் நிலையை இப்பாடல் செம்மையாகப் படம் பிடித்துக் காட்டுகின்றது.

ஆழ்வாரின் ஒரு மனம் தாயாகவும், இன்னொரு மனம் தலைவியாகவும் மாறி, அவரை விமர்சிப்பதை இங்கு காண்கிறோம்.

அகப்பொருள் துறை சார்ந்த இவரின் பாடல்கள் அழகோடும், ஆழமான பொருள் கொண்டும் விளங்கு கின்றன.

தமிழ்

பக்தி இயக்கக் காலத்தில் வாழ்ந்த சைவ, வைணவக் கவிஞர்கள் தமிழோடு தங்களை இணைத்தும், தொடர்பு படுத்தியும் பாடுவதை ஒரு மரபாகக் கொண்டிருந்தனர்.

தமிழை வளர்க்கவும், தெய்வத் தமிழாக உயர்த்தவும் இவர்கள் அரும்பாடுபட்டார்கள். நம்மாழ்வார் இப் பணியைச் செவ்வனே செய்துள்ளார்.

இன்தமிழ் பாடிய ஈசன்

பெருமான் திருவாய்மொழியைப் பாடவைத்து என்னை இந்த மண்ணுலகில் நிலைபெற்று விளங்கச் செய்துவிட்டான் என்று இவர் பெருமிதம் கொண்டு பாடுகின்றார்.

"என்றைக்கும் என்னை, உய்யக்கொண்டு போகிய
அன்றைக்கு அன்று என்னைத், தன்னாக்கி, என்னால் தன்னை,
இன்தமிழ் பாடிய ஈசனை, ஆதியாய்
நின்ற என் சோதியை, என் சொல்லி நிற்பன் ஓ?"

(7:9:1) -3425

எம்பெருமான் காலம் உள்ளளவும் என்னை ஏற்று வாழச் செய்துவிட்டான். என்னை அவன் ஏற்று அடிமையாக்கிக்கொண்ட நாள்கள் எல்லாம் என் மூலம் தன்னைப் பாடிக்கொண்டான். அதாவது என்னை ஒரு கருவியாக வைத்துத் தன்னைப் பற்றி இனிமையான தமிழ்ப் பாசுரங்களைப் பாடுவித்துக் கொண்டான். இப்படிப்பட்ட ஈசனை எல்லாவற்றிற்கும் காரணனை, ஒளிமயமான நாதனை நான் என்ன சொல்லி வாழ்த்துவேன்.

"என்னைத் தன்னாக்கி, என்னால் தன்னை இன்தமிழ் பாடிய ஈசன்" என்று இவர் மகிழ்வுடன் குறிப்பிடுகின்றார்.

பெருமான் என்னை அவனாக்கினான், பின் திருவாய்மொழியை அவன்தான் பாடினான், நான் பாடவில்லை என்று இவர் நன்றியுடன் கூறுகின்றார்.

இவர் தன் கவிதைகளை "இன்தமிழ்" என்கின்றார். தன் பாடல்கள் இனிய தமிழ்க் கவிதைகள் என்ற நம்பிக்கை நம்மாழ்வாருக்கு உள்ளது. படைப்பாளிக்குத் தன் படைப்பின் மீது முழுநம்பிக்கை வரவேண்டும். அது இவரிடம் உள்ளது.

திருவாய்மொழியைப் பாதிக்குமேல் (750 பாசுரங்கள்) பாடிய பிறகுதான் இவர் இவ்வண்ணம் பேசுகின்றார் என்பதையும் கவனத்தில் கொள்வோம்.

தன்னைக் கீர்த்தித்த மாயன்

மாயன் என் உள்ளத்தினுள்ளே இருந்து தன்னை வெளிப்படுத்திக் கொண்டான், புகழ் எனக்குக் கிடைத்தது என்று ஆழ்வார் அடுத்து மொழிகின்றார்.

"என் சொல்லி நிற்பன், என் இன் உயிர் இன்று ஒன்றாய்,
என் சொல்லால் யான் சொன்ன, இன் கவி என் பித்து,
தன் சொல்லால் தான் தன்னைக், கீர்த்தித்த மாயன், என்
முன் சொல்லும் மூவுருவாம் முதல்வனே?" (7:9:2) -3426

மாயோன் தன் சொல்லால் தன்னைத் தானே புகழ்ந்துபாட என்னை ஒரு கருவி ஆக்கிக் கொண்டான். என்னுடைய சொல்லால் நானே இனிமையான கவி பாடியதாகப் பிரபலமாக்கித், தன் சொற்களை என்மூலம் வரச் செய்தான். அதனால் என் இனிய உயிரும் இன்று ஒரு பொருளாகிவிட்டது. இப்படிச் செய்த பெருமான் மும்மூர்த்திகளுள் ஒப்பற்றவனாய், அவர்களுக்குள் முதல்வன் ஆவான். அவன் என்னை ஏற்றுக்கொண்டுள்ள விதத்தை எவ்வாறு பேசி நிற்பேன்?

இவை மாயவனின் பாடல்கள் ஆனமையால் படிக்கும் அடியவர்களுக்கு இன்பமும், புகழும் நிரம்பக் கிடைக்கும் என்று ஆழ்வார் உணர்த்துகின்றார்.

மேலும் திருவாய்மொழிப் பாடல்களை 'இன்கவி' என்றும் இவர் நமக்கு உணர்த்துகின்றார்.

என்னால் தன்னைப் பாடினான்

எத்தனையோ பெரிய கவிஞர்கள் இருந்தும், அவர்களை எல்லாம் விட்டுவிட்டுப் பரமன் தன்னைத் தேர்ந்தெடுத்ததை இவர் பெரும் பேறாகக் கருதி அதனை அடுத்துக் குறிப்பிடுகின்றார்.

"இன் கவி பாடும், பரம கவிகளால்,
தன் கவி தான் தன்னைப், பாடுவியாது இன்று
நன்கு வந்து, என்னுடனாக்கி, என்னால் தன்னை,
வன் கவி பாடும் என் வைகுந்த நாதனே!" (7:9:6) -3430

என்னைவிட இனிய முறையில் உயர்ந்த கவிதைகள் பாடும் பரமகவிகள் பலர் உள்ளனர். இருந்தும் அவர்களைக் கொண்டு தகுதியான கவிதைகளைப் பாடிக் கொள்ளாமல், என் வைகுந்தநாதன் என்னைக் கொண்டு பாடச் செய்தான். இன்றோ என்னுடன் அவன் ஒன்று சேர்ந்து, தன்னைப் போல ஒத்தவனாக ஆக்கி, என்னைப் பாடவைத்துவிட்டான். சொற்செறிவு பொருள் செறிவு மிக்க கவிதைகளை நான் பாடுமாறு, அவனே செய்தான். இவ்வாறு ஆழ்வார் கூறுகின்றார்.

பெருமானின் பேரருள் இவருக்கு முழுமையாகக் கிடைத்ததால்தான் சொற்செறிவும், பொருள்செறிவும் மிக்க இத்தகையப் பாடல்களை இவரால் படைக்க முடிந்தது எனலாம்.

நெஞ்சத்து உள் இருந்து இவை மொழிந்தான்

திருவாய்மொழியை நிறைவு செய்யும் பத்தாம் பத்தில் ஆறாம் திருமொழியிலுள்ள ஒரு பாசுரத்தை அடுத்துப் பார்ப்போம்.

"என் நெஞ்சத்து உள் இருந்து, இங்கு
இரும் தமிழ் நூல் இவை மொழிந்து;
வன் நெஞ்சத்து இரணியனை, மார்வு இடந்த
வாட்டாற்றான்,
மன் அஞ்ச, பாரதத்துப் பாண்டவர்க்காப்
படைதொட்டான்;
நல்நெஞ்சே! நம் பெருமான், நமக்கு
அருள் தான் செய்வானே" (10:6:4) -3725

இங்கு ஆழ்வார், திருவாய்மொழியை 'இருந்தமிழ் நூல்' என்று மகிழ்வுடன் கூறுகின்றார்.

நல்ல மனமே! திருவாட்டாற்றில் எழுந்தருளியுள்ள எம்பெருமான், கொடிய நெஞ்சங்கொண்ட இரணியனை

மார்பைப் பிளந்து கொன்றான். அரசர்கள் அஞ்சும்படி பெரிய பாரதப்போரை நடத்திப் பாண்டவர்கள் ஐவருக்கும் அருள் செய்வதற்காக படைக்கலம் எடுக்கமாட்டேன் என்றவன் படைதொட்டான். பெருமான், என் நெஞ்சத் துக்குள் எழுந்தருளியிருந்து இங்கே பெருமையுடைய தமிழ்ப் பிரபந்தமாகிய இத்திருவாய்மொழியை நான் வெளியிடுமாறு தானே வாய் திறந்து அருளியுள்ளான்.

திருவாய்மொழியை அவன் எனக்குச் சொன்னான், நான் உங்களுக்குச் சொல்கிறேன், இங்கு என் திறமை என்று ஒன்றில்லை என்கிறார் ஆழ்வார்.

திருவாட்டாறு, குமரி மாவட்டத்திலுள்ள திருவட் டாறு ஆகும். மூலவர் ஆதிகேசவப் பெருமாள் ஆவார்.

திருவாய்மொழியின் தொடக்கத்தில் பெருமான் "உடல்மிசை உயிரெனக் கரந்து எங்கும் பரந்துளன்" - (1:1:7, -2681) என்று நம்மாழ்வார் கூறுகின்றார். விஷ்ணு உடலுக்குள் உயிரைப் போல எல்லாப் பொருள்களிலும் மறைந்து இருக்கின்றான் என்பது இதன் பொருளாகும். விஷ்ணு என்றாலே எங்கும் பரவியிருக்கும் பரம்பொருள் என்பதாகும். இதுவே விசிஷ்டாத்துவைதத்தின் அடிப்படை யான கருத்தாகும். அதனால்தான் பெருமான் தன் நெஞ்சுக்குள் இருந்து திருவாய்மொழியை அருளினான் என்று இவர் மகிழ்வுடன் கூறுகின்றார்.

யானாய்த் தன்னைத் தான் பாடினான்

திருவாய்மொழியின் இறுதியில் அமைந்த பத்தாம் பத்தின் ஏழாம் திருமொழியில், இப்பிரபந்தம் பாடப் பட்டதன் நோக்கத்தை ஆழ்வார் தெளிவுப்படுத்துகின்றார்.

"நண்ணா அசுரர் நலிவு எய்த,
நல்ல அமரர் பொலிவு எய்த,
எண்ணாதனகள் எண்ணும் நல்முனிவர்
இன்பம் தலை சிறப்ப,
பண் ஆர் பாடல் இன்கவிகள், யானாய்த்
தன்னைத் தான் பாடி,
தென்னா என்னும் என் அம்மான்,
திருமாலிருஞ் சோலையானே" (10:7:5) -3737

எம்பெருமானை அடைந்து ஆட்படமாட்டோம் என்று பிடிவாதமாக இருக்கும் அசுரத் தன்மை கொண்டவர்கள் அழியவேண்டும். நற்பண்புகள் உடைய தேவத் தன்மை வாய்ந்தவர்கள் நன்மை பெற்று உய்வுபெற வேண்டும். மற்றவர்கள் சிந்திக்க இயலாத பெருமானின் குணங்களைத் தாம் சிந்தித்துப் பார்க்கும் பெருமைபெற்ற முனிவர்கள் கேட்டு மகிழவேண்டும் இவற்றிற்காக இசை பொருந்திய இனிய கவிதைகளைத் திருமாலிருஞ் சோலை மலை பெருமான், (அழகர்) தானே நானாகித் தன்னைத் தானே பாடி உள்ளான்.

"பண் ஆர் பாடல் இன் கவிகள்" - திருவாய்மொழிப் பாடல்களைப் பண்கள் நிறைந்த இனிய கவிதைகள் என்று இவர் மீண்டும் கூறுகின்றார். இப்பாசுரங்களை இசையமைத்துப் பாடிச் சுவைக்க ஆழ்வார் அறிவுறுத்துகின்றார்.

தீமைகள் அழியவும், நன்மைகள் நிலைபெறவும், ஞானியர் மனம் மகிழவும், திருவாய்மொழியைத் திருமால் தன்வழி மக்களுக்குத் தருகின்றான் என்று நம்மாழ்வார் கூறுகின்றார்.

நம்மாழ்வாரைப் போலவே, சைவசமயப் பெரியார் திருமூலர்,

"என்னை நன்றாக இறைவன் படைத்தனன்
தன்னை நன்றாகத் தமிழ் செய்யும் ஆறே"

(திருமந்திரம் - 81)

என்று பாடுகின்றார். இறைவன் தன்னைச் சீர்மிகு தமிழில் அழகாகப் பாடுவதற்காக, என்னை எந்தக் குறையும் இல்லாமல் செம்மையாகப் படைத்துள்ளான் என்று திருமூலர் மகிழ்வுடன் கூறுகின்றார். இருவரின் சிந்தனைகளும் ஒன்றுபோல் அமைந்துள்ளன.

உள்ளத்தில் உள்ளான்

பெருமான் தங்கள் நெஞ்சங்களில் நிலைபெற்று விளங்குவதாக ஆழ்வார்கள் கூறுகின்றனர்.

பொய்கையாழ்வார்,

**"வெள்ளத்தில் உள்ளானும், வேங்கடத்து மேயானும்,
உள்ளத்தின் உள்ளான் என்று ஓர்"** -2180

என்கிறார்.

பூதத்தாழ்வார்,

**"குடம் ஆடிக், கோவலனாய் மேவி, என் நெஞ்சம்
இடமாகக் கொண்ட இறை"** -2279

என்று பேசுகின்றார்.

பேயாழ்வார்,

**"வெள்ளத்து அருவி விளங்கு ஒலி நீர் வேங்கடத்தான்,
உள்ளத்தின் உள்ளே உளன்"** -2320

என்று சொல்கின்றார்.

திருமழிசையாழ்வார்,

**"...................................அவன் என்னது
உள்ளத்து நின்றான், இருந்தான், கிடக்குமே
வெள்ளத்து அரவணையின் மேல்?"** -2411

என்று வினவுகின்றார்.

இவர்களைப் போலவே நம்மாழ்வாரும், மாலன் தன் உள்ளத்தினுள் இருப்பதாக மகிழ்வுடன் பேசுகின்றார்.

உள் புகுந்து நீங்கான்

பெருமான், தன் உள்ளத்தைத் தேர்ந்தெடுத்து உள்ளே புகுந்து விளங்குகின்றான் என்று நம்மாழ்வார் பெரு மகிழ்வுடன் பேசுகின்றார். இந்த அழகிய பாசுரம் 'பெரிய திருவந்தாதியில்' உள்ளது.

**"கல்லும், கனைகடலும், வைகுந்தவான் நாடும்,
புல் என்று ஒழிந்தன கொல்? ஏ பாவம்! வெல்ல
நெடியான், நிறம் கரியான், உள்புகுந்து நீங்கான்,
அடியேனது உள்ளத்து அகம்"** -2652

எம்பெருமானாகிய கண்ணன் உயர்ந்தவன், கறுத்த நிறமுடையவன், அவன் என் உள்ளத்தின் உள்ளே புகுந்து நிலைபெற்று விளங்குகின்றான். திருவேங்கடமலை, திருப்பாற்கடல், வைகுண்டம் ஆகிய அவனுடைய இடங்கள் இப்போது அவனுக்கு வேண்டாத சிறிய இடங்களாகப் போய்விட்டன. ஐயோ பாவம்! இவை எல்லாம் அற்பமாகவும், என் நெஞ்சமே இவற்றை விடப் பெரியதாகவும் ஆயிற்றே? நான் என்ன பாக்கியம் செய்தேன்!

பெருமானுக்கு உகந்த இடமாகத் தன் உள்ளம் அமைந்து விட்டமையால், திருவேங்கடமலை, திருப்பாற் கடல், பரமபதம் ஆகிய பரமனின் பழைய இடங்கள் பொலிவு இழந்துவிட்டன. ஐயோ பாவம் என்று அவற்றிற்காக ஆழ்வார் இரங்குகின்றார். பரமனின் வருகையால் இவர் பொலிவு பெற்று விட்டார்.

மேவி இருப்பது என் நெஞ்சகம்

திருக்கடித்தானத்தில் நின்று கொண்டிருக்கும் பெருமான், இருந்துகொண்டிருப்பது தன் நெஞ்சத்திலாகும் என்று ஆழ்வார் பெருமிதத்துடன் திருவாய்மொழியில் குறிப்பிடுகின்றார்.

“அற்புதன், நாராயணன், அரி, வாமனன்,
நிற்பது, மேவி இருப்பது என் நெஞ்சகம்,
நற்புகழ் வேதியர் நான்மறை நின்று அதிர்,
கற்பகச் சோலைத் திருக்கடித்தானமே.” (8:6:10) -3511

அற்புதனும், நாராயணனும், அரியும், வாமனனுமான எம்பெருமான் பொருந்தி வீற்றிருப்பது என் நெஞ்சகமாகும். பெருமான் நின்றுகொண்டிருப்பது நல்ல புகழ்பெற்ற வேதியர் வேதம் ஓதும் கற்பகச் சோலைகள் சூழ்ந்த திருக்கடித்தானம் என்ற நகரத்திலாகும்.

தன் நெஞ்சில் குடிவந்த பரமனை அற்புதன், நாராயணன், அரி, வாமனன் என்று வாயார இவர் புகழ்கின்றார்.

திருக்கடித்தானம், கேரள மாநிலத்தில் செங்கணாச் சேரியை அடுத்து உள்ளது. மூலவர் அற்புதநாராயணன் ஆவார்.

நெஞ்சு நிறையப் புகுந்தான்

திருவாய்மொழியின் இறுதிப் பகுதிக்கு ஆழ்வார் வந்துவிட்டார். மண்ணில் தன் பணி நிறைவுபெற்ற மனநிலைக்கு வந்த ஆழ்வாரின் பாசுரங்களை இதுமுதல் அனுபவிப்போம்.

“திருமாலிருஞ் சோலை மலை என்றேன்; என்ன,
திருமால் வந்து என் நெஞ்சு நிறையப் புகுந்தான்.”

(10:8:1) -3744

திருமாலிருஞ்சோலை மலை என்று நான் ஒரு தடவைச் சொன்னேன். அதனையே காரணமாகக் கொண்டு, அழகன் வந்து நெஞ்சு நிறையப் புகுந்து விட்டான்.

பெருமான் பக்தனின் உள்ளத்திற்குள் வர நேரம் பார்த்துக் காத்து நிற்கின்றான். ஒரு திவ்ய தேசத்தின் பெயரைச் சொன்னால்கூட போதும், அவன் ஓடி வந்துவிடும் எளிமையன் என்கிறார் ஆழ்வார்.

அமுதம் உண்டு களித்தேன்

பக்தனின் மனம் பக்குவப்பட்ட நிலையில் தோன்றும் சிந்தனையை இவர் அடுத்துக் கூறுகின்றார்.

“திருப்பேர் நகரான், திருமாலிருஞ்சோலைப்
பொருப்பே உறைகின்ற பிரான், இன்று வந்து,
இருப்பேன் என்று, என் நெஞ்சு நிறையப் புகுந்தான்,
விருப்பே பெற்று, அமுதம் உண்டு களித்தேனே”

(10:8:6) -3749

திருப்பேர் நகரிலும், திருமாலிருஞ்சோலை மலையி லும் எழுந்தருளியுள்ள எம்பெருமான், இன்று என்னிடம் எழுந்தருளி ‘உன் நெஞ்சிலே இருப்பேன்’ என்று சொன்

னான். என் மனம் நிறையும்படி உள்ளே புகுந்துவிட்டான். பெருமானின் பேரன்பினை நான் முழமையாகப் பெற்று, அவனின் குணங்களாகிய அமுதத்தைப் பருகிக் களிக் கின்றேன்.

ஒவ்வொரு அடியவனுக்கும் பெருமான் தன் உள்ளே நிறைந்து இருப்பதாக உறுதியான நம்பிக்கை தோன்ற வேண்டும். நம்பிக்கை இருந்தால் நாராயணன் நெஞ்சில் குடிவருவான்.

பெருமான் நெஞ்சுக்குள் வந்ததும் அவனைப் பார்த்துப் பார்த்து மகிழலாம். அவனை நினைந்து நினைந்து உருகலாம். நாராயண அமுதத்தை அள்ளி அள்ளிப் பருகலாம் என்கிறார் ஆழ்வார்.

என் மனத்துப் புகுந்தான்

திவ்ய தலங்களில் நிற்கும் பெருமான், அடியவன் உள்ளத்தில் நிம்மதியாக வீற்றிருக்கின்றான். இதனை இவர் அழகிய பாசுரம் ஒன்றின் வழி கூறுகின்றார்.

"கண்ணுள் நின்று அகலான்; கருத்தின் கண் பெரியவன்;
எண்ணில் நுண் பொருள்; ஏழ் இசையின் சுவை தானே;
வண்ண நல்மணி மாடங்கள் சூழ், திருப்பேரான்,
திண்ணம் என் மனத்துப் புகுந்தான், செறிந்து இன்றே"

(10:8:8) -3751

பெருமான் என் கண்களை விட்டு அகலாமல் நிறைந்து இருக்கின்றான். என்னைப் பரமபதத்திற்கு அழைத்துச் செல்வதில் மிக்க விருப்பம் உடையவனாய் உள்ளான். எண்ணிப் பார்த்தால், அவன் எண்ணத்துக்குள் அடங்காத நுட்பமான இயல்புகளை உடையவன். ஏழு இசைகளின் சுவையாகத் திகழ்கின்றான். இச்சிறப்புகள் மிக்க எம்பெருமான் அழகிய மாணிக்கங்களால் அமையப் பெற்ற மாடங்கள் சூழ்ந்த திருப்பேர் நகர் என்னும் திருத்தலத்தில் எழுந்தருளியுள்ளான். அவன் இன்று என் நெஞ்சிலே புகுந்துள்ளான். இது முற்றிலும் உண்மை என்கிறார் ஆழ்வார்.

நம்மாழ்வார் பரமபதத்துக்குக் கிளம்பிவிட்ட நிலையில் இப்பாசுரங்கள் பாடப்பட்டுள்ளன. அகத்தும், புறத்தும் கண்ணன் மட்டுமே தெரிகின்றான் அதனை இவ்வண்ணம் இவர் பதிவு செய்துள்ளார்.

புகழ் பரப்பியவர்கள்

நம்மாழ்வாரின் சிறப்புக்களைக் காலந்தோறும் பல்வேறு கவிஞர்கள் போற்றிப் புகழ்ந்து வந்திருக்கிறார்கள். வைணவர்கள் திருவாய்மொழிக்குப் பெரிய அங்கீகாரம் அளித்துப் பெரும் ஈடுபாட்டோடு நம்மாழ்வாரின் புகழை எங்கும் பரப்பி வருகிறார்கள். அதனால்தான் அவரும், அவரின் படைப்புக்களும் பெரும்புகழோடு இன்றும் நிலைபெற்று விளங்குகின்றன.

கம்பர்

கம்பர் நம்மாழ்வாரைப் போற்றிச் 'சடகோபரந்தாதி' என்ற நூலைப் பாடியுள்ளார். திருவரங்கத்தில் இராமாயணத்தை அவர் அரங்கேற்றம் செய்யும்முன், கனவில் தோன்றிய அரங்கன் நம் சடகோபனைப் பாடினாயா என்று கேட்டதாகவும், உடனே அவர் எழும்பிச் சடகோபரந்தாதி பாடியதாகவும் கூறுகின்றனர்.

இந்நூல் 100 கட்டளைக் கலித்துறைப் பாடல்களைக் கொண்டுள்ளது. இதில் கம்பர், நம்மாழ்வாரைப் புகழ்ந்திருப்பதை விட, திருவாய்மொழியையே அதிகம் புகழ்கின்றார். திருமாலின் சிறப்புக்கள் எல்லாவற்றிலும், நம்மாழ்வாரின் திருவாய்மொழி அவருக்குக் கிடைத்தது தான் மிகப்பெரிய சிறப்பு என்று இவர் குறிப்பிடுகின்றார். மேலும் திருவாய்மொழியை "ஆரா அமுதக்கவி ஆயிரம்" என்றும், இந்நூலுக்கு முன் பிற கவிதைகள் பொருளற்ற கவிதைகளே என்றும் கம்பர் விதந்து பேசுகின்றார்.

சடகோபரந்தாதியின் 19 ஆம் பாடலில் "குருகூர் எம்பிரான் சொன்ன மாலை" என்று திருவாய்மொழியை இவர் குறிப்பிடுகின்றார்.

கம்பர் இராமாவதாரம் பாடும்முன் இராமாயணத்தில், நம்மாழ்வாரின் திருவடிகளைத் துதித்துத்,

"தருகை நீண்ட தயரதன், தான் தரும்
இருகை வேழத்து இராகவன் தன் கதை,
திருகை வேலைத் தரைமிசைச் செப்பிடக்,
குருகை நாதன் குரைகழல் காப்பதே."

என்று பாடிச் சிறப்புச் செய்கின்றார்.

இராமானுஜர்

இராமானுஜர் குருகூருக்கு வந்தார். ஊரைச் சுற்றி ஓடும் தாமிரபரணி ஆற்றில் வெள்ளம் பெருக்கெடுத்து ஓடியது. அவர் கரையில் நின்றவாறு,

"இதுவோ திருநகரி, ஈதோ பொருநல்;
இதுவோ பரமபதத் தெல்லை! - இதுவோதான்
வேதம் தமிழ் செய்து மெய்ப் பொருட்கு முப்பொருளாய்
ஓதும் சடகோபன் ஊர்"

என்றார்.

தாமிரபரணி (பொருநல்) சுற்றி ஓடும் இந்த ஊர்தான் திருநகரியா? இந்த ஊர்தான் பரமபதத்தின் எல்லையா? இதுதான் வேதத்தைத் தமிழில் அருளிய நம்மாழ்வாரின் ஊரா? இவ்வாறு இராமானுஜர் வியந்து பேசுகின்றார்

இராமானுஜர் இவரைச் சிறப்பித்துப் பாடிய மற்றொரு பாடலைக் காண்போம்.

"உண்டோ வைகாசி விசாகத்துக்கு ஒப்பொரு நாள்?
உண்டோ சடகோபருக்கு ஒப்பொருவர்? - உண்டோ
திருவாய்மொழிக்கு ஒப்பு? தென் குருகைக்கு உண்டோ
ஒரு பார்தனில் ஒக்கும் ஊர்?"

நம்மாழ்வார் பிறந்த வைகாசி விசாகத்திற்கு ஒப்பான நாள் உண்டுமா? சடகோபருக்கு ஒப்பான ஓர் ஆழ்வார் உண்டுமா? திருவாய்மொழிக்கு ஒப்பான நூல் உலகில் உண்டுமா? அவர் அவதரித்த குருகூருக்கு ஒப்பான ஊர் இப்பூவுலகில் உண்டுமா?

இவ்வாறு இவர் வரிசையாக அடுக்கிக் கேட்கின்றார். அத்தனைக்கும் இல்லை என்ற ஒரே விடைதான்.

திருவாய்மொழியை எங்கும் பரப்பிய பெருமைக் குரியவர் இராமானுஜர்தான்.

மணவாள மாமுனிகள்

மணவாள மாமுனிகள் 'உபதேச ரத்தின மாலை' யில்,

"ஏரார் வைகாசி விசாகத்தின் ஏற்றத்தைப்
பாரோர் அறியப் பகர்கின்றேன் - சீராரும்
வேதம் தமிழ் செய்த மெய்யன், எழில் குருகை
நாதன் அவதரித்த நாள்."

என்கின்றார்.

வேதத்தைத் தமிழில் செய்த குருகூர்த் தலைவன் நம்மாழ்வார் அவதரித்தது வைகாசி மாத விசாக நட்சத்திரத்திலாகும். அதனால் இந்த நாள்தான் மிகச் சிறந்த நாளாகும் என்று உலகோர் அறியக் கூறுகின்றேன் என்று இவர் அறிவிக்கின்றார்.

மணவாள மாமுனிகள் 'திருவாய்மொழி நூற்றந்தாதி' என்ற நூலையும் பாடியுள்ளார். 100 வெண்பாக்களைக் கொண்டது இந்நூல். திருவாய்மொழியிலுள்ள ஒவ்வொரு பதிகத்தின் - பத்தின் கருத்தையும் இவர் ஒரு வெண்பாவில் அமைத்து அழகுறப் பாடியுள்ளார்.

திருவரங்கத்து அமுதனார்

இவர் 'இராமானுச நூற்றந்தாதி' என்ற நூலில்,

"உறுபெருஞ் செல்வமும், தந்தையும்,
  தாயும்,உயர் குருவும்,
வெறிதரு பூமகள் நாதனும்,
  மாறன் விளங்கிய சீர்
நெறிதரும் செந்தமிழ் ஆரணமே
  என்று, இந்நீள் நிலத்தோர்
அறிதர நின்ற இராமானுசன்
  எனக்கு ஆரமுதே."

என்கின்றார். உலகில் மதிப்பைத் தரும் பெருஞ்செல்வமும், தாய் தந்தையும், அறிவைத்தரும் ஆசானும், மலர்மங்கை நாயகனும் ஆகிய அத்தனையுமே நம்மாழ்வாரின் திருவாய்மொழிதான் என்பதை உலகோர் அறியும்படிச் செய்தவர் இராமானுசர். அவர் எனக்கு உயிர் அமுதம் போன்றவராவார். இவ்வாறு திருவரங்கத்து அமுதனார் மகிழ்வுடன் கூறுகின்றார்.

மேலும், திருவாய்மொழியை அமுதனார்,

"ஆரப்பொழில் தென் குருகைப் பிரான்,
அமுதத் திருவாய்
ஈரத்தமிழின் இசை."

என்கின்றார். சந்தனச் சோலைகள் சூழ்ந்த குருகூர்த் தலைவனான நம்மாழ்வாரின் அழகிய வாயிலிருந்து பிறந்த ஈரத் தமிழிசைதான் திருவாய்மொழி என்று திருவரங்கத்து அமுதனார் இங்கு புகழ்கின்றார்.

பட்டர்

பட்டர் பாடிய திருவாய்மொழி தனியனில், இந்நூலைத் 'தமிழ் மறைகள் ஆயிரம்' என்றும், இதனைப் பெற்ற தாய் நம்மாழ்வார் என்றும், பேணிப் பாதுகாத்து வளர்த்தத் தாய் இராமானுஜர் என்றும் கூறுகின்றார்.

"வான் திகழும் சோலை மதிளரங்கர் வண் புகழ் மேல்
ஆன்ற தமிழ் மறைகள் ஆயிரமும் - ஈன்ற
முதல்தாய் சடகோபன்; மொய்ம்பால் வளர்த்த
இதத்தாய் இராமானுசன்."

கண்ணனைப் பெற்ற தாய் தேவகி, வளர்த்த தாய் யசோதை என்பது போல திருவாய்மொழிக்கும் இரண்டு தாயார் என்கிறார் பட்டர்.

வில்லிபுத்தூரார்

பாரதம் பாடிய வில்லிபுத்தூரார் வேளாளரான நம்மாழ்வாரைச் "சதுமறைப் புரோகிதன்" என்று குறிப்பிட்டு, வாயாரப் புகழ்கின்றார்.

அழகிய மணவாளதாசர்

அழகிய மணவாளதாசர் என்ற பிள்ளைப் பெருமாள் ஐயங்கார்,

"அருமறை துணிந்த பொருள் முடிவை, இன்சொல்
அமுது ஒழுகுகின்ற தமிழினில் விளம்பி
அருளிய சடகோபர் சொற்பெற்று உயர்ந்தன,
அரவணை விரும்பி அறிதுயில் அமர்ந்த
அணி திரு அரங்கர், மணிதிகழ் முகுந்தர்,
அழகிய மணவாளர் கொற்றப் புயங்களே."

என்கின்றார். நம்மாழ்வாரின் பாசுரங்களைக் கேட்டுத்தான் திருவரங்கனின் அழகிய தோள்கள் பூரித்து உயர்ந்து விளங்குவதாக இவர் மகிழ்வுடன் குறிப்பிடுகின்றார்.

மதுரகவியாழ்வார்

இவர் நம்மாழ்வாரைப் பெருமானாகக் கொண்டு "கண்ணி நுண் சிறுத்தாம்பு" என்ற பிரபந்தம் பாடி உள்ளார். பெருமானைப் பாடாத ஒரே ஆழ்வார் இவர்தான். தன் ஞானகுருவான நம்மாழ்வாரை மட்டுமே பாடி, ஆழ்வாரான பெருமைக்குரியவர் மதுரகவியாழ்வார் ஆவார்.

வேதாந்த தேசிகர்

இவர் ஸ்ரீதேசிகப் பிரபந்தம் என்ற நூலில், வடமொழி வேத, வேதாந்தங்களில் தோன்றுகின்ற ஐயந்திரிபுகளை எல்லாம் திருவாய்மொழியினைக் கொண்டு தெளிகின்றோம் என்று கூறுகின்றார்.

முக்கூடற்பள்ளு

இந்நூலில் திருவாய்மொழி பற்றிய செய்தி ஒன்றுள்ளது.

"திருவாய்மொழி கல்லாரை இருகால் மாடுகளாக்கி
தீத்தீ என்று உழக்கோலால் சாத்துவே ஆண்டே."

நம்மாழ்வாரின் திருவாய்மொழியைப் படிக்காதவர்களை மாடுகள் என்றும், அவர்களைத் தார்க்கோலால் அடிக்கவேண்டும் என்றும் இந்நூல் உரக்கக் கூறுகின்றது.

வைணவ சமயம்

வைணவ சமயத்தினர் நம்மாழ்வாருக்கு மிகப்பெரிய மரியாதை தந்து, சிறப்புக்கள் செய்து காலந்தோறும் அவரைப் புகழ்ந்து வருகின்றனர்.

பாமர மக்களுக்கு விளங்காத வடமொழித் தத்துவங்களை எல்லாம் ஒன்றுதிரட்டித் தமிழில் திருப்பாசுரங்களாக விளக்கியவிதம் கண்டு திருவரங்கனே பேரின்பம் கொண்டு 'நம் ஆழ்வார்' என்றச் சிறப்புப் பெயரை இவருக்கு அருளியதாக வைணவர் பெருமிதத்துடன் கூறுகின்றனர். வேறு எந்த ஆழ்வாருக்கும் பெருமான் இப்படியொரு சிறப்பைத் தரவில்லை.

திருமாலின் திருக்கோவில்களில் பெருமானைச் சேவிக்கச் செல்வோர் தலைமீது, அவரின் திருவடியாக வைக்கப்படுவதை நம்மாழ்வாரின் பெயரால் ஸ்ரீசடகோபன், சடாரி என்று வழங்குகின்றனர். இவ்வாறு வைணவர் அவரை உச்சிமீது வைத்துக் கொண்டாடு கின்றனர்.

திருமாலே குருவாக வந்து பிரம்மனுக்கு உபதேசித்த தலமானதால் குருகூர் என்று பெயர் பெற்றிருந்த ஊர், நம்மாழ்வார் அவதரித்ததால் ஆழ்வார் திருநகரி என்று இப்பொழுது புகழப்படுகின்றது. திருமாலின் திருக்கோவில்களிலுள்ள ஆழ்வார் சந்நிதிகளிலெல்லாம் நம்மாழ்வார் சிலை வடிவிலும், செப்பு வடிவிலும் காட்சி கொடுப்பதைக் காணலாம். அங்கெல்லாம் அவர் கூப்பியகையராய் காட்சி தருவார். ஆனால் குருகூரில் - ஆழ்வார் திருநகரியில் மட்டும் அவர் உபதேசிக்கும் ஞானமுத்திரையோடு விளங்குகின்றார்.

நம்மாழ்வாரை உயிராகவும், பிற பதினொன்று ஆழ்வார்களையும் உடலாகவும் கொள்வது வைணவ சமய மரபாகும்.

வைணவ சமயத்தின் தாய் என்று நம்மாழ்வார் சிறப்புச் செய்யப்படுகின்றார்.

இவரை “ஸ்ரீவைணவ குலபதி” என்றும், இவரின் பாசுரங்களைத் “தமிழ் மறை” என்றும் வைணவர்கள் கொண்டாடுகின்றனர்.

திருமால், வியாசர் முதலானவர்களிடம் புகுந்து வேதங்களை வெளியிட்டது போல், நம்மாழ்வாரிடம் புகுந்து திருவாய்மொழி முதலிய தமிழ் வேதங்களை அருளினான் என்பது வைணவ சமய நம்பிக்கையாகும்.

இராமானுஜர் விசிஷ்டாத்வைதக் கொள்கையை உருவாக்குவதற்கு நம்மாழ்வாரின் திருவாய்மொழியையே வழிகாட்டுதலாகக் கொண்டார் என்பது வரலாறு.

பிற ஆழ்வார்களை விட நம்மாழ்வார்தான் வேதாந்த கொள்கைகளை அதிகமாகவும், தெளிவாகவும், திருந்திய வடிவிலும் பயன்படுத்தி உள்ளார் என்று வைணவர்கள் கருதுகின்றனர். அதனால் திருவாய்மொழியை எங்கும் அவர்கள் பரப்பினார்கள்.

திருமால் தேவகி வயிற்றில் வசித்தது போல், உபநிடதங்களிலும், நம்மாழ்வாரின் திருவாய்மொழியிலும் வசிப்பதாக வைணவர்கள் கொண்டாடுகின்றனர்.

நம் ஆழ்வார் (நம்முடைய ஆழ்வார்), நம்மாழ்வார் ஆகிய பெயர்களால் இன்று குருகூர்ச் சடகோபன் குறிப் பிடப்படுகின்றார். வைணவர்கள் இவர் மீது கொண்டுள்ள அளப்பரிய அன்பையும், பாசத்தையும் நம்மாழ்வார் என்று வாய்நிறைய அழைப்பதில் காணமுடிகின்றது.

அடைமொழி இல்லாமல் ‘ஆழ்வார்’ என்று சொன் னாலே அது நம்மாழ்வாரைக் குறிப்பிடும் அளவுக்கு, வைணவம் இவருக்குச் சிறப்புச் செய்துள்ளது.

சிறப்புக்கள்

நம்மாழ்வாருக்குத் தனிப்பட்ட பெருமைகள் பல உள்ளன. அவரின் திருவாய்மொழிக்கும் குறிப்பிட்டுச்

சொல்லுமளவுக்குப் பல சிறப்புக்கள் உள்ளன. அவரைப் பற்றிய இன்றியமையா செய்திகளும் சில உள்ளன. அவற்றை அடுத்துக் காண்போம்.

1. திருமாலின் திருக்கோவில்களில் பெருமானைச் சேவிக்கச் செல்வோர் தலைமீது, மாலனின் திருவடி யாக வைக்கப்படுவதை நம்மாழ்வாரின் பெயரால் ஸ்ரீசடகோபன், சடாரி என்று குறிப்பிடுகின்றனர். நம்மாழ்வார் நிரந்தரமாக எப்போதும் திருமாலின் திருவடிகளில் விளங்குகின்றார் என்பது வைணவ சமய நம்பிக்கையாகும். அதனால்தான் இவ்வாறு கூறுகின்றனர்.

2. இவரைப் பெருமானது அம்சமும், ஸ்ரீகௌஸ்து பத்தினது அம்சமும், சேனை முதலியாரது அம்சமு மாகக் கருதுகின்றனர்.

3. இவருக்கு மாறன், சடகோபன், நம்மாழ்வார், பராங்குசர், வேதம் தமிழ் செய்த மாறன் முதலாய பெயர்கள் உள்ளன. இருப்பினும் குருகூர்ச் சடகோபன் என்ற பெயரே அவர் உகந்த பெயராகத் திகழ்கிறது.

4. நாலாயிர திவ்யப் பிரபந்தத்தில் இவரின் திருவிருத்தம், திருவாசிரியம், பெரிய திருவந்தாதி ஆகிய மூன்று பிரபந்தங்களும் மூன்றாம் ஆயிரம் இயற்பா தொகுதியிலும், திருவாய்மொழி நான்காம் ஆயிரம் இசைப்பா தொகுதியிலும் வைக்கப்பட்டுள்ளன.

5. பதினாறு வயது வரை குருகூர் ஆதிநாதர் கோயில் புளியமரப் பொந்தில் வாய் பேசாதிருந்த இவரை முதன்முதலில் பேசவைத்த பெருமைக்குரியவர் மதுர கவியாழ்வார் ஆவார். வயதால் மூத்த மதுரகவியார் இவரைத் தன் ஞான குருவாகக் கொண்டு 19 ஆண்டுகள் இவருடன் இருந்து இவரைப் பாதுகாத்து வந்தார்.

6. சைவ சமயத்தில் வேளாளரான திருநாவுக்கரசரைத் தன் குருவாகக் கொண்டு, தெய்வமாகப் போற்றி

அவருக்குப் பணிவிடை செய்து வாழ்ந்தவர் அந்தணர் அப்பூதி அடிகளார். அதைப் போல் வைணவ சமயத்தில் வேளாளரான நம்மாழ்வாரைத் தன் ஞானகுருவாகக் கொண்டு இறைவனாகப் போற்றிப் பாதுகாத்து வாழ்ந்தவர் அந்தணர் மதுரகவியாழ் வாராவார்.

7. நம்மாழ்வாரின் திருவாய்மொழிந்த திருவாய்மொழி 1102 பாசுரங்களையும் முதன்முதலில் காதாரக் கேட்டு மகிழும் பேறுபெற்றவரும், அவற்றைப் பட்டோலை யில் பதிவு செய்தவரும் மதுரகவியாழ்வார்தான். இவரின் பாசுரங்களை எங்கும் பாடிப் பரப்பியவரும் இவரே.

8. நம்மாழ்வார் 35 ஆம் வயதில் மறைந்ததும், குருகூரில் பொலிந்து நின்ற பிரான் கோவிலிலுள்ள புளிய மரத்தின் அடியில் திருப்பள்ளிப்படுத்தி அவருக்குச் செய்யவேண்டிய சரமகைங்கரியங்களை எல்லாம் செய்தவர் மதுரகவியார்.

9. குருகூரில் கோயில் கட்டி, நம்மாழ்வாருக்கு நாள் தோறும் வழிபாடு முதலியவற்றை ஆரம்பித்து வைத்தவரும் இந்தச் சீடர்தான்.

10. ஆழ்வார்களில் நம்மாழ்வாருக்குக் கிடைத்தது போல் வேறு எந்த ஆழ்வாருக்கும் இப்படிச் சீடர் அமைய வில்லை.

11. நாதமுனிகள் ஆயிரம் ஆண்டுகளுக்கு முன் வடநாட்டு யாத்திரையை முடித்துத் தன் சொந்த ஊரான வீரநாராயணபுரத்துக்கு வந்ததும், வீரநாராயணப் பெருமாள் கோவிலுக்குச் சென்றார். அங்கு வந்த வெளியூர் வைணவ பக்தர்கள்,

“ஆரா அமுதே! அடியேன் உடலம் நின்பால் அன்பாயே
நீராய் அலைந்து கரைய உருக்குகின்ற நெடுமாலே.”

என்று பாட ஆரம்பித்து,

"......................குருகூர்ச் சடகோபன்
குழலின் மலியச் சொன்ன ஓர் ஆயிரத்துள் இப்பத்தும்
மழலை தீரவல்லார் காமர் மான் ஏய் நோக்கியர்க்கே"

என்று பாடி முடித்தனர். நாதமுனி பாசுரங்களைக் கேட்டு, உருகினார். 'ஓராயிரத்துள் இப்பத்தும்' என்று வருவதால் மீதமுள்ள பாடல்களையும் பாடுமாறு இவர் வேண்டினார். தங்களுக்கு இப்பதினொன்று பாசுரங்கள் மட்டுமே தெரியும் என்று அவர்கள் சொன்னதால், நம்மாழ்வாரின் பாடல்களைத் தேடி நாதமுனி புறப்பட்டார். ஆரா அமுதன் கோவில் கொண்டுள்ள கும்பகோணத்தில் ஆரம்பித்துத், திருக்கோளூர் வந்து மதுரகவியாரின் சீடர் பராங்குசதாசரை இவர் சந்தித்தார். அவர் சொன்னபடி குருகூர் நம்மாழ்வார் கோவிலில் நின்று மதுரகவியாரின் பிரபந்தத்தை 12000 முறை நெக்குருகி நாதமுனி பாடினார். நம்மாழ்வார் அவருக்குக் காட்சி தந்து, தன் பிரபந்தங்களையும், பிற ஆழ்வார்களின் பிரபந்தங்களையும் அருளியதாக வைணவ வரலாறு கூறுகின்றது. நாலாயிர திவ்யப் பிரபந்தம் என்ற ஒப்பற்ற செல்வம் தமிழுக்குக் கிடைத்தது. ஆக நற்றமிழுக்கும், நாராயணனுக்கும் நாலாயிரம் கிடைக்க நம்மாழ்வாரின் 11 பாசுரங்களே காரணமாக அமைந்தன.

12. *ஆழ்வார்களில் திருமங்கையாழ்வாருக்கு அடுத்தபடி, அதிக திருத்தலங்களை (36 திருப்பதிகள்) மங்களா சாசனம் செய்தவர் நம்மாழ்வார்தான். 108 திவ்ய தலங்களில் சரியாக மூன்றில் ஒரு பங்கு திருப்பதிகளை இவர் பாடியுள்ளார்.*

13. *இவர் எந்தத் திருத்தலத்தைப் பாடும் போதும் இயற்கை வளங்களையும் சேர்த்தே வருணிக்கும் இயல்புடைய வராக விளங்குகின்றார்.*

14. *நம்மாழ்வார் குருகூரை விட்டு வெளியே செல்ல வில்லை என்றும், திவ்ய தேசப் பெருமான்கள்*

அவருக்கு இங்கே வந்து காட்சி தந்தார்கள் என்றும் கூறப்படுகின்றது. அவரைப் பெருமைப்படுத்துவதற்காக இப்படிச் சொல்லியிருப்பார்களோ என்று எண்ணத் தோன்றுகிறது. அவர் குருகூரை விட்டு வெளியே செல்லவில்லை என்ற கருத்தை அறிஞர் பி. ஸ்ரீ மறுக்கின்றார். இவரின் பாசுரங்களைப் பார்க்கும் போது பல திருத்தலங்களுக்கும் இவர் திவ்ய யாத்திரை செய்து, குருகூருக்குத் திரும்பி வந்தபின் பாடினார் என்று கொள்வதே பொருத்தமானதாகப் படுகின்றது.

15. *இவரின் நான்கு பிரபந்தங்களிலும் மொத்தம் 1296 பாசுரங்கள் உள்ளன. ஆழ்வார்களில் அதிகமான பாடல்களைப் பாடியவர் நம்மாழ்வார் ஆவார்.*

16. *இவர் தன் படைப்புக்களை அந்தாதித் தொடையில் பாடியுள்ளார். ஆதியும் அந்தமும் இல்லாத ஆண்டவனை இவர் அந்தாதித் தொடையில் பாடிச் சாதனை செய்துள்ளார்.*

17. *திருவாய்மொழி, திருவிருத்தம் ஆகிய இரண்டு பிரபந்தங்களிலும் இவர் பயன்கூறும் பாசுரங்கள் (பல சுருதிப் பாடல்) பாடியுள்ளார். எழுதியவர், பெயர் எழுதி கையொப்பம் போடுவது போன்றது இது. திருவாசிரியம், பெரிய திருவந்தாதி ஆகிய இரு பிரபந்தங்களிலும் இவர் பயன்கூறும் பாசுரங்கள் பாடவில்லை.*

18. *திருவாய்மொழியிலுள்ள 100 பயன்கூறும் பாசுரங்களில் 88 இடங்களில் தன்னைக் "குருகூர்ச் சடகோபன்" என்றும், 10 பாடல்களில் "சடகோபன்" என்றும், 2 பாடல்களில் "வழுதிவள நாடன்" என்றும் குறிப்பிடுகின்றார். திருவிருத்தத்தில் "குருகூர் நகரான் மாறன்" என்று தன்னை அடையாளப்படுத்துகின்றார்.*

19. *அகத்துறை அழகனின் அழகை இவர் சுவையாகப் பல பாடல்களில் வருணிக்கின்றார்.*

"மேகங்களோ! உரையீர் திருமால் திருமேனி ஒக்கும்
யோகங்கள் உங்களுக்கு எவ்வாறு பெற்றீர்?" -2509

இப்படியெல்லாம் ஆழ்வார் கவிநயத்தோடு கேட்கின்றார்.

20. பெருமான் "உடல்மிசை உயிர் எனக் கரந்து எங்கும் பரந்துளன்" *(1:1:7, -2681)* என்ற மிகச் சிறந்த கருத்தை - புகழ்பெற்ற கருத்தை இவர் இந்தத் திருவாய்மொழியில் கூறுகின்றார். இறைவன் எல்லாப் பொருள்களிலும் மறைந்துறையும் அந்தர்மியாத்துவத்தை ஆழ்வார் இங்கு குறிப்பிடுகின்றார்.

21. "உண்ணும் சோறு, பருகும் நீர், தின்னும் வெற்றிலையும் எல்லாம் கண்ணன், எம்பெருமான்" *(6:7:1, -3293)* என்று பக்தன் வாழவேண்டும் என்பதனை நம்மாழ்வார் கூறுகின்றார்.

22. 'பக்தர்' என்பதற்கு வைணவ உரையாசிரியர்கள் "கால் ஆழும், நெஞ்சு அழியும், கண் சுழலும்" *(-2681)* என்று வாழ்பவர்களே என இவரின் பாசுர வரிகளைச் (பெரிய திருவந்தாதி) சுட்டிக்காட்டிப் பேசுகின்றனர்.

23. மலர், நீர், தூபம் இவற்றைக் கொண்டு பெருமானை வழிபட வேண்டும். இவை கிடைக்காவிட்டாலோ, வாங்க முடியவில்லை என்றாலோ வருத்தப்பட வேண்டாம். நெஞ்சார அவனை நினைந்து வழிபட்டாலே பரமனின் அருள் கிடைத்துவிடும் என்று இவர் எளிய வழிபாட்டு முறையினையும் கூறுகின்றார். *(9:3:9, -3587)*

24. "அற்றது பற்று எனில் உற்றது வீடு" *(1:2:5, -2690)* என்ற இவரின் கருத்தைப் பரிமேலழகர் திருக்குறளின் 349 ஆம் குறளுக்கு உரை எழுதும் போது மேற்கோள் காட்டி விளக்குகின்றார்.

25. பெருமானுக்கு ஆயிரம் திருநாமங்கள் இருந்தாலும், 12 நாமங்களுக்குச் சிறப்பு அதிகம் என்பர். நம்மாழ்வார் இரண்டாம் பத்து, ஏழாம் திருவாய்மொழியில் கேசவன், நாராயணன், மாதவன், கோவிந்தன், விஷ்ணு, மதுசூதனன், திரிவிக்கிரமன், வாமனன், சிரீதரன்,

இருடிகேசன், பத்மநாபன், தாமோதரன் ஆகிய அப்பன்னிரு திருநாமங்களையும் வரிசையாகக் கூறுகின்றார். இதற்காகவே, பதிகத்திற்கு 11 பாசுரங்கள் என்ற தன் மரபை மாற்றி இப்பகுதியில் மட்டும் (2:7) 13 பாட்டுக்கள் பாடி, ஆழ்வார் திருநாமத்தின் மேன்மையை நமக்கு அறிவுறுத்துகின்றார்.

26. பரமனின் பக்தர்கள் நான்கு குலங்களுக்கும் மேற்பட்ட புதியதொரு குலத்தைச் சேர்ந்தவர்கள் என்பது இவரது கருத்தாக உள்ளது. பக்தர்களுக்கு இடையே உயர்வு தாழ்வு இல்லை என்றும், அடியவர்களின் சாதியைக் குறிப்பிட்டுப் பேசுவது தவறு என்றும், எந்த உயர்ந்த குலத்தைச் சேர்ந்தவராக இருந்தாலும் பெருமானின் பக்தராக இல்லாதவர்கள் சண்டாளர்கள் என்றும் இவர் கருதுகின்றார்.

27. 'பொலிக பொலிக' எனத் தொடங்கும் ஐந்தாம் பத்து, இரண்டாம் திருவாய்மொழி, திருமாலின் அடியவர் களுக்கு இவர் பாடிய பல்லாண்டாகக் கருதப்படு கின்றது.

28. மன்னரைப் பாடுவதும், பரிசில் பெற்று வாழ்வதும் சிறந்த வாழ்க்கை என்ற கருத்துப் பழங்காலத்தில் நிலவி வந்தது. இந்தக் கருத்தைக் கடுமையாக மறுத்துப் பேசியவர் இவர்தான்.

29. புலவர்கள் மனிதர்களைப் பாடாமல், இறைவனைப் பாட வேண்டும் என்றும், வியர்வை வடிய வேலை செய்தோ, ஏதாவது கைத்தொழில் செய்தோ பிழைக்க வேண்டும் என்றும் வித்தியாசமாகக் கூறிய முதல் கவிஞரும் இவர்தான்.

30. "வாய் கொண்டு மானிடம் பாட வந்த கவியேன் அல்லேன்" (3:9:9, -2993) என்று இவர் தன்னை அடையாளப்படுத்தி அறிவிக்கின்றார்.

31. பக்தி இயக்கக்காலக் கவிஞர்களுள் ஒருவராகிய நம்மாழ்வார் அகப்பொருள் துறையைப் பக்தித்

துறைக்கு மடைமாற்றம் செய்து, பல அகப்பொருள் பாடல்கள் பாடியுள்ளார்.

32. உலகியல் காதலைப் பக்திக் காதலாகத் திசைமாற்றி, காதல் உணர்வைப் பக்தியாக்கி, இவர் பரவலாக்கு கின்றார்.

33. "மாலையும் வந்தது; மாயன் வாரான்" (9:9:10, -3654) என்று உருகும் காதலியும் இவர்தான், "மண்ணை இருந்து துழாவி, வாமனன் மண் இது என்னும்" (4:4:1, -3040) என்று மகள் பற்றி வருந்தும் தாயால் வருணிக்கப்படும் மகளும் இவர்தான்.

34. பரமனைக் காண முடியாமல் தவிக்கும் பக்தனின் சோகத்தையும், தாகத்தையும், தாபத்தையும் காதல் கொண்ட பெண்ணின் ஏக்கக்குரலாக இவர் காண்பிக்கின்றார்.

35. இறைவனை அடைய துறவறம் தேவையில்லை, இல்லற வாழ்வை நடத்திக்கொண்டே, பக்தி செய்து பரமனை அடையலாம் என்ற கருத்தை இவர் பரப்புகின்றார். இது சமண புத்த மதத்தினருக்கு எதிரான கருத்தாகும்.

36. 108 திவ்ய தேசங்களில் "வண்" என்ற அடைமொழி யுடன் திருவண்பரிசாரம் (திருப்பதிசாரம் - கன்னியா குமரி மாவட்டம்), திருவண்வண்டூர் (கேரளா, கொட்டாரக்கரா அருகில் உள்ளது) திருவண் புருடோத்தமம் (திருநாங்கூரில் உள்ளது) ஆகிய மூன்று திருத்தலங்களே உள்ளன. இந்த மூன்றில் இரண்டு திருத்தலங்களைப் (திருவண்பரிசாரம், திருவண் வண்டூர்) பாடியவர் இவர் மட்டுமே.

37. நம்மாழ்வார் தன் தாயரின் ஊரான குமரி மாவட்ட திருவண்பரிசாரத்துத் (இப்போது திருப்பதிசாரம்) திருவாழ்மார்பனைப் பற்றி ஒரு பாசுரம் மட்டுமே பாடியுள்ளார்.

"வருவார், செல்வார் வண்பரிசாரத்து இருந்த என்
திருவாழ் மார்வற்கு என்திறம் சொல்லார்; செய்வது என்
உரு ஆர் சக்கரம் சுமந்து, இங்கு உம்மோடு,
ஒருபாடு உழல்வான், ஓர் அடியானும் உளன் என்றே"
(8:3:7) -3475

தொலைதூரத்துத் திருவனந்தபுரம், கொட்டாரக் கரையிலுள்ள திருவண்வண்டூர் முதலிய திருத்தலங் களைப் பற்றித் தனியாகப் பதிகங்கள் பாடிய ஆழ்வார், ஏனோ திருவண்பரிசாரத்துப் பெருமானை ஒரே ஒரு பாசுரத்தால் மங்களாசாசனம் செய்து முடித்து விடுகின்றார். காரணம் புரியவில்லை.

38. "திரு உடை மன்னரைக் காணில் திருமாலைக் கண்டேனே" (4:4:8, -3047) என்ற இவரின் பாசுர வரிகளைப் பரிமேலழகர் திருக்குறளின் இறைமாட்சி அதிகார உரையில் பயன்படுத்துகின்றார். மேலும், நம்மாழ்வாரைப் "பெரியார்" என்றும், இப்பகுதியில் அவர் குறிப்பிட்டுச் சிறப்புச் செய்கின்றார். ஆழ்வாரின் இத்தொடர் ஒரு பழமொழி போல் இப்போதும் பயன்பாட்டில் உள்ளது.

39. நம்மாழ்வாரின் சிறந்த படைப்புத் திருவாய்மொழி யாகும். இதனைத் தான் பாடியதாக இவர் எப்போதுமே சொல்லவில்லை. பெருமான் என்மூலம் தன்னைத் தானே பாடிக்கொண்டான் என்று இவர் பெருமித மாகக் கூறுகின்றார்.

"என்னைத் தன்னாக்கி என்னால் தன்னை
இன்தமிழ் பாடிய ஈசன்" (7:9:1) -3425

"தன் சொல்லால் தான் தன்னைக்
கீர்த்தித்த மாயன்" (7:9:2) -3426

"என்னால் தன்னை, வன்கவி பாடும்
என் வைகுந்த நாதனே" (7:9:6) -3430

"என் நெஞ்சத்து உள் இருந்து, இங்கு
இரும் தமிழ்நூல் இவை மொழிந்து" (10:6:4) -3725

"பண் ஆர் பாடல் இன்கவிகள் யானாய்த்
தன்னைத் தான் பாடி" (10:7:5) -3737

40. பெருமானுக்கு உகந்த இடமாகத் தன் உள்ளம் அமைந்துவிட்டபடியால் திருவேங்கடமலை, திருப்பாற் கடல், பரமபதம் ஆகிய பரமனின் பழைய இடங்கள் பொலிவு இழந்துவிட்டனவே, ஐயோ பாவம் என்று அத்திருப்பதிகளுக்காக இவர் இரங்குகின்றார். (பெரியதிருவந்தாதி -2652)

41. பிரான் வந்து,

"இருப்பேன் என்று, என் நெஞ்சு நிறையப் புகுந்தான்
விருப்பே உற்று அமுதம் உண்டு களித்தேனே"
(10:8:6) -3749

என்கிறார் இவர். ஒவ்வொரு அடியவனுக்கும் பெருமான் தன் உள்ளத்தின் உள்ளே இருப்பதாக நம்பிக்கை வரவேண்டும். நம்பிக்கை இருந்தால் நாரணன் நெஞ்சில் குடிவருவான். அப்படி மாலன் வந்தால், அவனைப் பார்த்துப் பார்த்து மகிழலாம், நினைந்து நினைந்து உருகலாம், நாராயண அமுதத்தை அள்ளி அள்ளிப் பருகலாம் என்கிறார் ஆழ்வார்.

42. வைணவ சமயத்தினர் திருவாய்மொழிக்குப் பெரிய அங்கீகாரம் அளித்துப் பெரும் ஈடுபாட்டோடு நம்மாழ்வாரின் புகழை எங்கும் பரப்பிவருகின்றார்கள். அதனால்தான் அவரும், அவர்தம் படைப்புக்களும் இப்போது நிலைபெற்று விளங்குகின்றன.

43. கம்பர் இராமாயணத்தை அரங்கேற்றம் செய்வதற்கு முன் அவர் கனவில் அரங்கன் தோன்றி 'நம் சடகோபனைப் பாடினாயா?' என்று கேட்டதாகவும், உடனே அவர் எழும்பிச் சடகோபரந்தாதி பாடியதாகவும் கூறப்படுகின்றது. இந்நூலில் கம்பர், திருமாலின் சிறப்புக்கள் எல்லாவற்றிலும் நம்மாழ் வாரின் திருவாய்மொழி அவருக்குக் கிடைத்ததுதான் மிகப் பெரிய சிறப்பு என்கின்றார். மேலும் திருவாய் மொழியை "ஆரா அமுதக்கவி ஆயிரம்" என்றும் கம்பர் புகழ்கின்றார்.

44. இராமானுஜர், தாமிரபரணி ஆற்றின் ஒரு கரையில் நின்று திருநகரியைப் (குருகூரை) பார்த்ததும், இதுதான் பரமபதத்தின் எல்லையா என்றும், வேதத்தைத் தமிழில் அருளிய நம்மாழ்வாரின் ஊர் இதுதானா என்றும் வியந்து போற்றுகின்றார்.

45. மேலும், இராமானுஜர், நம்மாழ்வார் அவதரித்த வைகாசி விசாகத்துக்கு ஒப்பான சிறந்தநாள் இல்லை என்றும், திருவாய்மொழிக்கு ஒப்பான நூல் உலகில் இல்லை என்றும், அவர் அவதரித்த குருகூருக்கு நிகரான ஊர் இப்பூவுலகில் இல்லவே இல்லை என்றும் அறிவிக்கின்றார். திருவாய்மொழியை எங்கும் பரப்பிய பெருமைக்குரியவர் இராமானுஜர்தான்.

46. மணவாள மாமுனிகள், குருகூர்த் தலைவர் நம்மாழ்வார் அவதரித்த வைகாசி மாத விசாகம் நாளே, நாள்களில் தலைசிறந்த நாளாகும் என்பதை உலகோர் அறிய அறிவிக்கின்றேன் என்கிறார்.

47. திருவரங்கத்து அமுதனார் திருவாய்மொழியை "ஈரத் தமிழின் இசை" என்று நெஞ்சினிக்கக் கூறுகின்றார்.

48. பாரதம் பாடிய வில்லிபுத்தூரார், வேளாளரான நம்மாழ்வாரைச் "சதுமறைப் புரோகிதன்" என்று கொண்டாடுகின்றார்.

49. பட்டர் என்பவர் திருவாய்மொழியைப் பெற்றதாய் நம்மாழ்வார் என்றும், வளர்த்தத்தாய் இராமானுஜர் என்றும் கூறுகின்றார். கண்ணனைப் பெற்றத்தாய் தேவகி, வளர்த்தத்தாய் யசோதை என்பது போல திருவாய்மொழிக்கும் இரண்டு தாயார் என்று இவர் உணர்த்துகின்றார்.

50. அழகிய மணவாளதாசர், நம்மாழ்வாரின் பாசுரங் களைக் கேட்டுத்தான் திருவரங்கனின் அழகிய தோள்கள் பூரித்து உயர்ந்து விளங்குவதாகக் காரணம் காண்பிக்கின்றார்.

51. மதுரகவியாழ்வார், தன் ஞானகுரு நம்மாழ்வாரைப் புகழ்ந்து "கண்ணி நுண் சிறுத்தாம்பு" என்ற பிரபந்தம்

பாடினார். நம்மாழ்வாரைப் பாராட்டி வெளிவந்த முதல் நூல் இதுதான்.

52. வேதாந்த தேசிகர், வடமொழி வேத வேதாந்தங்களில் தோன்றுகின்ற சந்தேகங்களை எல்லாம் திருவாய் மொழியினைக் கொண்டே தெளிவு பெறலாம் என்கிறார்.

53. முக்கூடற் பள்ளு, திருவாய்மொழியினைப் படிக்காத வர்களை மாடுகள் என்றும், அவர்களைத் தார்க் கோலால் அடிக்கவேண்டும் என்றும் கடுமையாகச் சாடுகின்றது.

54. வைணவ சமயக் குரவர்களை ஆழ்வார்கள் என்றும், ஆசாரியர்கள் என்றும் இரண்டு பிரிவாகக் குறிப் பிட்டுப் பேசுவார்கள். இவர்களுள் நம்மாழ்வாரை மட்டும்தான் ஆழ்வார் வரிசையிலும் ஆசாரியர் வரிசையிலும் வைத்துப் பேசும் வழக்கம் உள்ளது.

55. நம்மாழ்வாரை உயிராகவும், பிற ஆழ்வார்களை உடலாகவும் கொள்வது வைணவ மரபாகும்.

56. இவரை "ஸ்ரீவைணவ குலபதி" என்றும், இவரின் பாசுரங்களைத் "தமிழ் மறை" என்றும் வைணவம் கொண்டாடுகின்றது.

57. திருமால், வியாசர் முதலானவர்களிடம் புகுந்து வேதங்களை வெளியிட்டது போல், நம்மாழ்வாரிடம் புகுந்து திருவாய்மொழி முதலான தமிழ் வேதங்களை அருளினான் என்று வைணவர் சிறப்பித்துப் பேசுகின்றனர்.

58. பிற ஆழ்வார்களை விட நம்மாழ்வார்தான் வேதாந்த கொள்கைகளை அதிகமாகவும், தெளிவாகவும், திருந்திய வடிவிலும் பயன்படுத்தி உள்ளார் என்று வைணவர்கள் உறுதியாக நம்புவதால், திருவாய் மொழியை எல்லா இடங்களிலும் பரப்பினார்கள்.

59. பல பெயர்கள் இவருக்கு இருந்தாலும், நம் ஆழ்வார் (நம்முடைய ஆழ்வார்), நம்மாழ்வார் ஆகிய பெயர்

களால் குருகூர்ச் சடகோபன் இன்று குறிப்பிடப் படுகின்றார். வைணவர்கள் இவரிடம் கொண்டுள்ள அளப்பரிய அன்பையும், பாசத்தையும் நம்மாழ்வார் என வாய்நிறைய அழைப்பதில் காணமுடிகின்றது.

60. அடைமொழி இல்லாமல் "ஆழ்வார்" என்றாலே அது நம்மாழ்வாரைக் குறிப்பிடும் அளவுக்கு வைணவம் இவருக்குச் சிறப்புச் செய்துள்ளது.

61. மாணிக்கவாசகரின் திருவாசகத்தை, இவரின் திருவாய்மொழியோடு ஒப்பிட்டுப் பேசும் பழக்கம் இலக்கிய ஆர்வலர்களிடையே உள்ளது.

62. 'வைஷ்ணவர்' என்ற சொல்லை நாலாயிர திவ்யப் பிரபந்தத்தில் பன்னிரு ஆழ்வார்களில் இரண்டு ஆழ்வார்கள் மட்டுமே குறிப்பிடுகின்றனர்.

"................................ இவை, பத்தும்
திருக்குறுங்குடி அதன்மேல்
அறியக் கற்று வல்லார் வைட்டணவர்
ஆழ்கடல் ஞாலத்துள்ளே" (5:5:11) -3171

என்று நம்மாழ்வாரும்,

"வன்மை ஆவது உன் கோயிலில் வாழும்
வைட்டணவன் என்னும்
வன்மை கண்டாயே" -0435

என்று பெரியாழ்வாரும் இச்சொல்லைப் பயன்படுத்து கின்றனர். வேறு எவரும் வைட்டணவன் என்ற சொல்லைத் தங்களின் பாசுரங்களில் பயன்படுத்த வில்லை.

63. திருமாலே குருவாக வந்து பிரம்மனுக்கு உபதேசித்த தலமானதால் குருகூர் என்று பெயர் பெற்றிருந்த ஊர், நம்மாழ்வார் அவதரித்ததால் ஆழ்வார் திருநகரி என்று சிறப்பித்துப் பேசப்படுகின்றது.

64. திருமாலின் திருக்கோவில்களிலுள்ள ஆழ்வார் சந்நிதிகளிலெல்லாம் நம்மாழ்வார் சிலை வடிவிலும், செப்பு வடிவிலும் காட்சி தருவதைக் காணலாம்.

அங்கெல்லாம் கூப்பியகையராய் அவர் காட்சியளிக் கின்றார். ஆனால் குருகூரில் - ஆழ்வார் திருநகரியில் மட்டும் அவர் உபதேசிக்கும் ஞானமுத்திரையோடு விளங்குகின்றார்.

65. இராமானுஜர் விசிஷ்டாத்வைதக் கொள்கையை உருவாக்குவதற்குத் திருவாய்மொழியையே வழிகாட்டு தலாகக் கொண்டார் என்பது வரலாறு.

66. பாமர மக்களுக்கு விளங்காத வடமொழித் தத்துவங் களை எல்லாம் தமிழில் திருவாய் மொழிப் பாசுரங்களாக இவர் விளக்கிய விதம் கண்டு மகிழ்ந்த திருவரங்கனே "நம் ஆழ்வார்" என்ற சிறப்புப் பெயரை இவருக்கு அருளியதாகக் கூறப்படுகின்றது. வேறு எந்த ஆழ்வாருக்கும் பெருமான் இப்படியொரு சிறப்பை அருளவில்லை.

67. ஆழ்வார்களில் சிறந்தவர் நம்மாழ்வார். பிரபந்தங்களில் சிறந்தது திருவாய்மொழி. அதிலும் சிறந்தது முதற் பத்து. அதிலும் சிறந்தது முதல் திருவாய்மொழி என்று வைணவர் இவருக்குச் சிறப்புச் செய்கின்றனர்.

நிறைவுரை

நம்மாழ்வார் எப்போதும் திருமாலின் திருவடிகளில் விளங்குகின்றார் என்பது வைணவ சமய நம்பிக்கையாகும். அதனால்தான், திருமாலின் திருக்கோவில்களில் பெருமானைச் சேவிக்கச்செல்வோர் தலைமீது மாலனின் திருவடியாக வைக்கப்படுவதை நம்மாழ்வாரின் பெயரால் ஸ்ரீசடகோபன் என்றும் சடாரி என்றும் குறிப்பிட்டு அவரைச் சிறப்பிக்கின்றனர்.

வசதிகள் குறைந்த காலகட்டத்தில் வாழ்ந்த இவர், மிகச் சிறப்பான படைப்புகளைத் தமிழுக்கு வழங்கி யுள்ளார். நம்மாழ்வாரின் சிந்தனைகள் எக்காலத்தவருக்கும் வழிகாட்டும் வகையில் அமைந்துள்ளன. அவரின் வழியைப் பின்பற்றிப் பெருமானின் அருளைப் பெறுவோம்.

6. மதுரகவியாழ்வார்

ஆழ்வார்கள் எல்லோரும் பெருமானைப் பாடி, அழியாப் புகழ் பெற்று விளங்குகின்றனர். பெருமானைப் பாடாமல் ஆழ்வாராகத் திகழ்பவர் மதுரகவியாழ்வார் மட்டுமே ஆவார். எந்த ஒரு திவ்ய தேசத்தையும் பாடாத ஒரே ஆழ்வாரும் இவர்தான். இவரது வாழ்க்கை அனுபவங்களை நாமும் பகிர்ந்து கொள்வோம்.

வரலாறு

மதுரகவியாழ்வார், ஆழ்வார்திருநகரியை அடுத்துள்ள திருக்கோளூர் என்ற ஊரில் விஷ்ணுசேனர் என்ற அந்தணரின் மகனாகப் பிறந்தார்.

இவர் ஈஸ்வர ஆண்டு சித்திரை மாதம் வளர்பிறையில் சித்திரை நட்சத்திரத்தில் அவதரித்ததாகக் கூறுகின்றனர். இதனை மணவாள மாமுனிகள்,

"ஏரார் மதுரகவி இவ்வுலகில் வந்துதித்த
சீராரும் சித்திரையில் சித்திரை நாள்
பாருலகில் மற்றுமுள்ள ஆழ்வார்கள் வந்துதித்த நாட்களிலும்
உற்றதெமக்கு என நெஞ்சே ஓர்"

என்கிறார்.

இவரின் காலம் கி.பி. 9- ஆம் நூற்றாண்டு என்று கருதுகின்றனர்.

இவரைக் கருடனுடைய அம்சமாகவும், குமுதன் என்னும் கணாதிபருடைய அம்சமாகவும் குறிப்பிடு கின்றனர்.

முன் குடுமி பார்ப்பனரான இவர் இளமையிலேயே நிரம்ப கல்வி கற்றார். வடமொழியிலும் புலமை பெற்று விளங்கினார். இனிய தமிழ்க்கவி பாடும் புலமை பெற்று மதுரகவி எனப் பெயர் பெற்றார். இவரது இயற்பெயர் மறைந்து மதுரகவி என எல்லோரும் அழைக்கும் அளவுக்குப் புகழ் பெற்றார்.

சமயங்களின் சாரங்களை அறிய வேண்டும் என்றும், கடவுளைக் காண வேண்டும் என்றும் திருமாலின் திருவருளைப் பெற வழிகாட்டும் நல்லதொரு குருவைக் கண்டறிய வேண்டும் என்றும் இவர் சில ஆண்டுகளாகத் தவித்துக் கொண்டிருந்தார்.

திருக்கோளூரிலிருந்து ஆயிரத்து நூறு ஆண்டுகளுக்கு முன் இவர் கிளம்பி, வடநாட்டை நோக்கிப் பயணமானார். இராமனும், கண்ணனும் உலவிய இடங்களை எல்லாம் காண இவர் ஆசைப்பட்டு, அயோத்தி, வடமதுரை, காசி, துவாரகை முதலிய திவ்ய தலங்களை எல்லாம் தரிசனம் செய்தார். சிலை வடிவிலுள்ள இராமனையும், கண்ணனையும் மனமார இவர் வேண்டினார். இருப்பினும் உள்ளத்திற்கு அமைதி கிடைக்கவில்லை.

இவர் கடுங்குளிரிலும், பனியிலும் குளிர்ந்த நீரில் குளித்து, ஆற்றங்கரைகளில் அமர்ந்து தியானம் செய்தார். காய்களையும், கனிகளையும் மட்டுமே உண்டு பெருமானை இடையறாது எண்ணித் தவஞ்செய்து உருகினார்.

அயோத்திக்கு மீண்டும் வந்து சேர்ந்த பின்பும், உள்ளத்தில் அமைதியின்றி இவர் தவித்துக்கொண்டே இருந்தார். திருக்கோளூர் வைத்தமாநிதிப் பெருமாள் இருக்கும் தென்திசையை நோக்கி வானத்தைப் பார்த்தார்.

அப்போது வானில் ஒரு பேரொளியைக் கண்டார். அது ஆயிரஞ் சூரியனின் அற்புத ஒளியாகத் தெரிந்தது. இரவில் அந்த ஒளி பளிச்சென்று தென்திசையில் தெரிந்து கொண்டிருந்தது.

அந்த ஒளி அவரை இழுப்பது போல் இருந்தது. திருமால் தனக்கு வழிகாட்டுவதாக இவர் உணர்ந்தார்.

இரவு, வானத்தின் அந்த ஒளியைப் பின்பற்றித் தென்திசை நோக்கி நடக்க ஆரம்பித்தார் மதுரகவி. பிறரிடம் அந்த ஒளியைக் காட்டி வினவினார். அவர்களுக்கு வானத்தில் ஒன்றுமே தெரியவில்லை. தங்களின் கண்களுக்கு அப்படி ஓர் ஒளி தெரியவில்லையே என்று அவர்கள் கூறினார்கள். அப்படியானால் இப்பேரொளி இறைவன் தனக்கு மட்டுமே காட்டும் ஏதோ ஓர் அடையாளம் என்பதை அவர் புரிந்து கொண்டார்.

பகலில் அந்த ஒளி வானில் தெரியவில்லை. அதனால் பகல்பொழுதுகளில் காடுகளில் தங்கி, இரவு இவர் ஒளியைப் பின்பற்றி நடக்க ஆரம்பித்தார்.

சரயு, கங்கை முதலான புண்ணிய நதிகளில் இவர் படிந்து நீராடினார். கோதாவரி, கிருஷ்ணா முதலிய நதிகளைத் தாண்டி மதுரகவி திருமலைக்கு வந்து சேர்ந்தார். இதற்கிடையில் மாதங்கள் பல கடந்து விட்டன. வானத்தின் பேரொளி அவரைத் தூண்டிக்கொண்டே இருந்ததால் அவர் சோர்ந்து போகாமல் நடந்து கொண்டே இருந்தார்.

வானத்தின் ஒளி இவர் கண்களுக்கு மட்டும் இப்போதும் தெளிவாகத் தெரிந்து, இவரைத் தென்பக்கம் இழுத்து வந்து கொண்டே இருந்தது.

திருவேங்கடவனையும், திருவரங்கனையும் வழிபட்ட பின், இவர் தெற்குத் திசையிலுள்ள ஒளியைப் பின்பற்றித் தாமிரபரணிக் கரையிலுள்ள குருகூருக்கு இரவு வந்து சேர்ந்தார்.

பொலிந்து நின்ற பிரான் கோவில் கொண்டுள்ள குருகூர் ஆலயத்தின் புளியமரத்திலே அப்பேரொளி வந்து

புகுந்துவிட்டது போல் இவருக்குத் தோன்றியது. பல மாதங்களாக அவருக்கு மட்டுமே தெரிந்த அந்தப் பேரொளி அதன்பின் அவருக்குத் தெரியவில்லை. அந்த ஒளி, தன் சொந்த ஊரான திருக்கோளூருக்குப் பக்கத்திலுள்ள குருகூருக்கே தன்னைக் கூட்டிவந்ததை இவர் வியப்புடன் உணர்ந்தார்.

பொழுது புலர்ந்ததும் தாமிரபரணி ஆற்றில் நீராடினார். குருகூரிலுள்ள பெரியவர்களிடம் இந்த ஊரில் ஏதாவது அற்புதம் உள்ளதா என்று இவர் கேட்டார்.

தங்கள் மன்னர் காரியாரின் ஒரே மகன் சடகோபன். பிறந்ததிலிருந்தே கோவிலிலுள்ள புளியமரத்தின் பொந்தில் இருந்து வருகிறான். அவன் இதுவரை யாரோடும் பேசியதில்லை. அவன் உணவும் உண்பதில்லை. ஆனால் அவன் பொலிவோடு இருக்கிறான். இதுதான் இங்குள்ள அதிசயம் என்று அவர்கள் கூறினார்கள்.

குருவைப் பெறுதல்

காரியாரின் அனுமதி பெற்று, ஆதிநாதர் கோவில் புளியமரப் பொந்தில் கண்களை மூடி, பதுமாசன நிலையில் சின்முத்திரையுடன் இருந்த நம்மாழ்வாரை மதுரகவி போய்ப் பார்த்தார். ஒரு சிங்கக்குட்டி போல இருந்தவரை இவர் உற்று நோக்கினார். முழுநிலவு போல் விளங்கும் இந்தப் பேரொளியா அயோத்தியிலிருந்து தன்னை இழுத்து வந்தது என இவர் வியப்படைந்தார்.

மதுரகவி பைய தன் கைகளைத் தட்டினார். அவர் கண் திறக்கவில்லை. அதனால் கொஞ்சம் வேகமாகக் கைகளைத் தட்டினார். எந்தச் சலனமும் அவரிடம் இல்லாததால், மதுரகவி ஒரு கல்லை எடுத்து அவரின் முன்பு போட்டார்.

கண்களைப் பளிச்சென்று திறந்த இளைஞர் நம்மாழ்வார், தன்னைவிட வயதால் மூத்த மதுரகவியை உற்றுப்பார்த்தார். காந்தமாக அந்தப் பார்வை இவரை அப்படியே சுண்டி இழுத்து விட்டது.

மதுரகவிக்கு அடுத்துச் சில சந்தேகங்கள் தோன்றின. இந்த இளைஞர் அறிவுள்ளவரா, ஆற்றல் உடையவரா, பேசும் சக்தி பெற்றவரா என்றறிய விரும்பினார். அதனால்,

"செத்ததின் வயிற்றில் சிறியது பிறந்தால்
எத்தைத் தின்று எங்கே கிடக்கும்?"

என்று மதுரகவி ஒரு கேள்வி கேட்டார்.

"அத்தைத் தின்று அங்கே கிடக்கும்."

என்று சட்டென்று சடகோபர் (நம்மாழ்வார்) கம்பீரமாக விடை கூறினார். அக்குரல் குகையிலுள்ள சிங்கத்தின் முழக்கம் போல் இருந்தது. இவற்றின் விளக்கத்தை நம்மாழ்வார் கட்டுரையில் பார்த்தோம்.

மதுரகவியாரின் மறைபொருளாக அமைந்த கேள்விக்குச், சடகோபரின் விடை மறைபொருள் போலச் சுருக்கமாக, ஆனால் இடிமுழக்கமாக வெளிவந்தது.

மதுரகவி தன்னை இழுத்து வந்த ஒளி இவர்தான் என்றும், தான் தேடிக்கொண்டிருந்த ஞானகுரு இவரே என்றும், தன் சந்தேகங்களைத் தீர்த்து வைக்கும் ஞானியும் இவர்தான் என்றும் தெளிவு பெற்றார். அந்தப் பதினாறு வயது இளைஞனின் கால்களில் முதிர்ந்த அனுபவம் செறிந்த மதுரகவியார் விழுந்தார்.

பார்த்துக் கொண்டிருந்த குருகூர் மக்கள் திகைத்தனர். பேசாதிருந்த தங்கள் மகனைப் பேசவைத்தப் புண்ணியர் எனப் பெரியவரைப், பெற்றோர் வணங்கினார்கள்.

உங்களுக்குப் பிள்ளையாகப் பிறந்த இவர் எம்பெருமானே ஆவார், இவர் உலகை உய்விக்க வந்த ஞானியாவார், இவரைப் பற்றிக் கவலைப்படாதீர்கள் என மதுரகவி பெற்றோருக்கு உறுதி கூறினார்.

அன்று முதல் 19 ஆண்டுகள் மதுரகவி நம்மாழ்வாரோடு தங்கி இருந்து, தன் ஞானகுருவுக்குச் செய்யவேண்டிய பணிவிடைகளை எல்லாம் முறையாகச் செய்து, கண்போல் அவரைப் பாதுகாத்து வந்தார்.

தன் ஐயங்களை மதுரகவி ஒவ்வொன்றாகக் கேட்க, அத்தனைக்கும் நம்மாழ்வார் விடைகூறி, தெளிவு படுத்தினார்.

சைவ சமயத்தில் வேளாளரான திருநாவுக்கரசரைத் தன் குருவாகக் கொண்டு தெய்வமாகப் போற்றிப் பணிசெய்த அந்தணர் அப்பூதி அடிகளாரைப் போல, வைணவ சமயத்தில் இவர்களிருவரும் அமைந்துள்ளனர்.

நம்மாழ்வார் வாயிலிருந்து வந்த அமுதமொழிகளை எல்லாம் மதுரகவி பட்டோலைகளில் எழுதிவந்தார்.

நம்மாழ்வார் 16 வயதில் பாட ஆரம்பித்தார். 35 வயதுவரை ஞானத் தமிழை மழையாகப் பொழிந்தார். அவற்றை (1296 பாசுரங்கள்) இவர் திருவிருத்தம், பெரிய திருவந்தாதி, திருவாசிரியம், திருவாய்மொழி என வகைப்படுத்தினார்.

நம்மாழ்வாரின் திருவாய் மொழிந்த, திருவாய்மொழி 1102 பாசுரங்களையும் முதன்முதலில் காதால் கேட்டவர் இவர்தான். இவர் திருவாய்மொழியை எங்கும் பரப்பி, நாராயணனின் பெருமையை நாடறியச் செய்தார்.

குரு மொழிந்த திருவாய்மொழியைக் கேட்டதும், சீடர் மகிழ்ச்சியின் உச்சத்துக்கே சென்றார். இப்பிரபந்தம் வேதத்தின் பொருள் என்றும், பரம்பொருளை உணர்த்தும் ஒளிநெறி என்றும், இவரை நாராயணன் என்றும் இவர் உறுதியான முடிவுக்கு வந்தார். தன் குருவைத் தெய்வமாகக் கொண்டாடிப் பூரிப்படைந்தார் இவர். இதன் வெளிப் பாடுதான் 'கண்ணி நுண் சிறுத்தாம்பு' என்ற அழகான சின்னப் பிரபந்தமாகும்.

பெருமானின் அழகு, பெருமை, எளிமை முதலிய வற்றை பாடும்போது நம்மாழ்வார் அடிக்கடித் தம்மை மறந்து மயங்கி அப்படியே பல நாள்கள் கிடந்து விடுவார். திருவாய்மொழியைப் பாடும்போது, நம்மாழ்வார் மூன்று முறை இப்படி ஆகிவிட்டதாகக் கூறுகின்றனர். அப்போ தெல்லாம் அவரை விட்டு விலகாமல் இருந்து, தாயாகப் பேணிப் பாதுகாத்தவர் இவர்தான்.

நம்மாழ்வாருக்கு 35 வயது ஆனது. மண்ணிற்கு வந்த தன் பணி நிறைவு பெற்றுவிட்டது என்றும், இனி இங்கிருந்து போய்விடலாம் என்றும் அவருக்குத் தோன்றியது. அதைத் தன் சீடரிடம் கூறினார். துவண்டுபோன மதுரகவி தன்னையும் கூட்டிச் செல்லுமாறு வேண்டினார். அதற்கு அவர் திருவாய்மொழிக் கருத்துக்களை மண்ணில் பரப்புவதற்குப் பொருத்தமானவர் நீர்தான் என்றும், அப்பணியை இருந்து நிறைவு செய்யுமாறும் சீடரிடம் கூறினார். இதற்குத் தான் துணையாக இருப்பதாகவும் நம்மாழ்வார் அவருக்கு உறுதி அளித்தார்.

இவற்றால்தான் நம்மாழ்வார் தம் சீடர் பிறந்த திருக்கோளூரைத்

"தென்திசை திலதம் அனைய திருக்கோளூர்"

(திருவாய்மொழி 6:7:6) -3298

என்று புகழ்கின்றார். தெற்குத் திசைக்குத் திலகமாய்த் திகழும் திருக்கோளூர் என்று திருவாய்மொழியில் மதுரகவி பிறந்த ஊரைப் பெருமையுடன் அவர் குறிப்பிடுகின்றார்.

நம்மாழ்வார் மறைந்ததும் அவரைக் குருகூரில் பொலிந்து நின்ற பிரான் கோவிலிலுள்ள புளியமரத்தின் அடியில் திருப்பள்ளிப்படுத்தி அவருக்குச் செய்ய வேண்டிய சரம கைங்கரியங்களை எல்லாம் மதுரகவி ஆழ்வார் செய்து முடித்தார்.

தன் ஞானகுருவுக்கு அங்கு அழகிய கோவில் ஒன்று கட்டி, அவரின் விக்கிரகத்தை அங்கு அமைத்து வழிபாடுகளை மதுரகவி செய்து வாழ்ந்து வந்தார்.

அவர் நம்மாழ்வாரின் பாசுரங்களை இசையோடும், தாளத்தோடும் எங்கும் பாடி, அவரின் கருத்துக்களை நாடெங்கும் பரப்பினார். வைணவத்தை நிலைநிறுத்த அல்லும் பகலும் இவ்வண்ணம் இவர் அயராது பாடுபட்டார்.

விழாக்கள் நடத்தித் தன் ஞானகுருவின் விக்கிரகத்தை இவர் ஊர்வலமாகக் கொண்டு வந்தார். அப்போது

நம்மாழ்வாரைத் தெய்வப்புலவர் என்றும், அவரின் பாசுரங்களை ஞானத்தமிழ் என்றும் மதுரகவி பிரச்சாரம் செய்ததை அங்கு வந்த சங்கப் புலவர்கள் சிலரால் பொறுக்க முடியவில்லை. அவரின் கவிதைகள் சங்கம் ஏறி ஒப்புதல் பெறவில்லை என்றும், அவரின் பாடல்களை ஞானத்தமிழ் என்று கூறக்கூடாது என்றும் அவர்கள் எதிர்ப்புத் தெரிவித்தனர்.

வருத்தத்துடனிருந்த மதுரகவியின் முன், ஒரு கிழவர் வந்து, வருந்தாதே, கண்ணன் கழலிணை துணை செய்யும் என்று கூறிவிட்டு உடனே போய்விட்டார். பின் அவரை எங்கும் காணவில்லை. வந்தவர் தன் குருதான் என்பதைப் புரிந்துகொண்ட மதுரகவி திருவாய்மொழியிலுள்ள

“கண்ணன் கழல் இணை
நண்ணும் மனம் உடையீர்!
எண்ணும் திருநாமம்
திண்ணம் நாரணமே” (10:5:1) -3711

என்ற பாடலை ஓலை ஒன்றில் எழுதி, அதைச் சங்கப் புலவர்களிடம் கொண்டு சென்றார். சங்கப் பலகையின் ஒரு பக்கத்தில் இந்த ஓலை முறியை மதுரகவி வைத்தார். பலகையின் மறுபக்கத்தில் புலவர்கள் ஏறி அமர்ந்தனர். இப்பொழுது புலவர்கள் அத்தனைபேரும் தண்ணீரில் சரிந்து விழ பாசுரம் மட்டும் பலகையில் இருந்தது. திகைத்த அப்புலவர்கள் தெளிவு பெற்றுத், திருவாய்மொழியின் மேன்மையைப் புரிந்து ஏற்றுக் கொண்டனர். இப்படி ஒரு கதை நிலவுகின்றது. இக்கதையை ஏற்றுக்கொள்ள முடியாது. ஏனெனில் நம்மாழ்வாரும், மதுரகவியாழ்வாரும் ஒன்பதாம் நூற்றாண்டில் வாழ்ந்தவர்கள் ஆவார்கள். அப்போது சங்கம் எதுவும் கிடையாது என்பது வரலாற்று உண்மையாகும்.

“புலவர்கள் செருக்கொழிந்து போற்றிய கதையில் உண்மை இருக்க வேண்டும். ஆனால் அந்தப் புலவர் களைச் சங்கப் புலவர்களாக்கி ஆழ்வார் காலத்துக்கும், சங்க காலத்துக்கும் தொடர்பு கற்பித்திருப்பதைத் தமிழ் ஆராய்ச்சியில் சொற்ப ஞானம் உள்ளவர்களும்

ஒப்புக்கொள்ள மாட்டார்கள்" என்று அறிஞர் பி.ஸ்ரீ ("நம்மாழ்வார், மதுரகவியாழ்வார்" - நூல், பக் - 116) இந்நிகழ்ச்சி பற்றிக் குறிப்பிடுகின்றார்.

குருகூரில் ஏதாவது ஒரு சங்கம் இருந்திருக்க வேண்டும், அவர்கள்தான் நம்மாழ்வாரின் பாடல்களை ஏற்றுக்கொள்ள மறுத்துப், பின் ஏற்றுக் கொண்டிருக்க வேண்டும் என்று கருதலாம்.

இவரின் இயற்பெயர் மறைந்து மதுரகவி என்று பெயர் அமையும் அளவுக்கு, மதுரமான கவிதைகள் பலவற்றை இவர் பாடியிருக்க வேண்டும். ஆனால் அவை கிடைக்க வில்லை. தன் ஞானாசிரியரைப் பற்றி இவர் பாடிய 11 பாசுரங்கள் மட்டுமே இப்போது கிடைக்கின்றன.

இவர் நம்மாழ்வார் மறைந்த பின்பும் நீண்டகாலம் வாழ்ந்ததாகக் கருதுகின்றனர். இவர் மறைந்தது - பரமபதித்தது குருவின் குருகூரிலாகும்.

இவரின் சீடர் பராங்குசதாசர் ஆவார். பராங்குசன் என்ற பெயர் நம்மாழ்வாருக்குரியதாகும். அந்தப் பெய ரைத்தான் இவரின் சீடர் பெற்றிருக்கிறார். அவரிடம் தன் குருவின் கோவிலைப் பாதுகாக்கும் பொறுப்பையும், பாசுரங்களைப் பரப்பும் பொறுப்பையும், ஒப்படைத்து விட்டு இவர் பரமபதம் அடைந்ததாகக் கூறுகின்றனர்.

பேயாழ்வாரின் சீடராகத் திருமழிசையாழ்வார் விளங்கினார். நம்மாழ்வாரின் சீடராக மதுரகவியாழ்வார் திகழ்ந்தார். குருபக்தியில் மதுரகவி அளவிற்கு எந்தச் சீடரும் ஆழ்வார்களில் இல்லை என்பதை உறுதியாகக் கூறலாம்.

திருமூலர் குரு சீடர் உறவு பற்றிப் பாடிய பாடல் ஒன்றைக் காண்போம்.

"தெளிவு குருவின் திருமேனி காண்டல்
தெளிவு குருவின் திருமேனி செப்பல்,
தெளிவு குருவின் திருவார்த்தை கேட்டல்,
தெளிவு குருவுருச் சிந்தித்தல் தானே."

-(திருமந்திரம் - 139)

ஞானகுருவின் திருமேனியைத் தரிசித்தலும், சிறப்புக் களைப் பேசுதலும், அவர் மொழிகளைப் பொன்னேபோல் போற்றலும், அக்கருத்துக்களைச் சிந்தித்தலும் சீடனுக்குரிய கடமைகளாகத் திருமூலர் கூறுகின்றார். மதுரகவியார் இப்படித்தான் வாழ்ந்தார்.

நம்மாழ்வாரைக் குருவாகக் கொண்ட மெய்யடியாரான மதுரகவி, தன் ஒப்பற்ற பக்தியால் மதுரகவியாழ்வாராக மலர்ந்து, சிறப்புப் பெற்றுத் திகழ்கின்றார்.

பெருமானைப் பாடாத ஒரே ஆழ்வார் இவர்தான். தன் குரு நம்மாழ்வாரை மட்டுமே பாடி - ஆசாரியனுடைய சிறப்புக்களை மட்டுமே பேசி இவ்வளவு புகழ்பெற்று இவர் விளங்குகிறார்.

ஆழ்வார்களில் சிலரை மட்டுமே பெருமாள் என்ற பெயரால் குறிப்பிடுகின்றனர். குலசேகரப்பெருமாள், பாண்பெருமாள் என்பதுபோல் இவரை மதுரகவிப் பெருமாள் என்று புகழ்கின்றனர்.

வேதாந்த தேசிகர் 'தேசிகப் பிரபந்தம்' என்ற நூலில்

"அருமறைகள் தமிழ் செய்தான் தாளே கொண்டு,
துன்பற்ற மதுரகவி தோன்றக் காட்டும்
தொல் வழியே நல்வழிகள் துணிவார்கட்கே"

என்கிறார். வேதத்தைத் தமிழில் படைத்தவர் நம்மாழ்வார். அந்தக் குருவின் திருவடிகளை உச்சிமேல் கொண்டு, துன்பங்களற்ற மதுரகவி காட்டிய பழமையான நல்வழியே அன்பர்களுக்குச் சிறந்த வழி ஆகும் என்று தேசிகர் புகழ்கின்றார்.

திருவரங்கத்தமுதனார் 'இராமானுச நூற்றந்தாதியில்',

"எய்தற்கு அரிய மறைகளை, ஆயிரம் இன்தமிழால்
செய்தற்கு உலகில் வரும் சடகோபனைச், சிந்தையுள்ளே
பெய்தற்கு இசையும் பெரியவர் சீரை, உயிர்கள் எல்லாம்
உய்தற்கு, உதவும் இராமாநுசன் எம் உறுதுணையே" -3794

என்கிறார். அடைதற்கு அரிய வேதங்களை ஆயிரமென்னும் எண்ணிக்கையிலுள்ள தமிழ்க் கவிதைகளாலே பாடுவதற்கு

உலகில் அவதாரம் செய்தவர் நம்மாழ்வார். அந்த ஆசார் யனை மனதிற்குள் வைத்துக் கொள்வதற்குப் பொருத்தமான பெருமைவாய்ந்த பெரியவர் மதுரகவி ஆழ்வார் ஆவார். அவரின் நற்குணங்களை அனைத்து உயிர்களும் பிழைப் பதற்காக உபதேசித்தருளும் எம்பெருமானார் (இராமானுசர்) எங்களுக்கு உற்ற துணையாவார். இவ்வண்ணம் இவரை அமுதனார் புகழ்கின்றார்.

இப்பாடலில் மதுரகவியாரைப் பெரியவர் என்றும், சீர்மை மிக்கவர் என்றும், அவர் காட்டிய நெறி எல்லோரும் பின்பற்ற வேண்டிய வழி என்றும் அமுதனார் குறிப்பிடு கின்றார்.

நாராயணனுக்கு நாலாயிரம்

நாதமுனிகள், நம்மாழ்வாரின் பாசுரங்களை வீரநாராயணப் பெருமாள் கோவிலில் வெளியூர் பக்தர்கள் பாடக்கேட்டு உருகினார். அவற்றைக் கண்டுபிடிக்க அவர் பல ஊர்களுக்கும் சென்றார். இறுதியாக அவர் மதுரகவியாரின் திருக்கோளூர் வந்து பலரிடம் வினவினார்.

அவர்கள் வழிகாட்டியபடி மதுரகவியின் சீடரான பாராங்குசதாசரைச் சந்தித்துக் கேட்டார். அவர் தன்னிடம் தன் குருவான மதுரகவியாரின் பிரபந்தம் மட்டுமே உள்ளது என்றார். மேலும் அவர், குருகூர்ப் பொலிந்து நின்ற பிரான் கோவிலிலுள்ள நம்மாழ்வார் சந்நிதியில் நின்று, அவரை உளமார வேண்டியபடி, மதுரகவியாரின் “கண்ணிநுண் சிறுத்தாம்பு” என்று தொடங்கும் பதினொன்று பாசுரங் களையும் 12000 முறை நெஞ்சுருகிப் பாடினால் நம்மாழ்வாரின் பாசுரங்கள் கட்டாயம் கிடைக்கும் என்று நம்பிக்கையுடன் கூறினார்.

நாதமுனிகள் அதன்படி நம்மாழ்வாரின் சந்நிதியில் நின்று மதுரகவியாரின் பாசுரங்களை நெஞ்சுருகிப் பாடினார். நம்மாழ்வார் அவர் முன் தோன்றித் தன் பிரபந்தங்கள் உள்ளிட்ட நாலாயிர திவ்யப் பிரபந்தத்தை அவருக்கு அருளினார். அவற்றை நாதமுனி தொகுத்து

'நாலாயிர திவ்யப் பிரபந்தம்' என்ற ஒரே நூலாக்கினார். இவ்வாறு வைணவ வரலாறு கூறுகின்றது.

நாதமுனிகளின் பெருமுயற்சியால் நற்றமிழுக்கும் நாராயணனுக்கும் நாலாயிர திவ்யப் பிரபந்தம் என்ற ஒப்பற்ற பக்தி இலக்கியம் கிடைத்தது. இதற்கு நம்மாழ்வாரின் பதினொன்று பாசுரங்களும், மதுரகவியாழ்வாரின் பதினொன்று பாசுரங்களும் தாம் காரணமாக அமைந்தன என்பது வரலாற்று உண்மையாகும்.

மகிழ்ந்த நாதமுனி நாலாயிரத்தில் இப்பிரபந்தத்தின் தனியனில்,

"வேறொன்றும் நான் அறியேன், வேதம் தமிழ் செய்த
மாறன் சடகோபன் வண் குருகூர் ஏறு எங்கள்
வாழ்வாம் என்று ஏத்தும் மதுரகவியார் எம்மை
ஆள்வார் அவரே அரண்."

என்று பாடி வைத்துள்ளார். நம்மாழ்வாரைத் தவிர வேறொன்றும் நான் அறிய மாட்டேன். வேதம் தமிழ் செய்த மாறன் சடகோபன் குருகூர்த் தலைவன் எங்களின் வாழ்வாவான் என்று வாழ்ந்த மதுரகவி ஆழ்வார் எங்களை ஆள்வார். அவரே எங்களைப் பாதுகாப்பார் என்று நாதமுனிகள் சிறப்பித்துப் பேசுகின்றார்.

'கண்ணிநுண் சிறுத்தாம்பு'

மதுரகவியாழ்வாரின் ஒரே படைப்பாக உள்ள 'கண்ணிநுண் சிறுத்தாம்பு' என்ற பிரபந்தம் நாலாயிர திவ்யப் பிரபந்தத்தின் முதலாயிரத்தில் உள்ளது.

முதலாயிரத்தில் மொத்தம் 10 பிரபந்தங்களும், 947 பாசுரங்களும் உள்ளன. இவரின் பிரபந்தம் 10 ஆம் பிரபந்தமாக இறுதியில் விளங்குகிறது. இப்பிரபந்தம் 11 பாசுரங்களைக் கொண்டுள்ளது.

பன்னிரு ஆழ்வார்களில் பதினொன்று ஆழ்வார்களும் பெருமானின் பெருமைகளைப் பேசினார்கள். மதுரகவி

யார் மட்டும் நம்மாழ்வார் என்ற ஞானகுருவின் - ஆசாரியரின் பெருமையை மட்டுமே பேசுகின்றார். குருவிடம் சரணாகதி அடைதலை வற்புறுத்தும் வகையில் இப்பிரபந்தம் அமைந்துத் தனிச்சிறப்புடன் திகழ்கிறது.

அப்பாசுரங்களையும் அவற்றின் சிறப்புக்களையும் அடுத்துக் காண்போம்.

பெருமானும் குருகூர் நம்பியும்

"கண்ணி நுண் சிறுத்தாம்பினால் கட்டு உண்ணப்
பண்ணிய பெருமாயன், என் அப்பனில்,
நண்ணித் தென்குருகூர் நம்பி என்றக்கால்,
அண்ணிக்கும் அமுது ஊறும், என் நாவுக்கே" -0937

உடலை உறுத்தும்படி பல முடிச்சுகளை உடைய சிறிய கயிற்றினால் யசோதைப் பிராட்டித் தன்னைக் கட்டும்படி செய்துகொண்ட பெரிய மாயன் என் பெருமான். அவனைவிட்டு, தெற்குத் திசையிலுள்ள குருகூர் நம்பி என்று அவரது திருநாமத்தைச் சொன்னால் தேன் என இனிக்கும், என் நாவில் அமுது ஊறும். (-1)

கண்ணனின் அலகிலா விளையாட்டுக்களில் ஒன்றைக் கூறி மதுரகவி பிரபந்தத்தை ஆரம்பிக்கின்றார்.

தன் குருவான நம்மாழ்வாரின் திருப்பெயரைச் சொன்னாலே இனிக்கும், உள்ளம் பூரிப்படையும் என்று இவர் பெருமிதம் கொள்கிறார்.

திருக்குறுங்குடி பெருமானை 'நம்பி' என்பார்கள். அந்த நம்பியின் அருளால் பிறந்த, தன் குரு நம்மாழ்வாரை, நம்பி என்று இவர் பிரபந்தத்தில் 9 பாசுரங்களில் சுட்டிக் குறிப்பிடுகின்றார்.

நம்மாழ்வார், தாயாரின் ஊரான திருவண்பரிசாரத்தில் தான் பிறந்திருக்க வேண்டும் என்றொரு கருத்து நிலவு கின்றது. இந்தப் பிரபந்தத்தில், நம்மாழ்வார் குருகூரில்தான் பிறந்தார் என்பதை உறுதி செய்யும் வகையில், குருகூர்க் காரர் என்று 7 பாசுரங்களில் இவர் குறிப்பிடுகின்றார்.

நம்மாழ்வாருக்குக் கண்ணன் கதைகளில் காதல் மிகுதி. அவர் திருவாய்மொழி பாடும்போது கண்ணனின் பெருமைகளையும், எளிமையையும் சொல்லி வந்தார்.

"பத்துடை அடியவர்க்கு எளியவன், பிறர்களுக்கு அரிய
வித்தகன், மலர்மகள் விரும்பும் நம் அரும்பெறல் அடிகள்,
மத்து உறு கடை வெண்ணெய் களவினில் உரலிடை யாப்புண்டு,
எத்திறம் ...." (1:3:1) -2697

என்று திருவாய்மொழி பாடியவர், அதற்குமேல் பாடமுடியாமல் நம்மாழ்வார் மயங்கிவிட்டார். இறைவன் கண்ணனாக ஆயர்குடியில் பிறந்து வளர்ந்தான். வெண்ணெய் திருடியும், கயிற்றினால் உரலில் கட்டுண்டும், பிறரின் ஏச்சுக்கும் பேச்சுக்கும் ஆளாகியும் எவ்வளவு துன்பப்பட்டான் என்று சொல்லி வரும்போதே இவர் மயங்கி அப்படியே சரிந்து விட்டார். சில நாள்கள் அப்படியே அவர் கிடந்தார். மதுரகவி அவரைத் தெளிவித்தார். அதன்பின் நம்மாழ்வார் தொடர்ந்து,

"எத்திறம், உரலினோடு இணைந்திருந்து ஏங்கிய எளிவே"

என்று பாடினார். இந்த நிகழ்ச்சி சீடரை அதிகம் பாதித்தது. அதனால்தான் மதுரகவி தன் பிரபந்தத்தை ஆரம்பிக்கும் போது,

"கண்ணி நுண் சிறுத்தாம்பினால் கட்டு உண்ணப்
பண்ணிய பெருமாயன் ."

என்று அந்த நிகழ்ச்சியோடு ஆரம்பித்தார் என்று கூறுவதுண்டு.

தேவு மற்றறியேன்

"நாவினால் நவிற்று, இன்பம் எய்தினேன்,
மேவினேன் அவன் பொன்னடி மெய்ம்மையே!,
தேவு மற்று அறியேன், குருகூர் நம்பி,
பாவின் இன்னிசை பாடித் திரிவனே" -0938

என் நாவினால் ஆழ்வாரைத் துதித்து ஆனந்தத்தைப் பெற்றேன். ஆழ்வாரின் அழகிய திருவடிகளில் பொருத்தி

னேன். இது சத்தியமே. ஆழ்வாரைத் தவிர வேறொரு தெய்வத்தை அறியமாட்டேன். குருகூருக்குத் தலைவரான ஆழ்வாருடைய அருளிச் செயல்களின் இனிய இசையையே (பாசுரங்களையே) பாடித் திரிவேன். (-2)

நம்மாழ்வாரின் பிரபந்தங்களைப் பாடிப் பரப்புவதை மட்டுமே தன் வாழ்வின் இலக்காகக் கொண்டு மதுரகவி வாழ்ந்தார் என்பதை இதனால் அறியலாம்.

குருவையே தெய்வமாகக் கொண்ட இவர்,

"தேவு மற்று அறியேன் குருகூர் நம்பி
பாவின் இன்னிசை பாடித் திரிவனே"

என்கிறார். இவரை அடையாளப்படுத்தும் புகழ்பெற்ற வரிகள் இவை.

நம்மாழ்வார், திருவாய்மொழியில்,

"மால்தனில் மிக்கும் ஓர் தேவும் உளதே?" (2:2:3) -2798

என்று வினவுகின்றார். உலகத்தை அளந்து கொண்ட மிகப்பெரிய தெய்வத்தைக் (திருமாலை) காட்டிலும், உயர்ந்ததாகக் கூறத்தக்க வேறு தெய்வமும் உள்ளதோ? இல்லை என்று திருவாய்மொழியில் கூறுகின்றார்.

குரு நம்மாழ்வார்; திருமாலைவிடச் சிறந்த தெய்வம் இல்லை என்று வாழ்ந்தார். சீடர் மதுரகவி அதேபாணியில் நம்மாழ்வாரைத் தவிர வேறொரு தெய்வத்தை நான் அறியமாட்டேன் என்கிறார்.

மதுரகவி குருவின் பிரபந்தங்களைப் பாடிப்பாடி வைணவத்தை வளர்த்தார்.

குரு, இவரின் சந்தேகங்களை எல்லாம் தீர்த்து அஞ்ஞானங்களைப் - அக இருளைப் போக்கியருளிய மையால் தேவு மற்று அறியேன் என்கிறார் சீடர்.

அடியேன் பெற்ற நன்மை

"திரிதந்து ஆகிலும் தேவபிரான் உடைக்
கரிய கோலத் திருவுருக் காண்பன் நான்;
பெரிய வண் குருகூர் நகர் நம்பிக்கு ஆள்
உரியனாய் அடியேன் பெற்ற நன்மையே" -0939

குருகூர் நம்பியை விட்டகன்று வானவர் தலைவனான எம்பெருமானின் நீலமேகம் போல் கறுத்து அழகிய திருவுருவைக் கண்டு நான் மகிழ்வேன். பெருமையும், பெருந்தன்மையும் உடைய ஆழ்வாருக்கு அடிமை பூண்ட அடியேன் பெற்ற பேறு இதுவே ஆகும் என்று மதுரகவி சொல்கின்றார். *(-3)*

எந்த வகையிலும் எதையும் கட்டாயப்படுத்தாத - நிர்ப்பந்திக்காத தன் குருவின் மற்றொரு பெருமையைச் சீடர் சுட்டிக் காட்டுகின்றார்.

சடகோபன் என் நம்பி

“நன்மையால் மிக்க நான்மறையாளர்கள்,
புன்மை ஆகக் கருதுவர்; ஆதலின்,
அன்னையாய், அத்தனாய் என்னை ஆண்டிடும்
தன்மையான் சடகோபன் என் நம்பியே” -0940

நற்குணத்தில் மேன்மை பெற்றவர்களாய் நான்கு மறைகளிலும் வல்லவர்களான அந்தணர்கள், அடியேனை இழிவான குணங்களே ஒரு வடிவாகக் கொண்டவன் என்றெண்ணி, அலட்சியம் செய்தனர். அதன் காரணமாகத் தாயாகவும் தந்தையாகவும் அடியேனைக் கைக்கொண் டருளும் இயல்பினரான நம்மாழ்வார் எனக்குத் தலைவராவார். *(-4)*

தன்னைவிட வயதில் குறைந்தவரும், வேற்றுக் குலத்தைச் சேர்ந்தவருமான ஒருவரைத் தன் ஞானகுருவாக இவர் கொண்டதால் இவருக்கு இப்புறக்கணிப்பு ஏற்பட்டிருக்கலாம் எனக் கருதலாம். இந்நிலையில் இவரைத் தாயாகவும் தந்தையாகவும் இருந்து தாங்கிப் பாதுகாத்தவர் நம்மாழ்வார்தான். அப்பெருஞ்செயலை நன்றியுடன் இவர் இங்கு நினைவு கூர்கின்றார்.

மேலும் தன் ஞானபக்திக்குத் தாயும் தந்தையும் நம்மாழ்வார்தான் என்ற யதார்த்தமான உண்மையையும் இவர் இங்கு பதிவு செய்கிறார்.

அன்பனாகிப் பெருமை பெற்றேன்

"நம்பினேன் பிறர் நன்பொருள் தன்னையும்,
நம்பினேன் மடவாரையும், முன் எல்லாம்
செம்பொன் மாடத்திருக் குருகூர் நம்பிக்கு
அன்பனாய் அடியேன் சதிர்த்தேன், இன்றே." -0941

இன்று அடியேன் என்று சொல்லும்படி இருக்கும் நான், நம்மாழ்வாரின் அன்பையும், அருளையும் பெறுவதற்கு முன்பு, அயலவரின் நல்ல பொருள்களைப் பார்த்து ஆசைப்பட்டேன். பிற பெண்களை விரும்பினேன். இப்போது செவ்விய பொன் மாடங்கள் நிறைந்த திருக்குருகூர்க்குத் தலைவரான ஆழ்வாரின் பக்தனாகிப் பெருமை உடையவனானேன். (-5)

குருவைச் சந்திக்கும் முன் இருந்த கீழான நிலையையும், நம்மாழ்வாரின் சீடரான பின் தான் பெற்ற மேலான சிறப்புக்களையும் மறைக்காமல் மதுரகவியார் இப்பாசுரத்தில் குறிப்பிடுகின்றார்.

புகழ் ஏத்த அருளினான்

"இன்று தொட்டும் எழுமையும் எம்பிரான்
நின்று தன் புகழ் ஏத்த அருளினான்;
குன்ற மாடத் திருக் குருகூர் நம்பி;
என்றும் என்னை இகழ்வு இலன் காண்மினே" -0942

இன்றுமுதல் இனிமேலுள்ள காலமெல்லாம் நான் உறுதியுடன் நின்று ஆழ்வாரின் திருப்புகழ்களைத் துதிக்கும்படி என் குருவான ஆழ்வார் கருணை செய்தார். குன்று போன்ற மாடங்களை உடைய திருக்குருகூர்த் தலைவரான நம்மாழ்வார் எக்காலத்திலும் என்னைக் கைவிடமாட்டார். இதனை அனுபவத்தில் அறிந்து கொண்டேன். (-6)

நம்மாழ்வாரின் பாசுரங்களை எங்கும் பாடிப் பரப்புவதுதான் தன் வாழ்வின் இலட்சியம் என்று தன் குறிக்கோளை மதுரகவியார் இங்கு கூறுகின்றார்.

தன் ஞானகுரு தனக்கு எப்போதும் துணையாக நிற்பார் என்பதையும் உறுதியுடன் இவர் கூறுகின்றார்.

வல்வினையை அழித்தான்

> "கண்டு கொண்டு என்னைக் காரிமாறப் பிரான்
> பண்டை வல்வினை பாற்றி அருளினான்;
> எண் திசையும் அறிய இயம்புகேன்
> ஒண் தமிழ்ச் சடகோபன் அருளையே" -0943

பொற்காரியார் திருக்குமாரரரான நம்மாழ்வார், அவரின் பெருமையை அறியாத என்னைக் குளிர நோக்கிக் கைக்கொண்டார். வலிமையாய் இருந்த என் தீவினைகளை எல்லாம் உருமாய்ந்துப் போகும்படிச் செய்தார். ஆதலால் அழகிய தமிழ்க்கவிகளுக்கு இருப்பிடமான ஆழ்வாருடைய அருளையே எட்டுத்திக்கில் உள்ளவர்களும் அறியும்படி எடுத்துரைப்பேன். (-7)

நம்மாழ்வார் அருளிய திருவாய்மொழி முதலிய பிரபந்தங்களை எட்டுத்திக்கில் வாழ்பவர்களும் படித்துப் பயன்பெற வேண்டும் என்பதுதான் இவரின் ஆசையாக அமைகின்றது.

குரு, தன் பழைய பாவங்களை எல்லாம் உருமாய்ந்துப் போகும்படிச் செய்து அருளினார் என்று சீடர் பெருமையுடன் கூறுகின்றார்.

நம்மாழ்வாரைக் 'காரிமாறப் பிரான்' என்று இங்கு இவர் குறிப்பிடுகின்றார். காரியாரின் மகனாகிய நம்மாழ்வாரைக் காரிமாறன் என்றும், சடகோபன் என்றும், மாறன் என்றும் கூறுவார்கள்.

நம்மாழ்வாரைச் சடகோபன் என்று மூன்று பாசுரங்களில் (940, 943, 945) இவர் குறிப்பிடுகின்றார்.

பக்தி இயக்கக் காலக் கவிஞர்கள் தமிழோடு தம்மையும், தம் பாடல்களையும் இணைத்துக் குறிப்பிடுவது மரபு.

நம்மாழ்வார்,

“என்னைத் தன்னாக்கி, என்னால் தன்னை
இன் தமிழ் பாடிய ஈசன்” (7:9:1) -3425

என்றும்,

“என் நெஞ்சத்துள் இருந்து இங்கு
இருந்தமிழ் நூல் இவை மொழிந்து” (10:6:4) -3725

என்றும் தமிழோடு தன்னையும், தம் கவிதைகளையும் இணைத்துத் திருவாய்மொழியில் குறிப்பிடுகின்றார். அந்த அடிப்படையில் மதுரகவி, நம்மாழ்வாரை இங்கு “ஒண் தமிழ்ச் சடகோபன்” என்கிறார்.

ஆழ்வாரின் அருள்கொடை

“அருள் கொண்டாடும் அடியவர் இன்புற
அருளினான் அவ் அருமறையின் பொருள்;
அருள் கொண்டு ஆயிரம் இன்தமிழ் பாடினான்;
அருள் கண்டீர் இவ் உலகினில் மிக்கதே” -0944

பெருமானின் திருவருளைக் கொண்டாடும் பக்தர்கள் மகிழும்படி, அருமையான வேதத்தின் உட்பொருள்களை நம்மாழ்வார் அருளிச் செய்தார். அவர் மிகுந்த கருணை கொண்டு தமிழில் திருவாய்மொழி ஆயிரத்தைப் பாடினார். ஆழ்வாரின் அருள் ஒன்று மட்டுமன்றோ இந்த உலகில் மிக்குள்ளது. (-8)

நம்மாழ்வார்,

“என்னைத் தன்னாக்கி, என்னால் தன்னை
இன்தமிழ் பாடிய ஈசன்” -3425

என்று திருவாய்மொழியில் (7 :9: 1) கூறியதைக் கண்டோம். பெருமான் என் மூலம் தன்னைப் பாடிக் கொண்டான். என்னை ஒரு கருவியாக வைத்துத் தன்னைப் பற்றி இனிமை யான தமிழ்ப் பாசுரங்களைப் பாடுவித்துக் கொண்டான் என்று அவர் சொன்னார். அதனைக் கருத்தில் கொண்டு, மதுரகவியாழ்வார் திருவாய்மொழியை “ஆயிரம் இன் தமிழ்” என்று இங்கு குறிப்பிடுகின்றார்.

நெஞ்சுள் நிறுத்தினான்

“மிக்க வேதியர் வேதத்தின் உட்பொருள்
நிற்கப் பாடி என் நெஞ்சுள் நிறுத்தினான்;
தக்கசீர்ச் சடகோபன் என் நம்பிக்கு ஆட்
புக்க காதல் அடிமைப் பயன் அன்றே” -0945

சிறந்த வேத வித்தகர்களால் ஓதப்படுகின்ற வேதத்தின் உள்ளுறைப் பொருளானது, நிலைத்து நிற்கும்படி நம்மாழ் வார் திருவாய்மொழியைப் பாடினார். என் உள்ளத்திலே திருவாய்மொழியை ஆழ்வார் நிலைநிறுத்தினார். தகுந்த சிறப்புக்களை உடைய சடகோபரிடம் தலைப்பட்ட காதலால் நிலைப்பட்டேன். ஆழ்வார் திருவடிகளில் கைங்கர்யம் செய்வதே பயன் ஆனது. (-9)

நம்மாழ்வார் திருவாய்மொழி முதலிய தன் பிரபந்தங்களைச் சீடர் மதுரகவியாருக்கு உபதேசித்தார் - அறிவுறுத்தினார். இதனை,

“...................... வேதத்தின் உட்பொருள்
நிற்கப் பாடி என் நெஞ்சுள் நிறுத்தினான்”

என்று இவர் பெருமையுடன் பேசுகின்றார். தன் குரு தனக்குத் தந்த மிகப் பெரிய கொடை இதுதான் என்கிறார். அவருக்குச் சீடனானதால் தான் பெற்ற பெரும்பேறு இதுவே என்று அகமகிழ்கிறார் ஆழ்வார்.

வேதங்களின் இரகசியங்கள் அனைத்தும் இப்பிரபந்தங் களில் நிலைபெற்று விளங்குவதையும் இவர் குறிப்பிடு கின்றார்.

ஞானகுருவுக்குப் பணிவிடை செய்வது ஒன்றே தன் வாழ்வின் பயன் என்றும் மதுரகவி பதிவு செய்கின்றார்.

திருத்தி ஆட்கொள்வான்

“பயன் அன்று ஆகிலும் பாங்கு அல்லர் ஆகிலும்
செயல் நன்றாகத் திருத்திப் பணி கொள்வான்
குயில் நின்று ஆர்பொழில் சூழ் குருகூர் நம்பி;
முயல்கின்றேன் அவன் மொய்கழற்கு அன்பையே” -0946

பிறரைத் திருத்துவதால் தமக்கொரு பயனில்லாமல் போனாலும், அவர்கள் திருத்துவதற்குப் பாங்காக அமையாமல் போனாலும், தம் செய்கையால் அவர்களை நன்றாகத் திருத்தி, ஆட்கொள்பவர் நம்மாழ்வார். அவர் குயில்கள் ஆரவாரஞ் செய்யும் சோலைகள் சூழ்ந்த திருநகரி யில் எழுந்தருளியுள்ளார். ஆழ்வாரின் சிறந்த திருவடிகளில் அன்புறவு கொள்வதற்கு முயற்சி செய்கிறேன். (-10)

நம்மாழ்வார் பிறரைத் திருத்தும் இயல்புடையவர். பிறரைத் திருத்துவதால் தமக்கு என்ன பயன் என்று அவர் ஒருபோதும் நினைத்ததில்லை. அவர் நேர்மையாக வாழ்ந்து தம் செயல்கள் மூலம் பிறருக்கு வழிகாட்டும் பண்பாளர் ஆவார். இவ்வாறு தன் குருவின் இயல்புகளைச் சீடர் வரிசைப்படுத்திக் கூறுகின்றார்.

படிப்பவர் வீடுபேறு பெறுவர்

"அன்பன் தன்னை அடைந்தவர்கட்கு எல்லாம்
அன்பன் தென்குருகூர் நகர் நம்பிக்கு
அன்பனாய் மதுரகவி சொன்ன சொல்
நம்புவார் பதி வைகுந்தம் காண்மினே." -0947

அடியவர்களிடம் அன்புடைய எம்பெருமானை அடைந்த எல்லா திருவடியார்களிடமும் பேரன்புடையவர் நம்மாழ்வார். அவரின் அடியவரான மதுரகவி சொன்ன இந்தப் பிரபந்தத்தைத் தங்களுக்குத் தஞ்சமாக நினைத்திருப் பவர்களுக்கு இடம் பரமபதம் ஆகும். (-11)

மதுரகவி ஆழ்வார் தன் குருவைப் போல், பயன்கூறும் பாசுரத்தை (பலசுருதிப் பாடல்) இறுதியில் பாடிப் பிரபந்தத்தை நிறைவு செய்கிறார்.

"மதுரகவி சொன்ன சொல் நம்புவார் பதி வைகுந்தம்" என்று இவர் உறுதியாகக் கூறுகின்றார். நாதமுனி, மதுரகவியார் பாடிய இப்பிரபந்தத்தை முழுமையாக நம்பினார். நம்மாழ்வாரின் கோவிலில், அவர் முன் நின்று 12000 முறை இதனை உருகிப் பாடினார். அவர் நாலாயிரத்தைப் பெற்றார். நாலாயிர திவ்யப் பிரபந்தம் உள்ளவரை மதுரகவியாழ்வாரின் பெயரும் நாதமுனி பெயரும் நிலைபெற்று விளங்கும் என்பதில் ஐயமில்லை.

ஆழ்வார்களின் அருளிச் செயல்கள் முழுவதும் கிடைப்பதற்கு மதுரகவியாழ்வாரின் "கண்ணிநுண் சிறுத்தாம்பு" என்ற இந்தச் சின்னப் பிரபந்தமே முழுமுதல் காரணமாக அமைந்து புகழுடன் திகழ்கிறது.

சிறப்புக்கள்

1. திருவாய்மொழியை, நம்மாழ்வாரின் திருவாய் மொழிய, அதை முதலில் கேட்டவர் என்ற தனிச் சிறப்புக்குரியவர் மதுரகவி ஆழ்வார்தான்.
2. திருவாய்மொழியை, முதலில் கைகளால் எழுதும் பேறு பெற்றவரும் இவர்தான்.
3. மதுரகவியாரின் பிரபந்தம் கலிவிருத்தத்தால் அமைந்தது. 11 பாசுரங்களை இப்பிரபந்தம் கொண் டுள்ளது.
4. பன்னிரு ஆழ்வார்களில் குறைவானப் பாடல்களைப் பாடியவர் இவரும், பாணாழ்வாரும் (10 பாசுரங்கள்) மட்டுமே ஆவர்.
5. இப்பிரபந்தம் நாலாயிர திவ்யப் பிரபந்தத்தில் முதலாயிரம் என்ற பகுப்பில் உள்ளது.
6. இவரின் 11 பாசுரங்களை 12,000 முறை பாடித்தான் நாதமுனிகள் நாலாயிர திவ்யப் பிரபந்தத்தைப் பெற்றார். இதனால் இப்பிரபந்தத்தின் புகழ் எங்கும் பரவியது.
7. யாராலும் பேசவைக்க முடியாத நம்மாழ்வாரை - சடகோபரை முதன்முதலில் பேசவைத்த பெருமைக் குரியவர் இவர்தான்.
8. பெருமானைப் பாடாத ஒரே ஆழ்வார் இவர்தான்.
9. எந்த ஒரு திவ்ய தேசத்தையும் பாடாத ஒரே ஆழ்வாரும் இவர்தான்.
10. நம்மாழ்வாரை அவரின் 16 ஆம் வயதில் இவர் சந்தித்தார். அவரை ஞானகுருவாக ஏற்று 19 ஆண்டுகள் பொத்திப்பொத்திப் பாதுகாத்துப் பேணியவர் என்ற பெருமையும் மதுரகவியாருக்கே உள்ளது.
11. வடநாட்டு அயோத்தியில் மன அமைதியின்றித் தவித்துக் கொண்டிருந்த இவரை, வானில் தோன்றிய

ஒரு பேரொளி திருக்குருகூருக்கு இழுத்துவந்து நம்மாழ்வாரிடம் சேர்த்தது. அப்பேரொளி குருவைச் சந்திக்க வைத்தது. இச்சந்திப்பால் இருவரும் புகழ் பெற்றனர்.

12. திருவிழாக்களின்போது பெருமாள் திருவீதிகளில் எழுந்தருளுவார். அப்போது முன்னே திவ்யப்பிரபந்தமும், பின்னே வடமொழி வேதங்களும் ஓதப்படுவது மரபு. அந்நேரங்களில் திருவீதிகளில் நம்மாழ்வாரின் திருவாய்மொழியும், மதுரகவியாழ்வாரின் கண்ணிநுண் சிறுத்தாம்பும் மட்டும் ஓதப்படுவதில்லை. அப்படி ஒரு சிறப்பு இவர்களுக்குத் தரப்பட்டுள்ளது.

13. நம்மாழ்வாரின் திருவாய்மொழியைப் பாடத் தொடங்கும் போதும், முடிக்கும்போதும் மதுரகவியாரின் இப்பிரபந்தத்தைப் பாட வேண்டும் என்பது வைணவ மரபு ஆகும்.

14. திருமழிசையாழ்வார், பேயாழ்வாரின் சீடராவார். இவரைச் சைவ சமயத்திலிருந்து வைணவத்திற்குக் கொண்டு வந்தவரே பேயாழ்வார்தான். இருப்பினும் அவர் தன் குருவைப் பாடாமல், பெருமானை மட்டுமே பாடியுள்ளார். இந்த வகையிலும் மதுரகவியார் தனிச்சிறப்புடன் திகழ்கின்றார்.

15. மதுரகவியாழ்வார் குருபக்தி மிக்கவர். இவரைப்போல் குருபக்தி மிக்கவரைச் சமய உலகம் இதுவரைக் கண்டதில்லை எனலாம்.

16. கல்வி அறிவும், வயதால் ஏற்பட்ட அனுபவ முதிர்ச்சியும், அயோத்தி முதலிய வடநாட்டுப் பயணத்தால் பெற்ற பெரிய அனுபவங்களும் உடைய இவர், தன்னைவிட வயதில் குறைந்த நம்மாழ்வாரை ஞானகுருவாக ஏற்றுக் கொண்டார். இதற்குப் பெரியதொரு மனப் பக்குவம் வேண்டும். மதுரகவியாருக்கு அப்பக்குவம் நிறையவே இருந்தது.

17. மதுரமான - இனிமையான கவிதைகள் பல பாடியமையால், இவரின் இயற்பெயர் மறைந்து மதுரகவியார் என்று அழைக்கப்பட்டார். இருப்பினும் அப்பாடல்கள் ஒன்றுகூட இப்போது கிடைக்கவில்லை.

18. தன் குருவைத் தெய்வப் புலவர் என்றும், அவரின் பாசுரங்களை ஞானத்தமிழ் என்றும் இவர் எங்கும் பிரச்சாரம் செய்தார். இவர் ஓடி ஓடி வைணவத்தை எங்கும் பரவச்செய்து நிலைநாட்டினார்.

19. இப்பிரபந்தம் குரு நம்மாழ்வாரைப் பாடினாலும், இவர் முதலில் குறிப்பிடுவது கயிற்றில் கட்டுண்ட கண்ணனைத்தான் (0937) என்பதையும் கவனத்தில் கொள்ள வேண்டும்.

20. திருக்குறுங்குடி பெருமானை நம்பி என்பார்கள். அந்த நம்பியின் அருளால் பிறந்த நம்மாழ்வாரை "நம்பி" என்ற பெயரால் 9 இடங்களில் இவர் குறிப்பிடுகின்றார்.

21. குருவையே தெய்வமாகக் கொண்ட இவர், அவரைத் தவிர "தேவு மற்று அறியேன்" (938) என்று உறுதிபடக் கூறுகின்றார். இவரை அடையாளப்படுத்தும் புகழ்பெற்ற வரியாக இது திகழ்கின்றது.

22. நம்மாழ்வார் தன் சீடரிடம் கொண்ட பேரன்பால், அவர் பிறந்த ஊரைத் தெற்குத் திசைக்குத் திலகமாகத் திகழும் திருக்கோளூர் என்று திருவாய்மொழியில் (676) பெருமையுடன் குறிப்பிடுகின்றார். மதுரகவியாரால் இவ்வூர் அழியாப்புகழ் பெற்று விட்டது.

23. தன்னைச் சிலர் புன்மையாகக் கருதி புறக்கணித்தனர் என்று இவர் குறிப்பிடுகின்றார் (0940). வயதில் குறைந்த, வேற்றுக் குலத்தைச் சார்ந்தவரை இவர் தன் ஞானகுருவாகக் கொண்டதால் இப்படி ஒரு புறக்கணிப்பு நிகழ்ந்திருக்கலாமோ என்று எண்ணத் தோன்றுகின்றது.

24. குருவைச் சந்திக்கும் முன், பிறரின் பொருள்களையும், பிற பெண்களையும், தான் ஆசைப்பட்டதை இவர் ஒளிக்காமல் (0941) கூறுகின்றார். குருவைச் சந்தித்த பின் தன்னிடம் ஏற்பட்ட மிகப்பெரிய மாற்றத்தையும், அதனால் கிடைத்த பெருமைகளையும் இவர் உளமகிழ்வுடன் குறிப்பிட்டுச் சொல்கின்றார்.

25. இப்பிரபந்தம் எட்டெழுத்து மந்திரத்தின் (ஓம் + நமோ + நாராயணாய) நடுவில் உள்ள 'நம' பதத்தின் பொருளை விளக்குவதாகக் கூறுகின்றனர். நம பதத்தின்

உட்பொருள் "பாகவத சேஷத்துவம்" ஆகும். இதற்கு "உற்றதும் உன்னடியார்க்கு அடிமை" என்று திருமங்கையாழ்வார் விளக்கம் கூறுகின்றார். இச்செய்தியை டாக்டர் கமலக்கண்ணன் (நாலாயிர திவ்யப் பிரபந்தம், முன்னுரை பக்-60) சொல்கின்றார்.

26. 'ஆசார்யனுடைய கைங்கர்யமே பரமபதத்திலும் நமக்குப் பேறு ஆகும். அதைப் பெறுவதற்கு உபாயமும் அவ்வாச்சார்யனுடைய அபிமானமே' என்பது இப்பிரபந்தத்தின் சாரமாகும் என்பர்.

27. குருவின் அருள்தான் முதன்மையானது. அடியவன் முயன்று பெறவேண்டியது குருவின் அருளைத்தான் என்பதை இப்பிரபந்தம் மிக உறுதியாக வலியுறுத்து கின்றது.

28. பெருமானைப் பெற நம்மாழ்வாருக்கும், திருமங்கை ஆழ்வாருக்கும் ஆயிரக்கணக்கான பாசுரங்கள் தேவைப்பட்டன. இவர் 11 பாசுரங்களால் குருவைப் பாடிப் பெருமானின் பேரருளைப் பெற்றுவிடுகின்றார்.

29. பயன் கூறும் பாசுரத்தைக் (பல சுருதிப் பாடல்) குரு நம்மாழ்வாரைப்போல், இவரும் பிரபந்தத்தின் இறுதியில் பாடிவைத்துள்ளார். "மதுரகவி சொன்ன சொல் நம்புவார் பதிவைகுந்தம்" (0947) என்று உறுதியாகக் கூறுகின்றார்.

30. திருமாலின் திருவடி நிலைகளை நம்மாழ்வாரின் பெயரால் ஸ்ரீசடகோபன் என்றும், சடாரி என்றும் குறிப்பிடுவது வைணவ மரபு. அதைப்போல் நம்மாழ் வாரின் திருவடிநிலைகளைச் சீடர் மதுரகவியாரின் பெயரால் ஸ்ரீமதுரகவிகள் என்று குறிப்பிடுவது வழக்கத்தில் உள்ளது.

நிறைவு

நாலாயிரம் உள்ளவரை நாதமுனிகளும், மதுரகவியாழ் வாரும் வாழ்வார்கள். திவ்யப் பிரபந்தத்தைத் திறக்கும் போதெல்லாம் இவ்விரு பெரியவர்களும் நினைக்கப்படு வார்கள். இவர்கள் படிப்போர் நெஞ்சங்களில் நிறைந்து வாழ்வார்கள்.

பயன்பட்ட நூற்கள்

1. நாலாயிர திவ்யப் பிரபந்தம் மூலமும் தெளிவுரையும் - டாக்டர் இரா. வ. கமலக்கண்ணன், வர்த்தமானன் பதிப்பகம், 2011.

2. ஸ்ரீ நாலாயிர திவ்யப் பிரபந்தம் மூலமும் உரையும் - முனைவர் த. கோவேந்தன், ஸ்ரீ செண்பகா பதிப்பகம், 2012.

3. பேயாழ்வார், பொய்கையாழ்வார், பூதத்தாழ்வார் - அறிஞர் பி. ஸ்ரீ, ஜெனரல் பப்ளிஷர்ஸ், சென்னை, 2012.

4. திருமழிசையாழ்வார், திருப்பாணாழ்வார் - அறிஞர் பி.ஸ்ரீ, ஜெனரல் பப்ளிஷர்ஸ், சென்னை, 2012.

5. நம்மாழ்வார், மதுரகவியாழ்வார் - அறிஞர் பி. ஸ்ரீ, ஜெனரல் பப்ளிஷர்ஸ், சென்னை, 2012.

6. திவ்யப் பிரபந்த ஸாரம் - அறிஞர் பி. ஸ்ரீ, ஜெனரல் பப்ளிஷர்ஸ், சென்னை, 2007.

7. ஆழ்வார்கள் காலநிலை - பேரா. மு. இராகவையங்கார், மெய்யப்பன் பதிப்பகம், சிதம்பரம், 2015.

8. நம்மாழ்வார் - பேரா. அ. சீனிவாசராகவன், சாகித்ய அகாதமி, 2015.

9. வைணவச் செல்வம், தொகுதி-2 - முனைவர் ந. சுப்பு ரெட்டியார், தஞ்சைத் தமிழ்ப் பல்கலைக் கழகம், 2010.

10. தமிழ்ப் பக்தி இலக்கியம் - டாக்டர் அ. அ. மணவாளன், சாகித்ய அகாதமி, 2004.

11. 108 வைணவ திருத்தல மகிமை - எஸ். எஸ். மாத்ரு பூதேஸ்வரன், நர்மதா பதிப்பகம், 2013.

12. கம்பராமாயணம் - வை. மு. கோ.

13. இலக்கிய வரலாற்றில் புதிய நோக்கு - டாக்டர் தமிழண்ணல்.

14. திருக்குறள் - பரிமேலழகர் உரை.

15. சிலப்பதிகாரம் - ந. மு. வேங்கடசாமி நாட்டார்.

○○○

www.ingramcontent.com/pod-product-compliance
Lightning Source LLC
LaVergne TN
LVHW100631051026
849519LV00001B/176